'घरापासून दूर आणि आमच्या विमनस्क अवस्थेतही इतक्या मन:पूर्वक संगतीमध्ये असल्याचे यापूर्वी कधीही जाणवले नव्हते. तिचे वैशिष्ट्य असणारी बुद्धिमत्ता दाखवणाऱ्या प्रांजल स्वरासोबत गिलमन आपल्याला भीतिदायक वास्तवाच्या प्रवासाचे दर्शन घडवते. अर्धसत्य, काल्पनिक गुंफलेल्या कथांच्या वाचकविश्वात तिला ईश्वरानेच प्रवेश दिलेला आहे.'

– अलेक्झांड्रा फुल्लर

'द लेजंड ऑफ कोल्टन एच ब्रायंट' आणि 'डोन्ट लेट्स गो टू डॉग्ज
टूनाइट'ची सर्वाधिक खप असणारी लेखिका

'(एका)... ठसठशीत प्रवासाचे स्मृतिचित्र. त्यांच्या अडचणी आणि कसोटीच्या क्षणांचे निवेदन गिलमनच्या चतुर शब्दांनी हसायला लावते. पाश्चात्त्यांनी यापूर्वी पाऊल न ठेवलेल्या स्थळी या दोघी जातात. ही सहल त्या दोघीही विसरणार नाहीत आणि त्याचबरोबर गिलमन यांचे वाचकसुद्धा!'

– एरिक वैनर

'द जिऑग्राफी ऑफ ब्लिस'चे सर्वाधिक खप असणारे लेखक

'हे एकाच वेळी भिववणारे आणि मनोरंजक आहे.... गिलमन उत्तम कथाकार आहे.'

– बोस्टन ग्लोब

बदल घडवून आणणारे, रहस्यमय साहस, तुम्हीसुद्धा त्यात सहभागी असायला हवे होते, असे वाटायला लावणारे आणि तरी आव्हानात्मक, घातक की, बरे झाले आपण त्यात नव्हतो, असेही वाटायला लावणारे, रोमांचक आणि सदसद्विवेकबुद्धी जागवणारे. गिलमन यांचे लेखन नुसतेच गिरवणारे नसून, खरोखरीचे शहाणपण दाखवणारे आहे.'

– मार्क ऑसिटो,

'ऑटॅक ऑफ द थिएटर पीपल' या सर्वाधिक खपाच्या पुस्तकाचे लेखक

'अनड्रेस मी इन द टेम्पल ऑफ हेवन' या शीर्षकाने तुमच्या आशा उंचावतात आणि हे पुस्तक त्या पूर्ण करतेही. एक ग्रेट अमेरिकन कथा.

– ॲन आर्बर न्यूज (एम आय)

'सुझन जेन गिलमन यांनी एक सर्वसामान्य तारुण्याच्या स्वप्राविषयी आश्चर्यकारक, रहस्यमय आणि सुंदर आठवणी लिहिल्या आहेत. बॅकपॅक घेऊन जगप्रवास करणे आणि काहीही नवीन अनुभवणे. तिच्यावर आणि तिच्या मैत्रिणीवर कोसळणारे प्रसंग अनपेक्षित आणि घाबरवून सोडणारे आहेत. पुस्तकाचा पूर्ण दुसरा भाग मी एक बैठकीत वाचला. ती वाचते याबद्दल ईश्वराचे आभार आणि एवढे सुंदर निवेदन करते, त्याबद्दलही आभार.'

– हेवन किमेल

'ए गर्ल नेम्ड झिप्पी' या सर्वाधिक खपाच्या पुस्तकाचे लेखक

'एक सुस्पष्ट स्मृतिरंजन.'

– न्यू ऑर्लिन्स टाइम्स

'प्रवाह बदलणारे, दिशा देणारे..... सातत्याने हसवणारे आणि शेवटी प्रगल्भता दाखवणारे, हलवून सोडणारे..... एकाच वेळी समाधान देणारे, ज्ञानी आणि काहीसे हृदयस्पर्शी.'

– सलोन, कॉम

'गिलमनच्या वैशिष्ट्यपूर्ण प्रखर जाणिवा, तिरकस विनोद आणि लोकांचं त्रयस्थ चित्रण दर्शवणारे वर्णन, ज्याची बरेचसे अमेरिकन फक्त डिस्कव्हरी चॅनेलवर पाहण्याची/सामोरे जाण्याची अपेक्षा करतात.'

– रीअल डेट्रॉइट वीकली

'आल्हाददायक स्पष्टता... बांधून ठेवणारे... गिलमनचे सर्वोत्कृष्ट लेखन. ती गमतीदार आणि प्रवासातील तत्पर शेरेबाजी आणि निरीक्षणे. ज्याची सुट्टी वायफळ गेली आहे, अशा कोणालाही हे वाचायला आवडेल.'
– डेटन बीच न्यूज जर्नल (एफ एल)

'एक साहसकथा... (गिलमनच्या) प्रवासाची असामान्य स्थिती तिच्या निवेदनाला तिसऱ्या जगातील त्याच त्या प्रवासवर्णनांपेक्षा वेगळे बनवते.'
– द वीकली स्टॅन्डर्ड

'महत्त्वाचे प्रवासवर्णन साहित्य.... सर्वोत्तम कथाकथन.'
– न्यू यॉर्क प्रेस

'आल्हाददायक प्रामाणिकपणा. ही सत्यकथा नुसते खिळवून ठेवण्यापलीकडे आहे. साहसाचा वादळवारा.'
– सॅक्रामेँटो बुक रिव्ह्यू

'मजेत हसवणारे आणि चकित करणारे... परदेशी शिकलेल्या, होस्टेलवर राहिलेल्या, दुसऱ्या देशात हरवून गेलेल्या कोणाच्याही हृदयाला भावणारे.'
– माउन्ट होलीयोक न्यूज

'अनड्रेस मी इन द टेम्पल ऑफ हेवन' या इंग्रजी पुस्तकाचा
मराठी अनुवाद

अनोळखी स्वर्गमंदिरात...

मूळ लेखक
सुझन जेन गिलमन

अनुवाद
संजीवनी मुळे

मेहता पब्लिशिंग हाऊस

UNDRESS ME IN THE TEMPLE OF HEAVEN by
SUSAN JANE GILMAN

Copyright © 2009 by Susan Jane Gilman

This Edition Published by Arrangement with Grand Central Publishing, New York, USA. All rights reserved.

Translated into Marathi Language by Sanjeevani Mule

अनोळखी स्वर्ग मंदिरात... / अनुवादित सत्यकथा

अनुवाद   : संजीवनी मुळे
सी ००१, अनुरोन एअर, श्रीकृष्ण नगर, पाइपलाइन रोड,
निखिलवारे काऊंसलर ऑफिसच्या जवळ, सावेडी, अहमदनगर.

मराठी पुस्तक प्रकाशनाचे हक्क मेहता पब्लिशिंग हाऊस, पुणे.

प्रकाशक   : सुनील अनिल मेहता, मेहता पब्लिशिंग हाऊस,
१९४१, सदाशिव पेठ, माडीवाले कॉलनी, पुणे – ४११०३०.

मुखपृष्ठ   : फाल्गुन ग्राफिक्स

प्रथमावृत्ती   : जून, २०१५

ISBN 9788184987928

बॉब स्टेफान्स्कीसाठी
माझा प्रियतम, माझा सहप्रवासी,
माझा ध्रुवतारा

लेखिकेचे मनोगत

ही एक सत्यकथा आहे. शक्य तेवढ्या अचूकपणे आठवून आणि स्वत:च्या आणि त्या वेळी उपस्थित असणाऱ्यांच्या नोंदींवरून खातरी करून सिद्ध केलेली. तरीसुद्धा उलगडणाऱ्या स्थितीची संवेदनशीलता आणि अजूनही त्या कथेतील इतर काही पात्रे जीवन कंठित असताना जवळ-जवळ प्रत्येकाचे नाब बदलले आहे. त्यांच्या परवानगीखेरीज असा बदल केलेला नाही. मी अनेक व्यक्तींच्या व्यक्तिवैशिष्ट्यांनाही वेगळेपण दिलेले आहे – विशेष नोंद घेण्याजोगे म्हणजे माझी मैत्रीण क्लेअर व्हॉन ह्युटन आणि तिचे कुटुंबीय यांना ओळखता येणार नाही, इतपत बदलले आहे. त्यांचे खासगीपण आणि ओळख यांच्या संरक्षणाचा हेतू माझ्या मनात आहे.

मला जसे ऐकायला आले, तसे काही मॅन्डारिन शब्ददेखील मी लिहिले आहेत. (वास्तवात) ते याहून वेगळे लिहिले जात असू शकतात.

या बदलांशिवाय हे संपूर्ण निवेदन वास्तवाला धरून (नॉन फिक्शन) आहे. हे सर्व प्रसंग घडलेले असून यातील व्यक्ती अस्तित्वात आहेत. मी याची कल्पनेने रचना करू शकत नाही, हे ईश्वरास ज्ञात आहे.

– सुझन जेन गिलमन

ज्ञानी होण्यासाठी, एखाद्याला अनुभव घेण्याची, धावण्याची इच्छा करणे आवश्यक
असते. तसेही अनुभवाच्या जबड्यात झेप घ्यावी लागते. हे अर्थातच खूप घातक असते,
बरीच 'ज्ञानी' माणसे गिळंकृत केली जातात.

– फ्रेडरिक नित्शे

दोन राशीचिन्हे पाहणे फार मजेचे असते, सर्कसमधील ट्रॅपिझ कलाकारांसारखे... कारण
लिब्रा राशीची माणसे झटकन निर्णय घेऊ शकत नाहीत आणि जेमिनीची सतत निर्णय
बदलत राहातात. त्यांच्यात युती झाल्यावर काय घडेल, याचा अंदाज बांधणे कठीणच
असते.

– लिन्डा गुडमन यांच्या लव्ह साइन्स

कॉवलून

आमचे विमान खाली झेपावताना थोडे डावीकडे हेलकावले. समुद्रात घुसलेल्या अरुंद पट्ट्यावर ते अचानक उतरले होते. जेवणाचे ट्रे, रॅकवरचे सामान आणि प्लॅस्टिकच्या सीट्स जोरदारपणे हादरल्या होत्या. खालचा देखावा झपाट्याने बदलत होता. विमानाचे कर्मचारी मात्र अगदी शांत, स्थिर होते. एक जण बहुधा गोल्फविषयीचे मासिक चाळत होती, तर दुसरी आपली नखे पाहण्यात मग्न झालेली होती. मी खुर्ची घट्ट पकडून बसले होते. ''देवा रे! आता मी मरणार काय धक्क्याने!'' मी अगदी घाबरले होते. माझ्या पलीकडच्या प्रवाशाने जांभई देत पेपर फेकला.

उंच आवाजात दिलेली सूचना विमानात घुमत होती. क्लेअर माझ्याकडे झुकली आणि म्हणाली, ''ओहो! जरा पाहा तर!'' छोट्या गोल खिडक्यांमधून सायंकाळच्या मंद प्रकाशात राक्षसी पर्वत दिसत होते. एकीकडे उंच इमारती आणि त्या पलीकडचा रन वे (विमानाचा रस्ता) दिसत होता. आमचे ७४७ विमान आणि पर्वत यांच्यामध्ये त्या इमारती भक्कमपणे उभ्या होत्या. विमान उतरताना त्यांच्या खिडक्यांमधून आतले दिवे आणि वाळत घातलेले कपडेदेखील स्पष्ट दिसतील, एवढ्या त्या जवळ होत्या. विमानाच्या दुसऱ्या बाजूस खाडी चमकत होती. अचूक उतरले नाही, तर पर्वतांवर, नाहीतर खाडीत विमान आदळले असते.

सडणाऱ्या माशांचा, गटाराचा आणि इंधनाचा वास केबिनभर पसरायला लागला होता. माझा ताणलेला चेहरा पाहून क्लेअरने माझा हात हातात घेतला अन् म्हणाली, ''अगं शांत हो. रिलॅक्स! ही तर आपल्या साहसी प्रवासाची सुरुवात आहे.''

विमानाच्या कर्कश घरघराटामुळे माझे हृदय जणू बंद पडले होते. माझ्या नजरेसमोर मॅनहॅटनमधले माझे घर, आईवडील आणि धाकटा भाऊ क्षणभर तरळून गेले. अस्काल्टच्या काळ्या रस्त्याची पट्टी विमानाखालून भरभर मागे सरकत होती. मी डोळे मिटून धक्क्याची वाट पाहत होते. विमानाचा पत्रा फाटत असल्यासारखा भयंकर आवाज होता आणि प्रत्येक गोष्ट थरथरत होती. अचानक सर्व स्थिर झाले. विमान थांबले होते. लाउडस्पीकरवर पायलटचा आनंदी आवाज घुमला. ''सभ्य स्त्री-पुरुषहो काइ-ताक विमानतळावर तुमचे स्वागत असो!'' सर्वांनी हलकेच टाळ्या वाजवल्या. विमानात बसण्याची माझी ही केवळ तिसरी वेळ होती. पण खरे सांगायचे, तर विमान उतरल्यावर प्रवाशांनी टाळ्या वाजवल्याचे माझ्या ऐकिवात नव्हते. दरवाजाच्या दिशेने चालताना, मी खोल श्वास घेत कल्पना करत होते की या टाळ्या माझ्यासाठी आणि क्लेअरसाठी वाजत होत्या. आम्ही इथपर्यंत पोचलो, यावर माझा विश्वासच बसत नव्हता. आम्ही खरेच इथे आलो होतो... पृथ्वीच्या दुसऱ्या टोकाला. टारमॅकवर (विमानतळावरील रस्ता) पाय टाकणे आणि झगमगत्या प्रसिद्धीला सामोरे जाणे एवढेच बाकी उरले होते.

***

१९८६मध्ये मी आणि माझी वर्गमैत्रीण क्लेअर व्हॅन ह्युटन – आम्ही दोघींनी एक वर्षभर बॅकपॅक घेऊन (पाठीवर सामान टाकून) जगभर भटकण्याचे ठरवले होते. आम्ही दोघींनीही एकेकटीने अगोदर कोणताही प्रवास केला नव्हता. जास्तीत जास्त दूर पश्चिमेला – म्हणजे क्लिव्हलॅन्डपर्यंत आमचा प्रवास झाला होता. पण लांबच्या प्रवासाला जायचेच, असे आम्ही ठामपणे ठरवले होते. आमचे मित्र-मैत्रिणी अजून पोचले नव्हते, अशा ठिकाणी आम्हाला पोचायचे होते. म्हणून आम्ही आमच्या साहसी प्रवासाची सुरुवात पिपल्स रिपब्लिक ऑफ चायना : (चीनचे साम्यवादी लोकराज्य) याच्यापासून करायचे ठरवले होते. अशा बॅकपॅक घेऊन फिरणाऱ्या भटक्यांना तोपर्यंत चीनमध्ये प्रवेश नव्हता.

कॉलेज संपताच पदवी मिळाल्यावर आम्ही उन्हाळ्यात त्वरित हवाई तिकीट काढले होते. सप्टेंबरमध्ये न्यूयॉर्क ते हाँगकाँग अशी प्रवासाची सुरुवात होणार होती. पृथ्वीच्या मध्यरेषेवरून विमाने बदलत-बदलत आम्ही प्रवास करणार होतो. विद्यार्थ्यांना कर्ज मिळण्याच्या वेळी बरोबर न्यूयॉर्कला पोचू, असे मला वाटत होते.

जग किती गुंतागुंतीचे आणि किचकट असू शकते, त्यात आमचे नेमके काय स्थान आहे, आम्हाला कशा आणि किती अडचणी येऊ शकतात आणि काय त्रास होऊ शकतो, याची अर्थातच आम्हाला कल्पना नव्हती. पाठीवर स्लीपिंग बॅग (झोपण्याची बंद पिशवी), पाणी शुद्ध करण्याचे सामान आणि शिशासारखे जडशीळ

बूट टाकून पृथ्वी प्रदक्षिणा करणे कसे असेल, हे आम्हाला माहीतच नव्हते. आम्ही आपला असाच विचार केला की, चला आपण ओडीसीयस बनू या (ओडीसीयस: एक ग्रीक महाकाव्यातील जगप्रवास करणारे पात्र), बायरन बनू या (बायरन : प्रख्यात इंग्लिश कवी). चला, डॉन किहोट (प्रख्यात स्पॅनिश कथानायक) आणि अशाच भटक्या पात्रांना समोर ठेवून त्यांच्यासारख्या साहसांना सामोरे जाऊ या. हं, फक्त लिपग्लॉस (ओठांना चमक आणणारे प्रसाधन) लावलेले वीर. चला! साले हे जग एकदाचे जिंकूनच टाकू या! विमानातून उतरताना पायऱ्यांवरच क्लेअर उद्गारली, ''ओह! माय गॉड! आता आपण खरंच हाँगकाँगमध्ये आहोत! तुझा विश्वास बसतो आहे का?'' आम्ही दोघीही अगदी उत्साहाने एकसाथ किंचाळलो - अगदी ओडीसीयस ओरडला असेल, तशा. पासपोर्ट नियंत्रण कक्षातून बाहेर येऊन सामान ताब्यात घेतो न घेतो, तोच माझ्या नाकातून रक्त यायला लागले. डाव्या नाकपुडीतून माझ्या चेहऱ्यावर रक्ताची धार लागली. रक्ताचा वास आणि चव माझ्या घशात दाटून राहिली होती. एम् अँड एम् कंपनीची अर्ध्या पौंड वजनाची पिशवी, माझे ९१३ पानांचे भविष्याचे लिन्डा गुडमनचे पुस्तक मी आठवणीने घेतले होते. पण कागदी रुमालांचे एखादे बंडल बरोबर घ्यावे, हे माझ्या ध्यानात आले नव्हते. युनायटेड एअरलाइन्सचा एक चुरगळलेला कागदी रुमाल सापडताच मी तो नाकाला लावला.

''अरे बापरे! हे काहीतरी भयंकर दिसत आहे! ये इकडे,'' क्लेअरने एखाद्या अंध व्यक्तीसारखे माझ्या हाताला पकडून मला प्रसाधनगृहाकडे नेले. दिवसभरात हजारो स्त्रियांनी वापरल्यामुळे सर्वत्र ओले झाले होते आणि टॉयलेट पेपरचे तुकडे पसरले होते. सिंकजवळ छोटीशी कोरडी जागा शोधून तिने मला तिथे उभे केले. माझ्याच रक्ताने माझा श्वास घुसमटत होता. पर्स चाचपडत क्लेअरने शोधाशोध केली. डयुटी फ्री शॉपमध्ये घेतलेली शॅम्पेनची अर्धी बाटली, केसांचा ब्रश, 'द जिनिऑलॉजी ऑफ मोराल्स'ची पेपरबॅक कॉपी अशा अनेक गोष्टी तिच्याजवळ होत्या; पण टिश्यू पेपर मात्र नव्हते. हट्टाने नित्शेचे समग्र वाङ्मय तिने बरोबर घेतले होते. एखाद्या लष्करी मोहिमेसारखी आम्ही प्रवासाची तयारी केली होती, पण टिश्यू पेपरसारखी गोष्ट विसरलो होतो - - - जरा चमत्कारिकच, नाही का? आमच्या सामानामध्ये १५ बॉलिट्झचे शब्दकोश, वेगवेगळ्या प्रकारच्या मलेरियाच्या गोळ्या, प्रथमोपचाराचे साहित्य, हवा भरण्याच्या उशा, कीटकनाशक फवारे, डायरियाच्या गोळ्या, संततीप्रतिबंधक साधने, पाण्याच्या बाटल्या, सर्व्हेटासपासून व्हर्जिनिया वूल्फपर्यंत लेखकांची पुस्तके आणि वर्षभर पुरतील, एवढे टॅम्पॉन्ससुद्धा होते.

''इथेच थांब''! असे म्हणत क्लेअरने माझ्याभोवती फेरी मारली. थकली होती, तरी नर्तिकेसारखी ताठ मानेने डौलात पदन्यास करत ती निघाली. उंच मान आणि

खानदानी चेहरा यांमुळे ती प्रबोधनकाळातील मॅडोनासारखी दिसत होती. तिच्यामध्ये एक राजेशाही गोडवा आणि आत्मविश्वास होता. पोलो-शर्ट आणि खाकी पॅन्टमध्ये ती फार देखणी दिसत होती. मी मात्र अस्ताव्यस्त तपकिरी केस, कानात मोठ्या-मोठ्या रिंग्ज् आणि विशाल वक्षस्थळं असणारी मुलगी होते. माझ्या काळ्या स्वेटशर्टमधून ब्राचे पट्टे बाहेर दिसत होते. सावरले होते, तरी माझ्यात फार फरक पडला नव्हता.

'फ्वूश' आवाज करत प्रसाधनगृहाचे दार उघडझाप करत होते. इंग्लिश पाठोपाठ कॅन्टोनीज भाषेमध्ये सारख्या सूचना दिल्या जात होत्या. आत आलेल्या स्त्रिया माझ्याकडे कुतूहलाने पाहत होत्या. मला अगदी मूर्ख आणि हरवल्यासारखे वाटत होते. आम्ही आंतरराष्ट्रीय दिनांकरेषा ओलांडली होती. घरी सकाळचे आठ वाजले असतील, इथे रात्रीचे नऊ वाजले होते. काळ एखाद्या सुफलेसारखा (थंड गोड पदार्थ) आतल्या आत कोसळला होता.

आमचे सामान ओढून आणताना क्लेअर म्हणाली, ''सालं, आपण खूपच जास्त सामान भरलं आहे.'' मी अनिच्छेने कशीबशी उभी होते. आरशात माझा चेहरा भयंकर दिसत होता. रक्त सुकून कडक थर जमा झालेला होता. फुटलेली फुलदाणी चिटकवल्यावर जशी दिसेल, तसा माझा चेहरा दिसत होता. विमानतळावरील उपाहारगृहामध्ये मिळालेले मूठभर टिश्यू पेपर क्लेअरने माझ्या हातात कोंबले. जमेल तेवढा चेहरा मी साफ केला.

आता, जर तुम्ही कधीच फार प्रवास केला नसेल आणि इकॉनॉमी क्लासमधून, तेही स्मोकिंग झोनजवळच्या रांगेत बसून नंतर तुम्ही अनोळखी शहरात घाणेरड्या अवस्थेत अस्वच्छ उतरलेले असाल, चिकट तोंडाने आणि २४ तासांत एकदाही अंघोळ केली नसेल, तसेच सतत तोच-तोच सिनेमा पाहून तुमचे डोके फुटले असेल; तर तुम्हाला कळेल. शिवाय विमानाबाहेर पडताच विषुववृत्तीय उष्णतेची प्रचंड लाट तुमच्यावर आदळली असेल, एखाद्या बसच्या एक्झॉस्टसमोर उभे असल्यासारखे वाटत असेल, तर एखाद्या चांगल्या हॉटेलमध्ये आरामशीर खोली घेऊन वातावरणाची सवय होईपर्यंत राहणे चांगले ठरते.

पण क्लेअर आणि मी असे काही करणार नव्हतो. त्या घाणेरड्या उष्ण प्रदेशात बेधडक उतरण्याची आमची इच्छा होती.

आमच्या अनेक संभाषणांमध्ये क्लेअरने जाहीर केले होते, ''आपण प्रवासीच राहायचं, लाडावलेले प्रवासी नव्हे. एअरकंडिशन्ड बस नको, मूर्ख प्रवासी गाइड नकोत आणि हिल्टनसारखी हॉटेल्स तर नकोच नको.'' फोनच्या वायरशी खेळत मी तिला दुजोरा दिला होता. ''अगदी बरोबर.'' या सगळ्या सहलीचा हेतू म्हणजे खऱ्याखुऱ्या जगाचा अनुभव घेणे हा होता. मळलेल्या वाटांवरून न चालता नवे

रस्ते शोधायला हवेत. नव्या ठिकाणी जाऊन नवे पदार्थ खाणे, सर्वार्थाने कणखर होणे हा प्रवासाचा अर्थ होता.

मी आणि क्लेअर फार महत्त्वाकांक्षी होतो. समाजअभ्यासातील गुण अधिक मिळावे, म्हणून आम्ही ऑझ्टेक खेड्यांच्या प्रतिकृती तयार केल्या होत्या, माणसांसह. आमच्या आईवडिलांसाठी पाहुण्यांसमोर निरागसतेने रॉबर्ट फ्रॉस्टच्या कविता गायल्या होत्या. हायस्कूलमध्ये फ्रेंचचा अभ्यास आणि वार्षिक अंकांचे संपादन केले होते. कॉलेजमध्ये ऑनर्ससाठी प्रबंध लिहिले होते. आमचे आम्ही जग फिरून यावे, एवढेच आमच्यासाठी पुरे नव्हते. छे! छे! आम्हाला सर्वांना दाखवून द्यायचे होते की, आम्ही कोणतीही गोष्ट कशी सहजतेने आणि कल्पकतेने करतो. आमच्या आयुष्यातील इतर गोष्टींप्रमाणेच या सहलींमुळेसुद्धा आम्हाला ग्रेड (दर्जा) मिळणार होता, असेच आमचे मत होते.

१९८६मध्ये बीजिंग आणि न्यूयॉर्क दरम्यान व्यावसायिक उड्डाणे नव्हती. प्रवाशांना हाँगकाँगमधून चीनमध्ये प्रवेश करावा लागे. साउथ-ईस्ट एशिया ऑन ए शूस्ट्रिंग नावाचे एक स्वस्तातले अनोळखी गाइड (माहिती देणारे पुस्तक) आम्ही विकत घेतले. हाँगकाँगच्या कॉवलून भागातील चुंगकिंग मॅन्शनमध्ये राहण्याचा सल्ला त्यात होता. हा आमच्यासारख्या भटक्या प्रवाशांचा एकत्र येण्याचा अड्डा नव्हता, तर चिनी व्हिसा आणि सीमेपार जाण्याची इतर माहितीसुद्धा तिथे सहज मिळेल, असेही त्यात म्हटले होते.

आम्ही तिथेच जायचे ठरवले. चुंगकिंग मॅन्शन. वा! नुसत्या नावातच आमच्या कल्पनेला आणि साहसाला आव्हान होते. "हे अद्भुत वाटत आहे. नाही," सामानासह गाडीत बसता-बसता क्लेअर म्हणाली. "जणू काही एखाद्या दूर एकान्तातील मळ्यात दूरपर्यंत वेली पसरलेल्या असाव्यात, तसं."

"आणि व्हरांड्यातून जंगली मोर फिरावेत, तसं" मी सुचवले. "आणि तावदानं वाऱ्याने थडथड वाजत असावीत, तसं."

काइ-ताक विमानतळावर उतरेपर्यंत माझ्या दृष्टीने हाँगकाँगला काही आकार नव्हता. एखाद्या लहान मुलासारखी माझी जगाबद्दलची कल्पना होती. सुशिक्षित असूनही माझ्या लेखी इतर राष्ट्रे म्हणजे विचित्र लिपी, चमत्कारिक शब्द आणि वस्त्रे, कंटाळवाणी लोकगीते असे धूसर चित्र होते. अमेरिकेपेक्षा दूर अंतरावर आणि वेगळा असणारा तो परदेश, असे माझे ठाम मत होते. एखाद्या देशात उंच इमारती, रेफ्रिजरेटर आणि टेलिव्हिजन असेल, तर तो देश युनायटेड स्टेटससारखाच असणार. आणि जिथे साधी घरे, वेगळे अन्न आणि पानांची वस्त्रे असतील; तर तो आधुनिक असणार नाही, असाच सरळ हिशेब होता.

वाईट रचलेल्या कवितांसारख्या माझ्या कल्पना होत्या. हाँगकाँग म्हणजे

माझ्यासाठी की-चेन्स, पेन्सिल केस आणि यो-योसारखी खेळणी मिळण्याचे ठिकाण होते. मला असे वाटत होते की, आम्ही बहुधा भातशेतामध्ये झोपायला जाणार होतो.

पत्ता दाखवताच टॅक्सी ड्रायव्हर सुसाट वेगाने निघाला. नागमोडी रस्ता, मध्येच टाइल्सनी सजवलेले बोगदे, सोडियमच्या दिव्यांच्या रांगा. खालच्या खाडीमध्ये सगळे चमचमत होते. न्यूयॉर्क शहरातील टाइम्स स्क्वेअरसारख्या दिसणाऱ्या, अस्ताव्यस्त वाहतूक असणाऱ्या एका चौकात आम्ही पोचलो. उंच-उंच बोर्डांवर तोशिबा, आयवॉ आणि केंट सिगारेट यांच्या जाहिराती होत्या. त्यामुळे रस्ता धूसर झालेला होता. लकी पेकिंग डक, पल्स आणि घड्याळांच्या निऑन साइन्सचे बोर्ड चमकत होते. खाद्यगृहांमध्ये आकाशदिव्यांसारखी भाजलेली डुकरे टांगलेली होती. बसेस, जुन्या गाड्या, स्कूटर्स निळा-काळा धूर ओकत होत्या. एकमेकांना ढकलत-ढकलत गर्दी पुलावरून पुढे सरकत होती. मोठ्यामोठ्यांदा हॉर्न वाजत होते. चमचमणाऱ्या आरशांची कागदी सजावट सर्वत्र दिसत होती. कोणतीही शिस्त नसल्याने त्या गर्दीच्या रस्त्याला बाजारू जत्रेचे स्वरूप आलेले होते.

चौकातून पुढे सहापदरी रस्त्यावर आमची गाडी वेगाने घुसली. स्वस्त भडक सामानाची अनेक छोटी दुकाने असणाऱ्या इमारतीसमोर अचानक थांबून मीटरकडे बोट दाखवत ड्रायव्हर म्हणाला, ''ओके! फक्त दोनशे डॉलर्स.''

''काय''?

मी आणि क्लेअर एकदमच किंचाळलो. गाइडकडे बोट दाखवत, वाकून खिडकीबाहेर पाहत मी म्हणाले, ''चुंगकिंग मॅन्शन – नाथन रस्ता.''

चिडून माझ्याकडे रागाने पाहणाऱ्या ड्रायव्हरने त्या पुस्तकात बोट खुपसून पुन्हा बाहेर रोखले अन् तो ओरडला,

''हे चुंगकिंग मॅन्शन आणि हा नाथन रस्ता!''

गाडीची काच खाली करून खिडकीबाहेर डोकावणारी क्लेअर म्हणाली, ''तो खरंच बोलतो आहे की....!''

विचित्र दिसणारे हाँगकाँग डॉलर्स त्याला देताच गाडीचा कचाकच आवाज करत तो पसार झाला. आमच्या बॅगा त्याने गटाराच्या कडेला ठेवल्या होत्या. त्या इमारतीच्या वर फलक होता: 'चुंगकिंग मॅन्शन, ३६-४४ नाथन रस्ता, कॉवलून.' ती इमारत एखाद्या बंगल्यासारखी मुळीच नव्हती. न्यूयॉर्कच्या पोर्ट ऑथॉरिटी बस टर्मिनलसारखी दिसत होती. आत छोट्या-छोट्या स्वस्तातल्या गरजेच्या आणि इलेक्ट्रॉनिक वस्तू आणि हॅन्डबॅग्जसारख्या वस्तू विकणाऱ्या रांगा होत्या. संगीत मोठ्या आवाजात होते. ड्रमचा आवाज घुमत होता. तेलकट डाग पडलेल्या टी-शर्टमधले तरुण आफ्रिकन आणि आशियाई स्टॉलजवळ उभे राहून बीअर पित होते. क्षणातच त्यांनी आम्हाला गराडा घातला.

"तुम्हाला मनगटी घड्याळं हवी आहेत का?"

"गेस्टहाउस हवं का? या, या, मी दाखवतो."

असल्या चौकशांचा भडिमार झाला. घाम, मूत्र, पदार्थांचा वास, तळल्या किंवा भाजल्या जाणाऱ्या मांसाचा वास असह्य होत होता. आधीच आम्ही घामाने न्हायलो होतो. ती दमट हवा कोंदट वाटत होती. माझे ट्रॅव्हलर्स चेक आणि पैसे मी पट्ट्याने कमरेला बांधलेले होते. घामाने तो पट्टा चिंब भिजला होता. तो सुरक्षित असल्याची मी हाताने चाचपणी केली अन् म्हणाले,

"गाइडमध्ये दाखवलेलं चुंगकिंग मॅन्शन हे नक्कीच नाही."

त्या परिसरात पाश्चात्त्य व्यक्ती फक्त आम्ही दोघीच होतो. आमच्या जाडजूड बॅग्ज आणि प्रखर प्रकाशात डोळे दिपलेल्या हरणांसारख्या चेहऱ्यांवर सगळ्यांच्या नजरा रोखल्या होत्या. आमच्या छातीवरच्या टी-शर्टवर बहुतेक सर्वांत अधिक नजरा खिळल्या होत्या.

तेवढ्यात त्या इमारतीमधून एक पाश्चात्त्य जोडपे बाहेर आले. त्यांच्याकडे झेपावत मी म्हटले,

"माफ करा, चुंगकिंग मॅन्शन कुठे आहे, तुम्हाला माहीत आहे का?"

मी मतिमंद असावे, अशा नजरेने ते माझ्याकडे पाहत राहिले. लिफ्टकडे नजर आणि बोट दाखवत, फुसकारत ती मुलगी म्हणाली, "हे काय, इथेच!"

नाखुशीने बॅकपॅक उचलत क्लेअरने आणि मी इमारतीमध्ये प्रवेश केला. जुनाट जिन्यांवर प्लॅस्टिकचे फलक खाद्यगृहे, मसाज पार्लर्स आणि गेस्टहाउस यांची यादी दाखवत होते. चुंगकिंग मॅन्शन हे हॉटेल नव्हतेच मुळी! भटक्या लोकांचे विश्रांतीस्थान होते.

मी कणखरपणे न्यूयॉर्कच्या अंतर्भागामध्ये शेजाऱ्यांबरोबर वाढलेली होते. बरेचदा त्रास झाल्याने वाईट प्रवृत्तींना ओळखायला शिकले होते. पिवळ्या क्राइम सीन टेपने वेढलेला घाणेरडा भाग ओळखायला फार कल्पकता लागत नाही. उसासा टाकत क्लेअरने केसांमधून हात फिरवला. आमच्या दोघींमध्ये ती अधिक आशावादी होती.

"चल, आपण शोधत नाही, तोवर आपल्याला काही समजणार नाही," बोलता-बोलता तिने लिफ्टचे बटण दाबले. "सर्वांत वरच्या लकी गेस्टहाउसपासून आपण सुरुवात करू या. आपल्याला ते आवडलं नाही, तर दुसरं सापडेपर्यंत खाली उतरत येऊ," ती म्हणाली.

माझ्या धडधडणाऱ्या हृदयावर मी मुश्किलीने नियंत्रण ठेवले आणि तिच्याबरोबर निघाले.

क्लेअर कनेक्टिकटमधल्या न्यू कॅनन भागामध्ये वाढलेली होती. मोठा प्रशस्त

बंगला, गोलाकार रस्ता, निगा राखलेली बाग, प्रचंड मोठा स्विमिंग पूल अशा वैभवात ती वाढलेली होती. पदवी मिळाल्यानंतर तिच्या कुटुंबियांनी मला आणि माझ्या पालकांना पार्टीसाठी बोलावले होते. दारातच त्यांच्या नोकराणीने आम्हाला लेमोनेड आणि शॉम्पेन देऊन आमचे स्वागत केले होते.

लकी गेस्टहाउसची खिडकी जुन्या डिटेक्टिव्ह एजन्सीसारखी धुरकट काचेची होती. उंचावर लावलेल्या टेलिव्हिजनकडे एकटक पाहत, सिगारेट ओढत लोखंडी टेबलामागे एक माणूस बसला होता. ते टेबलही बरेच पोचे आलेले होते. टेलिव्हिजनच्या पडद्यावर दोन माणसे एकमेकांना ठोकून काढत होती.

"हॅलो,"क्लेअर म्हणाली. मी स्वत:शीच कबूल केले की, तिच्या धीटपणाला दाद घ्यायलाच हवी. सडसडीत लांब पायांनी डौलदारपणे चालत ती आत गेली तरी तो एकटक टेलिव्हिजनकडेच पाहत होता. भिरभिरणाऱ्या पंख्यामुळे टेबलवरचे कागद फडफडत होते. कुठूनतरी पाण्याचा खळखळाट ऐकू येत होता.

"रूम की डॉर्मेटरी (सामूहिक शयनगृह)?" तो गुरगुरला.

"स्वतंत्र बाथरूम आणि दोन बिछाने असणारी खोली,"क्लेअर खणखणीत आवाजात उत्तरली. ड्रॉवर उघडून त्याने तिच्याकडे किल्ली फेकली, मात्र एकदाही त्याची नजर टेलिव्हिजनवरून ढळली नाही.

"सहा नंबर. हॉलनंतर उजवीकडे. ऐंशी डॉलर्स, फक्त रोख. सकाळी उठल्यावर पहिलं बिल द्या,"तो म्हणाला.

ऐंशी हाँगकाँग डॉलर्स म्हणजे अंदाजे वीस अमेरिकन डॉलर्स.

क्लेअर व्हरांड्यातून निघाली. मी तिच्या पाठोपाठ होतेच. सहा नंबरची खोली म्हणजे एक बंद खोली होती. बिछान्यावर चादरी नव्हत्या. दोन बिछान्यांच्यामध्ये मेणबत्तीचा स्टॅन्ड ठेवलेला होता. बटण दाबताच टेबलावरच्या दिव्याजवळ ठिणग्या तडतडल्या. भिंतीवरच्या भेगेतून एक झुरळ बाहेर आले. शब्दही न बोलता क्लेअर वळली. आम्ही पुन्हा हॉलमध्ये आलो. टेबलवर किल्ली टाकली अन् बाहेर पडलो. त्या मॅनेजरने एकदाही टेलिव्हिजनवरून नजर हटवली नाही.

पुढील २० मिनिटे चुंगकिंग मॅन्शनमध्ये आम्ही प्रत्येक मजल्यावर फिरण्यात घालवली. एखादे देखाव्याचे पुस्तक (पॉपअप बुक) वाचल्यासारखे वाटले. छोटीशी कागदी कळ उचलताच त्याच्यामागे पटकन चित्र उभे राहवे, तसे. फक्त इथे लिफ्टचे दार उघडताच अभावाचे आणि घाणीचे चित्र उमटत होते.

एका मजल्यावर एक जाडा चिनी माणूस फक्त लंगोट बांधून जिन्यामध्ये पायरीवर बसलेला दिसला. त्याचे चपचपीत केस डोक्याला चिकटलेले होते. स्वत:च्या हाताने लैंगिक समाधान करून घेत तो मोठ्यांदा ओरडत होता. पिसाळलेल्या कुत्र्यासारखा ओरडत रडत होता.

त्या खालच्या मजल्यावर रिकाम्या हॉलमध्ये कचऱ्याचा ढिगारा होता. छतावरचा दिवा फासाच्या दोरासारखा हेलकावत होता. भिंतीवर सगळीकडे काही ना काही खरडलेले होते. पुढच्या मजल्यावर लाल सोनेरी रंगाची मसाज पार्लरची पाटी होती आणि लोकांच्या भांडणाचे आवाज येत होते. हॅपी फॅमिली हॉस्टेलसमोरचा मोकळा व्हरांडा लसूण आणि तेल यांच्या वासाने कोंदलेला होता.

प्रत्येक थांब्यागणिक आमची अस्वस्थता वाढत होती. पण जेव्हा मी क्लेअरला सुचवले की, क्रेडिट कार्ड वापरू आणि कॉवलून हॉलिडे इनमध्ये जाऊ, तेव्हा ती ठामपणे म्हणाली, ''नाऽऽऽही.''

नंतर जरा खालच्या आवाजात तिने समजावले, ''प्लीज, एका रात्री आपण चांगल्या आरामशीर ठिकाणी राहिलो तर लवकरच आपण असं म्हणायला लागू, 'ओह! आता आपण इथेच राहू.' तसं करणं अगदी सोपं आहे. आपल्याला मोह टाळायला हवा. मी नक्की काहीतरी व्यवस्था शोधेन. ओके?''

योगायोगाने आम्ही बोस्टन गेस्ट हाऊससमोर आलो. निदान नाव तरी आश्वासक वाटले. एक अभ्यासू दिसणारा तरुण स्वागतकक्षासमोर उभा होता.

''हॅलो. तुमचं स्वागत असो. मी मि. चुंग.,''तो म्हणाला. आणखी रुंद हसत पुढे म्हणाला, ''या, आमच्याकडे चांगल्या खोल्या आहेत. तुम्हाला फॅन हवा की एअरकंडिशनर?''

''एअकंडिशनर,'' आम्ही दोघीही एकदमच उद्गारलो. आमची कपाळे घामाने चमकत होती.

बोस्टन गेस्टहाऊस सुरू होण्याअगोदर तो एक हमामखाना असावा, कारण तिथे मुळीच खिडक्या नव्हत्या आणि भिंतींना निळ्या टाइल्स होत्या. तळाशी ड्रेन असणारे कप्पे तिथे दिसत होते.

छतावर रांगेत लावलेल्या ट्युबमुळे डोळे दिपवणारा प्रकाश होता. बेडपासून जवळच इवलेसे बाथरूम होते. प्लॅस्टिकच्या शॉवर कर्टनने (पडद्याने) ते झाकलेले होते. मुंग्याची रांग सोडल्यास एकूण रूम स्वच्छ होती. क्लोरिनचा वास सगळीकडे येत होता. शिवाय रात्रीचे ११ वाजून गेले होते.

''ठीक आहे. ही खोली आम्हाला हवी,'' कानामागे केस सारत उसासून क्लेअर म्हणाली. तिचा रंग इतका दुधाळ नितळ होता की, तिच्या गालांवर निळसर रक्तवाहिन्यासुद्धा दिसायच्या. त्या फ्लुरोसन्ट ट्युबच्या प्रकाशात तिचे केस हिरवट दिसत होते. आम्ही चुंगला सत्तर हाँगकाँग डॉलर्स एकदमच दिले आणि त्याने आम्हाला जवळ-जवळ असणाऱ्या दोन खोल्यांच्या किल्ल्या दिल्या. एकदाचे अधिकृतपणे आम्ही आशियामध्ये पोचलो होतो.

खोलीचे दार लावून बॅकपॅक खाली टाकताच तिचा ठकऽऽ आवाज खोलीत

घुमला. मी बिछान्यावर बसले. काही क्षणातच क्लेअर शॅम्पेनची बाटली घेऊन येईल. आम्ही आमच्या प्रवासाचा आनंद साजरा करू. पण मी काही हालचाल करण्याच्या मन:स्थितीमध्ये नव्हते. ए.सी. पूर्ण चालू असूनही मला घाम फुटलेला होता. घामाने माझा टी-शर्ट पूर्ण भिजला होता.

तापलेल्या बल्बवर डास भाजले जात होते. त्यांचा चुरुचुरु आवाज येत होता. मी भोवती नजर फिरवली. खिडक्या नसल्याने काहीच अंदाज येत नव्हता. मी संथ श्वास घेत शांत बसून राहिले.

मी प्रथमच एका विदेशात एकटी होते.

मला मुळीच विजयी झाल्यासारखा अद्भुत आनंद वाटत नव्हता.

***

बहुतेक भव्य कल्पनांसारखी आमची सुरुवातसुद्धा मूर्खपणाने झाली होती. ब्राउन युनिव्हर्सिटीतील पदवीच्या १५ दिवस अगोदर पॅनकेक हाउसमध्ये सकाळी चार वाजता क्लेअरला आणि मला या साहसाची कल्पना सुचली होती.

आम्ही मद्यपान करून या संस्थेतून बाहेर पडल्यावर आयुष्याचे काय करायचे, या विचारात मग्न झालो होतो. आम्ही दोघी असामान्य, अद्वितीय आहोत यावर आमचा ठाम विश्वास होता.

कॉलेज संपल्यावर करण्यासाठी आमच्या दोघींकडे एक आराखडा तयार होता. शेवटच्या वर्षाअखेरीपर्यंत मला एक ग्रेट अमेरिकन कादंबरी लिहून ती आंतरराष्ट्रीय स्तरावर प्रकाशित करायची होती. क्लेअरला ऱ्होड्स स्कॉलरशिप मिळवायची होती. पण का कोण जाणे, यातले काहीच घडले नाही. कुटुंबाच्या मालकीच्या सागरकिनारी हिल्टन हेड क्लेअरची उन्हाळी सुट्टीसाठी वाट पाहत होते. तिची सावत्र आई (जिला क्लेअर 'लेडी मॅकबेथ ऑफ द डॉग शो सर्किट' म्हणत असे) वाट पाहत होती. तिची सहा खानदानी कुत्रीदेखील तिथे होती. घरी माझ्यासाठी आईवडील वाट पाहत होते. लेडी फूटलॉकर कंपनीमध्ये नोकरी मिळवणे हा स्त्रीवादाचा आविष्कार आहे, असे भासवत होते.

आयएचओपी उपाहारगृहामध्ये एका त्रस्त सेविकेने आमच्यासमोर कागदांचा गठ्ठा ठेवला होता. त्यावर मेन्यू छापलेला होता. त्यावर सर्व राष्ट्रांचे पॅनकेक्स (खाद्यप्रकार) मिळतील, असे लिहिले होते. संपूर्ण विश्वातील सांस्कृतिक फरक केवळ हॉटकेक्स आणि वॉफल्सवर आणून ठेवणारी चित्रे छापलेली होती. *विव ले फ्रान्स:* कुरकुरीत पॅनकेक, *पॉलिनेशिया पॅरडाइज:* पाइनॅपल आणि हॅम. *ओ कॅनडा:* फ्रेंप जेक्स आणि मेपल सिरप इत्यादी इत्यादी. त्या फिकट चित्रांमध्ये स्मरण रम्यतेचे आकर्षण होते. पन्नासच्या दशकातील वाटावीत, अशी ती चित्रे पाहिल्यावर

आम्ही प्रवेश करू पाहत असणारे प्रचंड विश्व एकदम आनंदी आणि सहज हाताळता येण्यासारखे वाटू लागले. आयएचओपीच्या त्या मेन्यूवर जगातला असा एकही देश नव्हता, ज्याच्यावर काट्या-चमच्यांच्या साहाय्याने विजय मिळवता येणार नव्हता.

त्यांच्याकडे पाहताच आम्हाला स्फुरण चढले. विविध देशांतील पॅनकेक्स त्या-त्या देशात जाऊन का खाऊ नयेत? जगप्रवास का करू नये? नोकरी मिळवण्यापेक्षा आम्हाला पाठीवर सामान टाकून विकसनशील देशांमध्ये सरळ घुसणे अधिक सोपे वाटायला लागले.

"ओ माय गॉड! चल आपण हे करू या. आपण शब्दश: या पृथ्वीगोलाची प्रदक्षिणा करू या!" आम्ही एकसाथ किंचाळलो.

तशी आमची खूप छान ओळख नव्हती. ब्राउन विद्यापीठात प्रथम वर्षात असताना पहिल्या वर्षी आम्ही एकाच होस्टेलमध्ये राहिलो होतो आणि साहित्याचा तौलनिक अभ्यास केला होता. मी डाव्या विचारसरणीच्या एका गटाची सदस्य झाले होते. पूर्ण सत्रामध्ये एखाद-दोन वेळा आम्ही कॉफी एकत्र घेतली असेल. तिथे आम्ही हसून एवढा धिंगाणा करत असू की, आम्हाला बाहेर जावे लागे. निरोप घेताना दीर्घ फ्लाईंग किस एकमेकींकडे फेकत नाटकी मूर्खपणाने "ऑ रिवॉं डार्लिंग!" म्हणत असू. मैत्री आणि आपुलकी यांनी आमची मने भारलेली असत. एकमेकींच्या सोबतीने जगप्रवास करण्याची कल्पना आम्हाला अजिबात अव्यवहार्य वाटली नव्हती. प्रतिभेचा प्रकाश विजेच्या लोळासारखा मनात प्रवेशतो आणि ती 'युरेका, युरेका' म्हणत प्रकट होते, असे वाटायला लावणाऱ्या वयात आम्ही होतो. (प्रख्यात शास्त्रज्ञ आर्किमिडीज वस्तुमानाचा शोध लागताच 'युरेका, युरेका' ओरडत स्नानगृहाबाहेर धावला होता, तसे) आमचा अद्याप प्रथमदर्शनी प्रेमावर विश्वास होता. माणसांच्याच नव्हे, तर संकल्पनांच्या प्रेमातदेखील अचानक एका क्षणात तुम्हाला 'नुसते कळून जाते!'

आणखी महत्त्वाचे म्हणजे आम्हाला वाढवताना आम्ही सगळे जग पादाक्रांत करणार, अशा विश्वासानेच वाढवले होते. मानवी इतिहासामध्ये प्रथमच मुलींना स्त्रीवादाचे स्टेरॉइड पुरेपूर दिले जात होते. आपण कुठेही जाऊ शकतो, कुणीही बनू शकतो, काहीही करू शकतो, असे मुलींच्या मनावर ठसवले जात होते. प्रथम वर्षाच्या सुरुवातीसच ब्राउन युनिव्हर्सिटीमध्ये अध्यक्षांनी आमचा 'सर्वोत्कृष्ट, सर्वांत बुद्धिमान, अमेरिकेचे भावी नेतृत्व!' असा उल्लेख केला होता.

जेव्हा-जेव्हा आम्ही महासागर ओलांडणाऱ्या, पर्वतारोहण करणाऱ्या, अज्ञात प्रदेशामध्ये साहसी मोहिमा काढणाऱ्या प्राचीन आणि इतरही वीरांच्या साहसकथा वाचायचो; तेव्हा आम्हाला प्रश्न पडायचा की, त्यात एकही स्त्री का नाही? स्त्रिया अशा महाकाव्याच्या नायिका का बनू शकत नाहीत, याचा आम्हाला प्रचंड

राग येत असे.

त्या रात्री आयएचओपी हॉटेलमध्ये आम्ही बसलो असताना क्लेअरने पर्समधून बॉलपेन काढले, इंजेक्शन देण्याच्या आविर्भावामध्ये पेन उघडत ती म्हणाली, ''चला! आपणच आपलं महाकाव्य लिहू या. जिथे-जिथे पोचण्याची आपली इच्छा आहे, त्या सर्व शहरांची नावं आपण लिहू या.'' काठमांडू, थायलन्ड, ग्रीस अशी नावे लिहून तिने कागद माझ्यापुढे सरकवला. मराकेश, बाली, पॅरिस मी लिहिले. नकाशावर ती शहरे मला शोधता आली असती की नाही, कुणास ठाऊक; पण लिहिताना छान वाटत होते. या सर्व शहरांमध्ये आम्ही जाऊ शकू, यावर माझा विश्वास बसत नव्हता. पण म्हणून काय झाले. इटली, श्रीलंका मी पुढे लिहितच राहिले.

१९८६ म्हणजे फार दूरचा भूतकाळ नाही. तरीसुद्धा आम्ही लिहिलेली स्थळे फार दूर अंतरावरची वाटत होती, असे आज वाटते. संपूर्ण पूर्व युरोप पोलादी पडद्याआड असताना शीतयुद्ध जोरात होते आणि युरोपपलीकडे पर्यटन अद्याप सुप्तावस्थेत होते. इंटरनेट अगोदरचा, पॅसिफिकपार उड्डाणांअगोदरचा, कामांचे मुंबई आणि मनिला यांमध्ये आउटसोर्सिंग करण्याअगोदरचा आणि स्काय टेलिव्हिजन अगोदरचा तो काळ होता. घराघरात २४ तासाच्या आत बातम्या पोचण्याआधीचा, जागतिक घडामोडींची चित्रे क्षणात जगभर पोचण्याआधीचा तो काळ होता. अर्थातच ११ सप्टेंबर अगोदरचे ते दिवस होते (वर्ल्ड टॉवर दहशतवादाने कोसळण्याआधीचे).

आम्हाला अधिक प्राचीन, सुसंस्कृत, विकसित संस्कृती दिसू शकते; याची आम्हाला जाणीव नव्हती. आमच्या दृष्टीने एक नवीन जग आम्ही शोधून काढण्यासाठी आतुरतेने आमची वाट पाहत होते. आम्ही खिदळत म्हणालो होतो, ''ए जगा! सावध हो. आम्ही येत आहोत!!'' खिडक्या प्रखर प्रकाशात लखलखत होत्या. कारण आम्ही लिहित असतानाच सूर्य उगवला होता. टेबलांवरून सोनेरी किरणे परावर्तित होऊन आमचे डोळे दिपवत होती. आपले रुपेरी केस मनगटाने मागे सावरत माझ्यावर नजर रोखत क्लेअर उत्साहाने हसत होती.

''आपण हे खरोखर करणार आहोत. तुला ठाऊक आहे नं!'' अत्यानंदाने ती म्हणाली, ''महान साहित्याचा विषय होणारं साहस आपण अनुभवणार आहोत.''

दूरवरच्या प्रवासाला निघालेले चार ट्रक-ड्रायव्हर आमच्या पलीकडे बसले होते. ते डुलत-डुलत निघून जाताच सेविकेने त्यांचे टेबल साफ केले आणि तीसुद्धा निघून गेली. उपाहारगृह आता पूर्ण रिकामे होते. अगदी शांत होते. स्वयंपाकघरातील भांडी साफ केलेल्या पाण्याचा खळखळाटसुद्धा ऐकू येत होता. बाहेरून पक्ष्यांचा आवाज सुरू झाला होता. आमच्या प्रवासाचे अंदाजपत्रक बनवताना आम्ही अधिक उत्साही आणि उत्तेजित झालो. आमच्या अपुर्‍या महत्त्वाकांक्षी स्वप्रांमुळे आणि

नव्यानेच सापडलेल्या साहसाने आम्ही बेभान झालो होतो. आम्ही तरुण आणि बुद्धिमान होतो. अमेरिकेचे भावी नेतृत्व होतो. आमच्या हातात एक नियोजन होते आणि साहसाची सुरुवात झाली होती.

***

क्लेअरच्या आईने मरण्यापूर्वी एक ट्रस्ट करून तिच्यासाठी बरेच पैसे ठेवले होते. मला मात्र प्रवासाचे पैसे जमवावे लागणार होते. सरकारी अनुदानित घरांमध्ये मी वाढलेली होते आणि कर्जाऊ शिष्यवृत्ती घेऊन ब्राउन विद्यापीठामध्ये शिकत होते. खडतर परिश्रम करूनच मला पैसे जमवावे लागणार होते.

त्या उन्हाळ्यात मी एका रिअल इस्टेट ऑफिसमध्ये दिवसा स्वागतिकेचे काम केले आणि रात्री अपर वेस्ट साइड बारमध्ये वेट्रेसचे काम केले. अल्पवयीन मुलांना दारू पुरवण्यासाठी तो बार प्रसिद्ध होता. यासाठी मला अटकसुद्धा होऊ शकली असती, याचे मला कधीच दडपण आले नाही. दुसरे म्हणजे, ती मुले कधीच टीप देत नव्हती. ज्युक बॉक्स (संगीताचे यंत्र) बंद होऊन माझे काम संपेपर्यंत पहाटेचे तीन वाजलेले असायचे. पैसे वाचवण्यासाठी मी घरापर्यंत पायी चालत जायचे. घरी पोचल्यावर आईवडिलांची झोपमोड होऊ नये, म्हणून सावध हालचाली करत मी माझ्यासाठी दूध गरम करून माझ्या खोलीत जात असे. दुधाचे घोट घेत मला मिळालेली बक्षिशी मोजायचे. एखाद्या रात्री मला पंचाहत्तर डॉलर्सही मिळायचे, तर कधी चाळीसहून कमीसुद्धा. मी ते प्रेमाने सांभाळून माझ्या अंथरुणावर पसरून ठेवत असे.

माझ्या आईवडिलांच्या अपार्टमेन्टसमोर पडझड झालेल्या तपकिरी दगडी इमारती होत्या. त्यांच्या अंगणांमध्ये गंजलेल्या ढकलगाड्या, मोडकेतोडके फर्निचर आणि रंग उडालेली गुलाबी प्लॉस्टिकची पक्ष्यांच्या आकाराची खेळणी पसरलेली होती. पलीकडे आमच्या इमारतीसारख्याच कुरूप इमारती होत्या. रोज सकाळी मला सूर्य उगवताना दिसे, वेगाने जाणाऱ्या पोलिसांच्या वाहनांचे आवाज आणि इतर यंत्रांचे खडखडाट ऐकू येत असत. माझ्या मनात विचार येई, 'आणखी फक्त काही महिनेच. मग मी इथून बाहेर जाईन आणि संपूर्ण जगात देवतेसारखा संचार करेन!'

आणि आता घरापासून १०,००० मैल अंतरावर त्या फिकट हिरव्या-निळ्या छोट्या खोलीत, काजळलेल्या चिकट हवेत, कँटोनीज भाषेमध्ये किंचाळणाऱ्या लोकांचे आवाज ऐकत मी बसले आहे. आता मला समजते आहे की, आम्ही पराकोटीचा मूर्खपणा केला आहे. क्लेअरला किंवा मला चायनीज भाषा अजिबात येत नव्हती. आम्ही आजारी पडलो तर काय? आमचे गाइड कीटक आणि बुरशी, विषाणू आणि तापाबदलच्या इशाऱ्यांनी भरलेले होते. आमच्यावर हल्ला झाला

किंवा लूटमार झाली, तर काय? आम्ही हरवलो, तर काय?

या संपूर्ण गोलार्धात आम्ही कोणलाही ओळखत नव्हतो. परिचयाचे नाव एखाद्या चिठोऱ्यावरही आम्ही घेतले नव्हते.

आणि आशियामध्ये दाखल झालो होतो.

इथे आमच्या ओळखीच्या कोणाचा मित्र इंग्लिश शिकवत नव्हता. आणीबाणीच्या वेळी बोलवायला ब्राउनमधील कोणी माजी विद्यार्थी इकडे नव्हता. शेवटी एकदाचे आम्ही काइ-ताक विमानतळावर पोचलो, तेव्हा कोणीच आमची वाट पाहत नव्हते. अर्ध जग ओलांडून एवढा प्रवास केल्यानंतर आपल्या स्वागताला कोणी नसल्यावर काय वाटू शकेल, याचा आम्ही विचार केलाच नव्हता. मी नुसतीच एकटीने प्रवासाची इच्छा केली होती.

आमच्या एकटेपणाच्या वास्तवाने माझ्यावर आघात केला होता: आम्ही इकडे मरून जाऊ, अदृश्य होऊ – कोणाला त्याचे पडले आहे? कोण पर्वा करणारे आहे?

हा सत्य समजण्याचा क्षण होता, हे मला आयुष्यात प्रथमच समजत होते. मला जाणवत होते, आपले अस्तित्व किती छोटे आहे. या विश्वाचा मी केंद्रबिंदू नाही आहे ते. एखादी सफाईदार लाथ पोटात बसावी, तसे मला वाटत होते.

नुकतेच मी परत न करता येणारे दोन हजार डॉलर्सचे जगप्रवासाचे हवाई तिकीट काढले होते. यलो फीवरपासून धनुर्वातापर्यंत वेगवेगळे लसीकरण केले होते. अर्धा पृथ्वीगोल ओलांडून जगप्रवास केला होता. कशासाठी? तर एका मोठ्या चुकीसाठी.

थंडीने माझे दात कडकडत होते. ए.सी. बंद करून आता क्लेअरला कसे सांगायचे, 'मला माफ कर. अखेर मी हे करू शकणारी मुलगी नाही. हे सगळं चूक आहे आणि मला ताबडतोब घरी परतायचं आहे.' याचा विचार करत मी लहान बाळासारखी माझ्या स्लीपिंग बॅगमध्ये पडून राहिले.

इशारा समजल्यासारखी त्याच वेळी माझ्या दरवाजावर टकटक झाली, "सुझी?"

मी दचकून उठले. ए.सी. सुरू केला आणि स्वत:ला सावरले. क्लेअर घाईने आत आली. न्हायल्याने तिचे ओले केस चमकत होते. मंद सुगंध येणारा एक निळ्या रंगाचा रेषा-रेषांचा नाइट पायजमा तिने घातला होता.

ती म्हणाली, "ओह सुझी!"

"काय झालं?" मी विचारले.

चेहरा हातांनी झाकून ती म्हणाली, "मला माफ कर सुझी. मला वाटतं, शॅम्पेनची बाटली मी विमानतळावरच्या टॉयलेटमध्ये (प्रसाधनगृहामध्ये) विसरले."

"आणि ही जागा. मला वाटतं आहे माझ्या बेडवर मुंग्या चालत आहेत.

ए.सी. बिघडला आहे. खोली भट्टीसारखी तापली आहे. हे सगळं खूप चमत्कारिक वाटत आहे. विचित्र आवाज येत आहेत. मला खूऽऽप एकाकी वाटत आहे. आपण इथे काय करत आहोत?''

मी तिच्याजवळ जात, आवंढा गिळत बोलले, ''मला माहीत नाही. मलाही आता असंच वाटत आहे.''

क्लेअरचाही गळा दाटून आला होता. ''मला माफ कर. सुरुवात मीच केली होती. चला जग पाहू, कोणी न चाललेल्या वाटांवर जाऊ. आणि आता मीच म्हणते, आपण कणखरपणे इथेच राहू. हिल्टन हॉटेलमध्ये उतरायला नको. मी काही राजकन्येप्रमाणे लाडावलेली नाही. पण आज तुला खरंच सांगते सुझी, मी खरंच लाडावलेली मुलगी आहे, हे मला आज समजत आहे. मी थकून गेले आहे. माझ्या बाबांचं म्हणणं खरंच होतं.''

जेएफके विमानतळावर आम्हाला निरोप द्यायला क्लेअरचे बाबा एक्झिटजवळ (निर्गमन दरवाजा) सिगारेट फुंकत, खांद्यावरचा कोट ओढत अस्वस्थपणे सारखे हात चोळत होते. ''त्या फार मोठी चूक करत आहेत,'' गंभीरपणे ते माझ्या आई-बाबांना सांगत होते.

''माझ्या राणी. ऐक माझं. पुन्हा म्हणू नकोस, मी सांगितलं नव्हतं म्हणून,'' असे ते क्लेअरला म्हणाले. त्यांच्या गालावरचे स्नायू तणावाने उडत होते. त्यांच्या लांबट खानदानी चेहऱ्यावर फिक्या करड्या रंगाचे केस चोपून बसवलेले होते. एखाद्या दुःखी ग्रेहाउंड श्वानासारखा त्यांचा चेहरा दिसत होता.

''आशिया म्हणजे घाणेरडं डबकं आहे,''

ते मोठ्याने सांगत होते. आम्हाला काय ते माहीत नव्हते. ते तिसरे जग होते – भाताची शेते, झोपडया, गलिच्छ मुले आणि भिकारी यांनी भरलेल्या रस्त्यांचे. अर्थातच त्यांनी फक्त सत्तरच्या दशकामध्ये टोकिओला भेट दिलेली होती. पण त्यांचा ठाम विश्वास होता की, पौर्वात्य संस्कृती विकृत होती. तिथल्या लोकांना शाळकरी मुलींचे आकर्षण असते. सार्वजनिक ठिकाणी तिकडचे लोक अश्लील साहित्य वाचतात. कोणी व्यायाम किंवा जॉगिंग करत नाही. सर्वांत वाईट म्हणजे आम्हा गोऱ्या लोकांना ते माकडे समजतात, तेही जेव्हा आम्हीच त्यांच्या देशाची पुनर्रचना केल्यावर. ''त्यांनी पर्ल हार्बरवर हल्ला केला आणि आम्ही त्यांना टोयोटा दिली,'' ते म्हणाले. ते आमच्या आशियात जाण्याच्या १०० टक्के विरोधात होते.

त्रासून क्लेअर म्हणाली, ''डॅडी, आम्ही काही जपानला चाललेलो नाही. आमचा प्रवास चीनमधून सुरू होणार आहे.''

''ते साम्यवादी साम्राज्य! द रिपब्लिक ऑफ चायना!'' ते फुत्कारले, ''जेव्हा तू रडत घरी परतशील, तेव्हा माझ्या सांगण्यावर तुझा विश्वास बसेल.''

''तुझ्या बाबांचं चूकच होतं. लाडावलेली मुलगी असणं आणि मुंग्या असणाऱ्या घाणेरड्या ठिकाणी रात्र काढण्याची इच्छा नसणं, या वेगवेगळ्या गोष्टी आहेत,'' मी तिची समजूत घातली.

मी म्हणाले, ''हे पाहा! जर खरं सांगायचं, तर मलाही तुझ्यासारखंच उद्ध्वस्त एकाकी वाटत आहे. अगदी विमानात पाऊल ठेवल्यापासूनच!''

नाराजीने खोल श्वास घेत क्लेअर म्हणाली, ''खरंच?''

''हं. ही उष्णता, हे आवाज, हा माथेफिरूपणा, चीनला भेट द्यायची कल्पना सगळंच. या साम्यवादी देशात कोणी इंग्लिश बोलतसुद्धा नाही.''

ती जरा झटक्यात उत्तरली, ''आपल्याला काही कोणी सक्ती नव्हती केली. म्हणजे मला असं म्हणायचं आहे की, कदाचित आपण इथून सुरुवात करायला नको होती. आपल्याला सोसवेल, अशा छोट्याशा बालीसारख्या सोप्या ठिकाणी जायला हवं होतं.''

''बाली?'' मी म्हणाले.

''नक्कीच तिथे विस्तीर्ण सागरकिनारे, नारळांची झाडी, निळं आकाश आहे. आपण तिथे जाऊ शकतो. वातावरणाशी जुळवून घेऊ आणि परत वाटलं, तर चीनला भेट देऊ शकतो,''

क्लेअर म्हणाली.

क्षणभराने मी बोलले, ''मला वाटतं मी याहून सोप्या स्थळाचा विचार करत होते.''

''जसं की,'' क्लेअर म्हणाली.

''शिकागो किंवा फिलाडेल्फिया. मला फिलाडेल्फिया अधिक आवडेल,'' मी बोलले.

क्लेअर माझ्याकडे एकटक पाहत राहिली. ती सावकाश म्हणाली, ''पण यातलं एकही आशियात नाही.''

''मला माहीत आहे,'' बोलता-बोलता माझा बांध फुटून मी एकदम गळा काढून रडायला लागले. ''ओह क्लेअर! मी तुझ्यासारखी नाही. तू निदान पॅरिसमध्ये सहा महिने शिकायला गेली होतीस. मी कधीच घर सोडलेलं नाही.''

निराशेने त्या निळ्या टाइल्सच्या भिंतीवर नजर रोखून हात उडवत क्लेअर म्हणाली, ''खरं तुम्हाला कोणीच सांगत नाही. ती सगळी प्रवासी मासिकं, सुट्ट्यांचे आकर्षक फोटो पाहाणाऱ्याला सगळं सोपं वाटतं.'' माझ्याकडे सहानुभूतीने पाहता-पाहता तिने तोंडावर हात ठेवले. बंधनातून सुटू पाहणाऱ्या, धडपडणाऱ्या घोड्यासारखी ती मान झटकत राहिली. अचानक हसायला लागली अन् म्हणाली, ''आपण किती कमजोर आहोत? कळत आहे का तुला?''

''जेटलॅग (विमान प्रवासाचा शीण) आणि सांस्कृतिक धक्का एवढाच त्याचा अर्थ आहे. आपण दोघीही खूप दमलो आहोत आणि गोंधळलो आहोत! आपल्या मनावर ताण आला आहे, म्हणून असं ताल सोडून बोलतो आहोत.''

स्वतःला सावरत मी मनगटाने नाक पुसले. ती पुढे म्हणाली, ''सुझी, तुला माझा भाऊ डॉमिनिक आठवतो आहे का?''

मी मान हालवली. क्लेअरला तीन सावत्र भाऊ होते. अलेक्झांडर, एडवर्ड आणि डॉमिनिक. ते सर्व देखणे, उंच आणि लाल केसांचे बळकट तरुण होते. मला त्यांच्यातील फरक समजतच नव्हता. क्लेअर म्हणजे एखादे मानचिन्ह असल्यासारखे ते तिला सांभाळायचे.

''जेव्हा-जेव्हा डॉमिनिक बाहेर जातो – मग ते इंग्लंड असो वा व्हॉर्टन - परत आल्याच्या रात्री तो असाच विरघळलेला असतो. झोपताना सारखा कुरकुरतो. म्हणून आपल्याला जे वाटत आहे, ते सर्वसाधारण आहे. या पहिल्या रात्री आपण शांत राहायला हवं, एवढंच. उद्या सकाळी आपल्याला बरं वाटेल.'' मान तिरपी करून माझ्याकडे क्लेअर पाहत राहिली.

''तुला वाटतं आहे का, तुला रात्री शांत झोप येईल?'' क्लेअर म्हणाली.

मी खांदे उडवले.

''मलासुद्धा नाही,''

हात उडवत ती म्हणाली, ''ही जागा फार कोंदट आहे. पण आपण इथे टिकून राहायला हवं. इथेच. इकडे ये अशी. सोबत राहिल्यावर आपल्याला निदान एकटं वाटणार नाही.''

मी भिंतीकडे सरकले आणि क्लेअरसाठी बिछान्यावर जागा केली. ती माझ्याहून उंच आणि सडसडीत होती. पाच फूट नऊ इंच – घोडेस्वारी येणारी, नृत्य शिकलेली, सुडौल बांध्याची मुलगी. एकमेकांना धक्के देत आम्ही आराम शोधायचा प्रयत्न करत होतो. बेड कुरकुरत होते. आम्ही सॉरी म्हणत होतो. ए.सी.मधून आचके दिल्याचा किंवा ढेकर दिल्यासारखा आवाज येत होता. छताकडे पाहत खिदळत क्लेअर म्हणाली, '' ओ गॉड! हे फारच चमत्कारिक आहे.''

पालथे पडून कोपरांवर भार टाकत ती म्हणाली, ''ओके? आता या क्षणी नरकासारखं वाटतं आहे नं? बरोबर? पण तुला सांगते, सकाळी हाँगकाँग बरं वाटेल.''

मला बिलगत, उसासा टाकत तिने विचारले, ''मी तुझ्यासाठी युद्धगीत गाऊ का?''

तिच्या भावंडांसोबत नेहमी हे युद्धगीत गाण्याची तिची सवय होती. पण मी दुःखी आवाजात तिला नकार दिला. कदाचित त्यामुळे मला घरची आठवण झाली असती.

"खरंच नको? बरं, तुला वाटलं तर सांग," असे म्हणत तिने उशांची व्यवस्थित मांडणी केली. एकूण तिने परिस्थिती स्वीकारलेली दिसत होती. ते पाहून मला आणखी उदास वाटायला लागले.

मी किशोरवयात असताना माझ्या आईला पौर्वात्य धार्मिक विचारांचे वेड लागलेले होते. ती बाबा रामदास नावाच्या गुरूच्या प्रभावाखाली होती. आम्हा सर्वांना ती सक्तीने आध्यात्मिक ध्यान करायला लावे आणि त्यांचे प्रवचनसुद्धा ऐकवायची. ते सूचना द्यायचे, "आता येथे या. त्या-त्या क्षणी पूर्ण जगा." पण आताचा हा जो क्षण मी जगले, तो मला फार दु:खी करून गेला होता. माझ्याजवळ झोपलेली क्लेअर नक्कीच स्वप्रामध्ये यांगत्से नदी पाहत असणार, याची मला खातरी होती. पाण्यासारख्या चमचमणाऱ्या पात्राशेजारी मऊशार वाळूच्या किनाऱ्यावर भातशेतात फिरत असणार, चीनची प्रचंड भिंत चढत असणार आणि स्वर्गमंदिरामध्ये आनंदाने थिरकत असणार. बंधनमुक्त होऊन आनंदाच्या आकाशात विहार करत असणार.

आणि मी? मी मात्र मला दिसत होते घाणेरड्या खोलीमध्ये, मुंग्यांनी भरलेल्या अंथरुणामध्ये, उघड्या टॉयलेटसमोर शिळ्या भाजीपाल्याच्या ढिगामध्ये. मला एवढेच समजत होते, काइ-ताक विमानतळावर उतरलेले आमचे सर्व सहप्रवासी त्यांच्या कुटुंबाबरोबर प्रेमात गुरफटून निघून गेले होते, मला नाकातून रक्त वाहणाऱ्या स्थितीमध्ये एकटे सोडून. त्या रस्त्यावरच्या पाट्या, खुणा मला वाचता न येणाऱ्या प्राचीन शिलालेखांसारख्या अगम्य आहेत.... हा अनोळखी प्रदेश मी कसा पार करणार? माझ्या पाठीवर सामानाचे ओझे घेऊन, न संपणारा हा ट्रेक. वेडाच्या लहरीत हा मी स्वत:च निवडला आहे. मृत्युभय असणारा हा शेवटचा प्रवास. कसा पूर्ण होणार? परक्या लोकांमध्ये, अनोळखी प्रदेशात मी कशी राहणार? अजून घरी पोचायला एक वर्ष आहे. मसालेदार भाजीची गरम चव तोंडात पसरावी, तशी भीतीची चव आणि वास मला जाणवतो आहे.

"स्वीटी, तू पाहशीलच," क्लेअर झोपेत पुटपुटत होती, "अजून काही महिन्यांनी आपल्याला या सगळ्याची गंमत वाटायला लागेल." असे काही वाटणार नाही, हे मला पक्क माहीत होते.

हाँगकाँग

आपल्या इच्छित स्थळी पोचल्यावर जगातल्या सर्वांत महान अशा किती संशोधकांनी अश्रू ढाळले असतील आणि घरच्यांना फोन केला असेल? मी बहुधा एकमेव होते.

दुसऱ्या दिवशी खूप उशीरा आम्हाला जाग आली होती तेव्हा रात्र आहे की सकाळ, हे आम्हाला समजत नव्हते. उडी मारून क्लेअरने बिछाना सोडला. ''चल आवरून. आपण फिरायला जाऊ.''

तिच्या खोलीतून शॉवरचा आवाज यायला लागताच मी झटकन कपडे करून बाहेर पडले. मि. चँगकडे स्वागतकक्षामध्ये जाऊन त्यांची मदत मागितली. समुद्रापार टेलिफोन जोडला जाईपर्यंत मी मनगट चावत उभी राहिले. एकदाचा फोन लागला.

''मॉम,'' मी ओरडले.

''सुझी? तू कुठे आहेस?'' आईनेदेखील ओरडून विचारले.

''हाँगकाँग.''

''तुम्ही ठीक आहात ना? व्हॅन ह्युटन फार काळजीत आहेत. त्यांना क्लेअरने अजून फोन केला नाही.''

आम्ही एकाच वेळी बोलत होतो, त्यामुळे नीट ऐकू येत नव्हते.

''आम्ही झोपलो होतो. प्रवासाचा थकवा (जेटलॅग) फार होता.''

''ठीक आहे. मग मी त्यांना कळवते तुम्ही पोचल्याचं.''

''ओह मॉम, मला घरची खूप आठवण येते आहे. मला फार आठवण येते आहे, विचित्र वाटतं आहे.''

''अगं राणी, तुला नक्की बरं वाटेल. खातरी आहे मला.''

''मला तिकीट विकून घरी यावं, असं वाटत आहे.''

पलीकडे एकदम शांतता पसरली. आईच्या श्वासाचा आवाज येत होता. स्वयंपाकाच्या ओट्याजवळ जांभळ्या कपड्यांमध्ये ती माझ्या नजरेसमोर आली. माझ्या सहलीबद्दल तिला सुरुवातीपासूनच काळजी वाटत होती. जेएफके विमानतळावर निरोप देताना तिचा चेहरा अश्रूंनी ओला झाला होता. नीट 'गुडबाय'सुद्धा म्हणू शकली नव्हती ती.

पण आता पृथ्वीच्या दुसऱ्या टोकावरून ती ओरडत होती. ''काय? तुला असं परत येता येणार नाही. तू आत्ताच तिथे पोचलीस नं? पैशांची कशी व्यवस्था करणार तू?''

आई आणि माझ्यामध्ये आमची स्वत:ची भांडणे होती. इथे येण्याअगोदर प्रेग्नन्सीच्या भीतीपाठोपाठ प्रमाणाबाहेर मद्यपान आणि मग कपडे धुण्यावरून आमचे मोठे भांडण झालेले होते. टेलिफोन हातात पकडून उभी असताना माझ्या लक्षात आले की, निरोप देताना तिला जे रडू फुटत होते, ते काळजीमुळे नव्हते. एखाद्या फाशीच्या कैद्याला शेवटच्या क्षणी माफी मिळावी, तसे सुटकेचे अश्रू होते ते. मी एक वर्षभर साम्यवादी देशांमध्ये फिरणार होते, हे बहुतेक तिला तिचे सुदैव वाटत होते.

''नाही. तू जर परतणार असशील, तर काय करणार इकडे? मला वाटतं, तुला काही दिवस आशियात राहायला हवं. थोड्याच दिवसांत तुला बरं वाटेल.''

''पण मॉम...''

''ऐक. या फोनला प्रचंड पैसे पडतात. आम्ही आता जेवण करायलाच बसणार होतो. तुझा फोन आल्यानं आम्हाला खरोखरी आनंद वाटतो आहे. क्लेअरला सांग, तिच्या घरच्यांना मी कळवते. चीनमध्ये जाल, तेव्हा कळव. तिथेच थांब. बाळा, आईचं तुझ्यावर खूप प्रेम आहे.''

असे बोलून तिने फोन ठेवला.

माझा विश्वासच बसत नव्हता. गनमेटलचा (बंदुकी तयार करण्याच्या धातूचा) जड फोन माझ्या हातात होता. मि. चुंग सभ्यपणे थोड्या अंतरावर उभे होते.

माझ्या कुटुंबामध्ये माझी आजीबरोबर खूप गट्टी होती. ती नेहमी माझ्या बाजूने असे. ती स्वत: कम्युनिस्ट (साम्यवादी) होती, असे तिला वाटे. जेव्हा-जेव्हा ती नोकराणीला रागावे, तेव्हा-तेव्हा ती वेल्वेटच्या आरामखुर्चीवर बसून जीनचे घुटके घेत ट्रॉट्स्कीविषयी (रशियन राज्यक्रांतीमधील नेता) बोले.

त्रासून माझे बाबा म्हणत, '' आई, तू कम्युनिस्ट नाहीस. तू दारुडी झाली आहेस. हा फरक लक्षात घे.'' ते तिला सांगत, खऱ्या कम्युनिस्टांकडे अशी मोठी घरे नसतात, टेनिस क्लबची मेंबरशिप नसते किंवा ते शेअर बाजारात पैसे लावत नाहीत.

माझ्या सुदैवाने माझी आजी असे पैसे गुंतवत होती. आणि थोडा जास्त पैसा असणारी आमच्या कुटुंबातील एकमेव व्यक्ती होती. जेव्हा माझ्या प्रवासाचे तिला समजले, तेव्हा अत्यानंदाने ती मला म्हणाली, ''याहून अधिक आनंद मला तेव्हा होईल, जेव्हा तू एखाद्या निग्रोशी लग्न करशील.''

माझे दोन्ही हात पकडून ती हळू आवाजात म्हणाली, ''बऱ्याच वर्षांपूर्वी मी काही बॉन्ड घेतले होते. आता त्यांची किंमत तीन हजार डॉलर्स आहे. ते मी तुला देते. जोवर तू चीनमध्ये फिरते आहेस, तोवर ते तुझे. नाहीतर मला ते तू नंतर व्याजासह परत कर.''

बोस्टन गेस्टहाउसच्या स्वागतकक्षात उभी असताना तिला फोन लावण्याचे माझ्या मनात आले. पण मला ठाऊक होते, ती काय म्हणाली असती ते.

***

बाथरूममधून पेपरमिंट कॅस्टिल साबणाच्या सुगंधी ढगाबरोबर क्लेअर बाहेर आली. आम्ही निघताना त्या बाटल्या घेतल्या होत्या, कारण ते पूर्णपणे पर्यावरणात मिसळणारे होते आणि त्याशिवाय गरजेप्रमाणे शाम्पू, टूथपेस्ट आणि कपडे धुण्याचा डिटर्जंट म्हणूनही ते उपयोगी येणार होते.

गळ्याभोवती टॉवेल गुंडाळून माझ्या बिछान्यावर पडत तिने विचारले,

''हा प्लॅन कसा वाटतो आहे तुला?'' केस विंचरत ती बोलू लागली.

''आपल्याला थोडी न्याहारी घ्यायला हवी. नंतर चिनी दूतावासामध्ये जाऊन व्हिसा घ्यायला हवा. जेवणानंतर आपण केबलकारनं व्हिक्टोरिया शिखरावर जाऊ.''

मी खरोखरी त्या गोष्टीचा विचार करत होते, असे दाखवले. केस गोळा करून बांधत, भुवया उंचावत क्लेअरने विचारले, ''काय मग?'' अपेक्षेने तिचे निळे डोळे तिने माझ्यावर रोखले होते. जमिनीवर मुंग्या गोळा होत होत्या.

जेव्हा क्लेअरने प्रवासाबद्दल माझ्यासमोर प्रस्ताव ठेवला, तेव्हा माझा त्यावर विश्वासच बसला नव्हता. ती आणि मी. खरे तर ब्राउन विद्यापीठामध्ये मला मी भौमितिक प्रमेय असल्यासारखे वाटत होते. कुणाला फारसे न आवडणारे. कठीण आणि जे वारंवार सिद्ध करावे लागते, असे! मी विद्यापीठाच्या परिसरामध्ये आखूड स्कर्ट, जाळीदार पायमोजे, घोट्यापर्यंतचे सोनेरी बूट घालून फिरत असे. मीदेखील उच्च अभिरुचीसंपन्न आहे, हे दाखवण्याचा तो प्रयत्न होता. पण मला नाही वाटत, माझ्यावर कोणी विश्वास टाकला असेल.

मला मिळणाऱ्या आर्थिक मदतीच्या बदल्यात मी जेवणघरामध्ये वाढपी म्हणून काम करत असे. तेव्हा, त्या काळामध्ये मी वजन वाढवले, हृदय जखमी करून घेतले आणि अशा शीर्षकांचे पेपर लिहिले, जे माझ्या प्राध्यापकांनादेखील किचकट

वाटत असत. उदाहरणार्थ, 'अ पोस्ट लकानियन ॲनॅलीसिस ऑफ क्हेलरायझेशन ऑफ जेंडर.' त्या कनिष्ठ वर्गांमध्ये मी असताना, माझ्या आईवडिलांमध्ये तणाव निर्माण झाला होता आणि माझ्या वडिलांनी फोन करून मला बातमी दिली की, ते आईपासून वेगळे होण्याच्या विचारात होते, त्या वेळी मला आठवडाभर दवाखान्यात राहावे लागले होते.

माझ्यासारखेच माझे मित्र-मैत्रिणी होते. अस्ताव्यस्त केस कापणाऱ्या, जरा अधिकच बडबड्या, काजळ वापरणाऱ्या आणि किचकट फ्रेंच स्त्रीवादावर तासन्तास चर्चा करणाऱ्या. जरी स्त्रीमुक्तीच्या कल्पनेने झपाटलेल्या होत्या, तरी त्या स्वत: मात्र ताठर आणि असंवेदनशील होत्या. नैसर्गिक, मंत्रमुग्ध करणारे, वस्तुनिष्ठ असल्या शब्दांनी त्या चिडायच्या. पैसासुद्धा त्यांच्या रागवण्याचे एक कारण होते. कदाचित त्यांच्याकडे अधिकच पैसा होता, गरजेहून अधिक.

मी जेव्हा एखादी मला चमकदार वाटणारी कल्पना बोलून दाखवायचे, तेव्हा माझ्याकडे काहीशा तिरस्काराने पाहत राहायच्या.

या उलट क्लेअरचे हसणे एखाद्या धबधब्यासारखे होते. जेवणघरातून ते पूर्ण इमारतीमध्ये गुंजत राहायचे. तिच्या चुलत आजोबांनी– जॉन –यांनी ग्रंथालयाला अनेक दुर्मीळ पुस्तके दान केलेली होती. तिचा सावत्र भाऊ अलेक्झांडर आणि जेएफके ज्युनियर (अमेरिकन राष्ट्राध्यक्षांचा लहान भाऊ) एकाच खोलीत राहत होते. तरी ती स्वत:सुद्धा इतरांपेक्षा वेगळी दिसे. तिची उंची, तिचे घनदाट फिकट सोनेरी केस आणि दुधाळ त्वचा सगळेच अद्भुत होते. शिवाय ती खूपच चतुर, दिमाखदार होती. मला जे-जे माहीत नव्हते, ते-ते तिला माहीत असायचेच. उदाहरणार्थ लॅटिन, मागणीचे अर्थशास्त्र, टेनिस कसे खेळावे, कार चालवणे, घोडेस्वारी इत्यादी. शिवाय तिला प्लेटो आणि ॲरिस्टॉटल (ग्रीक तत्त्वज्ञ) मूळ ग्रीकमधूनही वाचता येत. तिला आमच्या रशियन पद्धतीच्या सामूहिक वसतिगृहामध्ये फक्त सॉसपॅनमध्ये चिकनसुद्धा बनवता येत होते. तिला फार आत्मविश्वास होता आणि जगात कुठेही ती आरामशीर वावरू शकत होती, जे मला कधीच जमत नाही.

सर्वांत महत्त्वाचे म्हणजे ती दयाळू होती. सुंदर, श्रीमंत मुलींनी एखाद्या विशेष क्षमता असणाऱ्या (विकलांग) विद्यार्थ्याला त्याच्या शालान्त कार्यक्रमासाठी न्यावे, असे कोणाला कल्पनेतही वाटत नाही. पण क्लेअरने पहिल्याच वर्षी जिमी नावाच्या व्हीलचेअरवर जखडलेल्या मुलाला सोबत केली होती. त्यांचा फोटो बोर्डवर लावला होता.

कबूल आहे की, तिने रिपब्लिकन पक्षाला मत दिले होते. ती गॅरी न्युमनचे गीत ओळीने १५ वेळा ऐकू शकत असे. आणि सगळीकडे तिने कुत्र्यांच्या छोट्या पिलांची चित्रे लावलेली होती. पण काही काळानंतर तिचे अवतीभवती असणे छान

वाटायला लागले होते. विद्यापीठाच्या परिसरात तिच्या शुभ्र जॅकेटमध्ये, स्वप्नातील सौंदर्याची जाणीव किंवा गर्व न बाळगता, वाऱ्यावर मुक्त लहरणारे केस सांभाळत ती वावरे; तेव्हा सगळे काही आलबेल आहे, असे वाटे. ती माझ्यासाठी जणू आनंदाचे प्रतीक होती. कुठेतरी मला वाटत होते की, तिच्याबरोबर प्रवास करून मलादेखील तिच्यासारखे आकर्षक बनता येईल.

तरी, आता या गेस्टहाउसमध्ये माझे असे अवसानघातकी घाबरणे योग्य नव्हते. एखाद्या कोंदट हवेच्या फुग्यासारखे माझे भय खोलीत दाटले होते. मी म्हणजे कच्चा दुवा होते, निरुपयोगी लोढणे.

क्षणभर थांबून मी क्लेअरला म्हटले, "अगं... मला खरंच कळत नाही आहे. पण खूप अनिश्चित वाटत आहे.''

"त्यात काय अनिश्चित वाटायचं?'' माझ्या बिछान्यावर बसत ती उत्तरली.

मी निराशेने खांदे उडवले.

काही वेळाने ती म्हणाली, '' ठीक आहे. हे पाहा, तुला अजून वातावरणाची सवय व्हायची आहे. आणि चीनला कुणी चैन म्हणून भेट देत नाही. पण सुझ, तूच विचार कर, आपल्याबरोबर या देशात वाईटात वाईट काय होणार आहे? आपल्याला इथलं अन्न आवडत नाही? हॉटेल्स आरामशीर नाहीत? निसर्गसुद्धा आकर्षक नाही? म्हणून काय झालं? आपण पुढेच जाऊ. आपण प्रयत्न करायला नकोत का? आपल्या आयुष्यातली ही मोठी संधी आहे. जर आपण ती घेतली नाही, तर आपण स्वतःच दोषी असू. जोसेफ कॅम्पबेलच्या भाषेत सांगायचे झालं, तर 'आपल्या भाग्याचा पाठलाग करा.'

मी म्हणाले, "जेव्हा-जेव्हा मी त्याचा पाठलाग केला आहे, तेव्हा-तेव्हा मी अडचणीमध्ये आले.''

बारीक डोळे करून क्लेअर म्हणाली, "सुऽऽऽझ, मी गंभीरपणे बोलते आहे. या प्रवासाचे नियोजन आपण किती पूर्वी केलं आहे? आता इथपर्यंत पोचलो आहोत. आता तू माघार नाही घेऊ शकत.'' बोलता-बोलता तिचा आवाज वाढला. मला स्वच्छपणे दिसत होते की, तीदेखील निराश झाली होती आणि ते लपवण्याचा प्रयत्न करत होती.

ती बोलत राहिली. "मला माफ कर. पण ही मोठीच संधी आहे. आता आपण ठरवल्याप्रमाणे प्रवास केला, तर जन्मभर आपल्याबरोबर त्याची मूल्यवान आठवण राहील. इतर कोणाला माहीत नसलेल्या गोष्टी आपल्याला माहीत होतील. तुला वाटत आहे का, की जगाला दोन सरळ वकिली करणाऱ्या किंवा व्यावसायिक जगतात प्रवेश करणाऱ्या व्यक्तींची गरज आहे?

"मला माहीत आहे. पण...''

''तुला मोठी लेखिका बनायचं आहे ना? मोठे लेखक फार प्रवास करतात. परदेशी जातात. मार्क ट्वेन, हेमिंग्वे, स्टाईनबेक (अमेरिकन लेखकांची नावे) त्या सगळ्यांनी काय बिछान्यावर बसून आयुष्य घालवलं?'' मला वेडावत ती म्हणाली, ''ओहोहो! मला भीती वाटते. मला रॅश (पुरळ) येईल.''

अती उत्साहानं अस्वस्थपणे उठून फिरत म्हणाली, ''बरं. मला इथे केवळ भीती वाटते, म्हणून मला तुला सोडायचं नाही. आपण जाणार आहोत. सुझ, जरी मला तुला उचलून खांद्यावर टाकून जावं लागलं तरी चालेल. मला एकटीला सोडून तुला जाता येणार नाही. आणि मीसुद्धा तुला असं एकटं सोडणार नाही. आपण तरुण, सक्षम आणि हुशार आहोत. आपण जर हे करू शकत नसलो, तर कोणीच करू शकणार नाही, असा प्रवास. आपण चीनला जाणारच!''

बंदुकीच्या गोळीसारखा तिच्या शब्दांचा कडकडाट हवेत गुंजत राहिला.

मी तिच्याकडे पाहतच राहिले. मग अस्वस्थ होऊन वर छताकडे पाहत कुजबुजले, ''क्लेअर, मला माफ कर. पण मी तुझ्यासारखी नाही गं! मी नाही ते करू शकत.''

मला न राहावून रडायला आले. मूर्खांसारखे वाटले अगदी. मी हे करू शकेन, असे कसे वाटले अगोदर?

माझ्या नैराश्याने क्लेअरची भांडायची इच्छा संपली. माझ्याजवळ बसून तिने उसासा टाकला. क्षणभराने उठून तिने मूठभर टॉयलेट पेपर आणले. ती स्वत:चे आणि माझे डोळे पुसायला लागली. तिच्या रडण्याने मलाही बरे वाटले. आम्ही जरा वेळ मुसमुसत, डोळे पुसत बसून राहिलो.

''मला माफ कर. मी जरा जास्तच आग्रहाने बोलले. हा प्रवासाचा ताण, ही नवी जागा, म्हणून असं होतं आहे. मला फक्त आपण चीनला जायला हवं आहे.''

क्लेअरचे डोळेदेखील लालसर झाले होते. माझ्या चेहऱ्याचे काळजीपूर्वक निरीक्षण करत ती म्हणाली, ''अगं सुझी, आपल्याला खूप सुंदर अनुभव मिळेल. किती-किती नवी साहसं करायला मिळतील! तुला स्वत:बद्दल विश्वास वाटत नसेल, पण मला पूर्ण खातरी वाटते आहे. तू आकर्षक, मजेदार मुलगी आहेस आणि लेखिकासुद्धा. तू एक प्रभावी व्यक्तिमत्त्वाची स्त्री आहेस आणि माझा तुझ्यावर विश्वास आहे. तू नक्की हे करू शकशील.''

''पण तुझ्या इच्छेविरुद्ध एखाद्या ठिकाणी जाण्याची मी तुला सक्ती नाही करू शकत,''

ती खाली हातांकडे पाहत म्हणाली.

कृतज्ञतेने माझे हृदय भरून आले. मी म्हणाले, ''धन्यवाद!'' पुन्हा हळुवार आवाजात क्लेअर म्हणाली, ''तुला विचित्र वाटत आहे, म्हणून मीदेखील तिथे

जायचं नाही का?''

"सुझी, मला तसं करता येणार नाही.''

***

त्या गढूळ पाण्याच्या लाटांवर ती बोट डोलत होती. केबिनभोवती असणाऱ्या अरुंद लाकडी बाकांवर जागा मिळवण्यासाठी लोकांनी गर्दी केली होती. आम्ही जणू दमट हवेच्या मोठ्या जाळ्यात अडकलो होतो. सगळ्या खिडक्या सताड उघड्या असूनही जेव्हा बोटीचा भोंगा वाजला आणि यंत्राचा घरघराट सुरू झाला, तेव्हा अजिबात हवा नव्हती. घड्या केलेली वर्तमानपत्रे आणि कागदी थाळ्या यांनी लोक स्वत:ला दिलासा देत होते.

बंदरापलीकडे हाँगकाँग शहराचा भाग अस्पष्टसा दिसत होता. किनाऱ्यावर कोकाकोला, कार्लस्‌ बर्ग बिअर यांच्या जाहिरातींच्या फलकांची न संपणारी प्रचंड भिंतच उभी राहिली होती. त्या पलीकडे हाँगकाँगच्या डोंगररांगा निळसर-गुलाबी धुक्यात हरवलेल्या दिसत होत्या.

मी आणि क्लेअर बोटीच्या टोकाजवळ उभ्या होतो. हिरवट चमकणाऱ्या पाण्याला शेवाळ्याचा गंध येत होता. माझ्या मानेवरून घामाचे मोती घरंगळत होते.

"आता तू तक्रार नाही करू शकत, की इथे काही पाहण्यालायक नाही,'' क्लेअर मला चिडवत होती. बोटीच्या कडेला तिने पकडले होते. "पाहा जरा.'' किनाऱ्याजवळ एक जुन्या फॅशनची चिनी बोट आली होती. तिच्या आकाशात उडणाऱ्या, फुगलेल्या, वारे भरलेल्या शिडांमुळे ती पक्ष्यासारखी दिसत होती. खांद्यावरच्या कातडी बॅगमधून इन्स्टार्मॅटिक (तत्काळ फोटोप्रत देणारा कॅमेरा) काढत क्लेअरने फोटो काढला. त्या बोटीवरून वाकून आता खलाशी पाचूच्या रंगाची जाळी ओढून काढत होते. पाण्याचे फवारे सूर्यप्रकाशात चमकत होते. "ओके. आता तू म्हणूच शकत नाहीस, इथे पाहाण्याजोगं काही नाही असं. किती सुंदर देखावा आहे हा!''

***

विरुद्ध बाजूच्या धक्क्यावर बोट थांबली. हळूहळू सेउंग वॉन भागामधून आम्ही दूतावासाकडे चाललो होतो. पर्वतांवरून उष्ण हवेचे झोत येत होते. वाऱ्यावरच्या धुळीमुळे श्वासाबरोबर धूळ नाकात जात होती. आम्ही कोणीच बोलत नव्हतो. मला हाँगकाँग मुळीच आवडले नव्हते, हे निश्चितच झाले होते. उष्ण हवामानाचे अत्यंत घाणेरडे शहर होते ते. आकाशात झेपावणाऱ्या इमारती, किळसवाणी फास्टफूडची उपाहारगृहे, अनेक वासांनी भरलेल्या छोट्या-छोट्या गल्ल्या, ओले बांबू, सडणारी

टरबुजे, ढकलगाड्या घेऊन फिरणारे विक्रेते, तापलेले काँक्रीट आणि मलेरियाने भरलेली हवा... या सगळ्यांमुळे माझे लक्ष मी फक्त एकापुढे एक पाय उचलून टाकत होते. कॅप्टन कुक आणि अर्नेस्ट हेमिंग्वे (कॅप्टन कुक – प्रसिद्ध दर्यावर्दी आणि हेमिंग्वे – प्रसिद्ध लेखक) या प्रसिद्ध साहसवीरांनी कसा जगप्रवास केला असेल? मग माझ्या डोक्यात प्रकाश पडला. ते सर्व वेळ दारू पिऊन पूर्णपणे झिंगलेले असणार.

आम्ही दूतावासामध्ये पोचेपर्यंत आमचे कपडे घामाने चिंब झाले होते. धापा टाकत क्लेअर म्हणाली, ''बरं झालं. इंडोनेशिया आणि भारतात जाण्याचा सराव झाला. ते देशदेखील एवढेच उष्ण असतील.'' ती एवढा पुढचा विचार करत होती, याचे मला आश्चर्य वाटले. इंडोनेशिया? आणि भारत? तिचा आशावाद घाबरवणारा होता. क्षणभर मला तिचा राग आला: तिचे मोत्यासारखे तेजस्वी सौंदर्य आणि अद्भुत उत्साह.

आमच्या त्या दिवशीच्या संवादानंतर तिने सुचवले होते, ''आपण प्रवासासाठी काही विशेष नाव घेऊ या का आपल्याला? जरासे गूढ, गुप्तहेरासारखे. त्झा त्झा किंवा गिनिव्हीव असं?'' चुंगकिंग मॅन्शनसमोर मला फोटोसाठी पोझ घ्यायला लावत तिने माझे फोटो काढले अन् म्हणाली, ''हो. असंच करू या. त्झा त्झा, कॅमेऱ्याला तू आवडतेस!'' माझे तिने अनेक फोटो काढले. समुद्रपक्ष्यांसमोर, रिक्षासोबत आणि कँटोनिज भाषेमधील मॅकडोनाल्डसमोर. ती उत्साहाने बडबडत होती. तिच्या मते आमच्या आगमनाचा आनंद म्हणून आम्ही नाष्ट्यासोबत शॅम्पेन घ्यायला हवी होती. तिने मध्ये-मध्ये एम् ॲन्ड एस् कंपनीची स्नॅक्सची बॅग घेतली. ती नेहमीच डाएटवर होती. ''हे हिरवे स्नॅक्स तुला हवेत का? ते खाताच तुम्ही फार अधीर होता. हाऽहाऽहाऽ,''तिने विचारले.

माझ्या ओसंडणाऱ्या भितरेपणाला लपवण्यासाठी ती अधिक बोलत होती. जणू काहीच घडले नव्हते, असे नाटक करत होती. आमची अजून एकजूट आहे, असे भासवत होती क्लेअर. तिच्या दयाळू आणि चिकाटीच्या प्रयत्नांनी मला अपराधी वाटायला लागले. मला ते सारे सहन होईना.

व्हिसा ऑफिसमध्ये आम्ही धातूच्या घडीच्या खुर्च्यांवर बसून आमचे अर्ज भरले. काउन्टरवर असणाऱ्या अधिकाऱ्याने आम्हाला भली मोठी नियमांची यादी दिली. आम्ही ती वाचणे आणि मान्य करणे आवश्यक होते.

चीनमधील आमच्या सर्व प्रवासासाठी चीनच्या आंतरराष्ट्रीय प्रवासी सेवेची मान्यता आवश्यक होती. सर्व रेल्वे किंवा बोटी यांचे आरक्षण, प्रेक्षणीय स्थळांच्या सहलींचे किंवा नाट्यगृहांच्या तिकिटांचे आरक्षण त्यांच्याद्वारे करणे बंधनकारक होते. त्या सप्टेंबरपासून एकूण १४ शहरे त्यांनी खुली जाहीर केली होती. म्हणजे त्या

शहरांना आम्ही आधी परवानगी किंवा परकीय प्रवासी परवाना न घेता मोकळेपणाने भेट देऊ शकणार होतो. पण त्या सर्व प्रवासात आम्हाला इएफसी – फॉरिन एक्सचेंज सर्टिफिकेट्स (परदेशी प्रवाशांसाठीचे चलन) वापरणे बंधनकारक होते. म्हणजे प्रत्येक ठिकाणी आमच्याकडून परदेशी प्रवाशांसाठी असणारे मूल्य वसूल केले जाणार होते.

त्याचसोबत चीनमध्ये प्रवेश करण्यापूर्वी आमच्याबरोबर असणाऱ्या प्रत्येक वस्तूची नोंद त्या कस्टमच्या फॉर्मवर करणे आवश्यक होते. परतताना आमच्या सामानाची तपासणी होणार होती. आमच्या सामानातील नोंद केल्यापैकी एखादी वस्तू उदाहरणार्थ वॉकमन वगैरे आढळला नाही, तर तो कोठे आहे, हे अधिकाऱ्यांना सांगायला हवे होते.

म्हणजे आम्हाला व्हिसा देतानाच आमचा शोध घेता येईल, असा लगाम आम्हाला घालण्यात येणार होता.

मी माझ्या खुर्चीत अवघडून हालचाल करत बसलेली असताना आणखी एक पाश्चात्य माणूस आला. पाठीवरचे सामान खाली ठेवून तो उंच, तगडा माणूस तिथेच उभा राहिला. झाडाच्या खोडासारखे त्याचे पाय दणकट होते. त्याच्या अर्ध्या पॅन्टमधून पोटावरचे केस बाहेर डोकावत होते. त्याच्या दाढी आणि अस्ताव्यस्त लांब केसांमुळे तो जीझससारखा... नव्हे त्याच्या मोठ्या मतिमंद भावासारखा दिसत होता. त्याचे डोळे खोल आणि जरा जवळ-जवळ होते. त्याच्या चेहऱ्यावर विसराळू भाव होते.

"व्हिसा मिळण्याचं स्थान हेच काय?'' त्या काउन्टरकडे बोट करत त्याने विचारले. त्याच्या बोलण्यातून जर्मन उच्चार सहज जाणवत होते. जणू त्याच्या आनाजाला बीअर आणि मस्टर्ड यांचा गंध येत होता. त्या छोट्याशा खोलीचे लहानपण त्याच्या प्रचंड आकाराने अधिकच जाणवत होते. आम्हाला ओलांडून तो जात असताना क्लेअरने तोंड वेडावत त्याला नाझी सॅल्युट केला. हसू लपवण्यासाठी मला चेहरा झाकावा लागला.

मागे क्लेअरला मी सांगितले होते की, मी ज्यू असल्याने कोणत्याही जर्मन माणसाविषयी अविश्वास आणि शत्रुत्व वाटते. मग तो तरुण असला तरी. मी म्हटले, "मला वाटतं, तो प्रत्येक जण मला ठार करण्यासाठीच आलेला आहे.'' तेव्हा क्लेअर मला रागावली होती. ती म्हणाली होती, "हा खूपच मोठा पूर्वग्रह आहे. मागे त्या लोकांनी तुम्हा सर्वांना एकाच मापानं मोजलं होतं. तसाच तुझा समज नाही का?'' हे तिचे एकटीचेच म्हणणे नव्हते. ब्राउन विद्यापीठातील अनेक तरुण सहाध्यायी या मताचे होते की, ज्यू लोकांनी आता होलोकॉस्टच्या (ज्यू लोकांच्या दुसऱ्या महायुद्धातील वांशिक हत्यांच्या) बाहेर पडायला हवे. त्यातल्या एका

दक्षिणेकडील माणसाची आजी अजूनही जर्मनांनी चोरलेल्या चांदीबद्दल तक्रार करत असे. खरे सांगायचे; तर कोणीही आपले विचार, दृष्टिकोन यांना बदलायला तयार नव्हते.

पण आता क्लेअर मिश्किलपणे माझ्याशी सहमत असल्यासारखी त्याच्या बोलण्याची नक्कल करत होती. टेलिव्हिजन सीरियल होगनस हीरोच्या कर्नल क्लिंकप्रमाणे उच्चार करत ती बोलत होती आणि माझी हसून पुरेवाट झाली होती.

''पुरे आता. नाहीतर मला...''

तो जर्मन धडपडत कागदांसह त्या छोट्या खुर्चीमध्ये बसला. माझ्या व्हिसा फॉर्मकडे पाहत त्याने विचारले, ''तुम्हाला मँडारिन बोलता येतं का?'' मी नकारार्थी मान हलवत विचारले, ''तुम्हाला येतं?'' त्याने होकारार्थी मान डोलावताच क्लेअरला आणि मला नवल वाटले. ''गमतीची गोष्ट म्हणजे, काही कारण असो, पण मला वाचण्यापेक्षा बोलता छान येतं.''

''अगदी अस्खलित बोलता का तुम्ही?''

मान होकारार्थी हलवत तो म्हणाला, ''तसं फार नाही. पण अगदी अडणार नाही इतपतच.. मला पाणी मागता येतं, पोर्क (डुकराचं मांस) मागता येतं, हॉटेलची चौकशी करता येते. पण विनोद करता येत नाहीत किंवा तत्त्वज्ञानाची चर्चाही करता येत नाही.''

प्रभावित होऊन आम्ही त्याच्याकडे पाहू लागलो. ''अरे बापरे! आमच्या अपेक्षेपेक्षा अधिकच आहे हे,'' क्लेअर म्हणाली.

माझ्या डोक्यात एक कल्पना चमकली. मी त्याला म्हणाले, ''का हो, लेडीज रूमसाठी असणारी चिनी अक्षरं आम्हाला सांगू शकाल का?'' पुढे झुकून त्याने ताबडतोब एकच अक्षर क्लेअरच्या व्हिसाच्या अर्जाच्या कोपऱ्यात काढले. समांतर रेषांच्या काड्यांच्या आकृतीसारखे ते दिसत होते.

क्लेअरने मोठ्यांदा विचारले, ''हे मोठ्यांदा कसं उच्चारायचं ?''

आम्हाला न समजणारा अगम्य उच्चार त्याने काढला. घसा खाकरल्यासारखा गुरगुरणारा आवाज.

''मग आम्ही फक्त त्या खुणेकडे बोट करू,'' मी म्हणाले.

''चीनला कसे जाणार आहात तुम्ही?''तो म्हणाला. क्लेअर खांदे उडवत म्हणाली, ''बहुधा रेल्वेने किंवा ग्युआंगझाऊपर्यंत जलप्रवास. तुमचं काय?''

आपल्या रकसॅकचे (बॅकपॅक) बंद सोडून त्यात धुंडाळत तो म्हणाला, ''मीसुद्धा ट्रेन पकडण्याचा विचार करत आहे. पण मला समजलं आहे, की एक बोटसुद्धा जाते आहे तिकडे.'' त्याने एक छापील पत्रक काढून क्लेअरच्या हातामध्ये दिले.

चीनकडे जलप्रवास करा!!
खुल्या सागरातून चीनकडे प्रयाण!!
जीम जीयांग बोटीने प्रत्येक आठवड्यास प्रवास
कॉवलूनहून गुरुवारी प्रयाण, रविवारी शांघायला पोचणार
सहाशे तीस हाँगकाँग डॉलर्स
पोर्ट टॅक्ससह
सोबत अधिकृत चीनचा व्हिसा आवश्यक
आत्ताच आरक्षित करा
वैशिष्ट्यपूर्ण जेड बुद्धा या प्रवासी एजन्सीचे वैशिष्ट्य

तो जर्मन सांगू लागला, "स्टार फेरी बोटीजवळच हा एजंट आहे. हे फार आकर्षक वाटतं आहे, हो नं?"

मी क्लेअरकडे पाहिले. त्या पत्रकाबद्दल प्रत्येक गोष्ट फसवी वाटत होती. कागदापासून छपाईपर्यंत. घाणेरड्या फोटोकॉपीपासून (झेरॉक्स) चुकीच्या स्पेलिंगपर्यंत. सहाशे तीस हाँगकाँग डॉलर्स देऊन त्या चिनी मच्छिमारी बोटीवर तीन दिवस झुल्यावर झोपून प्रवास. खोटंच वाटत होते सगळे. ते असेही वाचता आले असते: 'या या, जेड बुद्धा प्रवासी एजन्सीकडे या. तुम्हाला उलटे टांगून तुमच्या खिशातून आम्ही सर्व पैसे काढून घेऊ.'

क्लेअर ते पत्रक पाहत राहिली.

"वॉव! ती बोट उद्याच निघते आहे," ती म्हणाली.

तो जर्मन उत्तरला, "हो, म्हणूनच मी अधिक पैसे आणून तातडीचा व्हिसा घेण्यासाठी आलो."

"तुम्ही तुमचं तिकीट काढलं का?"

मान हलवत जर्मन उत्तरला, "त्यांना अगोदर व्हिसा दाखवावा लागतो. अगदी ट्रेनसारखंच."

"तिकडे अजून जागा शिल्लक असेल?"

क्लेअरच्या मस्तकातील चक्र फिरताना मला ऐकू येत होते. मी चिंतेने क्लेअरला ढोसत म्हणाले, "यातलं काहीच कायदेशीर नाही."

खांदे उडवत जर्मन उत्तरला, "त्या बाईना मी विचारल्यावर त्या म्हणाल्या, अजून जागा शिल्लक आहेत. परंतु त्यांचं आरक्षण मात्र आजच दुपारी तीनच्या आत करायला हवं आहे."

क्लेअरचे डोळे चमकायला लागले. "म्हणजे आत्ता आपल्याला इथे व्हिसा मिळाला, तर आपण उद्या चीनकडे जाणाऱ्या बोटीवर असू."

जर्मन मान हलवत म्हणाला, "तुम्हाला हवं असेल, तर त्या प्रवासी एजंटकडे आपण सोबत जाऊ या.''

"ओह गॉड! हे तर कल्पनेपलीकडे आश्चर्यकारक आहे,'' क्लेअर उद्गारली, "काय गं, तू कल्पना करू शकतेस का? आपण आत्ताच पाहिलेल्या एका बोटीवर आपण प्रवास करू. किती मजा येईल ना?''

"क्लेअर ऐक ना,'' म्हणता-म्हणता माझ्या पोटात ढवळून आले. जणू एक लाट माझ्या पोटातून उसळून येत होती. व्हेन ह्युटन लोक फार उत्सुक दर्यावर्दी होते. क्लेअरच्या बाबांनी आमच्या पदवीचा आनंद त्यांच्या घरी पार्टी देऊन केला होता. त्या वेळेस एखाद्या बोटीच्या कॅप्टनच्या केबिनसारखी सजावट केली होती. त्यांच्या बोटींचे फोटो भिंतीवर लावलेले होते. एका स्पॅनिश जहाजाची प्रतिकृती ठेवलेली होती. व्हेन ह्युटन आम्हाला त्या सगळ्यांची सविस्तर माहिती देत होते. हातात अर्धवट संपलेले शॅम्पेनचे ग्लास घेऊन प्रयासाने ते समजून घेण्याचा प्रयत्न करत होतो. शेवटी आईचा संयम सुटून ती माझ्या भावाला सांगू लागली, "जॉन, माझ्या लाडक्या, आपल्या कुटुंबाची बोट, आजच तू ती बाथटब म्हणून उचललीस ना?''

आता इथे क्लेअरच्या कल्पनेसमोर ओडीसीयस (ग्रीक नायक), कोलंबस (अमेरिका खंड शोधणारा दर्यावर्दी), मॅगेलन (जगप्रवासी दर्यावर्दी) नाचत असावेत. खुल्या सागरावर प्रवास करताना आम्ही काहीतरी अद्भुत साहस करत आहोत, असेच तिला वाटत होते. मला मात्र मी बोटीवर उंदरांपासून फावडे उगारून स्वत:चा बचाव करताना दिसत होते. टॉयलेटऐवजी बादलीचा वापर आणि तैवानच्या समुद्रामध्ये मी एकसारख्या ओकाऱ्या करत आहे, असेच चित्र माझ्या डोळ्यासमोर येत होते.

"सहाशे तीस हाँगकाँग डॉलर्स? म्हणजे फक्त नव्वद अमेरिकन डॉलर्स,'' क्लेअर म्हणाली. माझ्यासमोर वाकून जर्मनसमोर हात पुढे करत ती म्हणाली, "मी क्लेअर आणि ही माझी मैत्रीण – माझ्या साहसी कारस्थानातील सहकारी – सुझी.''

"हॅलो, मी गंथर,'' तिचा हात हलवत तो म्हणाला, "चिनी भाषेमध्ये हॅलो म्हणायला म्हणतात 'नी हाऊ'! ''

"नी हाऊ,'' क्लेअर म्हणाली.

"हं! आता तू म्हण,'' माझ्याकडे वळून गंथर म्हणाला.

"निरुत्साहाने मी म्हणाले, "नी हाऊ.''

"आणि थँक यू म्हणण्यासाठी म्हणतात, 'शेय शेय नी'.''

"शेय शेय नी,'' मी म्हणाले.

"पाहा तुम्ही चिनी बोलायला सुरुवात केलीसुद्धा,'' असे गंथर म्हणाला.

तैवानची सामुद्रधुनी

धक्क्यावर सामसूम होती. लोखंडी खांबांवर पाण्यात तरंगणारा कचरा धडकत होता. मला वाटले होते, तसेच जीन जियांग बोटीवरची भटकंती म्हणजे एक खोटारडेपणा होता. स्पॅनिश पत्त्यांच्या खेळाचे वेड असणाऱ्या आमच्यासारख्या पाश्चात्त्य प्रवाशांकडून सहाशे तीस हाँगकाँग डॉलर्स उकळण्याची संधी.

चिंतेने क्लेअर म्हणाली, ''हे काही बरोबर वाटत नाही. जहाज कुठे आहे?''

खाडीच्या दुसऱ्या टोकापर्यंत कुठेही साधे होडके दिसत नव्हते. तरी त्या फेरीच्या धक्क्यावर सागरकिनारी शेकडो चिनी माणसे जमा झाली होती. काहींच्या जवळ रेफ्रिजरेटरची खोकी होती. काहींच्याकडे तपकिरी कागदांमध्ये गुंडाळलेले फर्निचर होते. जणू काही आपले सगळे घरचे गुंडाळून ही मंडळी बाहेर पडलेली होती. आणखी काही लोकांजवळ प्लॅस्टिकच्या मोठमोठ्या पिशव्या होत्या. खाद्यपदार्थांनी, वाणसामानाने त्या ठासून भरलेल्या दिसत होत्या. पिशव्या अर्थातच प्रदूषण वाढवणाऱ्या प्लॅस्टिकच्या होत्या. ते प्रवासी दिसण्यापेक्षा निर्वासित वाटत होते.

''थांबा. मी विचारून येतो,'' गंथर म्हणाला.

अस्वस्थपणे क्लेअर आणि मी त्याच्याकडे पाहत होतो. तो रस्ता ओलांडून एका चिनी जोडप्याकडे गेला. ते त्याच्याकडे संशयाने दचकून पाहायला लागले. क्षणभराने गंथरने आमच्याकडे पाहत हात हालवला.

''तो खोटं बोलतो आहे. हे सगळे लोक आपल्यासोबत येणार आहेत? त्या मच्छीमार भंगार बोटीवर?''

१९८६मध्ये चीनची लोकसंख्या एक बिलियन एवढी होती. आणि तरी

आतापर्यंत आमच्या डोक्यात प्रकाश पडला नव्हता की, आमच्यासोबत प्रवासामध्ये चिनीसुद्धा असू शकतात. वेगळे राहून काही करण्याची कोणतीच शक्यता नव्हती. आता आम्हाला जाणवले, जीन जियांग ही कदाचित मच्छिमार बोट नव्हतीच. एक मोठा शेकडो अस्वच्छ चिनी लोकांनी भरलेला तरंगता तराफा होता. त्यांच्याकडे पाहताना आम्हाला समजले आमच्या खाण्यापिण्याची, झोपण्याची व्यवस्था आम्हालाच करावी लागणार होती. लोकांचे राज्य असणाऱ्या चीनमध्ये सवलत नसण्याची गोष्ट सगळ्यांना लागू होती.

गंथरने आमच्या जागा रांगेत पकडून ठेवल्या. क्लेअर आणि मी खाद्यवस्तू घेण्यासाठी आणि झटपट एकदा घरी फोन करण्यासाठी धावलो. एकदा चीनमध्ये गेल्यावर पुन्हा टेलिफोन करायला मिळेल, याची काहीच कल्पना नव्हती.

मी खाण्यासाठी पदार्थ घेईपर्यंत क्लेअर फोन पकडून बोलायला लागली. ''बाबा, मी तुम्हाला सांगितलं होतं...''ती घुश्शात बोलत होती. तिच्या डोळ्यावर एक बट रुळत होती. ''बाबा, का नाही?...शांघाय. ते तिथेच फोल्डरमध्ये आहे... पुन्हा नीट पाहा.''

माझ्याकडे पाहताना तिने चिडून फोन आपटल्याचे हावभाव केले. पुन्हा झटक्यात वळताच तिचा चेहरा केसांआड झाकला गेला. ''बाबा, प्लीज रडू नका हं. काही वाईट होत नाही.''

एक छोटा मुलगा कागदी बाहुली घेऊन धावत होता. त्याची गरोदर आई सावकाश चालत होती. तेव्हाच एक घोषणा ध्वनिक्षेपकावर ऐकायला आली. क्लेअरने इतक्या जोरात फोन दाणकन आदळला की, त्या आवाजाने सगळे लोक आमच्याकडे पाहायला लागले.

झेपावत तिने माझ्या हातातील कोकाकोलाचा लाल कॅन हिसकावला. ''अरेच्या, इथे तू चक्क कोकाकोला पीत उभी आहेस. मी त्यांना सांगितलं तसं. असं काय वाईट घडणार आहे इथे आपल्याबाबत?''

पुन्हा वळून तिने फोनला धक्का मारला. पुन्हा लोकांच्या माना आमच्याकडे वळल्या. काय बोलावे, काय प्रतिक्रिया द्यावी, हे मला कळेना. क्लेअरच्या बाबांचे चित्र कल्पनेत उभे राहणे कठीण होते. चिडलेले बाबा, महागड्या महॉगनीच्या टेबलावर एक पाय ठेवून १२ वर्षांच्या मुलीसारखे तिला रागावत होते.

''गेले उडत,'' क्लेअर म्हणाली, ''ते योग्य ते बोलत नाहीत.''

मी हळूच तिच्याजवळ सरकले आणि तिच्या खांद्याभोवती हात टाकले. काही क्षण आम्ही तशाच उभ्या राहिलो. हे काहीसे विचित्र वाटत होते मला. कॉलेजमध्ये मी आणि माझ्या इतर मैत्रिणींना असे स्पर्श टोकाचे विचित्र वाटत, पण क्लेअरचे स्वागत नेहमी हवेत चुंबन फेकून व्हायचे. तिची मान हलवत स्वागत जणू सांगायचे

"हो, आपण इथे आहोत. त्यात काय मोठे?'' एकदा मी तिच्या गळ्यात पडायला गेले, तर मागे सरकत ती म्हणाली, "माफ कर. पण आमच्या कुटुंबामध्ये अशी सवय नाही मला.''

पण आता या फोनसमोर हात गुंफून आम्ही उभ्या होतो. भोवती अनोळखी लोक फोन करण्यासाठी वाट पाहत उभे होते.

"मी ठीक आहे,'' क्षणभराने क्लेअर म्हणाली. चेहऱ्यावर आणि केसांवर हात फिरवून तिने स्वत:चे वाईट वाटणे जणू झटकून फेकले.

"बाबांना वाटतं, त्यांच्याशिवाय मी काहीही करू शकत नाही. जाऊ दे. मी कोकाकोला घ्यायला जाते. तू आता फोन करू शकतेस तुझा तुझा.'' माझ्या हातात बरीच नाणी कोंबून ती उपाहारगृहाकडे वळाली.

मी फोनमध्ये नाणी टाकली. १९८६मध्ये फोन कार्ड किंवा क्रेडिट कार्डवर फोनकॉल करता येत नव्हते. परदेशामध्ये फोन करायचा झाल्यास अनोळखी नाणी फोनमध्ये टाकून खरखरणाऱ्या फोनमधून संवाद साधावा लागे.

या वेळेस मी आजीला फोन लावला. डोके उठवणाऱ्या डायल टोननंतर तिचा स्पष्ट आवाज पॅसिफिक महासागर ओलांडून माझ्यापर्यंत पोचला.

"सुझी?''

"आजी!'' तिच्या आवाजाने मला खूपच आठवण झाली घराची. माझे हृदय वेगाने धडधडत होते. *आजी गं, मला या माथेफिरू चिनी बोटीवरून प्रवास करण्यापासून थांबव गं. मला घरी यायला सांग ना!* न्यूयॉर्कमध्ये या वेळी संधिप्रकाश असेल. माझी आजी जेवणाच्या टेबलजवळ बसलेली असेल. मागे सेंट्रल पार्कवर गुलाबी झाक असणारे आकाश चमकत असेल.

"आजी गं! तुझा आवाज ऐकून खूप छान वाटत आहे. तुझी फार आठवण येते आहे मला!''

तीसुद्धा माझे नाव पुन्हापुन्हा घेईल, असे मला वाटले. कारण मी जेव्हा-जेव्हा फोन करत असे, तेव्हा-तेव्हा ती उसासा टाकून "ओह सुझी, लाडके,'' असे फार प्रेमाने म्हणे. तिचा माझ्या केसांवर कुरवाळणारा, गालांना स्पर्श करणारा, थरथरणारा, पारदर्शक वाटणारा हात मला आवाजातून जाणवत असे. पण आता मात्र ती एकदम ओरडली. "हा काय मूर्खपणा चालवला आहेस तू? पुन्हा घरी येण्याचं काय बोलते आहेस? आताच तर तिथे पोचलीस. काय झालं तरी काय तुला?''

"अगं आजी, मला घरची फार आठवण येत आहे.''

"हे वेड्यासारखं बडबडू नकोस. बबले, तिथेच थांब. आणि ही नाटकं पुरे आता.'' दुखावलेल्या आवाजात मी बोलले, "इथेच थांबते आहे मी. क्लेअर आणि मी काही मिनिटांतच शांघायकडे जातो आहोत. ओह आजी,'' मी आवंढा गिळून

बोलत होते. अश्रू आवरण्याच्या प्रयत्नात होते. "फक्त मला थोडं कठीण जातं आहे सुरुवातीला."

"मग तुला कोणी सांगितलं प्रवास सोपा असतो म्हणून. तुला काय वाटतं, इंग्लिशचा गंध नसताना माझं कुटुंब पोलंडहून अमेरिकेत काय सहज आलं असेल? अशी प्रवासाची कल्पना तुझ्या डोक्यात आली तरी कशी? तुम्हाला सगळीकडे सामान घेऊन फिरावं लागेल. तुम्हाला भाषा येत नाही. टॉयलेट्स कुठे आहेत, हे कसं शोधणार? निदान आता तुम्हाला विमानप्रवास करता येतो. त्या हवाईसुंदरीचं लक्ष नसेल, तर एखादा चांदीचा चमचा खिशात टाकता येईल तुला. हाऽहाऽ."

"ओह आजी!"

"सारखं ओह आजी म्हणू नकोस. मला ते ऐकायचं नाही. आणि असे रडके फोन घरी करायचे नाहीत. आधीच त्यांना बरे दिवस नाहीत. वरून तुझ्या चिंता नकोत, समजलीस? तू आता २१ वर्षांची आहेस, तुझ्याकडे तीन हजार डॉलर्स आहेत, आयव्ही लीगसारख्या प्रतीचं उच्चशिक्षण आहे बबले. त्या बोटीवर जा आणि चीनला पोच."

एवढे बोलून आजीने फोन ठेवून दिला.

मीदेखील फोनकडे पाहत उभीच राहिले.

क्लेअर कोकाकोलाचे घोट घेत माझ्याजवळ आली.

"ओह! तूदेखील फारशी खुशीत दिसत नाहीस. काय झालं? तुझ्याही घरचे लोक रडायला लागले का? आणि तुला घरी परत बोलावत आहेत का?"

"हं, जरा-जरा तसंच!"

***

आम्ही तिथे नसताना बोटीवर चढणाऱ्या लोकांची रांग आणखी लांबली होती. पण त्यांच्यात गंथर हरवणे शक्यच नव्हते. त्या सगळ्यांच्यापेक्षा तो उंच होता. लांब केस, जाड हात आणि प्रदर्शन केल्यासारखे पोट यांमुळे तो चटकन नजरेत भरत होता. त्याच्या प्रचंड मोठ्या पाठीवर छोटीशीच रकसॅक खूप विसंगत दिसत होती.

"नी हाऊ," गंथर म्हणाला. खाडीकडे बोट दाखवत तो म्हणाला, "ही जीन जियांग बोट. मला वाटतं, आपली कल्पना वेगळीच होती." अचानक मोठ्यांदा भोंगा वाजला आणि पाणी कापत एक भव्य पांढरे जहाज धक्क्याला लागले.

चकित होऊन आम्ही पाहतच राहिलो. त्या प्रचंड बोटीमागे हाँगकाँगचा देखावा लपला होता. बोटीच्या डेकवरून आवाज घुमत होते. कठड्यावरून खलाशी वाकून पाहत होते. मोठ्या आवाजात आज्ञा दिल्या जात होत्या. धक्क्यावरच्या लोकांसाठी दोर सोडले जात होते.

डोळे विस्फारून क्लेअर ते दृश्य पाहत म्हणाली, ''हे काय? आपण या जहाजावरून शांघायला जाणार की काय?''

***

साम्यवादी चीनला १९८६मध्ये जाणारी वैशिष्ट्यपूर्ण बोट म्हणजे त्या काळी असा अर्थ होता: आम्ही गोल डोळ्याचे, मोठ्या नाकाचे पाश्चिमात्य अग्रक्रमाने स्वागत करून बोटीवर घेतले जायचे आणि ढिगाने सामान गोळा केलेल्या शेकडो चिनी लोकांना उन्हामध्ये वाट पाहावी लागे. हवेमध्ये जळणाच्या इंधनाचा वास तरळत असे. सामानाची वाहतूक करणाऱ्या गाड्यांची गर्दी असे. त्यामुळे वाट पाहणारा जमाव नम्रतेने त्रास सहन करत संयमाने उभा असे.

मला, गंथरला आणि क्लेअरला एका पोर्टरने (कामगाराने) मोठ्या स्वागतकक्षामध्ये नेले. प्रशस्त पायऱ्या आणि गालिचे अंथरलेल्या तो कक्ष कागदी पंख्याच्या आकाराच्या पितळी दिव्यांनी सजवला होता. मंद संगीत ऐकू येत होते.

एकाच वेळेस आम्ही उभे राहू शकू, एवढी आमची केबिन मोठी होती. बोस्टन गेस्टहाउसच्या तुलनेमध्ये हा राजवाडाच वाटत होता. सिंकवर ठेवलेल्या जास्मिन साबणाचा सुगंध पसरला होता. टॉयलेट पेपरच्या बंडलशेजारी इंग्लिश आणि चिनी यांमध्ये लिहिलेले होते, 'तुमच्या स्वच्छतेच्या आनंदासाठी.' ॲश ट्रे जवळच्या कार्डावर ब्रेकफास्ट आणि जेवण यांच्या वेळा लिहिलेल्या होत्या. आम्ही आमचे जेवण बनवायचे नव्हते, एवढे नक्की होते. कपाळ्यावर आठ्या घालत क्लेअरने गॉगल छोट्या टेबलवर टाकला. ''देवा! इथे पोहण्याचा पूलसुद्धा आहे. आपण काय करावं, असं तुला वाटतं?''

सर्वात खालच्या बिछान्यावर मी धाडकन बसले. थंड आरामशीर बिछान्यामुळे मला एकदम आराम वाटला. ''ओहोहो, किती आरामशीर वाटतं आहे.''

सर्वात वरच्या बंक बेडवर चढून गंथर म्हणाला, ''ही हवा छान थंडगार आहे.''

त्रासिक मुद्रेने क्लेअर म्हणाली, ''तुम्ही दोघे ऐका, हे काही कमी खर्चातल्या प्रवासासारखं दिसत नाही. हे आपण मान्य केल्यापेक्षा वेगळं आहे.''

हसता-हसता मी म्हणाले, ''ही काही शोकांतिका नव्हे. नव्वद डॉलर्सच्या किमतीमध्ये आपल्याला चैन मिळत आहे. तिचा उपभोग घेऊ ना आपण?''

''खरंच!'' डोळे मिटत गंथर म्हणाला. वातानुकूलित यंत्राचे हवेचे झोत सरळ चेहऱ्यावर आल्याने त्याची दाढी हालत होती. ''दिवसाला तीन जेवणं मोफत! फारच चांगला सौदा!''

''नाही. मला हे आवडणार नाही. मी चालले पर्सरला भेटण्यासाठी.'' दार उघडत क्लेअर कडवट आवाजात म्हणाली.

''आणि काय करणार?'' मी हसत बोलले, ''आपल्यासाठी होडकं पाण्यात सोडायला लावणार का?''

क्लेअरने धाडकन दार लावले. तिच्या रागाचे हसू येत होते. तिला एवढे रागावलेले मी या अगोदर कधीच पाहिले नव्हते.

गंथर गोंधळला होता. जमिनीवर पडलेल्या क्लेअरच्या बॅकपॅककडे पाहत तो म्हणाला, ''तुझी मैत्रीण थोडी विक्षिप्त आहे का?''

''नाही. ती जराशी लहरी आहे. जेमिनी राशीचे लोक असतात तसे,'' जांभई देत मी उत्तर दिले.

क्षणभराने मी उठून बसले. ''मला वाटतं, मी तिच्यापाठोपाठ जायला हवं.''

बोटीच्या टोकाजवळ मला वरच्या डेकवर ती सापडली. आरशासारखा समुद्राकडे तिरपा चेहरा करून डोळे मिटून ती उभी होती. वाऱ्यावर उडणारे केस तिच्या डोक्याभोवती स्वैरपणे उधळले होते.

जीन जियांग बोट खुल्या समुद्राकडे वेगाने जात होती. बोटीचा घुमणारा भोंग्याचा आवाज मी ऐकलाच नव्हता. त्यामुळे धक्क्यापासून बोट सुटल्याचे लक्षात आले नव्हते. दूरवर समुद्राच्या क्षितिजावर हाँगकाँगची बाह्यरेखा निळी-जांभळी दिसत होती.

एका जीवरक्षक बोटीजवळ एक स्टूवर्ड उभा होता. पण या टोकाशी क्लेअर मात्र एकटीच उभी होती.

''बाकीचे सर्व प्रवासी कुठे गेले आहेत?'' मी म्हणाले.

तिने खांदे उडवले.

''भेटला का पर्सर?''

तिने पुन्हा खांदे उडवले. ''जहाजावर कुणाला इंग्लिश समजतं, असं वाटत नाही.''

''तू ठीक आहेस का?''

माझ्याकडे वळून तिने पाहिले. तिचे डोळे भरले होते.

''माझं म्हणणं, आपण प्रयत्नतर केलेत. बरोबर?''

''पूर्णपणे मनापासून.''

''आणि कदाचित बाबांना जीन जियांग प्रत्यक्षात मासेमारी जहाज नाही, हे कळणारपण नाही.''

''नक्कीच नाही. कसं कळेल त्यांना?'' ती काय म्हणत होती, हे मला समजत नव्हते. ''तू त्यांना सांगितलं नाहीस, तर त्यांना कसं कळेल?''

कपाळावर आठ्या घालत माझ्याकडे पाहत क्लेअर म्हणाली, ''तुला माहीत नाही. माझे बाबा काहीही करू शकतात.''

"म्हणजे काय?"

तिने आधी क्षितिजाकडे, नंतर खाली उसळणाऱ्या लाटांकडे नजर टाकली आणि म्हणाली, "ओह, विसर, जाऊ दे. चल त्झा त्झा, आपण या बोटीतून शांघायकडे जाणारच आहोत, तर पोहण्याचा पोशाख घालू या," रेलिंगपासून दूर जात बळेच हसत ती म्हणाली.

***

ताई कॉक त्सुई धक्क्यावर लोक बहुतेक दुसऱ्याच बोटीच्या प्रतीक्षेमध्ये असावेत. जीन जियांग जवळ-जवळ निर्मनुष्य दिसत होती. डेकवर जमा झालेले स्टूवर्ड्स अस्वस्थ दिसत होते. काय करायचे, ते न समजून ते पुन्हापुन्हा डेक पुसून काढत होते. डेकवरील खुर्च्या नीट लावत होते. जणू त्यांच्या हालचालींनी जादूने माणसे अवतरणार होती. तिथे त्या प्रत्येकाच्या शर्टवर जॉनी, टेड्, जॉर्ज अशी नावे होती. (नंतर आम्हाला समजले की, चिनी पर्यटन क्षेत्रामध्ये ही सामान्य रीत होती) गंथर, मी आणि क्लेअर आमच्यासाठी जसे काही स्वतंत्र स्टूवर्ड नेमलेला होता, टेड् त्याचे नाव. सतत आमच्या केबिन बाहेरच्या पॅसेजमध्ये तो उभा असायचा. केव्हाही त्याला ओलांडून आम्ही जात असताना तो म्हणायचा,

"हॅलो, मी टेड्. मी तुमचा स्टूवर्ड." नंतर तो अस्वस्थ हसायचा; तेव्हा त्याचे वाकडेतिकडे, काळपट दात दिसायचे. "कुठे जात आहात तुम्ही?" बाकी जहाज सामसूम दिसायचे. कॅसिनोमध्ये (जुगाराचे खेळ खेळण्याची जागा) स्लॉट मशिन्सचे प्लग काढलेले असायचे आणि टेबले झाकून ठेवलेली असायची. जेवणघरांमध्येसुद्धा काही टेबले मांडलेली, सजवलेली असायची, तर बाकी घड्या करून भिंतीजवळ रचलेली असत. भिंतीवरच्या एका बाजूच्या आरशांमध्ये विरुद्ध बाजूचे प्रतिबिंब रिकामे-रिकामे दिसत होते. "हे जहाज आहे की चर्चमधील दफनाची खोली?" मी कुजबुजले. मी आणि क्लेअर त्या जहाजावर फिरताना फक्त दूर खोलवर गुरगुरणाऱ्या इंजिनाचा आवाज येत होता.

तरीसुद्धा आम्हाला एक त्रासदायक जाणीव होत असायची, की नजरेआड बरेच काही घडत होते. कधीकधी डोळ्यांच्या कोपऱ्यातून एखादा वेटर घाईने भलेमोठे सूपचे भांडे घेऊन अंधाऱ्या खोलीत गायब होताना दिसे, खोलवर ढकलगाडीत खडखडणाऱ्या भांड्यांचा किंवा काचेच्या वस्तूंचा आवाज येई. घाईने उघड-मीट झालेले दरवाजे जाणवत किंवा जणू न दिसणाऱ्या लोकांचे हृदय एकदमच धडधडते आहे, असे वाटत राही. फिरताना मध्येच क्षणभर चिनी बोलीतील संभाषण कानावर पडे. वळून पाहताच आम्हाला काही दिसत नसे. फक्त स्टूवर्ड किंवा पहारेकरी एकटा उभा असे.

''हॅलो मी टेड्. मी तुमचा स्टूवर्ड. तुम्हाला कुठं जायचं आहे?'' आमच्याकडे पाहत तो बोलू लागे.

''हा प्रवास फार नकोसा झाला आहे मला. हे जहाज हायड्रोजन बॉम्बने जग नष्ट झाल्यासारखं शांत आहे.'' कानोसा घेत ती अचानक थांबली. ''काहीतरी गडबडच वाटते! काहीतरी चालले आहे इथे.''

फक्त पोहण्याच्या तलावाजवळ नेहमीचे वातावरण होते. गुबगुबीत टॉवेल्स आणि सूर्यस्नानासाठी खुर्च्या. आमच्याभोवती सर्वत्र समुद्राचे चमचमते पाणी होते. आकाश आणि सागर एकच झालेले, आणि चमचमत्या हिऱ्यासारखे पाण्याचे तुषार डेकवर उडत होते.

इथेच आमची इतर प्रवाशांशी ओळख झाली. मार्टिन एक आनंदी ऑस्ट्रेलियन होता. हातात सिंगटाओ बिअरचा कॅन घेऊन शॉर्ट्स घालून तो इकडेतिकडे भटकत होता. एक तासाच्या अवधीमध्ये त्याची सगळ्या कर्मचाऱ्यांशी ओळख झाली होती आणि त्याने त्या सर्वांना नवी नावेसुद्धा दिली होती.

एका वेटरला सॅल्युट करत तो म्हणाला, ''नी हाऊ, सी हॉर्स (समुद्री घोडा) माझ्या नव्या दोस्तांबरोबर एकेक बिअरचा पेला घेणार का?''

मार्टिन एक भाषातज्ज्ञ होता. मानववंशशास्त्राच्या दृष्टीने भाषेचा अभ्यास करण्यासाठी शिष्यवृत्ती घेऊन तो चीनला चालला होता. अर्ध्या डझनाहून जास्त भाषा त्याला बोलता येत होत्या किंवा तो आम्हाला तसे सांगत होता. त्याच्या कानातील हिरा आणि त्याच्या मांडीवर पसरलेली चमकदार मासिके पाहता त्याच्यावर विश्वास ठेवणे जरा जड जात होते.

''ए, मी स्कॉलर आहे. ऐक नं,'' हातातील बिअर उंच करत तो म्हणाला.

आमची मैत्री झालेली दुसरी स्त्री उंच पायांची, दक्षिण कॅलिफोर्नियामधील एक घटस्फोटिता होती. सिंथिया ल्युकन्स जीन जियांगवर उंच टाचांची पादत्राणे घालून वावरत होती. मोठे-मोठे गॉगल्स घालून जणू ती जाझ नृत्याचा पदन्यास करत लयीत फिरत होती. ती स्वागतकक्षामध्ये येताच तिच्याभोवती स्टूवर्ड्सचा घोळका जमा झाला. तिच्यामागे दोन छोटी मुले आनंदाने ओरडत होती. दोन्ही मुले गमतीने एकमेकांवर झेपावून झटापट करत खालच्या गालिच्यावर लोळत होती. बोटीचे कर्मचारी त्यांच्याकडे दचकून पाहत राहिले.

''मुलांनो,'' सौम्य आवाजात तिने दटावताच ती मुले उठून उभी राहिली आणि तिच्याकडे धावली. ''तुम्हाला मस्तीच करायची असेल, तर बाहेर करा,'' तिने सांगितले.

बाहेर धावताना मुलांनी होकार भरला. ''एकमेकांना बोटीवरून खाली ढकलू नका हं,'' ती पुन्हा आनंदानं म्हणाली.

सिंथिया आणि तिची दोन्ही मुले – अँथनी आणि वॉरन – गेले सहा महिने दक्षिण-पूर्व आशियामध्ये भटकंती करत होते. त्यांचे वय फक्त सात आणि अकरा एवढेच होते. आमच्यासारखेच पाणी शुद्ध करण्याच्या गोळ्या, युथ हॉस्टेलची सवलतीची कार्ड्स आणि लोनली प्लॅनेट शूस्ट्रिंग गाईड घेऊन त्यांचा प्रवास सुरू होता. चुंगकिंग मॅन्शनमध्ये, हॅपी फॅमिली गेस्टहाउसच्या सोळाव्या मजल्यावर ते हाँगकाँगमध्ये राहिले होते.

"तुम्ही चेष्टा करत आहात नं? त्या घाणेरड्या जागेमध्ये कसे राहिलात तुम्ही?" आम्ही दोघींनी एकदमच विचारले.

सॅन्डल पायातून उडवत आरामखुर्चीवर पसरत सिंथिया म्हणाली, "ते मुळीच वाईट नाही आहे." तिचे पाय छान स्वच्छ केलेले होते. नखांना लाल रंगाचे पॉलिश लावलेली सिंथिया म्हणाली, "मुलांना तिथल्या मुंग्या आवडल्या. त्यांना चिरडत त्यांनी गणिताचा अभ्याससुद्धा केला."

"गणिताचा अभ्यास?"

"दररोज सकाळी ब्रेकफास्ट अगोदर आम्ही गणिताची उजळणी करतो." आपल्या हॅन्डबॅगमधून ट्युब काढून सिंथियाने चेहरा आणि गळ्याला झिंक ऑक्साईड नीट काळजीपूर्वक चोळले. ती अगदी पूर्णपणे कॅलिफोर्नियाची सुंदरी होती. रुपेरी केस, उन्हात सोनेरी, रापलेली त्वचा आणि आनंदी स्वभावाची सिंथिया माझी कोणीतरी असावी; असे मला वाटून गेले.

"माझ्या मुलांना परत परीक्षा द्याव्या लागू नयेत, म्हणून कॅलिफोर्निया सोडण्यापूर्वी मी सगळ्या शिक्षकांकडून गृहपाठाचे प्रश्न मागून घेतले होते. प्रवासामध्ये गणिताचा चांगला अभ्यास होतो. काळाचं मापन बदलतं. पैसे बदलतात." क्रीम हातांवर पसरत ती बोलत राहिली. "अभ्यास करून झाल्यावर आम्ही फिरायला जातो. आमचं हाँगकाँग आणि मकाऊ पाहून झालंसुद्धा! आता अर्थातच चीनला चाललो आहोत. मग इंडोनेशिया, थायलन्ड, जमलंच तर भारतातही जायचं आहे."

क्लेअर आणि मी आश्चर्याने तिच्याकडे पाहतच राहिलो. एक अमेरिकन गृहिणी दोन मुलांना घेऊन दक्षिण-पूर्व आशियामध्ये वेगळ्याच मार्गाने फिरते आहे? आमच्या कल्पनेच्याबाहेरची गोष्ट होती ही. आम्ही खूपच प्रभावित झालो होतो.

"आम्ही ज्या रीतीने पर्यटन करतो आहे, त्या पद्धतीने मुलांना वर्गापिक्षा अधिक चांगलं शिकायला मिळेल, असं वाटतं मला," खांदे उडवत सिंथिया म्हणाली.

त्याच क्षणाला वॉरन धावत आला आणि त्याने पोहण्याच्या तलावात सूर मारला. पाण्याचा मोठा फवारा उडाला. पुन्हा पाण्यावर येत तो ओरडला, "आई, तू पाहिलंस का?"

त्याच्या मागोमागच अँथनी पाण्यात झेपावला. प्लॅस्टिकचे फुग्याचे पंख त्याने

आपल्या गुबगुबीत हातांवर लावलेले होते.

अती आदराने त्यांच्याकडे भारावून पाहत सिंथिया म्हणाली, "ही फार उत्तम मुलं आहेत. काहीही करायला नेहमी तयार असतात. पण त्यांना घेऊन प्रवास करताना मला एकाच गोष्टीची काळजी वाटते. त्यांना भात मुळीच आवडत नाही."

***

त्या दुपारी गंथर डेकवर भेटला. "आपल्यासोबत प्रवास करणाऱ्या नव्या मित्राची ओळख करून देतो. हा जॉनी," तो म्हणाला. त्याच्याबरोबर स्वस्तातला टाय, शर्ट आणि पॅन्ट घातलेला एक चिनी तरुण होता.

"हॅलो, मी जॉनी," तो तरुण मधुर आवाजात म्हणाला. "तुमचा नवा मित्र. गंथरने मला तुमची माहिती दिली आहे. तोच म्हणाला, चीनच्या मुख्य प्रदेशातील एखाद्याला भेटायला तुम्हाला नक्कीच आवडेल. तो मीच आहे."

लहान चणीच्या मुलासारखा चेहरा असणाऱ्या जॉनीचे वय सांगणे अवघड होते. तो कदाचित २४चा असेल, कदाचित ४४ वर्षांचासुद्धा असेल. डोक्याभोवती गोल कापलेल्या केसांमुळे तो आशियाई पॉल कर्टनीसारखा दिसत होता. नक्कीच त्याचा स्वभाव मृदू असावा. एखाद्या सराईत नेत्यासारखा जॉनी आमच्याशी हस्तांदोलन करत फिरला. अगदी अँथनी आणि वॉरनचेसुद्धा त्याने हात हालवले.

"हॅलो, हॅलो" म्हणत, मान हलवत जॉनी मोजके बोलत होता. "मी 'चीनमध्ये आपले स्वागत असो,' असं आता म्हणू शकत नाही. कारण आपण तिथे अजून पोचलो नाही. मी चीनमध्ये राहत नाही. मी घानामध्ये असतो. घानामध्ये चायनीज उपाहारगृह चालवत असलो, तरी मी चिनी आहे. कदाचित तुम्हाला हवं ते माझ्यामध्ये सापडेल, कदाचित नाही," म्हणत तो हसला. आम्ही सगळे त्याच्याबरोबर हसलो.

"वेल, नी हाऊ," मार्टिनने स्वागत केले.

"नी हाऊ," मी पाठोपाठ बोललो.

"तुम्ही चिनी भाषा बोलू शकता?" चकित होऊन जॉनीने विचारले.

मी नकारार्थी मान हालवली.

"काळजी करू नका. मी शिकवेन चायनीज तुम्हाला," उत्सुकतेने जॉनी म्हणाला. माझ्या आणि क्लेअरच्यामधील डेकचेअरच्या हाताचा त्याने आधार घेतला. "चीनविषयी तुम्हाला हवी ती सर्व माहिती मी देईन, तुम्ही कुठून आला आहात, सांगा ना?"

"अमेरिका," उत्तर देत क्लेअरने हातातील पुस्तक खाली टेकवले आणि त्याच्याकडे शोधक नजरेने पाहिले.

'ओह, अमेरिका' म्हणताना एखादा दिवा उजळावा, तसा जॉनीचा चेहरा

उजळला होता. ''मला फार आवडते अमेरिका!''

''तुम्ही तिथे आला आहात?''

दुःखी होऊन तो म्हणाला ''नाही, नाही. पण एक दिवस... मी नक्कीच भेट देईन. मला आवडते अमेरिका. विझार्ड ऑफ ओझेड (एक विख्यात पुस्तक), हॅम्बर्गर, स्टीव्ही वंडर (अमेरिकन गायक) ....''

हसून सिंथिया म्हणाली, ''तुम्हाला आवडतो का स्टीव्ही वंडर?''

''हो तर,'' तो उद्‍गारला. पायानं ठेका धरत लगेच गायलाही सुरुवात केली त्याने. '' आय जस्ट कॉल्ड टू से आय लव्ह यू'' (स्टीव्ही वंडरचे गाजलेले गीत)

जॉनीचे इंग्लिश चांगले होते, तरी काही उच्चार तो वेगळेच करत होता. लव्हऐवजी तो रव्ह म्हणत होता. सुझी आणि क्लेअरऐवजी तो सुशी आणि रेअर म्हणत होता. त्याच्या बोलण्यातून त्याच्या आशा आणि त्याचा कमकुवतपणा स्पष्ट होत होते. मला एकदम जाणवले, लोक आपल्या उच्चारांमधले दोष काढण्याचा का प्रयत्न करतात किंवा इतरांना का हसतात ते. उच्चारांमधून जणू सार्वजनिकरीत्या उघडे पडल्यासारखे वाटत होते. जॉनीचे बोलणे ऐकता-ऐकता मजाही वाटत होती आणि त्याची काळजी घ्यावी, असेही वाटत होते. थोड्याच दिवसांत चीनमध्ये माझीही अशीच स्थिती होणार होती.

***

दुपारच्या जेवणासाठी आम्ही जवळ-जवळ रिकाम्याच असणाऱ्या खोलीमध्ये बसलो होतो. एकाच बोटीवर प्रवास करत असल्याने आमच्यात जवळीक निर्माण झाली होती. कदाचित आमची पुन्हा भेट होणार नव्हती, या जाणिवेने उलट आपलेपणा वाढला होता. इंटरनेटवर वाटते, तसे सुरक्षित वाटत होते. लोकांना तुम्ही हवे तेव्हाच संपर्कात ठेवू शकता किंवा टाळू शकता. म्हणून अधिक स्पष्टपणे बोलू शकता.

वेटरने आमच्यासमोर अंडे घातलेले सूप आणि पोर्कचे डंप्लिंग आणून ठेवले, तेव्हा मार्टिन त्याचा इंडोनेशियातील अनुभव सांगत होता. तिथल्या आदिवासींनी त्याला स्त्री-वेश धारण करून मुखियाला भेटण्याचा आग्रह धरला होता. ''जेव्हा मी पूर्णपणे लिपस्टिक लावून, फुला-फुलांचा ड्रेस ब्रासहित घालून तयार झालो, तेव्हा मला समजलं की, माझे सहकारी माझी फिरकी घेत होते,'' हसत तो म्हणाला.

क्लेअर सोडून सगळे हसत होते.

क्लेअर अनैसर्गिकरीत्या शांत बसलेली होती.

चिडक्या चेहऱ्याने चॉपस्टिकने इकडेतिकडे अन्न खाण्याचा ती प्रयत्न करत होती. तोंडाजवळ चिकनचा तुकडा नेऊन विचार बदलून तो टाकून देत होती.

सिंथिया प्रॉन्सचा तुकडा वॉरनच्या थाळीत टाकत असताना तिच्या कोपराला लटकत वॉरनने विनंती केली. ''आई, त्यांना माझी आणि अँथनीची गोष्ट सांग ना. आम्ही कसे जन्मलो ते.''

मग सिंथिया सांगत राहिली. तिचे गर्भारपण, तीन महिन्यांची पूर्ण विश्रांती इत्यादी.

डोळे मोठे करत अँथनी म्हणाला, ''तीन महिने म्हणजे वॉरन आणि मी सर्वांत अधिक आवडती मुलं आहोत.'' तो तोंडात प्रॉन्सचा मोठा तुकडा कोंबत होता. ते पाहून सिंथियाने रागावून म्हटले, ''असं जेवतात का? चॉपस्टिक्स नीट वापर. खरंच मला मुलांची फार तीव्र ओढ होती.''

क्लेअर अचानक उठून उभी राहिली.

''मला माफ करा. मला जायला हवं.'' खुर्चीवर नॅपकीन टाकून पोट घट्ट पकडून क्लेअर निघाली. तिच्या मागोमाग जाण्यासाठी मी माझी खुर्ची मागे सरकवताच ती मला म्हणाली, ''सुझी, मी ठीक आहे. तू जेवण संपव.''

मी आग्रह धरताच खालच्या आवाजात ती पुन्हा म्हणाली, ''मला काही वेळ एकटंच राहू दे. एवढं मोठं काही नाही त्यात.'' नाखुशीने मी पुन्हा बसले.

''काळजी करू नका. तिला समुद्रप्रवासाची सवय आहे,'' इतरांना मी सांगितलं.

नंतर जॉनी आम्हाला त्याच्या कुटुंबाविषयी सांगत राहिला. शांघायपासून एक दिवस प्रवासाच्या अंतरावर खेड्यामध्ये त्याचे आईवडील, मावशा आणि भावंडे राहत होती आणि गेल्या सात वर्षांत त्यांना तो भेटला नव्हता.

''आफ्रिकेला जाणं आणि येणं फारच अवघड आहे.'' तो असे म्हणताच एक अवघडलेली शांतता पसरली. अगदी मलासुद्धा जाणवले, की तो बोलत होता, त्याहून त्याला खूप काही सांगायचे होते. त्याला सांगायची परवानगी होती तेवढेच तो बोलत होता. शेवटी तो चांगले इंग्लिश बोलत होता. त्याच्याकडे चिनी पासपोर्ट होता. सागरापार रहिवासाचा परवाना होता, जो १९८६मध्ये सर्वसाधारण चिनी माणसाला मिळण्याची शक्यता खूप कमी होती. बंदिस्त आयुष्य जगणाऱ्या चिनी माणसाला अपार्टमेन्ट बदलण्यासाठीसुद्धा सरकारी परवानगी मागावी लागे. जॉनी हा त्याला अपवाद होता. पण का? आणि कसा? असे प्रश्न सरळ विचारणे असभ्यपणाचे होते. कदाचित धोक्याचेसुद्धा होते.

''मी आता घरच्यांसाठी रेफ्रिजरेटर आणि टेपडेक घेऊन चाललो आहे,'' आनंदाने जॉनी सांगत होता. चॉपस्टिकने ब्रोकोलीचा (भाजीचा) तुकडा उचलण्याचा प्रयत्न करत मी त्याला म्हणाले, ''म्हणजे रेफ्रिजरेटरची खोकी घेतलेल्या लोकांपैकी एक आहात तुम्ही. आम्ही विचारच करत होतो की, हे लोक कोण आहेत? आणि ते कुठे गेले?''

टेबलवर एकदम शांतता पसरली. जॉनीचा चेहरा पडला. सिंथियाने मार्टिनकडे सहेतूक पाहिले. त्याने खांदे उडवले. मी गंथरकडे पाहिले, तेव्हा तो भाताच्या बाउलवर डोळे रोखून बसला होता. तो मुद्दाम करत होता की, खरेच त्याचे लक्ष नव्हते, कोणास ठाऊक. नक्कीच माझे काहीतरी चुकले होते. वेटरने घाईने टेबल साफ केले आणि कापलेल्या संत्र्याची प्लेट ठेवली. आम्ही सगळेच अवघडून बसलो होतो.

शेवटी जॉनी बोलायला लागला, ''हो. मी दिंघाईला फ्रीज घेऊन चाललो आहे. दिंघाई खूप छोटं आणि छान आहे. तुम्ही सर्वांनी माझे नवे मित्र म्हणून माझ्या घरच्यांना भेटावं, असं मला वाटतं.'' माझ्याकडे बघून तो म्हणाला, ''अमेरिका कशी आहे? मला सांगा नं.''

***

केबिनमध्ये परतताच मला क्लेअर तिच्या जर्नलमध्ये एकाग्रतेने लिहिताना दिसली.

''आता तुला बरं वाटतं आहे का?'' मी म्हणाले.

''हं,'' मान वर न करताच ती उत्तरली.

''सिंथिया आणि इतर सर्वांनाच तुझी काळजी वाटली.''

पेन खाली ठेवून क्लेअर नाक वाकडे करत क्लेअर म्हणाली, ''त्यांना माझी काळजी वाटत आहे का? हं, वाटलीच असेल. त्यांचं माझ्याकडे लक्ष आहे.''

''हं?''

माझ्याजवळ वाकून ती म्हणाली, ''गंथरचं काय? सुझी, तुला वाटत आहे त्याचं खरंच लक्ष नव्हतं कशाकडे?''

''मला तर वाटतं, तो सर्व गोष्टींना चांगलंच समजतो,'' तोंड वाकडे करत मी म्हणाले.

''अगदी बरोबर. त्याची एक बाजू पूर्ण अंधारात आहे.''

चीप्सचा (वेफर्सचा) शेवटचा पॅक पिशवीतून बाहेर काढत मी तिला म्हणाले, ''अगं, तो जर्मन आहे. फक्त आपण लक्ष ठेवून वाट पाहू, तो काय करतो त्याची.''

''नाही. गंभीरपणे घ्यायला हवं आहे त्याचं वागणं. मग तो जर्मन असून तो मँडारिन एवढी अस्खलित कशी बोलू शकतो? आणि मार्टिन, त्याच्या इयरिंग्जसह?''

''तुला वाटत आहे का तो खरंच प्राध्यापक असेल? म्हणजे बोर्निओमध्ये भाषातज्ज्ञ म्हणून काम करत असेल?''

मी म्हणाले, ''मला वाटतं स्त्रियांना प्रभावित करण्यासाठी तो तसं सांगत असेल.''

माझ्या उत्तरावर क्लेअर हसेल, अशी माझी अपेक्षा होती. पण ती हसली नाही. तिच्या हातातील जर्नल झटक्यात बंद करून तिने टेबलवर टाकले. ''आणि मला

एक गोष्ट सांग, उन्हाळ्याची सुटी संपलेली असताना एखादी आई आपल्या मुलांना एक पूर्ण सत्र बुडवायला का लावेल? त्याऐवजी त्यांना ती जूनमध्ये का नेणार नाही?''

''मला नाही सांगता येणार.'' मी न्यूयॉर्कमध्ये वाढले होते. अनेक पालक आपल्या मुलांना आपल्या लहरीनुसार शाळेतून काढत होते. ते हिप्पी होते, हे कबूलच करायला हवे. वडील रंगीबेरंगी पोंचो घातलेले आणि आया मोठ्या-मोठ्या मण्यांच्या माळा घातलेल्या. ओझार्कमध्ये सामुदायिक गृहामध्ये राहण्यासाठी किंवा तशाच इतर कार्यक्रमांसाठी शाळेतून काढत असत. सिंथियाबाबत मला फक्त एकच गोष्ट खटकत होती. ती बॅकपॅक घेऊन फिरायला निघाली होती, तरी तिचे हात-पाय व्यवस्थित प्रसाधन केलेले होते आणि ती महागडे हर्मिसचे स्कार्फ वापरत होती.

कुजबुजत क्लेअर म्हणाली, ''मला वाटतं, सिंथिया मुलांना पळवणारी असावी.''

चावता-चावता अचानक स्तब्ध होऊन मी विचारले, '' काय? अरे देवा, हे फारच चमत्कारिक विधान आहे. ती एक भटकी रोमानियन जिप्सी असावी, कॅलिफोर्नियामध्ये तिचा हेअर सलून उघडायचा विचार असावा.''

''ए, कृपया ऐक. मी चेष्टा करत नाही. नीट विचार कर . ती घटस्फोटिता आहे, बरोबर? माझी खातरीच आहे. कोर्ट-कचेऱ्यांमध्ये मुलांचा ताबा मिळवण्यासाठी ती झगडत असावी. तिच्या माजी पतीने चांगले निष्णात वकील नेमले असणार अन् म्हणूनच सिंथियानं मुलांना घाईने शाळेतून काढून हाँगकाँगच्या विमानात बसवलं असावं. मग काय सुटकाच! अशा गोष्टी नेहमीच होत असतात. पण या बाबतीत तिचं अशा रीतीने प्रवास करणं, चुंगकिंग मॅन्शनमध्ये राहणं जरा संशयास्पद आणि तरीही हुशारीचं वाटतं. कारण पोलीस हॅपी बुद्धा गेस्टहाउससारख्या ठिकाणी शोधायला जाणार नाहीत. ते हयात, हिल्टन अशा ठिकाणी शोधणार. अनेक महिने कोणाला शंका न येता ती लपू शकते.''

''आणि मला वाटतं मार्टिनसुद्धा तिला सामील असावा,'' दरवाजावरील आणीबाणीच्या सूचना वाचत ती म्हणाली.

''मार्टिन?''

ठामपणे क्लेअर म्हणाली, ''होय मार्टिन. आपल्याला कसं कळणार? तो तिचा प्रियकरही असू शकतो. कदाचित त्यांनी बोटीवर भेटल्याचं दाखवलं असणार. नियोजन करून. कारण मुलांना संशय यायला नको. जहाज किनाऱ्याला लागल्यावर ते एकत्र प्रवास करतील. काय पैज लावतेस?''

मी क्लेअरकडे पाहतच राहिले. एक अस्वस्थता माझ्या मनात झाकोळली होती.

क्षणभराने क्लेअर म्हणाली, ''काय? माझ्याकडे अशी काय पाहत आहेस?''

मी म्हणाले, ''तू ठीक आहेस नं? बदलल्यासारखी वाटते आहेस. तू काय

म्हणतेस मला समजत नाही.''

नाक मुरडत, केस झटक्याने मागे उडवत क्लेअर म्हणाली, ''मी अगदी ठीक आहे.'' पण लगेच झुकून चेहरा हातांमध्ये लपवत ती म्हणाली, ''ओह, अगं सुझी, काहीतरी दुसरंच आहे. मोठं आणि गुप्त. तू मला सोडणार नाहीस. वचन दे मला.''

कुणी चोरून ऐकत होते, याच्या भीतीने इकडेतिकडे घाबरून ती पाहत होती. कुजबुजत ती म्हणाली, ''या उन्हाळ्यात मला... मी... त्या माणसाबरोबर...'' तिने बिछान्यावर बसून घाबरून माझ्याकडे पाहिले. माझ्या डोळ्यासमोर काही स्पष्ट झाले. ''अरे देवा! क्लेअर तू गरोदर आहेस का?'' सिंथियाने जेवताना तिच्या गरोदरपणाचे सांगितले होते, तेव्हाच क्लेअर अचानक तिथून गेली होती.

क्लेअर किंचाळली, ''अगदी तसंच नाही. जरा गुंतागुंतीचे प्रकरण आहे हे. उन्हाळ्यात जूनमध्ये माझ्या बाबांनी नवी बोट घेतली होती भाड्याने. त्या बोटीवर ॲडम नावाचा इस्रायली होता. तो नुकताच आर्मीतून बाहेर आला होता. सुझी, तो खूप देखणा होता. त्याला पाहताच मी अगदी घायाळ झाले होते. तो *तुमच्या लोकांपैकीच* एक होता. अगदी जेएफके ज्युनियरसारखा दिसायचा.''

'तुमच्या लोकांपैकी!' जेव्हा काही ख्रिश्चन लोकांना तुम्ही ज्यू आहात, हे समजते, तेव्हापासून ते तुम्हाला त्याच नजरेतून पाहायला लागतात. तुमच्यामध्ये अनेक चांगले गुण असतील. तुम्ही मंदिरात जात असा किंवा नसा किंवा माझ्यासारखे प्रेस्बायटेरियन क्वेकर आणि मूठभर महर्षींकडूनही शिकलेले असा, तुम्हाला वेगळेच समजण्यात येते. रेडिओॲक्टिव्ह आयसोटोपसारखे तुमच्यावर 'ज्यू' असण्याचा कायमचा शिक्का मारला जातो.

पण आता मी त्याकडे दुर्लक्ष केले आणि तिला विचारले, ''म्हणजे तू त्याच्यासोबत झोपलीस?''

''हं,'' क्लेअर गूढ हसली. सेक्सबद्दल बोलताना ती अशीच तुटक बोले किंवा नजरेने प्रतिसाद देई.

खरे सांगायचे, तर तिच्याकडे सांगण्यासारखे फार काही नव्हतेच. ब्राउन विद्यापीठातील पहिल्या वर्षापासून तिला तोच बॉयफ्रेंड होता. पार्करच्या डोक्यावरचे केस असे विचरलेले असायचे की, त्याने टोपी घातल्यासारखे वाटायचे. तो पिवळ्या रंगाचे कार्डीगन घालायचा आणि व्हेलची चित्रे असणारा कमरपट्टा त्याने लावलेला असायचा. अगदी भरभक्कम आणि कंटाळवाणा दिसायचा तो.

एकदा मी तिला विचारलेसुद्धा, ''तुम्ही एकत्र येता ती जागा आहे तरी कुठे?'' मग तिने प्रामाणिक उत्तर दिले होते, ''माझ्या सावत्र आईच्या घरातील सोफा.''

आता ती सांगत होती, ''ॲडमला परत इस्राइलला जायचं होतं. ओह सुझ!'' ती उत्तेजित आवाजात कुजबुजत राहिली. अगदी प्रथम दर्शनापासूनच त्यांना

खूप आकर्षण वाटले होते. प्रवासामध्ये ते सतत वाढतच गेले. शेवटी एकदा ते एका किनाऱ्यावर थांबले असताना बाबांना फोन मीटिंगसाठी बाहेर जावे लागले होते. ती एकटी उभी असताना ॲडमने तिला मिठीत घेऊन आतुरतेने चुंबन घेतले होते.

''अजून त्याच्या संपर्कात आहेस का तू?''

''तेच तर सांगत आहे. त्यानंतर त्याने मला काही गोष्टी सांगितल्या.

''गोष्टी?''

''होय. मी अगदी १०० टक्के सांगू शकत नाही. पण सुझ, मला वाटतं, तो मोसादचा (इस्राइली गुप्तहेर संघटना) सदस्य असावा.''

मागे रेलून बसत, खिदळत मी म्हणाले, ''तू चेष्टा करत आहेस. तो आणि गुप्तहेर? त्यानं सांगितलं का तुला?''

माझ्या अविश्वासाच्या सुराने आणि हसण्याने ती दुखावली होती. ''नक्कीच ते असं सरळ सांगत नसतात. जसं यूएसमध्ये कुणी सांगत फिरत नाही, 'हॅलो, मी सीआयएमध्ये काम करतो.' पण ठीक आहे. मला एक सांग, हिल्टन हेडमध्ये त्या यॉटवर (लक्झरी बोट) हा इस्राइली माणूस काम करत होता आणि दुसरं म्हणजे त्याने सांगितलेल्या छोट्या गोष्टींवरून, निरीक्षणावरून मी तसं म्हणू शकते. आणि आता, गंथर आणि मार्टिन इथे असे दिसतात. ते जसे दिसतात, तसे नाहीत. शिवाय त्यांना एवढ्या भाषा येतात आणि ते ॲडमशी संबंधित असावेत.''

तिच्या या बोलण्यावर काय बोलावे, मला कळेना. मी बसून राहिले. कुणी मोठे माणूस तिथे असते, तर क्लेअरच्या बोलण्याचा त्यांना धक्का बसला असता. पण मला मात्र अगदी मोकळे, सुटल्यासारखे वाटले. म्हणजे क्लेअर क्वेन ह्युटन आमच्या सर्वांसारखीच वेडपट होती तर.

आतापर्यंत फक्त पार्कर तिचा मित्र होता. पण एक उमद्या इस्राइली तरुणाने तिला घायाळ केले होते आणि सगळे विसरून ती त्याला आठवत होती. आता त्याच्या आठवणीने व्याकूळ होतानाही तिच्या मनात डेकवर काम करणारा तो एक साधारण ज्यू होता, हे पचनी पडत नव्हते. तो ज्यू, ज्याला तिच्या वडिलांनी प्रत्येक तासाचे साडेसहा डॉलर्स या वेतनावर नोकरी दिली होती. म्हणून तिच्या मनाने त्याला असे काहीतरी दिमाखदार स्वरूपात कहाणी रचून बनवले होते. तो बोटीवरचा कामगार नव्हता. तो तर मोसादचा गुप्तहेर होता. अनेकदा मुली असे करतात. अयशस्वी लोकांबरोबर वेळ घालवून त्यांना असे उदात्त बनवतात. मग कल्पनेने त्यांना तो गिटार वाजवणारा भविष्यातील रॉकस्टार वाटू लागतो, तर ज्यूसबारमधील वेटर कवी वाटू लागतो !

कदाचित सेक्स या विषयावरील माझे ज्ञान क्लेअरपेक्षा जास्त होते आणि एखाद्या तरुणाने भुरळ घालण्याबाबत सांगायचे, झाले तर मीदेखील तशीच होते.

कॉलेजमध्ये माझे हृदय तोडणारा तरुण वादक होता. कितीतरी दिवस मी दिवास्वप्रे पाहत होते की, मी उत्कृष्ट गायिका होऊन त्याला जिंकून घेईन किंवा रेडिओवरची प्रेमगीते ही माझ्यासाठीच प्रेमसंदेश होता, असे समजत होते.

मी मृदूपणे क्लेअरकडे पाहिले. मग मला राहवलेच नाही. मी हसायला लागले. "ओह जीझस, क्लेअर," मी म्हणाले, " तू हिल्टन हेडमध्ये एका इस्रायली तरुणाच्या प्रेमात होतीस, म्हणून गंथर आणि मार्टिन गुप्तहेर होतात का?"

"मोसादचा सदस्य," माझी चूक दुरुस्त करत ती म्हणाली, "नाहीतर आता मी सांगितलं, त्याची कशी संगती लावणार?"

तिच्या बाजूला बसत तिचा खांदा हलकेच पकडत मी म्हणाले, "क्लेअर, मला वाटतं, तुझ्या त्या बोटीवरच्या तरुणाबद्दल जरा अधिकच कल्पना लढवत आहेस. थोडी जास्तीची कल्पनाशक्ती वापरत आहेस एवढंच. कदाचित त्या लैंगिक अनुभवाचा तो प्रभाव असावा. थोडासा सांस्कृतिक आणि भावनिक धक्का..."

कसनुसे हसत क्लेअर म्हणाली, "म्हणजे माझं डोकं फिरलं आहे, असंच ना?"

मी मान डोलवत उत्तरले, "नाही. तू प्रेमातूर झाली आहेस. आमच्या जगात तुझं स्वागत असो."

तिनेदेखील माझ्याकडे एक सरळ कटाक्ष टाकला आणि हसली. मग पुन्हा तिने लिखाण सुरू केले आणि मी पोहण्याच्या तलावाकडे वळले.

आता वळून पाहताना मला वाटले तिच्या शंकेला, संशयाला मी इतक्या चटकन मोडीत काढले नसते; तर काय घडले असते?

✳✳✳

त्या दुपारी पीए सिस्टीमवर (ध्वनिक्षेपकावर) सूचना देण्यात आली. "सभ्य स्त्री-पुरुषहो, आज सर्वांच्या मनोरंजनासाठी जीन जियांग लाउंजमध्ये 'गॉन विथ द विंड' या हॉलिवूड चित्रपटाचे प्रदर्शन आहे."

सिंथिया म्हणाली, "गॉन विथ द विंड? मी बरोबर ऐकलं ना?"

"ओह माय गॉड," क्लेअर कुरकुरली. "ते नक्की चेष्टा करत असणार."

"त्यांचा साम्यवादी 'गॉन विथ द विंड' असणार. मॉमी आणि मिस प्रिसी स्कार्लेट आणि ऱ्हेटला भांडवलदार आणि उत्पादन स्रोतांवर ताबा मिळवणारे म्हणून झुगारून देत असणार," मी म्हणाले.

"ओह, खरंच खूप मजेदार. त्यांनी त्याला नवं शीर्षकही दिलं असेल. गॉना विथ द विंडो शॉपिंग," क्लेअर हसत उद्गारली.

लाउंजकडे जाताना आम्ही चुकीचाच जिना निवडला. आम्ही एका कमी उंचीच्या कॉरिडॉरमध्ये पोचलो. जहाजाचा हा तळाचा भाग होता. पोचे आलेले लोखंडी दरवाजे आपले आपण उघड-मीट करत होते. ते उघडल्याबरोबर भांड्यांचा किणकिणाट, चुरचुरणाऱ्या पदार्थांचा आवाज, एखाद्या मुलाचे रडणे आणि खळखळणाऱ्या पाण्याचा आवाज असे अनेकविध आवाज येत होते.

वॉरन धावत जाऊन डोकावला, ''आई, इकडे आणखी एक उपाहारगृह आहे.''

जवळ-जवळ टेबले मांडलेल्या त्या हॉटेलमध्ये शेकडो चिनी गर्दीगर्दीने बसलेले होते. समोरच्या बाउलमधून मळकट रंगाच्या द्रवामधून कोबीचे तुकडे चॉपस्टिकने टाकण्यात ते मग्न होते. धूम्रपानामुळे धुराचा ढग वर तरंगत होता. घामाचा, धुराचा, ओल्या-कुजल्याचा असे अनेक उग्र वास तिथे साचले होते. त्या सगळ्याला धडधडणाऱ्या इंजिनाच्या आवाजाने वेढून टाकले होते. उष्णता आणि आर्द्रता तिथे ठासून भरली होती.

उत्तेजित आवाजात अँथनीने विचारले, ''आई, हे कोण लोक आहेत?''

गंभीर चेहऱ्याने आम्ही पाचही जण मागे वळून डेकवर परत आलो. थंड हवेने आमचे स्वागत केले. लिओनेल रिचीचे 'से यु से मी' या गीताचे स्वर हवेत तरळत होते. आमची वाट पाहाणारा स्टूवर्ड शुभ्र वेशात पुढे आला.

''हॅलो, मी व्हिक्टर. मी तुमचा स्टूवर्ड. तुम्हाला कुठे जायचं आहे?'' छोटे, टोकदार दात दाखवत, हसत तो म्हणाला.

अर्धगोलाकार खुर्च्या मांडून व्ही.सी.आर.ची योजना केली होती. पण आमच्यापैकी कुणालाच सिनेमा पाहण्याचा उत्साह नव्हता.

संपूर्ण प्रवासाच्या कालावधीमध्ये गॉन विथ द विंड पुन्हापुन्हा दाखवला जात होता. जणू तो थांबवला जातच नव्हता. ब्रेकफास्टला जाताना किंवा दुपारी पोहण्यासाठी जातानाही त्याचे डायलॉग ऐकू यायचे.

***

मनोरंजनासाठी मी आणि क्लेअर वाद घालत असू. टेस ऑफ डरबर व्हिलवर (हार्डीची सर्वोत्कृष्ट कादंबरी आणि नायिका) बलात्कार झाला की ती मोहात पडली? विज्ञानकादंबरी कला आहे की नाही? सॉक्रेटिस की डॉली पॅर्टनच्या आयुष्यावर चांगली संगीतिका लिहिता येईल. वापरणाऱ्याला सोयीचे काय आहे? भविष्यकथन की नित्शेचे मूलभूत साहित्य?

मी अर्थातच भविष्यकथनाच्या बाजूने होते. माझ्याकडे लिन्डा गुडमनचे भविष्यकथन लक्ष्साइन्स होते. कारण मी गिटार किंवा हार्मोनियम घेऊ शकत नव्हते. खरे तर स्थानिक लोकांना रस वाटेल, असे काहीतरी प्रवाशांनी सोबत ठेवायला हवे. मला

संगीत येत नव्हते. म्हणजे मी लोकांना भविष्य तरी सांगू शकेन. जगात सर्वत्र लोकांना स्वत:विषयी बोलण्याचे आणि ऐकण्याचे वेड असते.

भविष्य हा माझा आत्मसन्मान सांभाळण्याचा एक गुप्त मार्ग होता. जेव्हा कधी मी चिंताग्रस्त होते, तेव्हा-तेव्हा मासिकाच्या मागच्या भविष्यकथनाच्या सदरांमध्ये रंगून जाते. फारच वाईट वाटत असेल, तर लिन्डा गुडमनचे लव्हसाइन्स वाचते. कारण केवळ ऑक्टोबरमध्ये जन्मले, म्हणून मी किती उत्कृष्ट आहे आणि लिब्रा या राशीचे लोक कसे संतुलित, बुद्धिमान आणि मृदू स्वभावाचे असतात.

डोळे फिरवत क्लेअर म्हणाली, ''ओह माय गॉड. मी जिथे वाढले, तिथे स्वयंनिर्णय आणि स्वातंत्र्य या गोष्टींना सर्वांत अधिक महत्त्व दिलं जातं.'' तिच्या हातातील पुस्तक उघडून ती म्हणाली, ''आपण प्रत्येकाने हे स्वातंत्र्य उपभोगण्यास लायक आहोत, हे सिद्ध केलं पाहिजे. आपल्यासाठी ही सर्वांत चांगली संधी आहे. भविष्यावर विश्वास ठेवणं मला पटत नाही.'' मला अधिक चिडवत ती म्हणाली, ''भविष्य म्हणजे आळशी लोकांची पळवाट आहे.'' मी तिच्या नित्शेच्या चुका काढत राहिले. त्यामुळे आम्हाला पुन्हा ब्राउन विद्यापीठात असल्यासारखे मोकळे, आनंदी वाटायला लागले. तरीही मधून-मधून क्लेअरचा चेहरा झाकोळत होता, जशी विस्तीर्ण मैदानावर ढगांची सावली. अचानक ती म्हणायची, ''मला काहीतरी करायचं आहे,'' आणि उठून डेकवर जाऊन जरा वेळ अदृश्य व्हायची. परसल्यावरही तिच्या चेहऱ्यावर त्रासिक भाव असायचे. मला वाटायचे ती बहुधा अॅडमचा विचार करत असावी.

सिंथिया माझ्याजवळ झुकून हळुवारपणे म्हणाली, ''मी चौकशया करत आहे, असं समजू नकोस. पण खरंच तुझी मैत्रीण ठीक आहे, असं वाटतं का तुला?''

''अर्थातच. ती ठीक आहे.''

थोडे चाचरत सिंथिया म्हणाली, ''परवा ती मला सांगत होती की, तिला आवाज ऐकू येतात.''

''ते होय,'' मान डोलवत मी म्हणाले, ''ते तर मलासुद्धा ऐकू येतात. ते खालच्या स्वयंपाकघरातून येतात. त्या वेळी आम्हाला ते समजलं नव्हतं,'' मी हसत म्हणाले, ''आम्ही दोघीही जरा बिथरलो होतो. तुला ठाऊक आहे, आमच्या राशीची माणसं नेहमी अशी नाटकी वागतात.''

***

ते बोलणे झाल्यानंतर हळूहळू माझ्या डोक्यात प्रकाश पाडायला लागला. क्लेअरबद्दल मला खूप कमी माहिती होती. तिचे चातुर्य, जेवणाबद्दल कुरकुर, रूम पार्टनर, परीक्षांचे पेपर आणि इतर प्रेमप्रकरणांची कबुली यातले काहीच इथे उपयोगी पडत

नव्हते. एका दुपारी सूर्यस्नान घेत असताना तिच्याकडे वळून मी म्हणाले, ''क्लेअर, तुझ्या आईविषयी सांग नं. कशी होती ती?''

कोपरावर भार पेलत, सागरलाटांकडे एकटक पाहत ती म्हणाली, ''खरं सांगायचं तर सांगण्यासारखं फार नाही. मला ती अर्धवटच आठवते. ती गेली, तेव्हा मी तीन वर्षांची होते. कार ॲक्सिडेंटमध्ये ती गेली. तेव्हा आम्ही व्हर्जिनियामध्ये आर्लिंग्टन इथे राहायचो. बहुतेक डॅडी तेव्हा तिथे नव्हते. मला आमचा लॅब्रॅडॉर रफल्स आठवतो. त्याचा एक डोळा नव्हता आणि तो सारखा भुंकत राहायचा. खूप दिवस तो भुंकतच राहिला. आणि आमची हाउसकीपर मला सतत स्ट्रॉबेरी आइसक्रीम द्यायची.''

पडलेल्या चेहऱ्यानं क्लेअर म्हणाली, ''मी रडत असावी. कारण माझ्या आजीनं ठरवलं की, अंत्यविधीला हजर राहण्यासाठी मी फार लहान होते. मला आईचे मोत्याचे कानातले आठवतात. तिच्या केसांतल्या क्लिपशी मी सतत खेळत असायचे. पिवळ्या रंगाचे आणि बारीक निळ्या रेघांचे तिचे स्वेटर आठवतात. मला झोक्यावर बसवून ती झोका देताना आठवते. पण हे नक्की आठवतं की, मी फोटो पाहिले, हे मला नाही सांगता येत.''

सूर्य पश्चिमेला झुकला होता. क्लेअरचा चेहरा आकाशाच्या पार्श्वभूमीवर काळपट दिसत होता.

''मला माफ कर,'' मी म्हणाले.

क्षितिजावर खिळलेली नजर न हलवता क्लेअर म्हणाली, ''खूप लोकांना ही सर्वांत मोठी शोकांतिका वाटते. पण खरं सांगायचं, तर तुम्हाला ज्या गोष्टीची माहितीच नाही, तिची तुम्हाला किती आठवण येणार? आणि किती दुःख वाटणार? ती गेल्यानंतर डॅडींनी लेडी मॅकबेथशी – माझ्या दुसऱ्या आईशी – लग्न केलं. मग मला अलेक्झांडर, ॲमिनिक आणि एडवर्ड अशी छान भावंडं मिळाली. त्यांनी माझे फार लाड केले. सोन्जा अजून तिथेच आहे. म्हणजे एका अर्थानं नंतर सर्व सुरळीत झालं.''

आमच्याभोवती महासागर हेलकावत होता. कोणतेही समुद्रपक्षी खोल समुद्रात पोचू शकत नव्हते. कठड्यापलीकडे दूरवर फक्त निळा-करडा महासागर हेलकावत होता.

''त्यानंतर त्या गोष्टीचा विचार करता मी कधीकधी भान विसरते,'' क्लेअर उसासून म्हणाली. ''कधीकधी मी फार उदास व्हायचे. आई असती तर... असा विचार करायचे. दूर आकाशातून ती माझ्याशी बोलते आहे, अशी कल्पना करायचे मी. पण तिचा आवाज तिच्यासारखा न भासता फ्लॉरेन्स हेंडरसनसारखा वाटायचा. फोटोतल्या आईचा चेहरा न दिसता ती मला फ्लॉरेन्स हेंडरसनसारखी दिसायला लागली. हे अधिक वाईट आहे, नाही का?''

''काही वाईट नाही त्यात,'' मी म्हणाले. मार्टिन आणि सिथिंया कठड्याजवळ उभे होते. मार्टिन सिथियाच्या कानात काहीतरी कुजबुजत होता. मान मागे झुकवून ती आनंदाने हसत होती. ''पाहिलंस का? मी तुला काय समजावत होते?'' क्लेअर मला म्हणाली.

तिसऱ्या दुपारी बोटीच्या टोकाजवळ उभा राहून जॉनी ओरडला, ''पाहा, पाहा.''

आम्ही धावत कठड्याजवळ गेलो. आणि दूर क्षितिजावर चीनचे साम्यवादी लोकांचे राज्य जवळ येताना दिसत होते. आकाशाच्या उजळ पार्श्वभूमीवर वेडीवाकडी पर्वतरांग इसीजीसारखी दिसत होती. आमच्या मनातल्या भीतीमुळेच मला तसे दिसले असावे.

चीन!

तीन दिवस या खाऱ्या हवेत मला गुंगल्यासारखे झाले होते. (''आम्ही खालचे लोक जे खातात, ते अन्न का खाऊ शकत नाही,'' क्लेअर मुख्य वेटरबरोबर वाद घालत होती. जोरजोरात मान हालवून तो नकार देत होता. ''ते तुम्ही खाऊ शकणार नाही.'') मी तरीसुद्धा माझे पोट नीट ठेवण्यात यशस्वी झाले होते. तीन रात्री आईच्या कुशीसारख्या खोलगट बिछान्यावर समुद्राचे अंगाईगीत ऐकत काढल्या होत्या. आम्ही एकत्र राहिल्याने जणू काही एक कुटुंबच तयार झाले होते.

मार्टिनचे मित्र त्याची बीजिंगमध्ये वाट पाहत होते. गंथरच्या डोक्यात काय चालले होते, त्याचे त्यालाच ठाऊक. सिथियाने खूप महागड्या परदेशी लोकांसाठीच्या हॉटेलात काही महिने अगोदर खोली आरक्षित केली होती. जहाजावरून पाऊल टाकताच पुन्हा मी आणि क्लेअर आम्ही दोघीच असणार होतो.

मी पाण्यापलीकडे पाहत होते. मला वाटत होते की, इथूनच चिनी लोक दिसू शकतील. माझ्या कल्पनेत मी त्यांना रिक्षा ओढताना, बागेमध्ये ताई चीचा सराव करताना, कारखान्यांमध्ये काम करताना पाहत होते. त्या सगळ्या एक अब्ज लोकांना आमच्या चीनमध्ये येण्याने काही फरक पडणार नव्हता.

बोटीच्या धक्क्यावरून शांघायच्या मुख्य भागात कसे पोचणार होतो, ते मला कळत नव्हते. आमच्या गाइडमध्ये या बंदराचा उल्लेखही नव्हता. तिथे टॅक्सी मिळेल का? तिकडे बसेस जात असतील का?

कठड्याजवळ टाचा उंचावून पाहत क्लेअर उद्गारली, ''वॉव! आपण पोचलो चीनला.''

''चीन,'' जॉनी किनाऱ्याकडे एकटक पाहत म्हणाला. त्याच्या हाताला स्पर्श करत मी हलकेच विचारले, ''जॉनी, मँडारिनमध्ये 'मला भीती वाटत आहे' कसं म्हणतात?''

माझ्याकडे सहानुभूतीने पाहत जॉनी वळून म्हणाला, ''सुशी, तुला कशाची भीती वाटते आहे?'' कदाचित परक्या देशात, परक्या लोकांमध्ये कसे वाटते; हे सर्वांत चांगले जॉनीला माहीत होते.

खांदे उडवत मी हे विचार झटकून टाकले आणि म्हणाले, ''थोडं घाबरल्यासारखं वाटतं. एवढंच. आम्ही हॉटेलसुद्धा आरक्षित केलेलं नाही.''

तो ठासून म्हणाला, ''घाबरण्याची काही गरज नाही. कृपया काही काळजी करू नका. चीनमध्ये उतरल्यावर तू आणि क्लेअर माझ्या पाहुण्या आहात. शांघायमध्ये माझे खूप मित्र आहेत आणि आम्हाला चांगली हॉटेल्स आणि चांगली उपाहारगृहे माहीत आहेत. आम्ही तुमची त्यांची भेट करून देऊ. तुम्हाला पर्यटनस्थळं दाखवू. मग क्लेअर आणि तू माझ्या कुटुंबाला भेट द्या दिंघाईला येऊन. तिथे तुम्हाला खराखुरा चीन दिसेल.

टाळ्या वाजवत क्लेअर उद्गारली, ''खरंच? आम्हाला तुझं शहर दाखवशील?''

''होय. तो माझा गौरवच आहे.''

''झालं तर. उत्तम! जॉनी तू किती छान आहेस,'' कठड्याला पकडून नाचत क्लेअर म्हणाली, ''अर्थातच आम्हाला आमची काळजी घेता येते.''

जॉनीचा चेहरा आनंदाने चमकला. ''त्यात काहीच त्रास नाही आम्हाला. मी तुम्हाला विशेष पर्यटनस्थळं दाखवण्याचं ठरवलं आहे.''

मी खोल श्वास घेतला. हा प्रस्ताव तर खूपच आकर्षक होता. मनावरचे दडपण गेले. ''तुला वेळ देता येईल आम्हाला?''

''आपण मोठी पार्टी करू. तुमच्यासाठी विशेष खाना. काळजी करू नका. माझ्या पाहुण्या व्हा.'' मान डोलवत जॉनी म्हणाला.

''मनापासून धन्यवाद,'' क्लेअर म्हणाली. ती काय विचार करत होती, ते मला लगेच समजले. गाइड बुकमध्ये न दिसणारा खरा चीन पाहण्याची संधी आमच्यासमोर होती. काहीतरी प्रदर्शनीय करण्याच्या आम्ही अगदी जवळ होतो. जसे काही आम्हाला आता गोल्ड मेडल किंवा ए+ ग्रेड मिळणार होती.

''तुझे आभार आम्ही कसे मानावेत?''

जॉनीच्या मुद्रेवर त्याचे अजाण, चमकदार आणि निरागस हसू दिसत होते. तो सहजगत्या बोलून गेला, ''नंतर तुमच्याबरोबर मी बीजिंगला जाईन. तिथून मी तुम्हाला बीजिंग दाखवेन. तुमच्याबरोबर मी अमेरिकन दूतावासामध्ये येईन. मग मी तुमचा पाहुणा असेन.''

शांघाय

बोटीवरून आमच्या सॅक्स पाठीला लावून आम्ही किनाऱ्यावर उतरलो, तेव्हा पहाट होत होती. आमच्या मनात चीनमध्ये आल्याचा संशय उरू नये, म्हणून की काय, ध्वनिक्षेपकावर मोठ्या आवाजात पहाटे चार वाजता चिनी राष्ट्रगीत वाजू लागले.

आम्ही त्या आवाजाने दचकून जागे झालो. सागरावर प्रवासात सगळे आनंदी होते. पण आता मात्र चिंतेचे वातावरण पसरले होते. जीन जियांग शांघायला पोचल्यामुळे कोणालाही डेकवर येण्याची परवानगी नव्हती. स्टूवर्ड्सचे मैत्रीचे हसू मावळले होते. बोटीच्या प्रत्येक केबिनवर घाईघाईने ठोठावत ते आज्ञा द्यायला लागले होते. "सामान घेऊन पटकन जेवणघरामध्ये या." आम्ही चीनमध्ये प्रवाशांसारखे उतरण्यापेक्षा आमचे स्थलांतर केले जात होते किंवा आम्हाला अटक केली जात होती, असे वाटत होते. बोटीच्या पोर्टहोलमधून (गोलाकार खिडक्या) शांघायच काय, पण दिवसाचा प्रकाशसुद्धा दिसत नव्हता. काळ्या अंधाराच्या डोळ्यांनी खिडक्या आमच्याकडे पाहत होत्या.

अर्ध्या तासात आम्हाला चहा, तेलकट ब्रेड आणि अंडे देण्यात आले. आमच्या सामानासहित आम्हाला स्वागतकक्षामध्ये आणून बसवण्यात आले. घाबरून एकमेकांकडे पाहत आम्ही बराच वेळ वाट पाहत राहिलो. नक्कीच आता आम्ही निराळ्या प्रदेशात आलो होतो. बोटीतून उतरल्यावर काय होईल, याची वाट पाहत कॅमेरे सांभाळत आम्ही बसून होतो. फक्त वॉरन आणि अँथनी सिंथियाला बिलगून जड डोळ्यांनी झोपी गेले होते. गंथर तोंडातून 'पफफ्फ' असे आवाज काढत गाइड चाळत बसला होता. मला आणि क्लेअरला वाटत होते की, तो त्याचा एकटा निघून जाणार होता. पण तो आम्हाला म्हणाला, "मग तुम्ही जॉनीसोबत पर्यटन करणार काय? मला वाटतं

मीदेखील तुमच्यासोबत यावं''

आम्हाला ती कल्पना त्रासदायक वाटली. गंथर आणि त्याचा तो लुफ्तवाफचा जर्मन उच्चार – सतत काहीतरी चघळत राहणे, त्याचे लोचट वागणे यामुळे त्याच्यासोबत राहणे आम्हाला अवघड जात होते. त्याचे आवाज करत उच्छ्वास टाकणे, खोलीच्या मध्यभागी विजयीपणे ऐसपैस पसरून बसणे. त्याचे डोके उलटेच चालायचे. त्याच्यासमोर चाललेल्या संभाषणापेक्षा चुरगळलेली चिनी वर्तमानपत्रे किंवा त्याच्या सॅकचे बक्कल त्याला अधिक आकर्षक वाटे बहुतेक. एखादा अवघड रेडिओ चालवण्याइतके त्याचे लक्ष वेधून घेणे कठीण वाटत होते. आता भूतकाळाकडे वळून पाहताना मला वाटते, त्याला भाषेच्या अडचणीबरोबरच एक ऑस्परास सिंड्रोम (मनोविकार) असावा. क्लेअर आणि मला त्याच्याबरोबर अगदी उदास वाटे.

क्लेअर मात्र खूप आनंदात होती. गुणगुणत होती. टेनिसच्या हालचाली करत किंवा बॅलेचे पदन्यास करत ती हॉलमध्ये फिरत होती. खाली पाय हलवत बसल्यावर अपेक्षेने सभोवती पाहत होती. गाइड चाळत होती. तोंडातले च्युइंगम काढून फेकत तिने तिचा तत्काळ फोटो देणारा कॅमेरा काढला. मी आमची एकमेकांची छायाचित्रे काढावीत, असा तिचा आग्रह होता. उत्साहाच्या भरात ती कॅमेऱ्यावर बसली आणि तो तुटला.

हसत, तुकडे जोडण्याच्या प्रयत्नात ती म्हणाली,

''बेकार कॅमेरा. बरं झालं मोडून गेला.''

''तू माझा वापरू शकतेस.''

''किती चांगली आहेस गं तू! नको. कदाचित असंच चांगलं असेल. कॅमेरा असल्यावर फोटो काढण्याच्या नादात पाहण्याचं राहून जातं.'' माझ्याकडे मिश्किलपणे पाहत ती म्हणाली, ''तुझ्या कॅमेऱ्याचीसुद्धा वाट लावू का?'' खिदळत बूड हलवत ती उद्‌गारली, ''मी काहीही मोडून टाकू शकते.''

सिंथिया आमच्याकडे पाहत होती. तिच्या चेहऱ्यावर काळजीच्या रेषा होत्या. ''ए तुम्ही दोघी! खाली उतरल्यावर तुम्ही दोघी नीट राहाल नं?''

क्लेअरने उत्तर दिले. ''अर्थात! आम्ही का नीट राहणार नाही?'' खाली जमिनीवर बसत, खालच्या लाकडी जमिनीवर पाहत ती म्हणाली.

''पाहा हा चिनी कीटक. नी हाऊ!'' वॉकमनची वायर कानाला लावत ती म्हणाली, ''खाली उतरण्याअगोदर शेवटी एकदाचं गाणं ऐकून घेते.''

सिंथिया अस्वस्थपणे आमच्याकडे पाहत होती.

''आम्ही ठीक आहोत,'' मी बोलले, पण माझा आवाज ठाम नव्हता. लोनली प्लॅनेट गाइड उचलून घेत मी म्हणाले, ''हे आपलं बायबल.''

कानावरचे हेडफोन बाजूला करत क्लेअर म्हणाली, ''सिंथिया, प्लीज. काळजी

करू नकोस. जॉनी आमच्यासाठी हॉटेल शोधणार आहे.'' पुन्हा वॉकमनचे बटण दाबत, हवेत हातवारे करत ती गाणे ऐकत राहिली.

सिंथिया आणि मी तिच्याकडे पाहत राहिलो. तिच्या आत्मविश्वासाने मी चकित झाले. श्रीमंतीचा परिणाम असावा तो. बऱ्याच नोकरचाकरांसह, हाउसकीपरसोबत तुम्ही वाढता, तेव्हा लोक तुमचे प्रश्न आपणहून सोडवतील, असे तुम्ही गृहीत धरायला लागता. मी स्वागतकक्षामध्ये नजर फिरवली. जॉनी कुठे दिसत नव्हता. एकाच वेळेस मला भीती वाटली आणि सुटल्यासारखे वाटले. अमेरिकन दूतावासात येण्याची त्याची इच्छा मला सतावत होती. त्याचे अतिथ्य स्वीकारण्याबरोबर माहीत नसलेल्या त्याच्या कोणत्या छुप्या अपेक्षांना आम्ही होकार देत होतो? मला त्यामुळे शंका यायला लागली होती. त्याला फक्त अमेरिकन दूतावासाजवळ फोटो काढायचा होता की काय?

पण आता ब्रेकफास्टपर्यंत जॉनी दिसला नाही. आम्ही आमचेच शांघायमध्ये सरळ उडी घेणार होतो आणि नक्कीच शांघायच्या रस्त्यावर दाणकन आपटू नये, अशी देवाची प्रार्थना करत होतो.

जहाजावरचे वातानुकूलित यंत्र बंद करण्यात आले होते. त्यामुळे हवा चिकट झाली होती. घामाचा वास तरळत होता.

पाच वाजत आले होते. जॉनीचा पत्ता नव्हता. लष्करी वेशातील चिनी अधिकारी जहाजावर आले. ते प्रत्येक प्रवाशाचे पासपोर्ट आणि व्हिसा (परवाना पत्र) तपासत होते. आम्ही घाईने आमचे प्रवासी सामान गोळा केले आणि ताठ उभे राहिलो, आदर्श, चमकदार! आम्ही अमेरिकन जग जिंकल्यासारखे स्मित करत होतो. जशी काही ती देशाच्या सीमेवरील तपासणी नसून दाताचे परीक्षण होते.

एका अधिकाऱ्याने क्लेअरचा आणि माझा पासपोर्ट ताब्यात घेतला. चिंता वाटेल एवढ्या उशिरापर्यंत त्याच्याकडे निरखून पाहत त्यांनी शिक्के मारले. ते मारत असताना एकदाही त्यांनी आमच्या डोळ्याला डोळा दिला नाही. धातूचे दरवाजे घरघर करत उघडले आणि सगळे स्टूवर्ड्स एकसाथ ओरडायला लागले, ''तुम्ही आता बाहेर जा.''

धडपडत आम्ही बाहेर पडलो. एका अ‍ॅल्युमिनियमच्या फळीवरून आम्हाला सरळ साम्यवादी चीनच्या भूमीवर उतरवण्यात आले.

समुद्राच्या पाण्याचा खारट वास आणि मूठभर समुद्री पक्ष्यांनी आमचे स्वागत केले. नुकत्याच उगवलेल्या सूर्याच्या प्रकाशात जग सावकाश उजळत होते. आम्ही एका छोट्याशा मासेमारीच्या धक्क्यावर उभे होतो. शहरापासून खूऽऽप दूर.

समुद्राच्या पाण्यामध्ये छोट्या-छोट्या बांबूच्या होड्या एकमेकांशी घासत गर्दी करून होत्या. त्यांच्याभोवती बांधलेले रबरी टायर धडकत होते. त्यांच्या पलीकडे काँक्रीटच्या गाळ्यांची रांग होती, ज्यांची छपरे शाकारलेली होती. त्या घाणीमध्ये

मासेमारीच्या जाळ्या आणि कुजणाऱ्या कोबीचे गड्डे पसरलेले होते. थोडे लोक आणि हमाल त्या घाणीमध्येच माशा मारत बसले होते. काहींच्या अंगावर माओ जॅकेट होते. काही सायकलवर ये-जा करत होते.

पक्ष्यांचा आवाज सोडल्यास लपलपणाऱ्या लाटांचा आवाज आणि एकुलत्या एक कुत्र्याचे भुंकणे ऐकू येत होते. मध्येच एखादा माणूस खर्रर्रर्रऽऽ आवाज करून खोल घशातून कफ काढून थुंकत होता. लवकरच आमच्या लक्षात आले, चीनमध्ये खूप लोकांना कफ होता. त्यांची थुंकी धुळीत चमचमत होती.

मला नुसते परके वाटत नव्हते, तर वेगळ्याच मितीमध्ये प्रवेश केल्यासारखे वाटले. जसे काही पिवळट पडलेल्या एकोणिसाव्या शतकातल्या एखाद्या फोटोमध्येच आम्ही उतरलो होतो किंवा रिप व्हॅन विंकलसारखे झोपल्यावर आम्ही १०० वर्षांपूर्वी जागे झालो होतो.

धक्क्याच्या दुसऱ्या टोकाला डगमगणाऱ्या गाड्या आणि सायकली खडखडायला लागल्या. तिकडे कमानदार इमारती सोडून दिल्यासारख्या उभ्या होत्या. दोन चिनी अधिकारी चिनी अक्षरांनी भरलेल्या एका काळ्या फलकासमोर बसलेले होते. जीन जियांगवरून उतरलेल्या चिनी प्रवाशांनी त्यांच्यासमोर रांगा लावल्या. काहींनी येणाऱ्या गाड्यांमध्ये, ट्रकमध्ये सामान भरायला सुरुवात केली. कचकचणाऱ्या गाड्या, हॉर्न, आरडाओरडा आणि धुळीचे एक वादळच उठले तिथे. सिंथिया आणि तिच्या मुलांना मी घाबरून शोधायला लागले, पण ते गायब झाले होते. चिखलाने माखलेल्या एका सेडान गाडीमागे मला एक उंच, गोरा माणूस दिसला. बहुतेक त्या गाडीतच मला सिंथिया दिसली. पण मला खातरी नव्हती. ''मार्टिन? सिंथिया?''मी त्यांना साद घातली. पण बहुतेक त्यांना ऐकू आले नाही. सेडानच्या चाकांनी वळण घेतले आणि धुळीच्या ढगामध्ये वेगाने ती गाडी नाहीशी झाली.

''पाहिलंस?'' क्लेअर कुजबुजली.

मी त्या विरणाऱ्या धुळीच्या ढगाकडे पाहत उभी होते. आता सारेच अविश्वसनीय वाटत होते. उतरण्यापूर्वी सिंथियाने मला बाजूला घेऊन माझ्या हातात तिच्या शांघायमधल्या हॉटेलचा पत्ता कोंबला होता. हे काही एखाद्या किडनॅपरचे वर्तन नक्की नव्हते.

''तुम्हा दोघींना काही अडचण आली, तर मला नक्की कळवाल, मला संपर्क कराल, असं वचन दे मला,'' ती म्हणाली, ''हवं असेल, तर तुम्ही आमच्यासोबतही प्रवास करू शकता.''

आता सगळा धक्का रिकामा झाला होता. त्या ठिकाणी फक्त गंथर, मी आणि क्लेअर उभे होतो. शांघायपासून किती दूर होतो, याचा मला काही अंदाज नव्हता. आम्ही त्या धक्क्याच्या टोकापर्यंत जाऊन जरा अंदाज घेतला. त्या बंदराच्या कडेकडेने

थोड्या इंधनाच्या टाक्या आणि कुरूप पक्ष्याप्रमाणे दिसणाऱ्या क्रेन्स दिसत होत्या.

हवा अगदी पडली होती आणि शांतता पसरली होती. सर्वत्र धूळ आणि धूसर प्रकाश होता.

क्लेअरच्या कपाळावर आठ्या पसरल्या होत्या. गंभीरपणे इकडेतिकडे नजर टाकत ती म्हणाली, ''जीझस ख्राईस्ट.'' तिच्या हातातील सॅक तिने जमिनीवर टाकली. दूर कुठेतरी कुत्र्यांचे भुंकणे ऐकायला आले.

''आता आपण काय करायचं?'' मी विचारले.

खूप विचारात गढल्यावर असतात, तसे तिचे डोळे बारीक झाले होते.

''ओके. आपण ठीक आहोत. छानच सुरुवात आहे. गंथर, काय करायचं?'' क्लेअर म्हणाली.

त्याने आम्हाला अधिकच गोंधळून टाकले. त्याने फक्त खांदे उडवले.

''हे काय गंथर? तुला चायनीज बोलता येतं ना? तू जाऊन चौकशी करतोस का, इथून आपल्याला बाहेर पडता येईल का? टॅक्सी किंवा हॉटेल शोधता येईल का?''

नुकतीच जाग आल्यासारखा गंथर म्हणाला, ''हो, पाहतो.''

आमच्या सॅक्स आम्ही परत खांद्याला लावल्या आणि चालायला लागलो. टर्मिनलच्या इमारतीजवळ आम्ही पोचलो, तेव्हा आवाज आला.

''सुशी, क्लेअर, गंथर माझ्यासाठी थांबा. मी जॉनी!'' मोठा कॅमेरा गळ्यात लटकवून, धापा टाकत जॉनी आमच्याजवळ पोचला. त्याच्या चेहऱ्यावर चिंता दिसत होती.

''मला सोबत न घेताच का जात होतात तुम्ही?''

आनंदाने मी किंचाळले, ''जॉनी, आम्हाला वाटलं तू हरवून गेलास.'' भान हरवून मी त्याच्या गळ्यात हात टाकले आणि बिलगले. माझ्या या अचानक कृतीने सगळ्यांनाच संकोचल्यासारखे वाटले.

गंथरने सांगितले, ''आम्ही आता हॉटेलचं आरक्षण करणार होतो.'' हसण्याचा प्रयत्न करत जॉनीने उत्तर दिले, ''काही गरज नाही हॉटेलचं आरक्षण करण्याची. मी तुम्हाला सांगितलं होतं की, माझे मित्र येत आहेत. ते सगळी सोय करतील.'' बोटीकडे नजर टाकत तो म्हणाला, ''मी माझं सामान ताब्यात घेतो. तुम्ही इथेच वाट पाहा माझी. मिनिटात येतो.''

त्याचे एक मिनिट पुढ्या अर्ध्या तासाचे झाले. पण दुसरे काही करण्याची आमची कोणाचीच तयारी नव्हती.

सायकलीवर ये-जा करणारे लोक पाहत आम्ही उभे राहिलो. एक माणूस ढकलगाडीमध्ये कापलेले डुक्कर घेऊन गेला, तर दुसरा कांदे आणि असल्याच गोष्टींनी लादलेली ढकलगाडी ओढत गेला. मासे, तेल आणि कुजणारा कचरा यांचा वास सगळीकडे दाटला होता.

"सांभाळ!," असे म्हणत क्लेअरने मला बाजूला ओढले. एक व्हॅन आमच्याजवळ थांबली. ड्रायव्हरने इंजिन सुरू ठेवूनच बाहेर उडी मारली. मला वाटले, तो ओरडण्यासाठीच माझ्या दिशेने येत होता. पण तो सरळ जॉनीच्या दिशेने धावला. अचानक जॉनी अवतरला होता आणि या कानापासून त्या कानापर्यंत मोठे हसू त्याच्या चेहऱ्यावर पसरले होते.

"हा माझा मित्र हॅरी," आनंदाने त्याने ओळख करून दिली. पॉलिस्टरचे कपडे आणि बसकी टोपी घातलेला हॅरी जॉनीपेक्षा मोठा दिसत होता. त्याचे हात वाकडेतिकडे होते. त्याचा शर्ट घामाने भिजलेला होता. त्याच्या चेहऱ्यावर डाव्या कानापासून ओठापर्यंत कापल्याचा मोठा व्रण होता.

"नी हाऊ. हॅलो," म्हणत त्याने प्रेमाने आमच्याशी हस्तांदोलन केले. म्हणजे त्याला इंग्लिश येत होते. येस, थँक यू, हॅव अ नाइस डे आणि रोनॉल्ड रिगन एवढेच शब्द त्याला येत होते.

व्हॅनच्या पलीकडे जाऊन हॅरी आणि जॉनी काही वेळ चर्चा करत होते. खाऊपिऊ घालण्याची, सांभाळण्याची वाट पाहत उभे असणाऱ्या बाळांसारखे आम्ही गप्प उभे होतो. प्रवासात माझ्या एक गोष्ट लक्षात आली . प्रवाशांना बहुतेक वेळा छोट्या मुलासारखे वागवले जाते. सगळे काही सापेक्ष असते. अनोळखी प्रदेशात जणू डोके चालेनासे होते. "हा बसस्टॉप आहे का?" आपण अनोळखी बसस्टॉपसमोर उभे राहून मोठ्याने विचारतो. सँडविच मागण्यासाठी चावण्याची कृती करून दाखवतो. खुणांची भाषा वापरतो. आपल्या गावात अगदी सरळ, सभ्य असणारे लोक म्हणूनच परदेशात ताळतंत्र सोडतात वाटते. खोली स्वच्छ नसेल, पेये पुरेशी थंड नसतील, तर सगळ्या रीतीभाती सोडून आरडाओरडा करतात. तेव्हा किती असाहाय्य वाटत असेल? परक्या, अनोळखी वातावरणात खरेच लहान मुलासारखे वाटते आणि तसे वागवले जाते, म्हणून वागलेही जाते. क्लेअर, गंथर आणि मी अपवाद नव्हतो. त्यामुळे घाबरून मूर्खासारखे उभेच होतो आम्ही.

शेवटी एकदाचे हॅरीने हात हालवून आम्हाला व्हॅनकडे बोलावले. अनोळखी माणसाच्या कारमध्ये बसायचे नाही, अशी दोन दशकांची शिकवण आमच्या मनावर बिंबवलेली होती. ती विसरून व्हॅनमध्ये बसलो. हॅरी काम करत असलेल्या कंपनीची ती कार होती. जॉनीने आम्हाला सांगितले की, चीनमध्ये स्वत:च्या मालकीची कार जवळपास कुणीही ठेवू शकत नव्हते. हवी असेल, तर कंपनीच्या मालकाकडून पूर्वसूचना देऊन भाड्याने घेता येते. "हे अमेरिकेसारखं नाही. अमेरिकेत जवळपास प्रत्येकाकडे कॅडिलॅक असते आणि ते आपल्या कारची गाणी गातात. हो नं?"

"अगदी तसंच नाही. आता तर बहुतेक सगळ्या चांगल्या गाड्या परदेशी आहेत," खिडकीबाहेर पाहत क्लेअर म्हणाली. हॅरीने कार सफाईने बंदराच्या

धक्क्यावरून रस्त्यावर आणली. रस्त्याच्या दोनही बाजूंना काळपट रंगाची घरे होती. सुकणाऱ्या कपड्यांच्या दोऱ्या त्यांवर लटकत होत्या.

"हो. गाण्यांबाबत मात्र खरं आहे. चल मोजू या. लेट्स सी देअर इज अ पिंक कॅडीलॅक, लिटल रेड कॉरव्हेट..."

"मी स्टीव्ही वंडरला कधीच कारची गाणी गाताना ऐकले नाही. तो अपवाद आहे," जॉनी म्हणाला.

क्लेअर म्हणाली, "कारण तो अंध आहे आणि अंध माणसं कार चालवत नाहीत."

"तो अंध आहे?" जॉनीने आश्चर्याने विचारले.

डावी-उजवीकडे वळत काही अंतर जाऊन कार थांबली. "पोचलो आपण," जॉनीने जाहीर केले. तो चेष्टा करत होता, असे मला वाटले. कारण त्या धक्क्यापासून केवळ आठ मिनिटांच्या अंतरावर होतो आम्ही.

"हे एक फार उत्तम हॉटेल आहे," जॉनी म्हणाला.

एखाद्या व्हिक्टोरियन उपचारकेंद्रासारखी ती इमारत दिसत होती. मळकट शेणासारखी. गाइडमध्ये पाहत आम्ही कुठे होतो, हे शोधण्याच्या प्रयत्नात गंथर होता.

कारमधून बाहेर येण्यास आम्हाला मदत करत जॉनी म्हणाला, "पुईजंग हॉटेल. हॅरीची इथल्या व्यवस्थापकाशी ओळख आहे. कृपया इकडे या."

आत एका बाकावर बसवून आम्हाला सोडून तो आणि हॅरी स्वागतिकेकडे बोलायला गेला. लॉबीमध्ये उंच छत खांबांनी तोललेले होते. १९२०मध्ये कदाचित इथे इराणी गालिचे आणि झुंबरे असतील. आता मात्र तिथे एखाद्या व्यायामशाळेसारखी कळा आली होती.

जॉनी परतून सांगू लागला, "हॅरीने तुमच्यासाठी तीन बिछाने ठरवले आहेत. तुमचे पासपोर्ट द्या आणि पैसे बदलून घ्या. ओके?"

क्लेअर आणि मी एकमेकींकडे बघायला लागलो. पासपोर्ट आणि पैसे, चेक्स त्यांच्या ताब्यात द्यायचे? आता आम्हाला वाटायला लागले, जॉनी किंवा हॅरी पूर्ण अनोळखी होते. त्यांची खरी चिनी नावेसुद्धा आम्हाला माहीत नव्हती. बोटीवरून पाश्चात्त्य प्रवासी आणून सोडणारे ते हॉटेलचे कमिशन एजंटसुद्धा असू शकतील. ते त्या कर्मचाऱ्यांना मिळालेले असू शकतात. ते हसणे, तुम्ही आमचे पाहुणे आहात वगैरे देखावा असू शकतो.

मी म्हणाले, "एक सेकंद थांब. हे कायदेशीर आहे, हे कशावरून समजायचं आम्ही?"

केसात हात फिरवत क्लेअरने घसा साफ केला. ती म्हणाली, "जॉनी, अगोदर आम्ही खोल्या पाहू शकतो का?"

जॉनी हसत उत्तरला, "हो. ओके. हॅरीने तुमच्यासाठी तीन बेड आरक्षित केले

आहेत. आता पैसे आणि पासपोर्ट द्या.''

क्लेअरने गंथरकडे दृष्टिक्षेप टाकला. तो त्याच्या बॅगमधून चॉकलेटचा बार काढून खाण्याच्या तयारीत होता.

''गंथर,'' ती ओरडली. ''तू आम्हाला मदत करू शकतोस का प्लीज? आम्हाला आधी रूम दाखवा, असं चिनी भाषेमध्ये कसं म्हणायचं?''

तो गोंधळल्यासारखा दिसत होता. क्लेअरचे आणि माझेही बळ संपले होते. त्याच्याशी आम्ही वाद घालू शकत नव्हतो. एकच गोष्ट स्पष्ट दिसत होती. आम्हाला जॉनी आणि हॅरी यांवर विश्वास ठेवण्याशिवाय कोणताही पर्याय नव्हता. अर्धे जग ओलांडून आम्ही साम्यवादी चीनमध्ये पोचलो होतो. आमच्या ओळखीचे, आम्हाला समजणारे खूप दूर राहिले होते. प्रवासापूर्वी माझ्या बॉयफ्रेन्डने – जॅकने – मला सांगितले होते, ''हे पाहा, प्रवासामध्ये तुम्ही त्यांच्या तावडीत असता, त्यांचं ऐकण्यापेक्षा घरी परता.'' त्याचे अनुभवाचे बोल भारतातील प्रवासाचे सार होते.

नाखुशीने मी आणि क्लेअरने पासपोर्ट त्यांच्या स्वाधीन केले. फॉर्म भरले. एका काउन्टरवर ट्रॅव्हलर्स चेक देऊन पैसे घेतले. प्रवाशांसाठी असणारे खास चलन, एक ईसी युआन आम्हाला मिळाले. हॅरीकडे ते देताच त्याने ते स्वागतिकेकडे दिले. ॲबॅकससारखे यंत्र काढून हिशेब करून आम्हाला किल्ल्या दिल्या गेल्या. आमचे पासपोर्ट आणि पातळ कागदावर छापलेल्या ३.५० डॉलर्सच्या पावत्यासुद्धा मिळाल्या.

''डॉर्मेटरी पाचव्या मजल्यावर आहे,'' जॉनी म्हणाला. ''फार छान बेड्स आहेत,'' पॅन्टवर हात पुसत तो पुढे म्हणाला. ''आता मला आणि हॅरीला पुन्हा बंदरावर जाऊन रेफ्रिजरेटर ताब्यात घ्यायचा आहे. तुमच्यासाठी परत येऊ. दुपारी जेवण करायला जाऊ. आमच्या मित्रांची चांगली उपहारगृहंसुद्धा आहेत. नंतर तुम्हाला आम्ही शांघायची सफर घडवू. तुमची आम्ही नीट काळजी घेऊ. समजतं आहे ना तुम्हाला? तुम्ही इथेच राहा. ओके?''

***

आमच्या बॅकपॅक्ससह त्या छोट्याशा लिफ्टमध्ये अडचणीत उभे राहताना क्लेअर म्हणाली, ''वॉव! हे काय विचित्र होतं नाही?''

मी म्हणाले, ''आपण काय करणार? तो आपल्याला मदत करायला अगदी एका पायावर तयार होता.''

''त्याच्याबरोबर आपण जेवायला जायचं की नाही?''

''नंतर पाहू. मला नाही माहीत.'' थोड्या कडक आवाजात क्लेअर म्हणाली, ''मला जॉनीची नाही. गंथरविषयी काळजी वाटते.''

''हं? का?'' किंचित हसून म्हणाले, ''त्याने आता काय केलं?''

माझ्याकडे सावधपणे पाहत क्लेअर म्हणाली, ''मला सांगता येत नाही. तुला कदाचित हे अस्वस्थ करेल. पण सुझ, तुझं जर्मन लोकांबद्दलचं मत अगदी बरोबर होतं असं वाटतं.

लिफ्ट थांबताच क्लेअर म्हणाली, ''मला खरं वाटतं आहे. आपण त्यांच्यावर विश्वास ठेवू शकत नाही.''

आणखी काही म्हणण्याच्या आत ती लिफ्टबाहेर गेली.

***

स्त्रियांच्या सामूहिक शयनगृहामध्ये मोठ्या हॉलमध्ये पंख्याखाली अरुंद लोखंडी पलंगांची रांग होती. अगदी टोकाला ओतीव नक्षीकामाचे कठडे असणारी एक बाल्कनी आणि फ्रेंच पद्धतीचे दरवाजे होते. खालून वर येणारे उष्णतेचे फवारे आणि वाहतुकीचे आवाज वर येत होते.

फक्त पावणेसात वाजले होते. इतर प्रवासी अद्याप झोपलेले होते. फिके, तपकिरी, लालसर केसांचे पिसारे उशांवर पसरलेले होते. नकाशे, गाइड्स, पुस्तके, खोकल्याच्या चघळण्याच्या गोळ्या, छोटे टॉर्च प्रत्येक बिछान्याजवळ मांडून ठेवलेले होते.

हॉलच्या टोकाला सामूहिक स्वच्छतागह होते. त्यात चार बंद टॉयलेट्स आणि सिंकची एक रांग होती. हॉटेलच्या किचनशेजारी दुसऱ्या मजल्यावर शॉवर उपलब्ध असल्याची सूचना आरशावर चिकटवली होती.

टॉवेल, पेपरमिंटच्या वासाचे साबण आणि स्लिपर्स पायात चढवून क्लेअर आणि मी त्या मजल्यावर गेलो. बाथरूम म्हणजे काँक्रीटची एक मोठी खोली होता आणि लोखंडी पाइपचे नळ ओळीने बसवलेले होते.

''वॉव! हे तर चार्ल्स डिकन्सच्या (१९व्या शतकातील प्रख्यात इंग्लश कादंबरीकार) कादंबरीतून अवतरल्यासारखं वाटतं आहे,'' मी म्हणाले.

पण क्लेअर हसली नाही. काळजीने तिने सभोवती पाहिले. ''इकडे पडदेसुद्धा नाहीत,'' ती म्हणाली.

एका कोपऱ्यात जाऊन तिने शर्टखालून ब्रा काढली. ''इकडे पाहू नकोस,'' ती म्हणाली.

तिचे असे संकोचणे मला त्रासदायक वाटले. शाळेमध्ये ती अॅथलेटिक्स कशी खेळली असेल? तिच्या शरीरावर थोडीही जास्तीची चरबी नव्हती. पाठीचा कणा स्पष्ट दिसत होता आणि तिच्या मांड्या, पाय रेखीव दिसत होते. सुंदर मुलींना स्वतःचे शरीर बरेचदा का आवडत नसावे बरे?

अंघोळ करून वर जातानाही क्लेअर त्रासलेली होती. ''पाणी थंडगार होतंच,

पण सर्वांसमोर इथे रोज स्नान कसं करायचं?'' ती म्हणाली.

''आपण असंच साध्या ठिकाणी राहायचं ठरवलं ना. स्वस्तात प्रवास करायचा आहे आपल्याला,'' मी म्हणाले.

माझ्याकडे चिडून पाहत ती उद्गारली, ''याचा आणि कमी खर्चाचा काही संबंध नाही.''

***

जॉनीच्या सूचनांकडे दुर्लक्ष करून बाहेर जायचे आम्ही ठरवले होते, तरी गंथरबरोबर आम्हाला जायचे नव्हते. पण गंथर म्हणजे गंथरच होता. आमची वाट पाहत खाली तो थांबला होता. त्याने दुपारी सीआरटीएसकडून (पर्यटकांना मदत करणारी संस्था) आमच्यासाठी नकाशे मिळवले होते. त्याचबरोबर त्याच्याकडे रोमन लिपीमध्ये लिहिलेले चिनी शब्दकोश उच्चारासहित होते. सगळे चिनी नकाशे चिनी भाषेतच असतील, हे आमच्या लक्षात आले नव्हते. गंथरकडून नकाशे घेताना मला वाटले उगाचच बिचाऱ्याचा राग-राग करतो आपण.

सकाळच्या प्रकाशात शांघाय हे आजोबांच्या काळातले जुने शहर वाटत होते. एके काळी दिमाखदार असणारे, पण आता उतरती कळा लागलेले, धुळीने माखलेले शहर. धुके तरळणाऱ्या रस्त्यांवर टेलिफोनच्या तारांचे जाळे अस्ताव्यस्त पसरले होते. जुन्या सायकली आणि ठोकळ्यासारख्या जुनाट बस रस्त्यांवर धावत होत्या. वसाहत काळातील उंच इमारतींची एक रांग नदी काठावर उभी होती. त्याच्या मागे जुन्या, प्राचीन छपरांचे, गल्ल्याबोळांनी भरलेले घाणेरडे शहर पसरले होते. १९३२नंतर काही नवीन बांधले गेलेच नव्हते. सगळे रंग फिकट काळपट झाले होते.

अर्थातच सगळ्या पाट्या, खुणा चिनी भाषेत होत्या. अपेक्षित होते, तरी त्याचा परिणाम फार तीव्रपणे जाणवला होता. कुठेही पाहिले, तरी मला काहीच वाचता येत नव्हते. जणू माझा मेंदू बंदच पडला होता.

नदीच्या उत्तरेला एका रिकाम्या हॉटेलवर तेवढी इंग्रजीत पाटी होती. दुसऱ्या महायुद्धाच्या काळातील निऑन साइनच्या त्या बोर्डवर जाहिरात होती.

बे

बे   य   र

र

क्रुससारख्या लटकलेल्या त्या जाहिरातीपासून आमचे हॉटेल फारसे दूर नव्हते. शहराच्या मध्यभागामध्ये पोचण्याअगोदर आम्हाला एक छोटा लोखंडी पूल पार

करावा लागला. बंड म्हणून ओळखल्या जाणाऱ्या त्या रस्त्यावर आमच्या बाजूने सायकलवाल्यांची प्रचंड गर्दी होती. आम्ही पाहण्यासाठी थांबलो, तर आमच्याभोवती चिनी लोकांचा गराडा पडला. ते आमच्याकडे आणि आम्ही त्यांच्याकडे पाहत राहिलो.

१९८६मध्ये साम्यवादी संघराज्य एक बंदिस्त समाज होता. चीनच्या मुख्यभूमीवरील बहुतेक लोकांनी या अगोदर मोठ्या नाकाचे, गोऱ्या कातडीचे लोक पाहिलेले नव्हते. दोन मुलींनी गंथरच्या भव्य आकृतीकडे बोटे रोखली आणि तोंडावर हात ठेवून त्या खिदळायला लागल्या. बऱ्याच वयस्कर चिनी बायकांनी माझा आणि क्लेअरचा ताबा घेतला. आमचे गोल डोळे गॉगलने लपवलेले, क्लेअरचे मोठ्या मापाचे टिंबरलॅन्ड कंपनीचे बूट, घट्ट शर्टमधून दिसणारी आमची वक्षस्थळे. आम्ही बहुतेक त्यांना ॲमेझॉनच्या जंगलातून आलेल्या गोरिलांसारखे वाटलो असणार. कॉलेजमध्ये असताना मुलांनी आमच्याकडे असे मुली म्हणून पाहिले, तर मला मुळीच आवडत नसे. आता समजत होते, ते तसे पाहणे काहीच नव्हते यापुढे.

"नी हाऊ," गंथर जमावाकडे हात उंचावून हलवत म्हणाला. त्याचे पाहून आम्हीही एका आवाजात ओरडलो, "नी हाऊ!"

लोक हसायला लागले. "नी हाऊ," त्यांनीही प्रतिसाद दिला. माओ युनिफॉर्ममधील एका पित्याने आपल्या छोट्या मुलीला आमच्या दिशेने ढकलले. सात वर्षाच्या त्या मुलीचे केस लाल धाग्यांनी दोन पोनीटेलमध्ये बांधलेले होते.

"हॅलो, हाऊ आर यू?" तिने प्रत्येक शब्द काळजीपूर्वक लाजत उच्चारला.

मी तिच्यासमोर गुडघे टेकवले. सावकाश बोलले, "हॅलो, आय ॲम फाइन! हाऊ आर यू?"

ती मुलगी मागे वळून वडिलांकडे धावली. त्यांच्या कपड्यात तोंड लपवून उभी राहिली. जमावाने ओरडून दाद दिली. शहरात आम्ही म्हणजे नवी सर्कस आली होती.

आम्ही हान्पु पार्ककडे चालत गेलो. आमच्या मागे-मागे जमाव चालत होता. गंथर शू लेस बांधायला थांबला, तर ते सारे थांबले. पुडाँगच्या उजाड बेटांकडे पाहण्यासाठी आम्ही नदीकिनारी गेलो, तर तो घोळकाही तिकडे पाहू लागला. आपल्याकडे लोकांनी पाहत राहावे, असे जरी वाटत असले, तरी प्रत्यक्षात तसे घडल्यावर मला फारच ताण आला होता.

"मला हे अजिबात आवडत नाही," क्लेअर पुटपुटली, तरी चेहऱ्यावर तिने स्मितहास्य कायम ठेवले होते.

"मला विचित्र वाटत आहे. आपण चालत राहू या का?" जेव्हा आम्ही प्रत्यक्षात पीस हॉटेलसमोरच्या रस्त्याने चालायला लागलो, तेव्हा एकदाचा जमाव नाहीसा झाला. चीनमध्ये दोन प्रकारचे चलन होते. सर्वसामान्य चिनी लोकांसाठी वेगळे आणि आमच्यासारख्या प्रवाशांसाठी इएफसी हे वेगळे. (परदेशी प्रवाशांसाठीचे

खास चलन) सरकारद्वारा संचालित मैत्री दुकानांमध्ये फक्त तेच स्वीकारले जायचे. तिथे सर्वोत्कृष्ट चिनी आणि आयात केलेल्या गोष्टी मिळत असत. म्हणून मग काळा बाजार जोरात चाले. स्थानिक चलन आणि इएफसीचा विनिमय दर एकास १.४ इतका असे. पीस हॉटेल याचे केंद्र होते. त्याच्याजवळ आम्ही पोचताच चेहऱ्यावर तिरक्या चिनी टोप्या घातलेले लोक जवळ येऊन हळू आवाजात विचारू लागले, ''चिनी चलन हवं? चांगला दर देतो.''

शब्दही न उच्चारता गंथरने मान डोलवली. त्या माणसाने रस्त्यातल्या एका बाजूला खूण करून तो नाहीसा झाला. आम्ही काही म्हणायच्या आत गंथर आम्हाला एकटे सोडून त्याच्या मागे गेला. आम्ही त्या पायऱ्यांवर दोघीच उरलो.

''पाहा. म्हटलं नव्हतं तुला?'' क्लेअर भडकली होती. अशा व्यवहारातून होणाऱ्या कमाईबद्दल बॅकपॅकर्सना बोलताना, बढाया मारताना आम्ही हाँगकाँगमध्ये ऐकले होते. ते आम्हाला किळसवाणे वाटले होते. हे म्हणजे लोकांना बुडताना जीवरक्षा बोट वापरण्यासाठी मोबदला मागितल्यासारखे वाटते. असा काळा बाजार अपरिहार्य होता. स्थानिक चलनाशिवाय तुम्ही स्वतंत्रपणे प्रवास करू शकत नाही. असे काही न करण्याचे आम्ही ठरवले होते.

''चल पळ,'' क्लेअर म्हणाली. कोपऱ्यावर वळून आम्ही दोघी धावायला लागलो. एका छोट्या गल्लीमध्ये वळून दुसऱ्या रस्त्यावर पोचलो. एका दरवाजासमोर दम लागून पडलो आणि एखादा तुरुंग फोडून आल्यासारख्या खिदळायला लागलो.

''एकदाचे सुटलो त्याच्या सोबतीतून.'' धापा टाकत क्लेअर म्हणाली, ''ओके. पण आपण आहोत कुठे?''

आम्हाला कसे सुचले कुणास ठाऊक, पण आम्ही आमचे गाइड बरोबर आणले होते. क्लेअरने नकाशा उघडला. स्थळांची नावे – नानजिंग, जियांग्सी, गुआंग्झी – ती वाचत होती. ''जाऊ दे. आपण नुसतं फिरू. फार तर काय होईल? आपण नदीच्या दिशेने जाऊ या आणि त्या मोठ्या ऑस्पिरीनच्या जाहिरातीला शोधू या.''

शांघाय. पूर्वेंचा मोती.

नानजिंग रस्त्याच्या दोन्ही बाजूंना आइसक्रीमसारखा रंग असणारी दुकानांची रांग होती. चिनी अक्षरांमधले बोर्ड लाल रंगात रंगवलेले होते. गॅरेज, स्वस्त वस्तू दाखवणारी ती दुकाने थेट रस्त्याला भिडलेली होती. संत्र्यांच्या टोपल्या, तेलाने माखलेल्या चुली, माशा घोंगावणारे वोक (कढया), पॉलिस्टरचे ब्लाउज सगळे रस्त्यावर होते. पायाखाली फुटकेतुटके फुटपाथ होते. अनेक वर्षे वापरून त्या सगळ्या रस्त्याला जीर्ण रंग आला होता. वासाच्या आणि सुगंधाच्या लाटामागून लाटा येत होत्या. मूत्र, भाजलेले पोर्क (डुकराचे मांस), जास्मिन (मोगरा), ओलसर बुरशी आणि चंदन, इंधन, कुजणाऱ्या भाज्या इत्यादींचे वास तरळत होते.

आम्ही शांतपणे, सावकाश धूळ झटकत चालू लागलो. त्या तात्पुरत्या राहण्याच्या खोल्यांसमोर बाबूंच्या जोडण्या करून बाल्कनी तयार केलेल्या होत्या. अनेक तारा, ट्युब, दोच्या आणि कपडे यांनी त्या भरून गेलेल्या होत्या. धुळीमध्ये कोंबड्या उडत होत्या.

"मला तहान लागली आहे," क्लेअर म्हणाली. "चल. आपल्याला कितपत संवाद करता येतो, पाहू या." एका छोट्या वाणसामानाच्या दुकानासमोर आम्ही थांबलो. ऑरेंज सोड्याच्या छोट्या बाटल्या भरलेल्या टोपल्या तिथे रस्त्याच्या बाजूला रचून ठेवलेल्या होत्या. आमच्याकडे मंत्रमुग्ध होऊन पाहत एक किशोरवयीन मुलगा काउन्टरमागे उभा होता.

त्या मुलाशी मी फ्रेंचमध्ये बोलायला सुरुवात केली. फ्रेंच कशी आली माझ्या तोंडात? कारण बहुधा तेवढीच एक परदेशी भाषा मला येत होती. शाळेमध्ये फ्रेंच शिकताना कधी काळी ती आपण वापरू, असे वाटले नव्हते. पण आता आपोआपच परक्या देशात मला ती एकमेव परकी भाषा आठवली.

क्लेअर हसत म्हणाली, "त्झा त्झा, परत चिनीमध्ये प्रयत्न करायला हवा?" काउन्टरवर ठेवल्या. बलित्झचे शब्दकोश माझ्या हातात कोंबून तिने आज्ञा केली, "प्लीज कसं म्हणतात शोध."

भीतीने भराभर पाने चाळत मी शोधू लागले. शेवटी सापडले. सोड्याच्या त्या बाटल्यांकडे बोट दाखवत मी म्हणाले, "चिंग."

त्या मुलाने आनंदाने मान डोलावली. एक मिनिट आम्ही यशस्वी संभाषण केले, आंतरसांस्कृतिक संभाषण! मग तो मुलगा काहीतरी अगम्य भाषेत बोलला.

लेदरचे ब्रॅन्डेड पाकीट बाहेर काढत क्लेअर म्हणाली, "तो आपल्याला किंमत सांगत असणार." पैसे पाकिटातच किंवा पर्समध्ये ठेवण्यावर तिचा विश्वास होता. मी मात्र कपड्यांखाली कमरेला सुरक्षित बांधून ठेवत होते. त्याने मला वेड लागायची वेळ आली होती. मला स्पष्ट दिसत होते की, शक्य असल्यास तिने अंगाभोवती फलक गुंडाळला असता 'या, माझ्याकडे खूप पैसे आहेत. मला लुटा.' न्यूयॉर्कमधून आलेले कुणी असे पैसे दाखवत फिरत नसते.

ती पैसे शोधत असताना त्या मुलाने दोन बोटे दाखवली. "बाह," तो म्हणाला.

चुटकी वाजवत क्लेअर म्हणाली, "या बाहचा अर्थ काय असेल?"

"मला वाटतं दोन असेल. त्याने दोन बोटं दाखवली."

इएफसीच्या दोन नोटा दाखवत क्लेअर म्हणाली, "मला माहीत आहे बाह."

तो मुलगासुद्धा म्हणाला, "बाह." पुन्हा त्याने दोन बोटे दाखवली.

"ओह ख्राईस्ट, हा मतिमंद आहे!" क्लेअर कुजबुजली. मी घाईने शब्दकोश शोधला.

"मला वाटतं बाह म्हणजे आठ."

"मग तो दोन बोटं का दाखवतो आहे?"

क्लेअरने नाक उडवत आठ नोटा काउन्टरवर ठेवल्या. मग थोडी शांतपणे म्हणाली, "जीझस, इथे निदान अंक आणि बोटांचे मोजणं तरी सारखं असावं. कारण केव्हापासून दोन बोटं म्हणजे दोन नाहीत?"

मी विचारात पडले. आम्ही वर पाहिले. म्हाताऱ्याकोताऱ्या आणि सगळे आख्खे कुटुंब आमच्याभोवती उभे होते. आसपासचे लोकही जमले होते.

"हो बरोबर. प्रत्येकाने इकडे या," क्लेअर केसातून बोटे फिरवत गुरगुरली. "दोन अमेरिकन ऑरेंज सोडा प्यायला थांबले, याचं श्रील संपणार आहे का?"

"ओहो! मला वाटतं, त्यांना वाटतो तेवढ्याच आपण आपल्याला आकर्षक वाटायला हवं," मी हसून म्हणाले.

हाँगकाँगमध्ये कोणी लक्ष देत नव्हते. त्याउलट चीनमध्ये लोक आमच्याकडे फारच लक्ष देत होते. आम्ही तिथून बाहेर निघालो, तेव्हा लोक आमच्याकडे बोटे करून येतील तेवढे इंग्लिश शब्द बोलत होते. फुटपाथवर आमच्या मागे-मागे ओरडत होते, "हॅलो मिस अमेरिका, न्यूक्लिअर मिसाईल! हॅम्बर्गर!" आम्हाला घेरल्यासारखे वाटत होते.

आम्ही जेव्हा रेनमिन चौकात पोचलो, तेव्हा सुटल्यासारखे वाटले. तेथे एक दाट झाडे असणारे, तळे असणारे उद्यान होते. अगदी इथेही एक तरुण चिनी आमच्या दिशेने आला. "माफ करा. तुम्ही कामात आहात का? शक्य असेल, तर मला तुमच्याशी बोलायला आवडेल."

आतापर्यंत आम्हाला भेटलेल्या लोकांपेक्षा त्याचे इंग्लिश बोलणे खूपच चांगले होते. निळी जीन पॅन्ट, सर्व बटणे बंद केलेला शर्ट, आधुनिक स्पाइक्सची केशभूषा यांमुळे तो समवयस्क वाटत होता. कदाचित आम्हालाही त्याच्याशी बोलायला आवडेल.

"नक्कीच आवडेल," आम्ही म्हणालो.

बगिच्यामध्ये इकडेतिकडे पाहत तो म्हणाला, "आपण तिकडे गेलो, तर चालेल का?" अझालियाच्या दाट झुडपांच्या कुंजाकडे त्याने बोट दाखवले. सांस्कृतिक क्रांतीच्या आठवणी अजून ताज्या असताना परदेशी लोकांशी उघडपणे बोलण्याचे साहस काही सर्व लोकांमध्ये नव्हते. एका बाकावर आम्ही बसून खोल श्वास घेतला.

"आभारी आहे. मला इंग्लिश बोलण्याचा सराव करायला मिळत नाही इकडे. मी इंग्लिश बोललो नाही, तर विसरून जाईन," तो हळू आवाजात बोलत होता.

त्याचे नाव टॉम असून त्याचे वडील डिप्लोमॅट होते. तो १२ वर्षांचा असताना ते इंग्लंडमध्ये दोन वर्षे होते. आम्ही अमेरिकन असल्याचे समजल्यावर तो फारच खूश झाला. लंडनमध्ये त्याने स्टार वॉर्स आणि इतर अमेरिकन चित्रपट पाहिले होते.

"प्लीज, मी तुमच्या देशाबद्दल काही प्रश्न विचारले, तर चालेल का?'' तो म्हणाला.

"चल विचार,'' आम्ही म्हणालो.

त्याने अशी प्रश्नांची फैर झाडली की, आम्हाला त्याच्या वेगाने उत्तर देणे शक्य झाले नाही. "इतकं लहान वयाचं राष्ट्र असून अमेरिकेचा एवढा प्रभाव कसा आहे? अमेरिकन मुलं, उदाहरणार्थ तुम्ही, एवढे स्वतंत्र कसे आहात? अमेरिकन कुटुंब कसं असतं? तिकडे घटस्फोट ही नित्याची बाब आहे ना? एवढे श्रीमंत असून अमेरिकन लोक असमाधानी का असतात?''

तसे तर क्लेअर आणि मी कोणत्याही प्रश्नाला सविस्तर उत्तर देऊ शकलो असतो. उदाहरणार्थ प्लेटोच्या (ग्रीक तत्त्ववेत्ता) नैतिक मूल्यांची संकल्पना किंवा व्हर्सायचा तह. पण टॉमचे प्रश्न असे होते की, आम्ही अगदी गप्प बसलो. या पद्धतीने आमच्या देशाची माहिती आम्हाला कुणी विचारली नव्हती. कसेबसे त्याचे समाधान होईल, अशी उत्तरे दिली. त्यानेही नम्रपणे सर्व ऐकून घेतले. नंतर अडखळत विचारले, "तुमच्या देशात नियतकालिकं वाचल्याबद्दल अटक होते का?''

मी हसत म्हटले, "काय चेष्टा करतो. का अटक होईल?''

त्याने शरमून मान फिरवली.

"ओ माय गॉड!'' तोंडावर हात ठेवून क्लेअर म्हणाली, "ते राजकीय मासिक तर नव्हतं?''

मान हलवत तो म्हणाला, "नाही. प्ले बॉय. मी १४ वर्षांचा असताना माझ्या इंग्लंडमधील मित्रानं मला दिलं होतं. त्यांना ते सापडताच मला त्यांनी दोन वर्षांसाठी पुनर्शिक्षण शिबिरामध्ये पाठवलं.''

मार्टिन त्याच्या 'जग्ज'ची पाने चाळताना नजरेसमोर आला. मला माझे कॉलेजचे दिवस आठवले. पोर्नोग्राफी (लैंगिक साहित्य) म्हणजे स्त्रियांविरुद्धचा गुन्हा आणि हिंसा अशा विषयांबद्दल आणि त्याला बेकायदेशीर ठरवण्याबद्दल मी तावातावाने बोलत असे.

मला एकाएकी वाटले, आपल्याला काहीच कळत नाही. टॉम उभा राहत म्हणाला, "ठीक आहे. मला आता जायला हवं. धन्यवाद!''

बधीर मनाने आम्ही बगिच्याबाहेर आलो. नानजिंग रोडवर आम्ही परतताच एका डोक्यावर पांढऱ्या केसांचे छप्पर असणाऱ्या म्हाताऱ्याने माझे कोपर पकडून ठेवले.

"हॅलो! चीनमध्ये स्वागत असो!'' छातीवर मूठ आपटत तो मोठ्याने ओरडत होता. "मी दुसऱ्या महायुद्धात इंग्लिश शिकलो होतो.'' माओ पॅन्ट, पांढऱ्या आणि तपकिरी चौकटीचा शर्ट अशा अवतारात तो बोलत राहिला. "मी अमेरिकन लोकांबरोबर काम केलेलं आहे. छान असतात ते. माझे मित्र सिनसिनाटीला राहतात. तुम्ही तिथूनच आलात काय?''

"नाही. न्यूयॉर्क," मी उत्तरले.

"ओह, न्यूयॉर्क. मोठं सफरचंद, थाळी बेसबॉल, बुकलीनचा पूल." तो बोलत असताना दुसरा जमाव गोळा व्हायला लागला होता.

"तुम्ही न्यूयॉर्कला भेट दिली आहे का?" मी विचारले.

"नाही, नाही. माझा सिनसिनाटीचा मित्र मला पोस्टकार्ड पाठवतो. स्टॅच्यू ऑफ लिबर्टी, वर्ल्ड ट्रेड सेंटर."

तो क्लेअरच्या आणि माझ्या जवळ आला. आधारासाठी आमच्या मनगटांना त्याने धरून ठेवले. त्याचे हात छोटेसे स्टारफिशसारखे होते. "न्यूयॉर्क! मोठं शहर! एक नंबरचे. उद्या भविष्यात शांघायसुद्धा तसंच मोठं होईल. किती लोक राहतात न्यूयॉर्कमध्ये?"

"मला नाही ठाऊक. असतील सात हजार दशलक्ष."

"सात हजार दशलक्ष!" अविश्वासाने तो मागे सरकला. "पण हे काहीच नाही. शांघायमध्ये १२ हजार दशलक्ष लोक आहेत. शांघाय न्यूयॉर्कपेक्षा मोठं वाटतं का तुम्हाला?"

"वाटतं बहुतेक." शांघाय मोठे वाटत नसले, तरी खूप लोक आणि गर्दी होती तिथे – आणि या क्षणी ते आमच्याकडे पाहत होते.

चिनी प्रेक्षकांकडे वळून म्हातारा काहीतरी म्हणाला. लोकांमध्ये उत्सुकतेची लहर पसरली. "मी त्यांना सांगतो आहे, तुम्ही अमेरिकन आहात आणि न्यूयॉर्कपेक्षा शांघाय मोठं आहे, असं म्हणता आहात."

गर्दीतून आणखी एक जण पुढे आला आणि त्याने माझ्याशी हस्तांदोलन केले. "शांघायमध्ये १४ बिलियन लोक आहेत." एक बाई झुकून म्हणाली, "१५ बिलियन." सायकलवरून जाता-जाता थांबून म्हणाला, "२० बिलियन. शांघाय मोठं शहर आहे."

त्या गर्दीच्यामध्ये बढाया ऐकत थांबले, तरी मला घरच्यासारखे वाटत होते. सब-वे कारमध्ये बऱ्याच वेळा मी एकटीच गोरी मुलगी असायचे. केव्हा-केव्हा त्या संपूर्ण परिसरात माझेच गोरे कुटुंब असायचे. गर्दीत धक्के खायची सवय होती मला. आणि हे चिनी? ते एकदमच बोलत होते. आपलेच बरोबर म्हणत होते. लक्ष वेधत होते. का? ते बरेचसे ज्यू लोकांसारखेच वाटत होते.

माझे हात घट्ट पकडून क्लेअर उभी होती. "सुझी, आपण इथून बाहेर पडू शकू का? मला गरम होत आहे. चक्कर येते आहे. मला बाथरूमची गरज आहे."

तिचा चेहरा तापलेला दिसत होता. तिचा आत्मविश्वास माहीत असूनसुद्धा ती एक शहरी मुलगी होती. तिच्या जगात ओक वृक्ष, घोड्यांचे फार्म, काउन्टी क्लब, हिरवेगार गोल्फचे मैदान आणि न्यू इंग्लंडच्या शहरातील बँका होत्या. कनेक्टिकटमध्ये तिच्या डॉर्मेटरीच्या खिडकीबाहेर ती तिच्यासारख्याच मुली स्विमिंग पूलवर पाहत असे. आज प्रथमच माझ्या पार्श्वभूमीचा मला फायदा मिळत होता.

''ओके. चल आपण परत पुजियांगकडे जाऊ.''

''नाही,'' ती किंचाळली. ''मला आत्ताच जायला हवं बाथरूममध्ये.''

तिला त्रास होत होता. ''मला मदत कर,'' ती म्हणाली. काय करावे, काही कळत नव्हते. रस्त्यांच्या गुंत्यात आम्ही कुठेतरी होतो. त्या सगळ्यांची नावे डाँगलू होती. मी सभोवार पाहिले. कदाचित त्या दुकानाजवळ एक उपाहारगृह होते.

आम्ही भराभर पुन्हा मागे जाऊ लागलो. गल्ल्यांमागून गल्ल्या मागे जात होत्या. धूळ, कोंबड्या, बांबूच्या शिड्या आणि बंद रस्ता. आम्ही परत धावत रस्त्यावर आलो. रस्त्याच्या पलीकडे आणखी दोन्या, आणखी झोपड्या. घडीच्या खुर्चीवर एक माणूस उघडा वारा घेत बसला होता. एक सायकल, एक सिंक, एका हातात मुले घेतलेली बाई. कपडे धुण्याच्या बादल्या. सगळ्याचा एक कुबट गंध येत होता. आम्ही डावीकडे वळलो. दुसरी गल्ली.

अनेक गल्ल्यांमधून मी शोधत पुढे गेले. माझ्यामागे हाताने पोट गच्च पकडून क्लेअर धडपत येत होती. शेवटी एकदाचे आम्ही पिटुकल्या उपाहारगृहाजवळ आलो. ओबडधोबड टेबलाभोवती बसून खाणारे लोक आमच्याकडे पाहू लागले.

''लवकर,'' क्लेअर शब्दकोशाची पाने चाळत ओरडली, ''टॉयलेट कसं म्हणतात?''

क्लेअरला मी चूक दाखवली. तिने कँटोनिज भाषेचा शब्दकोश काढला होता. आम्हाला मँडारिनचा हवा होता. ''मला जायलाच हवं,'' ती पुन्हा किंचाळली.

काउन्टर पलीकडच्या बाईकडे मी धाव घेतली. ''बॉन्शर, मला म्हणायचं आहे नी हाऊ. चिंग?'' क्लेअरकडे बोट दाखवत मी बसण्याचे हावभाव केले.

''ओह,'' ती हसली. माओ युनिफॉर्म आणि झालरींचा एप्रन घातलेली ती जाडजूड बाई आम्हाला स्वयंपाकघरामधून एका अरुंद गल्लीत गवतातून आणि छोट्या घरांच्या रांगेतून घेऊन गेली.

''ती आपल्याला कुठे नेते आहे? सांगतेस काय?'' क्लेअर पोट दाबत म्हणाली.

एका सामुदायिक स्वच्छतागृहात तिने आम्हाला नेले. ''शेय शेय नी,'' मी वेड्यासारखी मान डोलावत राहिले. क्लेअर अडखळली, पण त्या बाईने तिला हाताला धरून आत नेले. मध्ये खड्डा असणारी ती खोली पूर्ण रिकामी होती. त्या खड्ड्याजवळ आधीच दोन बायका बसलेल्या होत्या. त्यांचे चेहरे निर्विकार होते. दूर कोपऱ्यात नळातून पाणी वाहत होते. तिथे सर्वत्र विष्ठेचा वास पसरला होता.

क्लेअर किंचाळली आणि बाहेर पळाली. चीन एक बंदिस्त समाज होता म्हणे आणि इथे तर प्रत्येक गोष्ट सार्वजनिकरीत्या होत होती. स्वयंपाक, खाणेपिणे, स्वच्छता विसर्जन सर्वांसमोर; अगदी जाहीररीत्या. मूलभूत विसंगती मला समजली. जर तुम्हाला लोकशाहीमुक्त समाजामध्ये मुक्तपणे राहवे वाटत असेल, तर दरवाजे

लावावे लागतात. तुमचे शेजारी आणि इतर लोकांच्या नजरांपासून दूर खासगीपण सांभाळावे लागते. इथे सर्वांनी एकत्र स्वच्छतागृहामध्ये विसर्जन करणे म्हणजे सर्वांना समान पातळीवर आणणारे लोकशाहीचे विडंबन होते. पण मला आणि क्लेअरला फारच खालच्या पातळीवर गेल्यासाखे वाटले.

"मी तिथे जाऊ शकत नाही. हे फार निराशाजनक आहे," भिंतीजवळ वाकून बोलत क्लेअर म्हणाली.

"खरं आहे गं! पण आपण हॉटेलपर्यंत असं पोचू शकणार नाही. येऊ शकशील का? पॅन्ट ओली करण्यापेक्षा कार्यभार इथेच उरकून घे."

तिने माझ्याकडे दचकून भयाने पाहिले.

खोल श्वास घेऊन मी म्हणाले, "हे पाहा. आपण दोघी आयव्ही लीगच्या पदवीधर आहोत. हुशार आहोत. जर आपण साम्यवादी लोकांच्या राज्याचं चीनचं स्वच्छतागृह वापरू शकत नसलो, तर कोण वापरेल? मी तुला सोबत करते. हवं तर कोण लवकर उरकतं, याची आपण स्पर्धा लावू."

उसन्या अवसानाने क्लेअर वळून माझ्याबरोबर पुन्हा स्वच्छतागृहामध्ये आली.

"बरं झालं विमानतळावर माझा घोळणा फुटला. म्हणून आपल्याजवळ पेपर नॅपकिन्स तरी आहेत."

आत जाताच आम्ही शक्यतो श्वास रोखण्याचा प्रयत्न केला. सुदैवाने त्या दोन चिनी महिला गायब झाल्या होत्या.

थारोळ्याच्या पलीकडे छोट्या खिडकीजवळ माझ्याकडे पाठ करून ती उभी राहिली. मी दरवाजाकडे तोंड केले. जणू आम्ही द्वंद्वयुद्धासाठी तयार होतो.

पॅन्ट खाली ओढत मी म्हणाले, "ओके. रेडी. एक, दोन, तीन सुरू."

क्लेअरने घेतलेला श्वास, तिच्या कपड्यांचे आवाज आणि नंतर मूत्रविसर्जनाचं आवाज मला ऐकू येत होता.

"माझ्याकडे पाहाणं बंद कर," एकाएकी ती किंचाळली.

खिडकीकडे पाहत घाईने पॅन्ट वर घेत ती ओरडत होती, "अरे देवा! त्या बायका आपल्याकडे पाहत होत्या."

***

पुजियांगला परतलो, तेव्हा सामुदायिक शयनगृह रिकामे होते. आमच्या अरुंद लोखंडी पलंगावर वाहतुकीचे आवाज ऐकत आम्ही गप्प पडून राहिलो.

"स्वीटी, आता बरी आहेस तू?" मी हळुवारपणे विचारले.

कडवट आवाजात, "ठीक आहे, ठीक आहे मी. मला फक्त एकच प्रश्न पडला आहे. सर्व जण माझ्याकडे पाहत असताना माझा कसा निभाव लागेल?"

ती बोलत असतानाच अनेक पाश्चात्य स्त्रियांनी शयनगृहामध्ये प्रवेश केला. खांद्यावरच्या जड सॅक्स जमिनीवर टाकत हसत, बडबडत त्या वावरत होत्या. जेवणाची वेळ झाली होती. त्या जेवणासाठीच हॉटेलमध्ये परतल्या होत्या.

त्या सर्वांमध्ये आम्ही दोघीच काय त्या अमेरिकन होतो. बाकी तिथे कॅनेडियन, ऑस्ट्रेलियन, किवी (न्यूझीलॅन्ड), युरोपियन स्त्रिया होत्या; ज्या गेले अनेक महिने रस्त्यांवरून फिरत होत्या. जळणाच्या साखरेसारखा त्यांच्या कातडीचा रंग काळवंडला होता. युद्धाचा अनुभव असणाऱ्या वीरांसारखे त्यांचे चमकदार डोळे होते. पॅचवर्कच्या नाडी बांधलेल्या पॅन्ट्स आणि बाटिकचे रंगीबेरंगी शर्ट त्यांनी आशियाच्या बाजारामध्ये खरेदी केलेले दिसत होते. पाश्चात्य जीवनाचे सगळे सोपस्कार त्यांनी सोडून दिल्यासारखे वाटत होते. अनुभवाने त्यांना सुदृढ आणि सक्षम बनवले होते. त्यांच्या घोळक्यामध्ये क्लेअर आणि मी नवीकोरी बॅकपॅक, शुभ्र रिबॉकचे बूट, फिक्या रंगाचे खेळाचे कपडे घेऊन बसलो होतो. आमचा कोणावरही प्रभाव पडणार नव्हता. खांदे उडवत एक डेनिश स्त्री म्हणत होती, ''सायबेरिया म्हणजे सायबेरियाच!'' अंगातला शर्ट काढून काखा पुसत ती म्हणाली, ''पण आता मंगोलियामध्ये जाणं म्हणजे एक अनुभव आहे.''

''वेल, जरा वेळ लागला, पण बाकी ब्राझिलियन लोकांना समजलं, त्यांची चूक झाली आणि त्यांनी मला सोडलं. आनंदाची गोष्ट म्हणजे माझ्यासारख्याच चुकीने अटक केलेल्या मुलीची माझी भेट झाली. मग आम्ही पॅटागोनियाला बरोबर गेलो.''

क्लेअरच्या पलीकडची एक स्वीस मुलगी नुकतीच ल्हासाहून आली होती. आतापर्यंत ल्हासा म्हणजे भारतीय मिल्कशेकचा दह्यापासून केलेला प्रकार वाटत होता. पण नाही, आज मला कळले, तिबेटची राजधानी आहे ती. मी शरमलेच.

ती मुलगी सांगत होती आणि इतर तिच्याभोवती गोळा झाल्या होत्या. ल्हासाला जाणे तांत्रिकरीत्या निषिद्ध होते. शिवाय तिकडे पोचायला तब्बल दोन आठवड्यांचा खडतर प्रवास करावा लागे. प्रवासात तिला जुलाब झाले. अशक्तपणामुळे शेवटी याकवर (हिमालयतील बैलासारखा प्राणी) चढवून मठामध्ये न्यावे लागले. ''पण आहा! तिबेट म्हणजे अख्ख्या जगातील अद्भुत देश आहे,'' दीर्घ श्वास सोडत ती म्हणाली.

एका सुंदर दिसणाऱ्या कॅनेडियन मुलीने सांगितले की, ती एका तस्करांच्या टोळीत सामील झाली होती. पाश्चात्य स्त्रियांना कोटात रोलेक्सची घड्याळे लपवून दक्षिण कोरियात पाठवले जात होते. आम्ही दोघीही नाहीशा व्हायला उत्सुक होतो. शांघायला येऊन आम्हाला जेमतेम पाच तास झाले होते. काही मैल फिरणे आणि ऑरेंज सोड्याची बाटली घेणे, एवढेच आम्हाला जमले होते. सार्वजनिक स्वच्छतागृहाच्या अनुभवाने आम्हाला भरूनच आले होते.

***

जॉनी परतल्यावर काही विरोध न करता आम्ही हॅरीच्या व्हॅनमध्ये निमूटपणे चढलो. गर्दीपासून दूर असण्याच्या आनंदात खिडकीबाहेर पाहत राहिलो.

"पाहा, मी काय आणलं आहे," हॅरी म्हणाला. 'द वूमन इन रेड'चे स्वर खरखरत गुंजले. हॅरी त्या बरोबर गात होता. आम्ही सर्वच गायला लागलो.

"मी तुझ्यावर प्रेम करतो, हे मला सांगायचं आहे."

गंथर आमच्यामध्ये बसला होता. गुडघ्यांवर हात ठेवून पुढे वाकून खिडकीबाहेर पाहत होता. तो काळ्या बाजारात व्यवहार करत होता, तेव्हा आम्ही त्याला सोडले होते. एकतर आमचे नसणे त्याला जाणवले नव्हते किंवा त्याने दुर्लक्ष केले होते. त्याला इथे पाहून मला फार उदास वाटायला लागले. त्याचा आवाज फारच मृदू होता. आमच्याभोवती सिकॅमोर वृक्षांमधून झिरपणारा मृदू सोनेरी प्रकाश होता.

उपाहारगृहामध्ये गेल्यावर जॉनीचा मित्र माइक आम्हाला आग्रह करत होता. सर्वोत्कृष्ट टेबलवर आम्ही बसावे, असे त्याचे म्हणणे होते. गरम-गरम हॉट ॲन्ड सोअर सूपचे बाऊल्स, तिळाच्या तेलाने माखलेले डंप्लिंग, चिकन, बार्बेक्यू पोर्क, नुसत्या परतलेल्या हिरव्या भाज्या, मोठे-मोठे प्रॉन्स आणि कुरकुरीत बदक असे चविष्ट जेवण होते. क्लेअरनेसुद्धा हातचे न राखता ताव मारला. थाळ्या येत गेल्या. सोबत त्सिंगताओ बीअर होती. धुंद होऊन आल्याचा वास तरळणाऱ्या धुक्यात आम्ही हसत होतो. ग्लास उंचावून म्हणत होतो, "शांघायला पोचण्याच्या खुशीत!" "आपले नवे दोस्त जॉनी आणि हॅरीसाठी!" "माइक आणि त्याच्या उपाहारगृहासाठी!"जॉनी आणि माईक यांचे आणखी मित्र आम्हाला भेटायला येत राहिले. जेवणाच्या टेबलवर खुर्च्या ओढत ते सामील होत गेल्याने गोंधळ वाढत गेला. शेवटी आम्ही खुर्च्यांवर टेकून चमचमणाऱ्या चेहऱ्यांनी होणारे ते संमेलन पाहत राहिलो. एखाद्या समूहनृत्यासारखे ते सगळे आनंदाने डोलत होते. शेवटी खाण्यापिण्याजोगे टेबलवर काही उरले नव्हते. अचानक बिल समोर आले. छोट्या पोर्सेलिनच्या डिशमध्ये ठेवलेले बिल माझ्यासमोर येताच मी, क्लेअर आणि गंथर पैसे शोधू लागलो. मला आठवते, बिल भरण्याचा आम्ही आग्रह धरलेला होता.

परतताना व्हॅनमध्ये जॉनीने दुसऱ्या मित्राकडे बोट दाखवत म्हटले, "हा टोनी, त्याला इंग्लिश बोलता येतं." हॅरीने आम्हाला एका विटांनी बांधलेल्या रस्त्यावर आणले. माओ पॅन्ट्स, रबरी चपला आणि स्वस्तातला बंद शर्ट घातलेला माणूस आमची वाट पाहत होता.

"हॅलो, चीनमध्ये तुमचं स्वागत असो," टोनी मोठ्याने म्हणाला. "प्लीज, माझ्या घरी चला." सिमेंटच्या छोट्या पायऱ्यांच्या जिन्यावरून त्याने मागील दाराने आम्हाला वर नेले. आम्ही ऐकले होते, त्यानुसार एखाद्या चिनी घरामध्ये आमंत्रण मिळणे फारच दुर्मीळ होते. बहुतेक सरकारचा त्याला विरोध असावा. पण ते गैर,

बेकायदेशीर किंवा धोक्याचे असेल; तरी टोनीला त्याची पर्वा नसावी.

तीनशे पन्नास स्क्वेअर फुटाच्या, ज्याला अमेरिकेत स्टुडिओ म्हणता येईल, अशा जागेत त्याचे कुटुंब राहत होते. क्लेअर आणि गंथर यांना त्या जागेच्या आटोपशीरपणाचे आश्चर्य वाटले, तरी न्यूयॉर्कच्या मानाने मला ती जागा फारच उत्तम वाटली. "वॉव!" म्हणत मी त्या आयताकार बैठकीच्या जागेत प्रवेश केला. "तुम्हाला सांगते, मॅनहॅटनमध्ये या अशा जागेसाठी महिन्याला सातशे डॉलर्स भाडं द्यावं लागतं.''

त्या मुख्य खोलीबरोबरच जेवणाची आणि स्वयंपाकाची स्वतंत्र व्यवस्था होती. एक बाथरूम होती. आधुनिक फर्निचर फारसे आकर्षक वाटत नव्हते, पण पुरेसे उपयुक्त होते. एक टिवडचा सोफा, ओकचा साइनबोर्ड, त्यावर स्वस्त सजावटीच्या प्लॅस्टिकवर ठेवलेला एक स्पीकर, प्लॅस्टिकच्या फुलांची फुलदाणी आणि पोर्सेलिनचे मांजराचे पिल्लू होते. मला वाटते, चीनमध्ये प्रत्येक घरामध्ये सर्वत्र कुटुंबीयांचे फोटो लावले होते. चेअरमन माडन्रे झेडाँगचा कुठेही पत्ता नव्हता.

"वॉव! खरंच किती छान जागा आहे ही.'' मी हे खूपदा म्हणाले असावे, कारण क्लेअरने शेवटी मला शांत राहण्यास सांगितले.

टोनीने आमच्यासाठी चहा बनवला आणि कोचावर बसावे, असा आग्रह केला. जॉनी आणि हॅरी यांना त्यांनी घडीच्या खुर्च्या दिल्या. तो मात्र बैठकीच्या खोलीच्या कमानीमध्ये उभा राहिला. चहाचे घोट घेत आम्ही त्याचे सौजन्याचे कौतुक करत होतो. चहा खूप छान आहे वगैरे वगैरे. पण थोड्या वेळाने गप्प बसलो. शांततेची भिंत आम्हा सहा अनोळखी माणसांमध्ये उभी राहिली. घसा साफ करत क्लेअर म्हणाली, " टोनी, तू काय काम करतोस, असं तुला विचारलं, तर तुला वाईट नाही नं वाटणार?''

"मी एका तंत्रज्ञान विद्यापीठामध्ये शिक्षक आहे. मी मेकॅनिकल इंजिनियरिंग शिकवतो.''

"ओहो! वॉव! आणि तुझी पत्नी?''

"माझी पत्नी, तीसुद्धा शिक्षिका आहे. ती जीवशास्त्र शिकवते. आणि माझी मुलगी युनिव्हर्सिटीमध्ये शिकते.

"ओह, तुला मुलगीसुद्धा आहे? केवढी आहे ती?'' मी विचारले.

"ती १७ वर्षांची आहे. पुढच्याच महिन्यात १८ वर्षांची होईल.''

"ओह, म्हणजे ती वृश्चिक राशीची आहे. कणखर, चिकित्सक, भावोत्कट आणि संशयी असतात ती लोकं आणि अर्थातच त्यांना सुखाची आवड असते. बहुतेक वेळा एकाहून अधिक सहचर पार्टनर्स असतात त्यांचे!''

क्लेअरने चिडून माझ्याकडे पाहिले. मी मर्यादेबाहेर प्यायले होते, याची मला

जाणीव झाली.

"वृश्चिक?" टोनीला मात्र कुतूहल वाटले. न समजल्यासारखे त्याने विचारले, "हा कोणता शब्द आहे?"

"ते एका राशीचे नाव आहे," डोळे फिरवत क्लेअरने उत्तर दिले. "सुझीचा स्वत: आयुष्य घडवण्यावर विश्वास नाही. आपलं नशीब ताऱ्यांवर अवलंबून असतं, असं तिला वाटतं."

"अगदी तसंच काही नाही," मी म्हणाले.

"स्वयंनिर्णय? या शब्दाचा अर्थ काय?" जॉनी म्हणाला.

"भविष्यकथन, ज्योतिष. चिनी लोकांना आवडतं ते. मी 'इयर ऑफ हॉर्स'मध्ये (ज्या वर्षाचे घोडा हे चिन्ह असते) जन्मलो. तू कोणत्या वर्षी जन्मलास?" टोनी उद्गारला.

"स्वयंनिर्णयाचा अर्थ म्हणजे तुमच्या स्वत:च्या इच्छेने तुम्ही काम करता आणि स्वत:चं भविष्य घडवता. आयुष्यातील निर्णय तुमचे तुम्ही घेता. इतर नाही," क्लेअर म्हणाली.

"क्लेअरचा आणि माझा जन्म १९६८मध्ये झाला. ते ड्रॅगनचं वर्ष होतं."

"असं होय!" जॉनी म्हणाला. "हे शक्य आहे, असं तुला वाटतं?" तिच्याकडे पाहत तो विचित्र हसला. मला क्लेअरविषयी सहानुभूती वाटली.

"ड्रॅगनचं वर्ष! हे राशीचित्रातील सर्वांत पवित्र वर्ष आणि प्रभावीही." गंथरकडे वळून टोनीने विचारले, "तुझा जन्म कोणत्या वर्षातला?"

"१९६१," गंथर म्हणाला.

"बैलाचं वर्ष, शांत, स्थिर पण खूप हुशार."

कोचमध्ये बसल्या-बसल्या क्लेअर अस्वस्थपणे हलली. जणू तेवढ्याने संभाषणाचा विषय बदलणार होता.

"हं टोनी, तुझ्या मुलीविषयी बोलू या. कुठे राहते ती?"

त्याच्या चेहऱ्यावर गोंधळ स्पष्टपणे दिसत होता.

"का? इथेच राहते ती. अर्थातच."

क्लेअर थबकली आणि शरमलीसुद्धा. "ओह, अर्थातच. खरंच की. किती वेडी आहे मी. सगळ्याच चिनी लोकांचं घर एवढं सुरेख असतं का?" तिने सावरून घेतले.

टोनीचा चेहरा उजळला. "अगदी सगळ्यांचं नसतं. ही फारच चांगली अपार्टमेन्ट आहे."

नंतर आम्ही आमच्या कपाकडे आणि रुममध्ये इकडेतिकडे पाहत राहिलो. माझ्या मनात येणारे प्रश्न विचारणे फार उद्धटपणाचे आणि असभ्यपणाचे वाटले असते. तुम्ही खूश असता का? चीनबाहेरचे जग कसे आहे, याची तुम्हाला आहे

का? तुम्हाला मुक्त आयुष्याची आस आहे का? आपल्यावर खूपच नियंत्रण आहे, असे तुम्हाला वाटते का? की आपण फक्त साम्यवादी यंत्रणेमध्ये एक छोटे चक्र आहोत, याची खंत वाटते? पुस्तके वाचण्याची तुम्हाला परवानगी आहे का? सार्वजनिक स्वच्छतागृहांचे काय?

त्या प्रश्नांऐवजी मी कोचाच्या एका टोकावर मांडीवर हात बांधून गुपचूप बसून राहिले.

टोनीला खूपच कुतूहल वाटत होते. ''मी तुम्हाला काही प्रश्न विचारू शकतो का?'' कप खाली ठेवून आमच्यासमोर गुडघे टेकवून बसत त्याने विचारले.

''युनायटेड स्टेट्समध्ये आरोग्य सेवेसाठी तुम्हाला पैसे द्यावे लागतात, हे खरं आहे का? आणि डॉक्टर्स? ते स्वतंत्र असतात का?''

त्याने विरोधासाठी नव्हे, पण खऱ्याखुऱ्या कुतूहलानेच विचारले होते.

''अं? हो. नक्कीच,'' क्लेअर खांदे उडवत उत्तरली.

''आम्ही साम्यवादी नाही. तुम्हाला माहिती आहे.''

''हो, पण पश्चिम जर्मनीसुद्धा साम्यवादी नाही आणि आम्ही वैद्यकीय सेवेसाठी पैसे देत नाही,'' गंथर उद्गारला.

टोनी म्हणाला, ''डॉक्टर फार महाग असतात का?''

''ते त्या-त्या डॉक्टरवर अवलंबून असतं,'' क्लेअर म्हणाली.

''खरंच. त्यांना फार पैसे मिळतात,'' मी सुरात सूर मिळवला. माझ्याकडे वळून क्लेअर म्हणाली, ''कर्मॉन, तुम्ही दिलेल्या पैशाचा मोबदला पुरेपूर मिळतो.''

टोनी म्हणाला, ''तसं कसं असू शकतं? मग तुम्हाला हवेचेसुद्धा पैसे द्यावे लागत असणार?''

''हं'' खोल श्वास घेऊन क्लेअर म्हणाली, ''जे डॉक्टर होतात त्यांना अगोदर मेडिकल स्कूलमध्ये शिकावं लागतं. ते शिक्षण फार खर्चिक असतं.''

टोनी चकित होऊन म्हणाला, ''तुम्हाला युनिव्हर्सिटीमध्ये फी द्यावी लागते? डॉक्टरांनासुद्धा शिकण्यासाठी पैसे द्यावे लागतात?''

क्लेअर म्हणाली, ''एकदा पदवीधर झाल्यावर ते पैसे मिळवतात. पैसे (फी) एक गुंतवणूक असते.''

मध्येच मी म्हणाले, ''कर्ज घेता येतं, बँकेकडून पैसे कर्जाऊ घेता येतात.''

टोनी हे ऐकून अगदी भुईसपाट झाला. जॉनीसुद्धा नुसता पाहत राहिला. ''कर्जाऊ, उसने पैसे घेता येतात?''

खांदे उडवत मी म्हणाले, ''मी तर घेतले होते पदवीचं शिक्षण घेण्यासाठी.''

टोनी आणि जॉनी आमच्याकडे चकित होऊन पाहत राहिले. क्लेअरला टोनीने विचारले, ''तूसुद्धा विद्यापीठात शिकतेस?''

"हं. आम्ही दोघीही. तिथेच आमची भेट झाली."

"ओह!" टोनी हात दाबून तोंडापर्यंत नेत म्हणाला, "याचा अर्थ, तुम्ही दोघी खूप श्रीमंत आहात. हो ना?"

***

उन्हे उतरायला लागली, तसा आम्ही निरोप घेतला. जॉनीला काम करायचे होते. हॅरीकडे व्हेन अजून एक तासभर होती. जॉनी म्हणाला, "काळजी करू नका. मी लवकरच तुम्हाला भेटायला येईन. मी अगोदर जाऊन तयारी करतो. थोड्याच दिवसांत आपण सगळे दिंघाईला असू. चालेल?"

क्लेअरने आणि मी काहीसे संकोचत मान डोलवली. आम्हाला खातरी वाटत नव्हती, काहीसे अपराधीसुद्धा वाटत होते.

जुन्या शांघायच्या सवलतीच्या परिसरातून आम्ही गंथरसह निघालो. आम्ही नदीकिनारी जात राहिलो. संधिप्रकाश पडला होता. आकाश गडद जांभळ्या रंगाचे झाले होते. बंधाऱ्याभोवती पहारा होता. प्रत्येक हवेलीवजा युरोपियन इमारत रंगीबेरंगी दिव्यांच्या माळांनी सजवली होती. चीनच्या राष्ट्रीय दिवसाच्या आदला दिवस होता. साम्यवादी चीनचा आमच्या ४ जुलैसारखा लोकांच्या राज्याचा स्थापना दिवस. सगळे शांघाय शहर साखरेत घोळवलेली फुले आणि चमकदार प्रकाशमान रिबिनी घेऊन रस्त्यावर उतरले होते. गर्दी जमत होती. नवीन-नवीन प्रवाह एकमेकांत मिसळत होते. बंधाऱ्यावरून आम्ही तिथे हात गुंफून चालत होतो आणि आमच्याभोवती गर्दी वाढत चालली होती. आम्ही त्यात सामील झालो होतो. रात्र पडताच एकदम धमाके झाले आणि सगळ्यांच्या तोंडून 'ओह' आणि 'आह'चे चित्कार उसळले. हुआंग पु नदीच्या पात्रावर आतिशबाजीची मोठी सूर्यफूले आणि तारे उजळले होते. लाल, चंदेरी, सोनेरी रंगाचे फवारे लोकांच्या चेहऱ्यावर त्याचे प्रतिबिंब उमटत होते.

त्या उत्साही आनंदी जमावामध्ये मला जवळपास आनंदसमाधीचा अनुभव आला. आम्ही बंधाऱ्याच्या मध्यावर उभे होतो. नदीचा गार वारा माझ्या केसांतून गुदगुल्या करत होता. खाली मुले आनंदाने त्यांच्या हातातील चंदेरी सोनेरी फवारे अंधाराच्या पार्श्वभूमीवर उधळत होती. एकाएकी मला वाटले, मला सगळे शक्य आहे. काहीही झाले, तरी शेवट चांगलाच होणार आहे. माझे आयुष्य, ही सहल सगळेच एक चमत्कार आहे.

"क्लेअर," मी ओरडले. ती नेहमी भररस्त्यात मोठ्याने बोलायची, तसेच मी ओरडले, "क्लेअर! आपण करून दाखवलं!!" आमच्या डोक्यावर आभाळात आतिशबाजी होत होती. क्लेअरचे दोन्ही हात पकडून मी तिच्याबरोबर गिरक्या घेतल्या. मान मागे झुकवून हसत पुन्हा म्हणाले, "क्लेअर, आपण चीनला पोचलोच!"

पूर्व चीनचा सागर

दिंघाईकडे निघालेली बोट खाऱ्या पाण्याच्या आणि पेट्रोलच्या गंधाने भरलेली होती. धक्क्यावर प्रत्येक जण सामानासह धक्काबुक्की करत पुढे-पुढे जाण्याचा प्रयत्न करत होता. अंथरुणे, कोबी, टरबूज, कपडे आणि वास मारणाऱ्या चंदेरी मासेमारीच्या जाळ्यांनी त्यांचे सामान भरलेले होते. त्या गोंधळामध्ये काही लोक सिगारेट ओढत होते. गर्दीला काबूत ठेवण्यासाठी सैनिकी अधिकारी शिट्ट्या वाजवत होते. कुणी खाली पाण्यात पडत नव्हते, हे नवलच होते.

रात्रीच्या वेळेस शांघायमध्ये ब्लॅकआउटच (प्रकाशबंदी) होती, हे आम्हाला समजले होते. बंधाऱ्याजवळील फिक्कट प्रकाश देणारे दिवे सोडल्यास रस्त्यावरचे सारेच दिवे एकदम बंद होत. सर्व रस्ता अंधारात बुडून जाई. जणू शहरातील पुरवठा करणारा प्लग काढून घेतला जायचा.

जॉनी ओरडला, ''कृपया, माझ्या मागे या.''

तो जिना पाहता येत नव्हता. त्या गर्दीमध्ये आम्ही घुसलो. आम्ही एकमेकांचे हात घट्ट धरून ठेवले. गर्दी एवढी दाट होती की, जमिनीला पाय न टेकवतासुद्धा आम्ही तरंगत पुढे गेलो असतो. पण आमचे पाश्चात्त्य चेहरे टॉर्चच्या प्रकाशात अधिकाऱ्याला दिसले. सगळ्या गर्दीमध्ये कुजबुज झाली आणि लोकांनी बाजूला होत आम्हाला रस्ता करून दिला.

''पाहा. वेगळे असण्याचेही काही फायदे असतात,'' मी क्लेअरच्या कानात कुजबुजले. एकाएकी मला खोकल्याची उबळ आली. मी मटकन खाली बसले.

''तू ठीक आहेस का?'' क्लेअरने विचारले.

ती माझ्या पाठीवर थोपटत होती आणि मी गुडघ्यावर हात ठेवून वाकून खोकत

होते. कफाचा मोठा बेडका मी खालच्या खाडीमध्ये थुंकला.

***

काही दिवस अगोदर, आतिशबाजीच्या रात्रीनंतर शांघायमध्ये पुजियांग हॉटेलमध्ये मला हा श्वसनाचा संसर्ग झाला होता.

छोट्याशा खोकल्याने त्याची अगदी साधारण सुरुवात झाली होती. पण काही क्षणातच त्या खोलीतील सगळ्याच स्त्रिया आपापल्या अंथरुणात बसून खोकायला लागल्या होत्या. श्वासाची घरघर सगळीकडे ऐकू येत होती. एखाद्या टी.बी. वॉर्डसारखी स्थिती दिसत होती.

माझ्या शेजारची ब्रिटिश स्त्री म्हणाली, "हा शांघायचा धक्का आहे. दोन दिवस इथे राहिले की, तुमची छाती फुटेल की काय, असा खोकला सुरू होतो. हे घाणेरडं प्रदूषण आहे नं. चिनी लोक कोळसा इंधन वापरतात.''

क्लेअर गेलेली होती. तिचा बिछाना नीट आवरलेला होता. अगदी मिलिटरी शिस्तीत! उशीवर 'द बेसिक रायटिंग ऑफ फ्रेडरिक नित्शे' बायबलसारखे विराजमान झाले होते. मी जागी होताच ती पुन्हा अवतरली. अंघोळ केलेली, डोक्याला टॉवेल गुंडाळलेली आणि पूर्ण तयार होऊन. तिचा पोलो शर्ट स्वच्छ करण्यासाठी तिने बरीच मेहनत घेतली होती. हातात सोन्याचे ब्रेसलेट, गळ्यात घोड्याच्या नालाच्यापासून बनवलेले नेकलेस आणि पांढरा शर्ट अंगाला बिलगलेला, अशी क्लेअर समोर उभी होती.

ती म्हणाली, "*सकाळी सहा वाजतासुद्धा पाणी बर्फासारखं गार आहे. मी तुला सांगते, या देशात प्लकिंग करतानासुद्धा मानवी हक्कांची पायमल्ली होते.*''

आम्हाला वाटले होते, प्रवासाने आमच्या जाणिवा अधिक समृद्ध होतील. सॉसमध्ये टाकलेला ब्रेड सॉस जसा शोषून घेतो, तसे आम्हीसुद्धा महान ज्ञान मनात मुरवून घेऊ. आमची दृष्टी अधिक व्यापक होईल आणि जिथे जाऊ, तिथे धारदार नजरेने सांस्कृतिक संदर्भ आम्हाला दिसतील. महान तत्त्वज्ञानाच शोभेल, असे आमचे निरीक्षण असेल. परंतु शांघायमध्ये पुढचे काही दिवस आम्ही भटकलो, तेव्हा अगदी प्राथमिक भाषा शिकण्याच्या स्तरावरच आम्ही होतो. *आम्ही हे खाऊ शकतो का?* हे त्रासदायक आहे. *मला लघवी करायची आहे* एवढे आणि असेच आम्ही बोलत होतो.

मळकट पाणी असणाऱ्या हुआंग पू नदीमध्ये आम्ही जलप्रवास केला. यु आन उद्यानास भेट दिली. शांघायच्या विस्मृतीत गेलेल्या समृद्धीस प्रदर्शित करणाऱ्या वस्तुसंग्रहालयास भेट दिली. रस्त्यावरची धूळ आमच्या कपड्यांना चिकटलेली होती. वाहनांमधील धूर आणि चिकटपणा याने आमचे कपडे भरलेले होते. *त्यांना*

रसायनांचे वास लागलेले होते. पिण्याचे पाणी शोधताना त्रास होत होता. मिंग घराण्याच्या राजवटीतील पोर्सेलिनच्या प्राचीन वारशाबद्दल किंवा माओच्या विचारप्रणालीऐवजी आम्ही बसस्टॉप दाखवणारा नकाशा कसा वाचायचा, बँन्डेड कसे मिळवायचे, आमचे मोजे हॉटेलच्या सिंकमध्ये कसे स्वच्छ करायचे, असलेच विचार करत होतो. अन्नाचे विचार सर्वांत महत्त्वाचे होते, प्रभावी होते.

१९८६मध्ये चीनमध्ये फार थोडी उपाहारगृहे होती. जी थोडी होती, ती प्रवासी राहण्याच्या स्थळांपुरती मर्यादित होती. तुम्हाला मँडारिन येत नसेल आणि काविळीचा धोका पत्करून रस्त्यावरच्या गाड्यांवर मिळणारे अन्न घेता येत नसेल, तर एक प्रकारे तुमच्या हॉटेलमध्ये जे मिळेल, ते घेण्याशिवाय पर्याय नसे.

एक अब्ज लोकसंख्येच्या गरीब चिनी लोकांचे अन्न आम्हा अमेरिकन लोकांना बरेचदा किळसवाणे वाटेल, असे असायचे. पुजियांग रेस्टॉरंटमध्ये चिकन म्हणजे पाय, मान आणि पाठीचा कणा यांसकट असे. पोर्कच्या तुकड्यांबरोबर हाडे आणि चरबीचे लटकणारे पट्टे असायचे. बीफचेही तसेच. अगदी गाळ शिजवलेल्या भाज्या खाल्ल्याशिवाय आरोग्याचे धोके टळत नसत.

शिवाय, पुजियांगमधील जेवण म्हणजे भुकेले प्रवासी आणि निर्विकार कर्मचारी यांच्या सामन्याचे एक दृश्य असे. भुकेल्या प्रवाशांनी जेवणघर चटकन भरून जाई आणि उरलेले वाट पाहत राहत. जेवण घेऊन एखादी वेट्रेस येई, तेव्हा लिलावाचे स्वरूप येई. प्रत्येक जण तिच्याकडे नॅपकिन, हात किंवा मेन्यू हालवून तिचे लक्ष वेधण्याचा प्रयत्न करत. ती मात्र मॉडेलसारखी टेबलांमधून दिमाखात फिरत असे. *मला बक्षिसी मिळत नाही आणि माझी नोकरीसुद्धा जाणार नाही. मग मी का पर्वा करू?* *असा तिचा भाव असे.* मी स्वत:ही वेट्रेसचे काम केले असल्याने मला तिच्या भावना समजत होत्या.

हॉटेल सोडून बाहेर क्लेअर आणि मी जिथे जेवण घेऊ शकत होतो, ते म्हणजे प्राचीन गल्ल्यांमधील हुताँग नावाचे ठिकाण. जवळच असणाऱ्या त्या स्थळी डंप्लिंग विकणाऱ्या जागा होत्या. रस्त्याकडेला चूल असे आणि त्यावर वोक (कढई). पैसे देऊन कूपन घेऊन आम्ही रांगेत उभे राहत असू आणि एक स्त्री कढईत गरम तेलामध्ये डंप्लिंग परतत असे. ब्राउन पेपरमध्ये गुंडाळून तिची मुलगी गिऱ्हाइकांना ते वाटत असे. आमच्या हातामध्ये पुडके येताच आम्ही ते तिथेच उघडत असू आणि अधाशीपणे खात असू. आमच्या आयुष्यात प्रथमच आम्हाला भुकेची तीव्र जाणीव होत होती.

प्रत्येक दिवशी शहरामध्ये फिरून आल्यावर आम्ही किती मूर्ख होतो आणि सुरक्षित वातावरणात वाढलेल्या होतो, हे आमच्या लक्षात येत होते. मँडारिन येत नसल्याने आम्ही फक्त प्रेक्षक होतो. इतर तोंड उघडे टाकून, च्युइंगगम चघळणाऱ्या

प्रवाशांपेक्षा आम्ही आणखी एका बाबतीत वेगळे होतो. आमच्या दोघींकडेही कॅमेरा नव्हता. पुजियांगमध्ये आल्याचा दुसऱ्याच दिवशी मला समजले होते की, माझाही इन्स्टार्मॅटिक (तत्काळ चित्र देणारा कॅमेरा) बिघडला होता.

***

दिंघाईकडे जाणाऱ्या फेरीबोटीवर गोंधळ उडालेला होता. गर्दीतून प्लॅस्टिकमध्ये गुंडाळलेली गाठोडी सांभाळत धक्काबुक्की करत लोक वाट काढत होते. जहाजाच्या ध्वनिक्षेपकावर सतत मोठ्या आवाजात सूचना दिल्या जात होत्या. त्याच वेळेस डेक धुण्याचे त्या कर्मचाऱ्यांना का वाटले होते, कुणास ठाऊक! गर्दीमध्ये साबणाच्या फेसाने भरलेल्या बादल्या घेऊन येणाऱ्या-जाणाऱ्या लोकांच्या गर्दीमध्ये ते स्वच्छता करण्याच्या प्रयत्नात होते. त्या आवाजाच्या गोंधळात मला कोंबड्यांचा कलकलाटसुद्धा ऐकायला येत होता.

डावीकडच्या धातूच्या दरवाजाकडे बोट दाखवत जॉनी अभिमानाने म्हणाला, ''आपल्याला एक नंबरची केबिन मिळाली आहे. मी त्यांना सांगितलं, तुम्ही खास पाहुण्या आहात.''

त्याने दार उघडले, पण ते पूर्ण उघडू शकले नाही. आतमध्ये तीन अरुंद बंक बेड्स होते. प्रत्येक भिंतीशी एक. आम्ही चौघे आत घुसलो. एक म्हातारे चिनी जोडपे आले. त्यांनी सामान एका बेडवर ठेवले. तीन गाद्या, दोन मोठ्या वेताच्या बंद टोपल्या आणि असेच काहीबाही.

''निदान इथे आपल्याकडे पाहत राहाणारी गर्दी नसेल,'' त्या मध्ययुगीन जुनाट बेडकडे पाहत मी म्हणाले.

क्लेअरने उसासा टाकला. तिच्या धुरकट रंगाच्या कार्डिगनच्या बाह्या वर सारत तिने स्वत:ची बॅग सर्वात वरच्या बेडवर ठेवली.

जॉनीला तिची निराशा जाणवली. थोड्या चिंतेने तो म्हणाला, '' मी तुमच्यासाठी ब्लॅंकेट्स आणू का?'' क्लेअरने मान हालवली. जॉनी चांगला मुलगा होता. केव्हा ना केव्हा अशा चांगल्या मुलाबरोबर तुम्ही बाहेर जाता. पण पुन्हा त्याच्याबरोबर जावे, असे वाटत नाही. त्याचा भलेपणा, मदतीची तत्परता यांमुळे तो खरोखर नकोसा वाटत होता. तो सतत भोवती घुटमळत होता. सतत हसत होता. ''अन्न चांगलं आहे ना? चहा आवडला का? हे हॉटेल बरं आहे ना?'' त्याचे प्रश्न संपतच नव्हते.

खरे तर क्लेअरने आणि मी कृतज्ञ असायला हवे होते. पण जेवढ्या अधिक आम्ही त्याच्यावर अवलंबून होतो, तेवढीच आमची अस्वस्थता वाढत होती. त्याचे सततचे लक्ष देणे त्रासदायक वाटत होते. दयाळूपणा म्हणजे व्यक्तिमत्त्वातील दोष

आहे, असे वाटण्याच्या वयात आम्ही होतो. दुबळ्या आणि वडीलधाऱ्या माणसांचा वर्तणूकविशेष, कायम प्रभावहीन वागणे असेच आम्हाला वाटत होते.

शिवाय आम्हाला जॉनीचा उद्देश समजला होता. कृपया मला अमेरिकन दूतावासामध्ये घेऊन चला, हे वाक्य त्याने अनेकदा ऐकवले होते. प्रत्येक वेळी तो नम्रपणे आमच्यासाठी चहा ओतत असताना, सूपचा आग्रह करताना आम्हाला ते जाणवे. केवळ अमेरिकन आहोत, या वस्तुस्थितीने आम्ही त्याच्यासाठी सोनेरी भविष्याचे द्वार उघडू शकू, असे वाटण्याएवढा तो भोळसट होता. आणि त्याला सत्य समजावणे मला किंवा क्लेअरला शक्य नव्हते. आमच्यामध्ये आम्ही बोलत होतो की, त्याचा मनोभंग व्हायला नको. त्याच्या आशांवर पाणी ओतणे योग्य नाही. पण त्याला खरे सांगण्याचे धाडस आमच्यात नव्हते. आम्ही त्याच्या उज्ज्वल भविष्यासाठी काही करू शकत नाही, हे समजल्यावर कदाचित तो आम्हाला दिंघाईला नेणार नाही किंवा चीनमध्ये आमच्या प्रवासाला मदत करणार नाही, अशी आम्हाला भीती होती. जोवर त्याचा आमच्या उपयोगितेवर विश्वास होता, तोवर तो आमचा होता.

तो आमच्याकडे कौतुकाने आणि विश्वासाने हसत होता. त्याच्या मधुर आवाजामध्ये 'मी तुझ्यावर प्रेम करतो हे सांगण्यासाठी तुझ्याशी बोलतो' हे गीत गात होता. त्या प्रत्येक वेळी मला अपराधी वाटायला लागले होते.

शांघायमधील तिसऱ्या सकाळीच सुझाऊ खाडीवरील पुलावरून आम्ही चालत होतो. त्या वेळेसच मी शांतपणे त्याला सांगितले होते, "जॉनी, तुला माहीत आहे नं क्लेअर आणि मी... अमेरिकन आहोत, याचा अर्थ आम्ही विशेष व्यक्ती आहोत, असं नाही. समजले? तिकडे आम्ही फक्त विद्यार्थी आहोत. आणखी काही नाही. इथल्या अमेरिकन दूतावासावर काही प्रभाव टाकू शकत नाही. तुला समजतं आहे नं?"

तो क्षणभर थांबला. चमचमत्या प्रकाशात डोळ्यांची उघडझाप करत तो हसला. दोन्ही हात जोडून त्याने ओठांपर्यंत नेले. मग मान हलवत तो म्हणाला, "हो, हो. आपण अमेरिकन दूतावासामध्ये सोबत जाऊ. आपण मित्र आहोत. हो नं?"

आता आठवते, तेव्हा मला वाटते, त्याला सत्य सांगण्यासाठी क्लेअर आणि मी जेवढ्या नाखूश होतो, तेवढाच तो ते ऐकण्यासाठी तयार नव्हता. आम्ही तिघेही *नाटक* करत होतो.

ती बंद खोली अंगावर येत होती. गंथर आणि मी बाहेर जाऊन फिरायचे ठरवले. जॉनी त्याच्या बिछान्यावर पडून गाणी ऐकत पडला होता. क्लेअर तिच्या बॅगेला टेकून मन लावून जर्नलमध्ये लिहित होती.

शांघायमध्ये चौथ्या दिवशीच क्लेअरने मला अतिशय गंभीरतेने सांगितले होते. "हे पहा, तुला हे सांगायला हवं. मला काही काम आहे आणि ते करण्यासाठी मला काही वेळा एकटंच जावं लागेल."

रेनमिन चौकामध्ये एका बाकावर आम्ही बसलो होतो. "म्हणजे काय?" तिच्या बोलण्याच्या सुराने हृदयाला पीळ पडल्यासारखे मला वाटले.

हातातल्या घड्याळाशी खेळत अलिप्तपणे ती म्हणाली, "मी जागतिक अभ्यासक्रमावर काम करते आहे. आपण भेट देणार असणाऱ्या सर्व देशांमध्ये सखोल अभ्यासाठी ही एक संधी आहे. त्यांची संस्कृती, इतिहास आणि दृष्टिकोन इत्यादींविषयी माहिती घ्यायची आहे मला. कदाचित शाळा, महाविद्यालयं, विचारवंत सर्वांनाच ती उपयोगी पडेल. अगदी ठरीव मार्गाने जरी ती गोळा केली, तरी ती आजचं वास्तव सांगणारी असेल. सिंथियाच्या मुलांसारख्या ज्या मुलांना त्यांचे आईवडील चीन किंवा भारत दाखवू शकत नाहीत, त्यांना ती उपयुक्त असेल." कठोर चेहऱ्याने क्लेअरने उद्यानामध्ये नजर फिरवली. तिच्या गळ्यातील नालाच्या नेकलेसशी ती हाताने चाळा करत होती. मावळत्या सूर्यप्रकाशात तिची त्वचा जांभळट रंगाची दिसत होती. "हे काही असं आहे, जे मलाच करायला हवं. अगदी महत्त्वाचं. एक दिवस त्याचा समावेश राष्ट्रीय सुरक्षा बाबींमध्ये होईल."

'जागतिक अभ्यासक्रम? राष्ट्रीय सुरक्षा?'

इतर कोणालाही हे बोलणे चमत्कारिक, पोकळ आणि मोठेपणाचे वाटले असते. पण क्लेअर आणि मी ब्राउन विद्यापीठाचे विद्यार्थी होतो. आमचे सहाध्यायी नेहमी असलेच काहीतरी बोलत असत. मुक्त बौद्धिकवादाला त्या विद्यापीठात स्थान होते. विद्यार्थ्यांना स्वत:चा अभ्यासक्रम ठरवण्याचे स्वातंत्र्य होते. माझ्या माहितीचे असेही विद्यार्थी होते, ज्यांनी स्वत:च्या अभ्यासक्रमाचे नाव एथ्नो-म्युझिक-सेमिऑलॉजी (वांशिक-संगीत चिन्हशास्त्र) ठेवले होते. त्यासाठी वर्षभर ऑस्ट्रेलियाला जाऊन त्यांनी प्रबंध सादर केले होते. आदिवासींच्या भाषा आणि संगीताचा मानसशास्त्रीय अभ्यास त्यांनी केला होता.

तुम्ही चौकस, बुद्धिमान आणि सर्जनशील असाल; तर कितीही दिखाऊ किंवा वेडपट वाटणाऱ्या विषयांचा अभ्यास करण्याचे स्वातंत्र्य ब्राउन विद्यापीठात होते आणि मला वाटले, क्लेअरसुद्धा तसेच काही करू पाहत होती. चीनमध्ये येऊन तिला मूर्ख आणि विसंगत वाटायला लागले होते. म्हणून तिला केवळ प्रवासी पातळीवरून संशोधक पातळीवर नेऊन स्वत:चा आत्मविश्वास वाढवण्याचा तिचा प्रयत्न असावा. तिने 'जागतिक अभ्यासक्रमाची रचना' असे म्हणताच माझ्या मनात असूया पसरली. मी तिच्याएवढी हुशार का नव्हते?

"छान! मी तुला काही मदत करू का? आपण बरोबर हा अभ्यास करू या!"

मी उद्गारले.

तिच्या कपाळावर आठ्या पसरल्या. तिच्या भुवया वाकड्या झाल्या. "माफ कर मला. मला काही लोकांशी संपर्क करावा लागेल....." अस्पष्ट आवाजात ती म्हणाली, "ऐक. मला काही स्पष्टीकरण विचारू नकोस. हे मला एकटीलाच करावं लागेल. ठीक आहे?"

तिच्या कातडी पर्सच्या बाहेरच्या कप्प्यात ठेवलेल्या वहीला सांभाळत ती उभी राहिली आणि म्हणाली, "मी तुला हॉटेलमध्ये भेटेन."

"काय? तू आत्ताच जात आहेस?"

"मला काही महत्त्वाची माहिती मिळाली, तर तुला सांगेन. वचन देते."

"पण थांब ना! कुठे..."

माझ्यावर नजर रोखत क्लेअर म्हणाली, "सुझी प्लीज. मला स्वत:ला काम करायला थोडा वेळ हवा आहे. कळलं? आता काही विचारू नकोस."

मी तिथेच बसून राहिले. "ओह, मला माफ कर. समजलं मला." माझ्या आवाजातून दुखावलेपण जाणवत होते. आम्ही अमेरिका सोडण्यापूर्वींच ठरवले होते, थोडा वेळ एकटे राहावे वाटले, तर तसे सांगायला मुळीच संकोच करायचा नाही. एक संपूर्ण वर्ष प्रत्येक क्षण आम्ही सोबत घालवू, असा विचार करणे अवास्तव होते.

तरीदेखील त्या रेनमिन चौकातून ठाम आत्मविश्वासाने पावले टाकत जाणाऱ्या क्लेअरला मी पाहत राहिले. खांद्यावर कातडी पर्स, सोनेरी केस आणि खेळाडूसारखी चाल असणाऱ्या क्लेअरला पाहताना नाकारल्याच्या भावनेने माझे हृदय विदीर्ण झाले होते आणि आताच तिला एकटे राहावे वाटत होते. हाँगकाँगमध्ये उतरल्यावर माझा फुटलेला घोळणा आणि घडलेल्या नाट्यमय घटनांनी तिला माझ्यापासून दूर राहावे वाटले असावे.

ती गेल्यानंतर मला जाणवले, ती कुठे जाणार, कोणाला भेटणार, याविषयी काहीच म्हणाली नव्हती.

ट्रेव्हर हा फिस्क पर्थजवळील एका छोट्या शहरातील खलाशी होता. त्याला एखाद्या तरुण चाच्यासारखी टोकदार दाढी होती. त्याचे बारीक निळे डोळे सगळीकडे अधाशीपणे फिरत होते. तो बळकट शरीरयष्टीचा उमदा आणि आकर्षक असल्याने मी लगेच त्याच्याकडे आकर्षित झाले.

त्याला पाहण्याआधी मी त्याला धडकले होते. क्लेअरने मला उद्यानामध्ये सोडल्यावर मी पुजियांगमध्ये परत गेले होते. लिफ्टजवळ वळताना मी त्याला धडकले होते.

"ओय, ए मुली (गर्ली), नीट पाहून चाल. तू माझ्यावर का हल्ला करत

आहेस?'' हसत माझे कोपर पकडत तो म्हणाला.

'गर्ली' फक्त ऑस्ट्रेलियनच असे बोलून निसटू शकतात. खरे तर असल्या भेटीतून कुरबुरी निर्माण होतात. पण स्वत:ची ओळख करून देतानाच ट्रेव्हरने स्वत:च्या शरीरावरील गोंदणे एखाद्या कला-प्रदर्शनासारखे दाखवायला सुरुवात केली. डेटन आणि स्केअरडेलमध्ये गोंदणे ही हायस्कूलमधील मुलांमध्ये आवश्यक फॅशन बनण्याअगोदर १० वर्षांपूर्वींची ही गोष्ट आहे. १९८६मध्ये गोंदणे ही अजूनही समाजबाह्य व्यक्तींची मक्तेदारी होती.

''ही पहा लैला,'' उजव्या हाताची बाही वर करत तो म्हणाला. एका पॉलिनेशियन स्त्रीचे चित्र होते.

त्या स्त्रीने डोक्यावर फळांची टोपली घेतलेली होती. ''हे मी फिजीमध्ये गोंदलेलं आहे.'' डाव्या दंडावरील स्नायू फुगवत तो म्हणाला, ''आणि ही सोफिया. ही बँकॉकला रंगवली आहे.'' अर्थातच सोफिया ही विशाल वक्षांची अनावृत्त मत्स्यकन्या होती. ती त्याच्या दंडावर दिमाखाने पोहताना दिसत होती.

मी कोरडेपणाने म्हणाले, ''किती पूर्वग्रह आहेत तुझे मुलींविषयी?''

''ओय! तिकडे सागरावर खूप एकटं वाटतं. मग माझ्या पोरी बोलायला माझ्यासोबत असतात,'' तो दात विचकून लटकेच लागल्यासारखे हात चोळत म्हणाला. ''पण थांब, हा सर्वोत्कृष्ट नमुना तर तू पाहिलाच नाहीस.''

त्याने विद्युत्वेगाने त्या लॉबीमध्येच पॅन्ट आणि अंतर्वस्त्रे खाली खेचून मला चकित केले.

''हे पाहा.'' त्याच्या उजव्या कुल्यावर नक्षीदार वळणा-वळणाच्या अक्षरात त्याचे नाव 'ट्रेव्हर' गोंदलेले होते. पिवळ्या रंगामध्ये शेवटचे अक्षर गुंतवलेले होते.

इतक्या झटक्यात त्याने हा प्रकार केला की, मला धक्का बसण्याचेसुद्धा सुचले नाही. मी कसेबसे इतकेच बोलू शकले, ''काय? तू तुझं नाव तुझ्या कुल्यावर रंगवलंस?''

''ए, याहूनही अधिक वाईट करू शकलो असतो.'' पॅन्ट वर ओढत तो म्हणाला, ''दुसऱ्या कोणाचं नाव तिथे गोंदलं असतं किंवा माझ्याच नावाची अक्षरं चुकवली असती.''

''माफ कर. मी तुला काही विचारू शकते का?''

या दुपारी घडणाऱ्या घटनांची संगती लावत गाल चोळत मी विचारले, ''पण तू असं का केलंस?''

ट्रेव्हर पुन्हा हसला. खोल, आनंदी हसला.

''कोणा गाढवाला त्याचं पडलं आहे? मी चिक्कार प्यायलो होतो. फिलिपिन्समध्ये कुठेतरी होतो. माझा मित्र म्हणाला, 'ट्रेव्हर, तू एवढा प्यायला आहेस की, तुला

तुझं नावसुद्धा आठवणार नाही. तू ते कुल्यावर गोंदवून घे.' मग मी विचार केला, का नाही? मी पाच डॉलर्सची पैज लावली आणि जिंकलीसुद्धा. पण मी आणखी थोडा शहाणपणा दाखवायला हवा होता. उलटी रंगवली असती, तर आरशातसुद्धा दिसली असती.''

''ओके. कळलं मला,'' हाताने थांबवत मी बोलले. माझ्याजवळ येत त्याने माझ्या खांद्याभोवती हात टाकला. त्याचा स्पर्श उबदार होता आणि त्याला लवंगेचा वास येत होता. त्याच्या स्नायूंचा दाब आणि पोटाचा कडकपणा मला कपड्यातूनही जाणवला. ''मग! काय म्हणतेस मुली!'' मला त्याने विचारले. ''तू मला चांगलं, वाईट आणि कुरूपही पाहिलंस. आपण रात्री जेवण बरोबर करू या का?''

***

मॅडारिनमध्ये व्यवस्थित बोलू शकण्याएवढा काळ ट्रेव्हरने शांघायमध्ये घालवला होता. पीस हॉटेलमध्ये तो मला जेवणासाठी घेऊन गेला. त्यानंतर बंडवर असणाऱ्या एका अनधिकृत नाइट क्लबमध्ये आम्ही गेलो.

तिथे आत प्रवेश करतानाच आभासाचे जग साकार होत गेले. मध्यभागी एका नृत्याच्या जागेमध्ये प्रचंड टेबल होते. सुदानी माणसे तिथे बेल्जियम ॲकॉर्डियन वादकाबरोबर बोंगो आणि ड्रम (तालवाद्यांची नावे) वाजवत होती. भटके प्रवासी, काळा बाजारवाले, एड्सविरोधी कार्यकर्ते, उद्योजक त्या तालावर डोलत होते. बाटल्या आणि प्याले किणकिणत होते. वाढत्या असंबद्धतेने शुभेच्छा दिल्या जात होत्या. प्रचंड गोंधळ आणि कलकलाट होता.

ट्रेव्हर प्रत्येकालाच ओळखत होता. त्या क्लबचा जणू काही तो अध्यक्ष होता. त्या गर्दीमधून पुढे नेत त्याने माझी एका ऑस्ट्रेलियन बाईबरोबर ओळख करून दिली. ती एका सेनेगलियन माणसाला बिलगून नाचत होती. नंतर त्याने एका अर्धा चिनी आणि अर्धा भारतीय असणाऱ्या ताई नावाच्या माणसाशी माझी ओळख करून दिली. गर्दीच्या वरताण ओरडून त्याने तो संगणक क्षेत्रात काम करत असल्याचे सांगितले. आईसलॅंडमधील एका रुपेरी केसांच्या मुलीने माझ्याकडे थंडपणे पाहिले आणि ट्रेव्हरच्या डोक्यावर धुराची वलये सोडली. एक जर्मन यंत्रमानवासारखा चौकोनी चेहऱ्याने मला सांगू लागला, ''मी जर्मन आहे. मी मनोरुग्ण आहे.'' तो सारखे बिअरचे घोट गिळत होता. दोन स्वीडिश माणसांना मी अमेरिकन असल्याचे ऐकून उत्साहाचे भरते आले.

त्या सगळ्यांमधून एक वयस्कर, जाडा चिनी प्रत्येकाची गळाभेट घेत गर्दीत फिरत होता. काबुकीची आठवण करून देणाऱ्या कलात्मक नृत्यावर पदन्यास करत होता. मी किशोरवयात बेकायदेशीरपणे स्टुडिओ ५४ आणि डान्सटेरिया अशा

ठिकाणी दारू प्यायले होते. पण ते एकही ठिकाण इथल्या वातावरणाच्या जवळपास येऊ शकणारे नव्हते. हे म्हणजे स्टारवॉर्स आणि युनायडेड नेशन्स यांच्या भेटीएवढे विभिन्न होते.

ट्रेव्हरसोबत मी नाचले आणि प्यायले, लघळपणे वागले, त्या वाद्यांच्या गदारोळात किंचाळून एकमेकांशी बोललो. तोसुद्धा लिब्रा राशीचा होता, हे मला समजले! ''अरे देवा! म्हणूनच आमचे छान जुळणारे स्वभाव आहेत! आमचे ग्रहच मुळी मैत्रीचे आहेत. चला, आपण आपले वाढदिवस चीनच्या प्रचंड भिंतीवर साजरे करू. एकमेकांच्या बाहुपाशात आम्ही खिदळलो. ''चल आणखी एक प्याला! लिब्रा राशीसाठी!'' एकाएकी आम्ही भानावर आलो, तेव्हा त्या आंतरराष्ट्रीय खलाशांच्या क्लबमध्ये सामसूम होती. कोणतेही संगीत नसताना आम्ही गेली २० मिनिटे नाचत होतो. खुर्च्या अस्ताव्यस्त पडलेल्या होत्या.

आम्ही नाचतच त्या पायऱ्या उतरल्या. पीस हॉटेलच्या दगडी पायऱ्यांवर आम्ही बोलत बसलो. तेव्हा मध्यरात्र उलटून गेली होती.

प्राचीन साहसाच्या, संशोधकांच्या कहाण्या आणि अगदी ग्रीक पौराणिककथासुद्धा फार फसव्या असतात. कशाच्यातरी ध्यासामध्ये सागरापार जाणारे लोक खरे तर कशापासून तरी सुटका करून घेण्यासाठी, दूर जाण्यासाठी प्रयत्न करत असतात. कॅप्टन कुकनेसुद्धा पॅसिफिक पार जाण्यासाठी नव्हे, तर इंग्लंडपासून दूर जाण्यासाठी प्रवास केला होता. हक फिनने विडो डग्लसपासून पळ काढलेला होता. जरी १९८६मध्ये मला शंकासुद्धा आली नव्हती की, क्लेअर व्हॉन हुटन एखाद्या गोष्टीपासून दूर जात असेल. पण माझे मन कोणत्यातरी अज्ञात पातळीवर पळ काढत होते.

हातात हात गुंफून ट्रेव्हरशी बोलताना नकळत मी ट्रेव्हरला माझ्या आईवडिलांमधील बेबनावाबद्दल सांगितले. आईच्या सतत बदलणाऱ्या मूड्सविषयी, माझ्या छोट्या भावावर होणाऱ्या परिणामांविषयी सांगितले. आणि माझ्या वडिलांचा वेगळे होण्याचा निर्णय त्यांनी मला फोनवर सांगितल्याचेही बोलले.

''या सगळ्या गोष्टींना मी काय प्रतिसाद द्यायला हवा होता?'' बोलताना मी नकळत रडायला लागले.

ट्रेव्हरने जवळ होत माझ्या गालाला स्पर्श केला. वाहत्या नदीकडे पाहत मला जवळ घेत तो त्याच्या गावाविषयी सांगत राहिला. त्याच्याही वडिलांनी तो सहा वर्षांचा असताना सोडले होते. पैशांसाठी त्याच्या खेळण्यांनासुद्धा त्याने गहाण ठेवले होते. दारू पिऊन धुंद होणाऱ्या, छोट्या गोष्टी चघळत बसणाऱ्या, हाणामाऱ्या करणाऱ्या त्याच्या गावातील लोकांविषयी तो बोलत होता.

''मुली, तुझ्या आणि माझ्यामध्ये फार फरक नाही. हो नं?'' माझ्याकडे हसून

पाहत तो म्हणाला.

पहाटेचा एक वाजला होता. कपडे झटकून सावकाश आम्ही हुआंग पू पार्कमधून आमच्या हॉटेलकडे निघालो. सर्व शहर शांत होते. सागरकिनारी धडकणाऱ्या लाटांचा आवाज स्पष्ट ऐकू येत होता. त्या रात्री सुझाऊ खाडीवरच्या पुलावर येताच आम्ही चुंबने घेतली.

तसेच आम्ही पुजियांगमधील स्त्रियांच्या शयनगृहामध्ये पोचलो. आवाज न करता झोपलेल्या स्त्रियांपलीकडे शांघायच्या रस्त्यांवर असणाऱ्या बाल्कनीमध्ये पोचलो. आम्ही अधिक उत्साहाने एकमेकांची चुंबने घेत राहिलो. आवाज न करण्याबद्दल बजावत पुन्हा चुंबने घेत राहिलो. त्याने माझ्या निळ्या जर्सी टॉपची झीप उघडून मला डोळे मिटायला सांगितले आणि मला हसू आले.

जेव्हा मी क्लेअरला सकाळी हे सांगितले, तेव्हा तिला तितकेसे मजेदार वाटले नाही.

"हे काय? त्या अनोळखी, लोचट खलाशाबरोबर तू रात्री जवळीक केलीस? तोच नं तो कुल्यावर नाव गोंदणारा?"

मी उठून तिला विचारले, "तुला कसं ठाऊक?"

"काल मी येत असताना दोन जर्मन मुलींना तो तसं दाखवत होता. खरं बोलायचं, तर तो प्रत्येकीला ते दाखवत होता. सुझ, काळजी घे! तो काही फार चांगला माणूस वाटत नाही."

माझ्याकडे नाराजीने पाहत तिने खोल श्वास घेतला. तिच्या कानाच्या खाली सतत खाजवल्याने लालसर चट्टा उमटला होता.

"हे पाहा, माझं ऐक. मला अधिक महत्त्वाचं काही सांगायचं आहे तुला. सकाळी जॉनी येऊन गेला. त्याने आज रात्री दिंघाईला जाण्यासाठी आपली तिकिटं काढली आहेत.

"काय? आज रात्री? पण आपण कधीच....?"

"माहीत आहे मला. पण त्याने पैसे खर्च केले आहेत. आपल्याला धक्क्यावर नेण्यासाठी त्याने कार सांगून ठेवलेली आहे."

"ओहो,"मी म्हणाले, "मला यातलं काहीच माहीत नाही."

ती ताठ बसली. हाताची घडी घालून, नाक फेंदारून म्हणाली, " काय माहीत नाही?"

तिच्या पवित्र्याने मी दचकलेच, "मी एवढंच म्हणाले की, मला वाटतं, आपण त्याच्या ऋणात राहायला नको."

"आणि आयुष्यात एकदाच येणारी संधी घालवायची? मला सॉरी म्हणायचंय. पण चिनी घरांमध्ये असं किती लोकांना बोलावलं जातं?"

''पण क्लेअर, त्याला वाटतं आहे, आपण त्याची मदत करू.''

तिने माझ्याकडे अस्वस्थ नजरेने पाहिले, ''काय अडचण आहे तुला? त्या खलाशाला सोडायचं नाही वाटतं तुला?''

''काय? तो माझा कोणी...''

''मला वाटलं तुला भव्य आव्हानं हवी आहेत. नेहमीची नाहीत.''

''मला हवं आहे तसं. क्लेअर फक्त...''

''परंतु, मला म्हणायचं आहे, तुला इथे त्या लहानशा आनंदासाठी राहायचं असेल आणि ती मोठी सैर करायची नसेल, तर राहा.''

''क्लेअर, एवढा विपर्यास करू नकोस.''

''ठीक आहे मग.'' तिच्या स्वरात मात्र काही ठीक नसल्याचे जाणवत होते. ''आपण दिंघाईला जॉनीकडे जाणार आहोत.'' आपली बॅग उचलून ती चालायला लागली. मग परत वळून तिने बॅग पुन्हा बेडवर टाकली.

''मला माफ कर,'' ती कुरबुरली. टेबलवर हात ठेवून तिने डोके टेकवले. केसांनी चेहरा झाकून टाकला. ''मला माहीत आहे, मी विचित्र वागत आहे.''

''ठीक आहे. तू सरळ बोलत नव्हतीस.''

''ओह सुझ!'' माझ्याकडे अगतिकतेने चेहरा वळवत ती म्हणाली, ''मी फार दमले आहे. मला घाणेरडं वाटतं आहे. नीट झोप मिळत नाही. सर्व काळ लोक आपल्याला पाहत राहतात. इकडे कधीच शांतता नसते.''

''हो, खरं आहे तुझं.''

''आणि ही दुर्मीळ संधी आहे, जॉनीबरोबर त्याच्या घराला भेट देण्याची. ती आपण सोडू शकतो का? नाही नं? मला माहीत आहे, आपण त्याला योग्य वेळी समजावू. काहीतरी मार्ग शोधेन मी. आपण बुद्धिमान आणि चतुर आहोत...''

मी होकार भरत म्हटले, ''हो आणि तुला लोकराज्याचं युद्धगीतही चांगलं गाता येतं.''

क्लेअरने तिचे सर्वोत्कृष्ट स्मित केले. तिच्या लिपस्टिकच्या पार्श्वभूमीवर चमकदार दातांची ओळ दाखवत ती म्हणाली, ''आपण ज्या गोष्टी पार पाडण्यात तज्ज्ञ आहोत, त्यांचा विचार करू या. त्या समलिंगापेक्षा अधिक चांगल्या आहेत. हो नं?''

मी पुन्हा होकार भरला.

मग उभे राहून तिने माझ्या खांद्यावर हात ठेवले आणि म्हणाली, ''जा. काही तासांत तुझ्या त्या वेडपट खलाशाचा निरोप घे. मी आपलं सामान भरते.''

छोटीशी चड्डी घातलेला ट्रेव्हर मळलेल्या कपड्यांची वर्गवारी करत बसलेला होता. मी त्याला आमच्या प्रवासाबद्दल सांगताच तो किंचाळला, ''काय? तू मला

आत्ताच सोडून जाणार? पण तू तर माझी स्वप्नसुंदरी आहेस. आत्ताच तर भेटलो आहोत आपण.'' मला खेचत त्याने बाल्कनीमध्ये नेले. तिथे कोणी नव्हते.

थोड्या वेळाने तो म्हणाला, ''आपण पुन्हा केव्हा भेटू? या खेड्याला भेट दिल्यानंतर तुम्ही कुठे जाणार?''

''बीजिंग,'' त्याच्या दंडावरच्या गोंदणावर बोट फिरवत मी म्हणाले. ज्याच्या दोन्ही दंडांवर स्त्रियांची चित्रे रंगवली आहेत, अशा माणसाच्या बाहुपाशात असणे हे जरा चमत्कारिकच होते. माझ्या मनात ईर्षा वाटत होती. प्लेबॉय मासिक जवळ बाळगल्याबद्दल शिक्षा झालेला टॉम माझ्या डोळ्यांसमोर चमकून गेला.

ट्रेव्हरने माझे गाइड उचलून नकाशा दाखवला. ''१९ ऑक्टोबरला माझा वाढदिवस आहे. आपण इथे, प्रतिबंधित शहराबाहेर भेटू. दुपारी दोन वाजता. मी त्याच वेळेस जन्मलो.''

मी नाक मुरडून विचारले, ''त्या शहरासारखा तुलाही पासवर्ड आहे का?''

''मी गंभीरतेने बोलतो आहे. आपली भेट ठरलेली आहे. चीनच्या सुप्रसिद्ध भिंतीवर आपण माझा वाढदिवस साजरा करणारच. माझा एक मित्र म्हणतो, आपण तिथे रात्रही घालवू शकतो,'' माझ्या डोळ्यांवरून केसांची बट दूर करत तो म्हणाला.

''हं. खरं आहे. आपण चीनच्या भिंतीवर रात्र घालवू.''

ट्रेव्हर खोडकर हसू आणत म्हणाला, ''ओय, त्या कम्युनिस्टांना आपण काय करतो, त्याच्याशी काही घेणं देणं नाही. त्यांच्या लोकांवर पहारा देण्यातच मग्न असतात ते.''

''मला चिनी पोलिसांची आणि सरकारची भीती नाही.''

''मग तू वाट पाहा,'' तो हसत माझ्या मानेशी चाळा करत म्हणाला. ''मी तुला त्यानंतर सगळं बीजिंग फिरवून दाखवतो. प्रतिबंधित शहरांमध्ये प्रतिबंधित गोष्टी करतो आणि त्या स्वर्गमंदिरामध्ये तुला अनावृत्त करतो.''

त्या क्षणी ते सगळे छान आणि शक्य होईल, असे वाटत होते. काही आठवड्यांनंतर आम्ही भेटणार होतो. नक्कीच आमचे प्रकरण रंगणार होते. आम्ही दोघे लिब्रा राशीचे, आकर्षक आणि साहसी होतो. आम्ही सारखेच होतो. काहीही करू शकत होतो.

***

आता या फेरीबोटीच्या डेकवर उभे असताना मला चांगले समजून आले होते. तो फक्त एक हळुवार, तरल क्षण होता. अधिक काही नाही.

माझ्याभोवती बरोबर आणलेल्या काडांच्या चटयांवर अनेक कुटुंबे विसावलेली

होती. त्यांचे सामान कठड्याभोवती रचून ठेवलेले होते. जिवंत कोंबड्या आणि खेकड्यांच्या पिशव्या, कपड्यांची गाठोडी असलेच सामान. अंधारात बोट पुढे जाताना लाटांचा आवाज आणि मशिनची घरघर जाणवत होती. चंद्रप्रकाशात दिसणारी पर्वतरांगांची बाहयाकृती आकाशावर कार्डशीटने चिटकवल्यासारखी दिसत होती. आम्ही कुठे जात होतो याची मला काहीच कल्पना नव्हती. कारण दिंघाई कोणत्याही नकाशावर नव्हते.

एक अजून उत्सुकता आणि भय मनात दाटले होते. ट्रेव्हर सोडल्यास जगात कोणालाही माहीत नव्हते की मी या रात्रीच्या बोटीने पूर्व चीनच्या समुद्रात प्रवास करणार होते, शांघायला पोचल्यापासून क्लेअर आणि मी घरी संपर्क साधू शकलो नव्हतो. आर्ततेने मी त्या काळ्या पाण्याकडे पाहत होते. पाण्यामधून अज्ञात ध्येयाकडे निघालेली नाव. तुमच्या आप्तस्वकीयांपासून, संस्कृतीपासून दूर हीच स्थिती असते. एकाकीपण, कधी न शमणारी आस, असुरक्षितता आणि दु:ख.

मी एकाएकी रडायला लागले. मला मूर्खासारखे वाटले. पण कोणाला समजणार होते? आणि कोण पर्वा करणार होते? त्या कठड्यावर झुकून एकाकी, स्वत:ची दया करत मी रडत होते. एक पेपर नॅपकीन काढून मी मोठ्याने नाक शिंकरले. दूरवर कोणी माणसाने गाणे सुरू केले होते. काही क्षण मला कळलेच नाही. कळले, तेव्हा मला भास होत होता, असेच वाटले.

कंट्री रोड्स टेक मी होम

टू द प्लेस, आय बिलॉन्ग

वेस्ट व्हर्जिनिया, माउन्टन ममा

(गावाकडील रस्त्यांनो मला घरी घेऊन जा

जिथून मी आलोय.

वेस्ट व्हर्जिनिया, पर्वतातील माता)

जॉन डेन्व्हर? कोण एवढ्या रात्री जॉन डेन्व्हरचे गीत गाते आहे? माझ्या डाव्या हाताला थोड्या अंतरावर एक चिनी तरुण उभा होता. सगळी बटणे लावलेला पांढरा शर्ट आणि माओ पॅन्ट घालून कठड्यावर रेलून तो उभा होता. डोके मागे झुकवून, मिटल्या डोळ्याने, हृदयावर त्याचे छोटेसे हात होते आणि तो गात होता.

माझ्या बालपणीचे ते एक अतिशय लोकप्रिय गीत होते. प्रत्येक उन्हाळ्यात सहलीला जाताना मॅनहॅटनच्या पूर्वेला एका वसाहतीमध्ये बाहेर पडण्यासाठी जाताना आम्ही गाडीमध्ये सगळेच ते गात असू. सिल्व्हर लेकच्या पाण्याचा, प्रकाशाचा मुलामा त्या गाण्याला मिळालेला होता. पावसाळी वादळांमध्ये गवतावर उघड्या

पायाने चालणे, हॅन्डबॉल खेळणे आणि रातकिड्यांचा आवाज सारे-सारे त्या गीताशी जोडलेले होते. माझ्या कुटुंबामध्ये तणाव निर्माण होण्याआधी, वडील मधूनच गायब होण्याअगोदर आणि आई निराशेने चिडचिडत घरात वावरण्यापूर्वीचा आनंद! मी केवळ सहा वर्षांची असताना, सर्वांची आवडती असतानाचे गीत होते. आता अर्धे जग ओलांडून आल्यावर योगायोगाने एक चिनी माणूस ते माझ्याशेजारी गात होता. आणि मी चीनच्या अज्ञात प्रदेशात मध्यरात्री प्रवास करत होते.

इन हर क्वॉइस
इन द मॉर्निंग अवर शी कॉल्स मी
द रेडिओ रिमाइन्ड्स मी ऑफ माय होम फार अवे.
(तिचा आवाज मला ऐकू येतो आहे
सकाळीच ती म्हणाली माझ्याशी
आता रेडिओ मला दूरच्या घराची याद देतो आहे.)

त्याच्या जवळ जाऊन, सुरात सूर मिसळून गाऊ लागले. एकमेकांवर दृष्टिक्षेपही न टाकता आम्ही सागरावर नजर खिळवून सराईतपणे ते गीत गात होतो.

गीत संपताच आम्ही वळून हस्तांदोलन केले. मी उद्गारले, ''ओ माय गॉड! गीत माझ्यासाठी किती मूल्यवान आहे, तुम्हाला माहीत आहे? माझं सर्व बालपण ते गीत गात मी व्यतीत केलेलं आहे.''

माझ्याकडे पाहून तो फक्त हसला. मला समजले, त्याला इंग्लिशचा एक शब्दही येत नव्हता. माझे बोलणे त्याला समजलेच नाही.

मग हे अमेरिकन लोकगीत तो कसे शिकला? हे १९८६ साल होते. लोक अजून गाण्यांचे अल्बम ऐकत होते. इंटरनेट आणि एमपीश्री यांचा जमाना १० वर्षे दूर होता. चीनमध्ये बऱ्याच ठिकाणी टेलिव्हिजन नव्हता, पॉप रेडिओ नव्हता, पाश्चात्त्य सिनेमे नव्हते, फार काय वीजही नव्हती. तरीही हा जॉन डेन्व्हर गात होता.

खाणाखुणा करून मी त्याला गंथरच्या शोधात माझ्याबरोबर यायला लावले.

''गंथर, हा माणूस माझ्या लहानपणीचं गाणं गातो आहे. प्लीज, त्याला ते कुठे शिकला विचार ना.''

गंथरने शोध लावला. त्याचे नाव वेन होते.

''वेन म्हणतो आहे, त्याच्या इंग्लिश शिक्षकाकडून शिकला आहे तो. त्या शिक्षकाने शब्द शिकवले आहेत. त्याला अजूनही अर्थ माहीत नाही. तो तुला अर्थ सांगण्याची विनंती करतो आहे.''

मी गंथरद्वारा वेनला अर्थ सांगितला. वेस्ट व्हर्जिनिया येथील पर्वतवासी माणूस

जो घरापासून दूर आहे, त्याचे हे गीत आहे. कुठेही गेला, तरी घराची याद त्याला येते. त्या रस्त्यांना तो घरी पोचवण्याची विनंती करतो. गंथरचे शब्द थांबताच वेनने आम्हा दोघांकडे दु:खी नजरेने पाहिले. शेवटी तो गंथरला म्हणाला, ''ते गीत त्याला चांगलं समजतं आहे.'' गंथर सांगत राहिला, ''चीनमध्ये बहुसंख्य लोकांना घरापासून दूर काम करावं लागतं. खूप लोकांना त्यांच्या वेस्ट व्हर्जिनियाला पारखं व्हावं लागतं.''

काही क्षण आम्ही तिथेही मूक झालो. काही अनुभवांचा अनुवाद करण्याची गरज नसते.

***

वेन निघून गेल्यावर गंथर म्हणाला, ''माझीही भेट एका गायकाशी झाली आहे. त्याला आपल्यासाठी गाणं म्हणायला बोलावू का?''

एक छोट्या चणीचा मध्यमवयीन माणूस निळा माओ गणवेश घालून आमच्या केबिनमध्ये हजर झाला. त्याला पाहताच आश्चर्याच्या धक्क्याने जॉनी त्याच्या बंक बेडवरून उडालाच. गंथरची मैत्री एका प्रसिद्ध चिनी ऑपेरा स्टारशी झालेली होती. त्याने आमचे हात जणू आम्हीच प्रसिद्ध व्यक्ती असल्यासारखे हलवले होते.

''तो म्हणतो आहे, तुम्ही खास पाहुणे आहात. यापूर्वी बोटीवर त्याची परदेशी लोकांशी कधी भेट झाली नव्हती. जेव्हा तो युरोपला प्रयोगासाठी गेला, तेव्हाच तो परकीय लोकांना भेटला होता.'' जॉनी त्याच्या बोलण्याचा अनुवाद करत होता. ''तो आता तुमच्यासाठी विशेष कार्यक्रम सादर करणार आहे.''

बंक बेडच्या कडांना पकडून चपळाईने तो वर चढून बसला. अगदी नाट्यमय रीतीने खिशात हात घालून त्याने गायला सुरुवात केली.

एकदा आम्हाला शांघायमध्ये सीआयटीएसद्वारा (चायनीज इंटरनॅशनल टूरिस्ट सर्व्हिसेस) चिनी ऑपेराची तिकिटे मिळाली होती. आम्हाला ते मोठेच प्रकरण वाटले होते. चिनी संगीतिकांचे प्रयोग करत कलाकारांचे समूह गावोगाव कला सादर करत. आम्ही अमेरिकन जसे चित्रपट, व्यंगचित्रे यांतून शिकतो; तसे चिनी पारंपरिक संगीतिकांतून शिकत असत. विविध प्रादेशिक भाषा असणाऱ्या चीनमध्ये संगीतिका म्हणजे सामान्य लोकांची भाषा होती.

क्लेअरने आणि मी पाहिलेली संगीतिका एका नर्तिकेच्या आणि सम्राटाच्या प्रेमप्रकरणाविषयी होती. भाषांतर नसल्याने आम्हाला एवढेच समजले की, सम्राटाने तिला सोडल्याने तिने आत्मघात केला.

संपूर्ण कार्यक्रमात चिनी प्रेक्षक खात आणि बोलत होते. एक सांस्कृतिक अनुभव म्हणून तो फारच समृद्ध होता. पण संगीत फारच तीव्र होते. कोणत्याही

पाश्चात्त्यांच्या समजण्यापलीकडे, कर्कश आणि बेसूरे.

आमच्या खोलीतील गायकाने आवाज लावताच मी स्वत:ला ताठर केले. पण त्याच्या मुखातून 'ॲव्ह मारिया'चे आर्त सूर खोलीभर घुमले. ध्वनिक्षेपकावरची बडबड, कोंबड्यांवा कलकलाट, लोकांचे खाकरणे यांच्या वरताण त्याचा स्वर जॉन डेन्व्हरसारखा वाटू लागला.

ॲव्ह मारिया!

मी, जॉनी, गंथर आणि क्लेअर मंत्रमुग्ध होऊन ऐकत होतो. त्याला व्यत्यय येऊ नये, म्हणून आम्ही श्वाससुद्धा थांबवला नाही. त्याने गीत संपवताच आम्ही मुक्तपणे टाळ्या वाजवल्या. अमेरिकनच करू शकतात, तसे मी आणि क्लेअर व्हु...हु... असे आनंदाने ओरडत होतो. त्या गायकाचा चेहरा उजळला. पुस्सिनीच्या 'नेस्सन डॉर्मा'चे स्वर त्याने आनंदाने सुरू केले.

त्याने किमान तीन एकापेक्षा एक उत्तम गीते गायली. शेवटी थकून त्याने जॉनीच्या थर्मासमधून चहा घेतला. क्लेअर आणि मी अविश्वासाने, आनंदाने पाहत होतो. आम्ही कोणत्याही पाश्चात्त्य माणसाने पाय न ठेवलेल्या चिनी गावामध्ये जात होतो. आणि शिवाय खास आमच्यासाठी विशेष संगीत कार्यक्रम पार पाडण्यात आला होता, तोही लुइझियानो पावरोट्टीच्या साम्यवादी नमुन्याद्वारा.

जॉनीला आम्ही विचारले, "त्याला धन्यवाद देण्यासाठी आम्ही काय करू शकतो?"

त्या गायकाने स्वत:ची टोपी काढून हातात घेतली आणि आनंदाने काहीतरी कुजबुजला. जॉनीने हसत सांगितले, "तो अमेरिकेत असताना त्याने अमेरिकन दूरदर्शनवर एका व्यक्तीचा आविष्कार पाहिला होता, ज्याला तुम्ही मायकल जॅक्सन म्हणता. त्याच्यासारखं नृत्य करायला शिकवा."

"मायकल जॅक्सन!" मी हसले. "चेष्टा करतोस का?"

क्लेअरने तिच्या सॅकमध्ये शोधाशोध करून टेप काढली. विजयाने तिने जॉनीच्या छोट्याशा टेपरेकॉर्डमध्ये ठेवली. "हं. हे ठीक राहिल." ती म्हणाली, "ओके. तझा तझा ही सगळी तुझी जबाबदारी, या इथल्या पावरोट्टीला जॅक्सनसारखं नृत्य शिकव."

मी काय म्हणणार? मी जितकी अरेथा फ्रॅंकलीनसारखी गाऊ शकते, तेवढीच मायकल जॅक्सनसारखे नृत्य करू शकत होते. मला बालपणी अपुरे कपडे घालून स्टुडिओ ५४मध्ये बागडल्याचा फायदा झाला होता. बंक बेडमधील अरुंद जागेमध्ये बेशरमपणे त्या चिनी गायकाचे हात धरून मी त्याला जॅक्सनच्या 'मला तू हवीस' या गाण्यावर थिरकायला लावले. आम्ही बऱ्याच गाण्यांवर नृत्य केले. शेवटी ती टेप संपली, तेव्हा आम्ही दोघेही धापा टाकत होतो. त्याने झुकून अभिवादन केले.

''शेय शेय नी,'' मी बोलले.

जॉनीने भाषांतर केले, ''तो सांगतो आहे की, ही रात्र त्याच्या सतत लक्षात राहील. एकदा तरी तो अमेरिकन नृत्य करू शकला.''

तो गायक जाताच ध्वनिक्षेपकावर सूचना संपून चिनी संगीत वाजू लागले. आमच्या रूममध्ये सगळे सतत धूम्रपान करत होते आणि दिवे चालू होते, तरी जॉनी आणि गंथर झोपी गेले होते. खोली गुहेसारखी भासायला लागली होती. क्लेअर बिछान्यावरच कोपर टेकवून शेजारील बिछान्यावरून कुजबुजत होती. ''पाहा आता. ओके? दिसतं आहे नं तुला? यासाठीच मला इकडं यायचं होतं. हेच माझ्या मनात होतं. बरोबर?''

''हं,'' मी कुजबुजले. पोर्टहोलमधून समुद्रावरून खारे वारे येत होते. ''आजची रात्र फारच आश्चर्यचकित होती. मला इकडे आणलं, त्याबद्दल मनापासून आभारी आहे.''

''माझ्याकडे पाहा,'' क्लेअर आनंदात म्हणाली. ''तुला काही कल्पना आहे, आपण कुठे आहोत? सुझ, आपण दोघीही तिथे प्रत्यक्षात पोचलो आहोत. आपण जग जिंकायला सुरू केलं आहे.''

झोपाळू अवस्थेत दुसऱ्या सकाळी आम्ही दिंघाईच्या डगमगणाऱ्या पायऱ्यांवरून धक्क्यावर उतरलो. कोणत्याही वस्तीपासून खूप दूर होतो आम्ही. चिखलाच्या झोपड्यांनी वेढलेला रस्ता तेथे होता. माझ्याबरोबर गीत गाणाऱ्या चिनी तरुणाचा पत्ता नव्हता. त्या संगीतिका गायकाचाही तपास नव्हता. पण १० मिनिटांनी जिथे आम्ही उतरलो, त्या चिनी हॉटेलमध्ये मिलिटरी पोलीस आमची वाट पाहत होते.

दिंघाई

जेव्हा जॉनीने त्याच्या गावाचे – दिंघाईचे वर्णन केले, तेव्हा त्याने खेडे असा उल्लेख केला होता. त्याचे इंग्लिशचे ज्ञान अपुरे असल्याने कदाचित तो असे म्हणाला असेल किंवा धुक्यात लपलेल्या टेकडीपलीकडे त्याचे घर होते. पण आमच्या लगेचच लक्षात आले की, या दिंघाई नावाच्या खेड्याची लोकसंख्या ८,३०,००० आहे. आणखी म्हणजे हे चीनच्या अतिसंरक्षित सैनिकी तळाचे स्थान आहे. म्हणूनच साम्यवादी प्रवासी शहरांच्या यादीत पदभ्रमंती करण्यासाठीच्या स्थळांमध्ये त्याचे नाव नव्हते. आजपर्यंत दिंघाईला कोणाही अमेरिकन माणसाचा पदस्पर्श झाला नव्हता.

म्हणूनच चिनी मिलिटरी पोलिसांना कुतूहल वाटत होते की, मी आणि क्लेअर तिथे का आलो होतो. परकीय प्रवासी परवाना नसताना, चिनी साम्यवादी पक्षाचे अधिकृत निमंत्रण नसताना किंवा सीआयटीएसने विशेष सुरक्षा पुरवलेली नसतानाही आम्ही तिथे धडकलो होतो. जेव्हा तपासणी झाली; तेव्हा आमच्या बॅकपॅकमध्ये अनेक भाषांतराची पुस्तके, नकाशे, कॅमेरे, फिल्म्स, बॅट्र्या, कॅसेट्स, जलशुद्धीकरणाची साधने, दुर्बिणी, स्विस आर्मी सुरे, डायऱ्या आणि टॉर्च सापडले होते.

आम्ही खोलीमध्ये पोचताच परराष्ट्र खात्याचा अधिकारी आमच्या मागोमागच आला. त्याने आमचा शोध एवढ्या पटकन कसा लावला, हा एक चमत्कारच होता. १९८६मध्ये वीज आणि टेलिफोन सेवा चीनमध्ये दुर्मीळ होत्या. सगळे शहर जणू एका मिणमिणत्या ४० व्हॅटच्या दिव्याने उजळलेले असायचे. फक्त कोपऱ्यावरील दुकानांमध्ये आणि पोस्ट ऑफिसमध्ये टेलिफोन असायचे. दिंघाईमधील सर्वांत फॅशनेबल हॉटेलमध्ये आम्ही उतरलो होतो. तिथेसुद्धा प्लॅस्टिकच्या वायरिंगच्या

गुंत्यात वेढलेले टेलिफोन होते. छतावर टांगलेल्या एकमेव फ्लुरोसन्ट दिव्याचा प्रकाश असायचा. कॅमेरा, टेलिफोन, कॉम्प्युटर, टेलिकम्युनिकेशन किंवा सर्चलाइट्स यांपैकी काहीही नसताना चिनी सरकारने आमचा माग कसा काढला कुणास ठाऊक? तोही आमच्या आगमनानंतर फक्त १० मिनिटांमध्ये.

तो अधिकारी संपूर्ण सैनिकी गणवेशामध्ये आमच्या दरवाजासमोर उभा होता. त्याच्या खांद्यांवर पदके चमकत होती. चिनी सैन्याच्या चिन्हाने त्याची लाल-सोनेरी टोपी चमकत होती. आणि त्या तिरप्या टोपीने त्याचा अर्धा चेहरा झाकलेला होता.

चायनीजमध्ये त्याने अभिवादन केले. जॉनीने अनुवाद सांगितला, ''दिंघाईमध्ये तुमचे स्वागत असो. कृपया मला तुम्हाला काही प्रश्न विचारण्याची परवानगी द्या.'' कोणतेही भय आमच्या मनात निर्माण होऊ नये, म्हणून घाईघाईने तो म्हणाला, ''भिण्याचं कारण नाही. मी तुमचा मित्रच आहे.'' हा मित्र त्यानंतर सरळ चालत खोलीच्या मध्यावर उभा राहिला. त्याने सर्वत्र अधिकारवाणीने नजर फिरवली. आमच्या पलंगाकडे दृष्टी टाकून तो म्हणाला, ''कृपया खाली बसा.'' क्लेअर आणि मी कडेवर बसलो. जॉनी अस्वस्थपणे आमच्यामध्ये उभा राहिला. त्या सैनिकी अधिकाऱ्यानेदेखील जॉनीमध्ये रस घेतला. हा योगायोग नक्कीच नव्हता. फक्त गंथरला या प्रश्नांमधून मोकळीक देण्यात आली. दिंघाईमधून भटकण्याची त्याला मुभा देण्यात आली. त्याच्या बव्हेरियामधील चिनी भाषा शिकवणाऱ्या संस्थेकडून मिळालेल्या पत्राद्वारे त्याने सर्वत्र फिरण्याची मुभा असणारा परवाना हाँगकाँगमधून प्राप्त केला होता.

त्या अधिकाऱ्याने आमचे पासपोर्ट मागितले. सहजपणे ते चाळले. त्याच्या चेहऱ्यावरचे भाव समजणे टोपीमुळे अशक्य होते. ''तुम्ही दिंघाईमध्ये किती दिवसांसाठी राहण्याचे ठरवलं आहे?'' आमचे उत्तर ऐकत तो कडेच्या बाकाजवळ गेला. आमच्या बॅगांच्या चेन्स उघडून काहीसे निष्काळजीपणे सामान बाहेर काढायला सुरुवात केली. आता तो आमच्या मागे उभा होता. एक-एक कप्पा उघडताना होणारा टस्साऽऽऽप आवाज, उघडणाऱ्या खटक्यांचा आवाज, वेलक्रोचा आवाज ऐकू येत होता. त्याचे एक विचित्र संगीत तयार झाले होते. माथ्यावरचा दिवा अचानक उघड-मीट करत होता. त्याने आम्हाला गरगरल्यासारखे वाटत होते.

''तुमचा व्यवसाय काय?'' त्याने विचारले.

उभ्या आयुष्यात बालवाडीमध्ये ट्रॅफिक पोलीस आम्हाला नियम सांगायला आला, तेव्हा त्याच्याशी एकदाच बोलले होते. पण माझ्याभोवतालचे लोक न्यूयॉर्कच्या पोलिसांकडे जरा संशयाने आणि दुराव्यानेच पाहत असत. त्यांच्या लेखी हे पोलीस विनाकारण तरुण पोरांना अटकेत टाकतात आणि युद्धविरोधी निदर्शकांना लाठीने झोडपून काढतात. 'डुकरे' हे त्यांच्यासाठीचे खास विशेषण. आता एका अधिकृत

अधिकाऱ्यासमोर मी गोठूनच गेले. हा प्रश्न तसा कळीचा होता. काय व्यवसाय होता बरे आमचा? माझ्या मनात एकच उत्तर आले, 'बेरोजगार भटके.' कोणत्याही कायद्याची अंमलबाजवणी करणाऱ्या अधिकाऱ्याला हे उत्तर आवडेल, असे नक्कीच नव्हते.

क्लेअरने मात्र बैठक बदलली. ताठ बसत तिने पायावर पाय टाकला. एखाद्या नोकरीच्या मुलाखतीसाठी ऐटीत बसावे, तसा मानेला झटका दिला. ''आम्ही ब्राउन विद्यापीठाचे शिष्यवृत्तीधारक विद्यार्थी आहोत. विचारल्याबद्दल धन्यवाद!''

तिचा आवाज एखाद्या सौंदर्यस्पर्धेतील स्पर्धकासारखा मृदू झाला होता. तिने सांगितले होते की, वाहतुकीचे नियम तीनदा मोडूनही तिला अद्यापि एकदाही दंड झालेला नव्हता. ''त्यात काय मोठं? नुसतं बोलून काम होतं,'' ती अल्लडपणे म्हणाली होती.

माझ्या इतर वैशिष्ट्यपूर्ण पब्लिक स्कूलमध्ये शिकलेल्या मित्र-मैत्रिणींप्रमाणेच क्लेअरसुद्धा अशा परिस्थितीत आत्मविश्वासपूर्ण असे. आपल्या हुशारीने आपल्या वरिष्ठांना जिंकण्याची क्लृप्ती तिला प्राप्त होतीच. अधिकारी व्यक्तींना घाबरणे, टाळणे किंवा बुजणे यांपेक्षा त्यांच्याशी वाद घालणे आणि मुद्दा पटवणे तिला येत होते.

त्या अंधाऱ्या खोलीत बसलेली असताना तिच्या चांगल्या पार्श्वभूमीमध्ये ती अधिक आत्मविश्वासाने शिरताना दिसली. त्या अधिकाऱ्याकडे पाहत तिने तिचे जिंकणारे हसू चेहऱ्यावर आणले. तिचे शुभ्र दात चमकले. आणि तो जुना मित्र असल्यासारखी ती त्याच्याशी बोलायला लागली. तिच्या धाडसाचे मला कौतुक वाटले. पाहण्याजोगे दृश्य होते ते.

''नीट समजून घ्या. आम्ही इथे येण्यामध्ये अवमान करण्याचा किंवा डिवचण्याचा उद्देश नाही.'' अधिक मधाळ आवाजात आपल्या दुधासारख्या शुभ्र गळ्यावर हात ठेवत ती बोलत होती. ''अमेरिकेच्या सर्वोत्कृष्ट विद्यापीठांपैकी एकाचे विद्यार्थी असल्याने तुमचा सुंदर देश शक्य तितका पाहण्याचा आमचा हेतू आहे. तो पाहण्यास उत्सुकच आहोत नं आम्ही. इथे येणं म्हणजे बहुमान आहे आमचा. अहो खरंच! तुम्ही आमचं जे हार्दिक स्वागत केलंत, जी काळजी घेतलीत आणि आतिथ्य *दाखवलंत, त्याबद्दल खरोखरच धन्यवाद!''*

जॉनी तिच्या बोलण्याचा अनुवाद सांगत असताना तिने पाकीट उघडले आणि तिने ब्राउन विद्यापीठाचे ओळखपत्र बाहेर काढले. त्या अधिकाऱ्याला एखाद्या राजदूतावासाच्या अधिकृतपणे दाखवले. तिचे अनुकरण करत मीसुद्धा माझे ओळखपत्र दाखवण्यासाठी कमरपट्टा काढला. पण माझे ब्राउनचे कार्ड नव्हते, म्हणून विद्यार्थी सवलतीचे आणि आंतरराष्ट्रीय युवक वसतिगृह संघटनेचे ओळखपत्र त्याला दाखवले.

त्याला फरक जाणवणार नाही, अशी आशा केली. क्लेअर बोलत होती, ''तुम्हीच पाहा. आम्ही अमेरिकेतील एका अतिप्रतिष्ठित संस्थेमधून आलो आहोत. आपल्या दोन्ही देशांमधील सलोख्याला त्यामुळे हातभारच लागेल.''

मान हालवून त्याने ओळखपत्रे पाहिली. त्याने मान्य केल्यासारखे दिसले, पण लगेचच बारीकशी गुरकावणी देत पाऊल मागे घेतले. आमच्या बऱ्याच वस्तू त्याने मांडून ठेवल्या होत्या. कँटोनीज ते उर्दूपर्यंत १४ वेगवेगळ्या भाषांचे कोश, अनेक दक्षिणपूर्व आशियाई देशांचे नकाशे, आमचे कॅमेरे, त्यांच्या बॅटऱ्या, घाईघाईने खुणा केलेले नाव टाकलेले कॅसेट टेपरेकॉर्डर, स्विस आर्मी सुरे, इतर विद्युत् उपकरणे, टॉर्च, वह्या, जलशुद्धीकरणाची उपकरणे, क्लेअरची लहानशी दुर्बीण इत्यादी. त्यातील एका वस्तूने त्याचे लक्ष परत वेधले होते. क्लेअरची पाण्याची बाटली त्याने उचलली. तिच्या डॉमिनिक या सावत्र भावाने काही वर्षांपूर्वी सैनिकी सामानाच्या दुकानातून ती खरेदी केलेली होती. अजून तिच्यावर 'अमेरिकी सैन्याची मालमत्ता' असे लिहिलेले खालचे आवरण तसेच होते.

आत्तापर्यंत मला त्या अधिकाऱ्याची भेट म्हणजे नेहमीची औपचारिकता पद्धती वाटत होती. बुजलेल्या प्रवाशांवर अधिक रुबाब दाखवण्याची अधिकारशाहीची युक्ती! परतल्यानंतर हा किस्सा माझ्या लोकांना किती रंगवून सांगेन, याची मी कल्पना करत होते. मी आणि क्लेअर निरागस होतो, असे मला वाटत होते. त्याहून अधिक म्हणजे आम्ही अमेरिकन नागरिक होतो. आमच्याजवळ अमेरिकन पासपोर्ट होते. आमच्या नजरेत सोनेरी परवाना! सद्हेतूने आलेल्या दोन गोऱ्या मुलींचे चिनी लोक खरोखर काय नुकसान करू शकणार होते?

त्या लोखंडी टेबलवर मांडलेल्या आमच्या वस्तू दिंघाईच्या फिकट प्रकाशात आता साध्या दिसत नव्हत्या. आमच्या विरुद्ध भक्कम पुराव्यासारख्या दिसत होत्या. त्या सगळ्या वायर्स आणि कागदपत्रे? अमेरिकन आर्मीची प्रॉपर्टी? माझ्या मनात अस्वस्थता पसरली. एवढा वेळ मला मी आणि क्लेअर हुशार, आवडत्या अमेरिकन प्रवाशासारखे वाटत होतो. आता चिनी आमच्याकडे वेगळ्या नजरेने पाहतील, असे मला वाटले. त्यांच्या दृष्टीने आम्ही जगाच्या दुसऱ्या टोकावरून आलेले परकीय होतो. जिथे आम्ही असणे, अपेक्षित नव्हते, तिथे आम्ही आलो होतो. न पटण्याजोगी विद्यार्थी ओळखपत्रे घेऊन आणि निरीक्षणाची अनेक उपकरणे घेऊन त्या चिनी सैनिकी अधिकाऱ्याला आम्ही गुप्तहेर होतो, अशी भावना झाली, तर मी त्याला दोष देणार नव्हते.

क्लेअरकडे मी चिंतेने पाहिले. सहज वाटावे, अशा सुरात ती म्हणाली, ''ती काही खरोखर आर्मीची नाही.''

''त्यांनी फक्त ते चिन्ह वापरलं शोभेसाठी,'' मी उद्गारले. ''कोकाकोला किंवा

मॅकडोनल्डसारखं ब्रॅन्डनेम.''

हाताने इशारा करत क्लेअरने मला गप्प राहण्यास सांगितले.

अधिकाऱ्याने वळून आमच्यासमोर ती पाण्याची बाटली आणि आणखी एक वस्तू ठेवली. ''हे काय आहे?'' चमचमणाऱ्या पिवळ्या प्लॅस्टिक कव्हरमध्ये क्लेअरचा सोनीचा वॉकमन होता तो.

''ते एक संगीत ऐकण्याचं उपकरण आहे.''

क्लेअर घाईघाईने उभी राहिली. हेडफोन उलगडून त्याच्या कानामध्ये लावले आणि त्याला बटण दाबायला सांगितले. आवाज सर्वांत मोठा असावा, कारण सेकंदात ड्रमच्या ठेक्याचा आणि गाण्याचा आवाज बाहेर ऐकू आला आणि त्या अधिकाऱ्याने हेडफोन काढून टाकले.

नंतर त्याने कॅमेरा उचलला. उघडून फिल्मचा कप्पा उघडला. ''दिंघाईमध्ये परदेशी लोकांना छायाचित्रं घेण्यास पूर्ण मनाई आहे, हे तुम्हाला माहीत आहे का?'' त्याने विचारले. आमच्या सुदैवाने क्लेअरचा आणि माझा कॅमेरा आल्याबरोबर बिघडला होता.

जॉनी आम्हाला त्याचे म्हणणे सांगत असतानाच आम्ही त्याला जाम झालेले शटर आणि तडे गेलेले कव्हर दाखवू लागलो. ''पाहा, पाहा! ते मोडलेले आहेत. सुरू नाहीत. काम करत नाहीत. आम्हाला वाटलं तरी आम्ही फोटो काढू शकत नाही... पण आम्हाला काढायचं नाहीतच.''

एवढे कमी वाटले म्हणून की काय, क्लेअरने कॅमेऱ्यावर बसण्याचा अभिनय केला. बावरल्यामुळे तिने अगदी उत्तम अभिनय केला होता. बिछान्यावरून उडी मारून, उठत पृष्ठभागावर चोळत रडण्याचे नाटक केले, तुटलेल्या कॅमेऱ्याकडे नाटकीपणे पाहिले आणि रडवे डोळे चोळले.

त्यामुळे आम्ही गुप्तहेर नाही, यावर त्याचा विश्वास बसला असावा. आम्ही वेडपट होतो, याचीदेखील खातरी पटली असावी. कारण तो उसासा टाकून नाक चोळत थकून सांगत राहिला की, आम्ही इथे राहू शकू. फक्त जॉनीने अधिकृतपणे आम्हाला पाहुणे म्हणून स्वीकारले पाहिजे.

''पण चिनी अधिकाऱ्यांनी तुम्हाला काही सूचना दिल्या, तर त्यांचं तुम्ही पालन केले पाहिजे. तुम्ही सर्व नियमांचं पालन केलं पाहिजे. कायदे पाळले पाहिजेत. चीन सरकारच्या सर्व प्रतिकांचा, प्रतिनिधींचा तुम्ही आदर करायला हवा आणि छायाचित्र नाहीत,'' त्याने आम्हाला बजावले. लहान मुलासारख्या माना हालवून मी आणि क्लेअरने होकार भरला. मी जॉनीला म्हणाले, ''त्यांना सांग, आम्ही सर्व नियमांचं पालन करू.''

राजकन्येसारखे केस उडवत क्लेअरने भर घातली. ''फक्त मीच नाही, तर माझे

वडीलही त्यांना धन्यवाद देत आहेत. माझे वडील अमेरिकेतील एक श्रीमंत, प्रभावशाली व्यापारी आहेत.''

तिने असे म्हणताच माझा चेहरा वाकडा झाला.

''काय?'' तिने बचावात्मक पवित्रा घेतला. आपल्या गळ्याला हात लावून सोन्याच्या चेनशी चाळा करत म्हणाली, ''खरंच सांगते मी. आपण कोणाशी बोलतो आहोत, हे त्यांना समजलंच पाहिजे.''

आमच्याकडे दुर्लक्ष करत तो अधिकारी टेलिफोन उचलून कोणाशी तरी बोलायला लागला. काहीही स्पष्टीकरण न देता तो आमच्या खोलीत हात मागे बांधून फेऱ्या मारत राहिला. काय करावे हे न समजून जॉनी, मी आणि क्लेअर चोरट्या नजरेने त्याच्याकडे पाहत स्तब्ध बसून राहिलो.

ती उघडीवाघडी हॉटेलची खोली शवागृहासारखी दिसत होती. पांढरेशुभ्र बिछाने मच्छरदाणीआड लपलेले होते. लोखंडी टेबल-खुर्ची आणि पोचे आलेला स्टॅन्ड सोडल्यास तिथे काहीच नव्हते. पिवळट प्रकाश पसरला होता. लिफ्टचा अधूनमधून होणारा आवाज, रस्त्यावरच्या कोणाचे खाकरणे हे सोडल्यास हॉटेलमध्ये शांतता होती.

बऱ्याच वेळाने एकदाची दारावर टकटक झाली. दुसरा एक सैनिकी अधिकारी क्लेअर आणि माझ्यासाठी परकीय प्रवाशासाठीचे प्रवास परवाने घेऊन आला. एखादा सन्मान असल्यासारखे ते आम्हाला प्रदान करण्यात आले. त्यांच्या दूर जाणाऱ्या पावलांचा आवाज विरताच, नुकतीच सुटका झालेल्या गुन्हेगारांसारखा रोखलेला श्वास आम्ही सोडला.

बुजरे हसू आणत मी म्हणाले, ''कायपण स्वागत!''

क्लेअर कोरडेपणाने म्हणाली, ''त्यांनी केक आणला नाही!''

जॉनी उठून उभा राहिला, हात पुसत म्हणाला, ''ओके? आता सगळे व्यवस्थित झालं ना? अधिकृत आहे आता सर्व!''

विमनस्क आवाजात क्लेअरने मान डोलावत म्हटले, ''बहुतेक असावं!''

''आता मला माझ्या कुटुंबीयांना भेटायला जायला हवं. तुम्ही इथेच राहा. इथे जेवण चांगलं मिळेल. दिंघाईमधील हे एक नंबरचं हॉटेल आहे,'' जॉनी म्हणाला.

कपाळावर आठ्या घालून हातांची घडी घालून क्लेअर म्हणाली, ''हं. एक मिनिट. मला वाटतं, आम्ही तुझ्यासोबत तुझ्या घरी येणार होतो, म्हणूनच या चौकशीला सामोरे गेलो नं? इकडे दिवसभर थांबण्यापेक्षा तुझ्या कुटुंबाची भेट घेणं आम्हाला आवडेल.''

मी कुजबुजले, ''जीझस, क्लेअर तो सात वर्षांनी घरी परतला आहे. त्याला एकट्याला कुटुंबीयांबरोबर थोडा वेळ घालवू दे.''

"तुम्हाला माझ्या घरी यायचं आहे?" जॉनी हसत म्हणाला. पण त्याच्या चेहऱ्यावर पसरणारी निराशा आणि डोक्यात चाललेली आकडेमोड स्पष्ट दिसत होती.

"माझ्या आईला मी तुम्ही उद्या येणार, असं सांगितलं आहे. उद्या आम्ही विशेष मेजवानी ठेवलेली आहे. माझ्या भावाने कार कंपनीला परतसुद्धा केली आहे. मी पायी चालत घरी जाणार आहे. एक तास लागेल. तुमच्यासारख्या विशेष मित्रांना असं चालवणं योग्य नाही."

क्लेअरने नुसतेच खांदे उडवले. माझ्या कटाक्षातून संकेत घेऊन तिने एक खोटी जांभई दिली. "होय नक्कीच."

"खरं ना? तुम्हाला चालेल ना? तुम्ही इथे आरामात आहात ना?" जॉनीने अस्वस्थपणे विचारले.

"जा, अगोदर आईला भेट. आम्ही उद्या येऊ," मी म्हणाले.

"हो, हो," जॉनी म्हणाला, "तुम्हाला हवं असेल, तर मी पुन्हा येतो. अर्थात माझा भाऊ भेटला आणि कार मिळाली तर."

"जॉनी, काळजी करू नकोस. आम्ही खरंच खूप थकलो आहोत. आम्हाला आराम करायचा आहे. हो नं क्लेअर?" मी म्हणाले.

हात उडवत क्लेअर म्हणाली, "जसं असेल तसंच."

"हो," तो म्हणाला. पण त्याला पटल्यासारखे दिसले नाही. मी दार बंद करायला लागले, तरी तो मागे वळून म्हणत होता, "ओके, मिस क्लेअर?"

तो गेल्यावर मी चिडून क्लेअरकडे पाहिले. पण ती फक्त खोटे हसू हसली. "हे पाहा. तो गेला आहे. आपण नाही. बस?"

तिच्या बिछान्यावरील मच्छरदाणी दूर करून ती आरामात पसरली. छताकडे पाहत म्हणालो, "आपण इथे काही न करता दिवस घालवणार आहोत, यावर माझा विश्वासच बसत नाही आहे. आपण कुठे आहोत, कळत नाही." मांजरासारखे सुस्तावून उशीवर डोके ठेवत ती पुढे म्हणाली, "कोणाचा अधिक राग येतो आहे? जॉनीचा की त्या पोलिसांचा?"

"त्याने आपल्या बॅगेतून वस्तू बाहेर काढल्या, तेव्हा तू अस्वस्थ झाली नव्हतीस?" मी म्हणाले.

"हे पाहा, आपण अमेरिकन आहोत. ख्राईस्टची शपथ. माझ्या वडिलांना एक फोन केला, तर यूएस राजदूतावास.... ते जाऊ दे. आपण असं नको बसायला. चल बाहेर जाऊ."

"तिकडे बाहेर," खिडकीतून बाहेर जुन्या पडझड होऊ लागलेल्या इमारती आणि त्याच्या पलीकडे पाचूसारखे हिरवेगार डोंगर दिसत होते. त्यांच्यावर रेडिओचे

मनोरे होते. आमच्याकडे नकाशे, गाइड काहीच नव्हते. आम्ही कुठे होतो, हे कोणत्याही कागदावर साधे खरडलेलेही नव्हते.

रुपेरी रंगाचे जॅकेट उचलून तिने कमरेभोवती बांधले. शोल्डर बॅगचा पट्टा डोक्यावर अडकवून ती म्हणाली, "चल, आपण नुसतं फिरून पाहू. कदाचित मला काही संशोधन करता येईल. जागतिक अभ्यासक्रमासंदर्भात काही संबंध जोडता येतील. ते शब्दकोश उचल. मला माफ कर, पण आपण सारा दिवस इथे नाही घालवू शकत. जॉनीकडे नाही जायचं, तर या स्थळांवर भटकंती करू."

***

घरी असताना क्लेअर आणि मी यांनी अद्याप कोणी गेले नाही, अशा अद्भुत प्रदेशांमध्ये प्रवास करायचे ठरवले होते. अद्याप अज्ञात असलेले म्हणजे अद्भुत, हिरवीगार जंगले, वेलींच्या दाट जाळ्या, पिसांचे टोप घातलेले आदिवासी आणि धूळभरल्या रस्त्यांनंतर साक्षात नंदनवन असेच वाटत होते.

त्या अज्ञात प्रदेशाचा अर्थ म्हणजे धुळीने माखलेल्या औद्योगिक वसाहतींमध्ये अडकून पडणे, भोवती चिनी सैन्यतळाचा वेढा असणे आणि रस्त्यांवर कोणतीही पाटी नसणे, असाही असू शकतो; हे आता समजले.

खाली ओव्हरसीज चिनी हॉटेलच्या स्वागतकक्षात कोणीही नव्हते. आमच्या खोलीसारखाच स्वागतकक्ष साधा सजवलेला होता. प्राणिसंग्रहालये, कोळशाच्या खाणींची वसतिगृहे, छोटी गोल्फची मैदाने इत्यादी छोट्या माहिती पुस्तकांनी भरलेली शेल्फ तिथे नव्हती. 'तुम्ही इथे आहात' असे सांगणारा नकाशाही तिथे नव्हता. टांगलेल्या किल्ल्यांवरून असे दिसत होते की क्लेअर, गंथर आणि मी एवढेच प्रवासी तिथे होतो. शांघायहून आम्ही निघालो, तेव्हा किनारा आमच्या उजव्या हाताला होता. म्हणजे आम्ही दक्षिणेकडे प्रवास करत होतो. पण किती अंतरावर? आमची बोट एका नदीच्या मुखाजवळ थांबली होती. म्हणजे हे एक बेट होते का? की समुद्राजवळ घुसलेला प्रदेश होता. आमच्याभोवतीच्या प्रदेशाची दखल घेण्याएवढे आमचे लक्ष नव्हते. धक्क्यावर बोटीतून उतरून आम्ही सरळ जॉनीच्या भावाने आणलेल्या व्हॅनमध्ये बसलो होतो. धुळीच्या मोठ्या ढगाबरोबर ग्रामीण भागातून प्रवास केला होता. भोवती दिसणारे पर्वत, त्यांची हिरवी-निळी शिखरे, उंच-उंच सुळके, अनवाणी चालणारी माणसे आणि खांद्यावर कोबीने भरलेल्या टोपल्यांची कावड घेतलेला माणूस अशा गोष्टी निरखण्यात मग्न होते.

क्लेअर आणि मी हॉटेलबाहेर चालायला जाताच आमच्या लक्षात आले की, अस्फाल्टच्या टेकडीवर दोन्ही बाजूला उंच इमारती असणारा हा भाग होता. एक बंद दाराचा पेट्रोलपंप आणि अर्धवट बांधलेल्या इमारती होत्या. हॉटेलपासून निघालेल्या

रस्त्याच्या दोन्ही बाजूला गवत उगवलेले होते. दगडी पडकी घरे होती. एक आधुनिक कुरूप अपार्टमेन्ट होते. छोट्या अंगणामधून अस्ताव्यस्त बांधलेल्या कपडे वाळवण्याच्या दोऱ्या होत्या. रिकाम्या शेतात एक सिमेंट मिक्सर सोडून दिलेला होता... खूप दूर डोंगर दिसत होते.

आकाश भरून आले होते. पूर्व, पश्चिम काही कळत नव्हते. हॉटेलसमोरून जाणारा रस्ता कुठल्या दिशेने जात होता, दिंघाईच्या कोणत्या दिशेला आम्ही होतो, हे कळत नव्हते. जॉनीच्या घरापर्यंत पोचायला एक तास लागत होता, म्हणजे शहराचा मध्यभाग येथून तीन ते चार मैल दूर असावा. कोणतीही दिशा पकडून चालायला सुरुवात करावी, हे बरे. हरवलो नाही, म्हणजे झाले.

क्लेअरने माझ्याकडे पाहिले. मी तिच्याकडे पाहिले. आम्ही नाखुशीने धूळभरल्या फुटपाथकडे पाहिले. वस्तीच्या खुणा दिसत असल्या, तरी रस्ता निर्मनुष्य होता. सर्वत्र भयाण शांतता होती. अधूनमधून उंच टॉवरवरून मारलेल्या शिट्ट्यांनी ती भंग पावत होती.

शांघायकडून येणाऱ्या बोटीवर रात्रभर दिवे आणि ध्वनिक्षेपक सुरू होते. आमच्या सोबतचे वयस्कर जोडपे रात्रभर बोलत आणि धूम्रपान करत बसलेले होते. जेव्हा क्लेअर, "तुम्ही शांत बसू शकता का?" असे धुसफुसली, तेव्हा हसून त्यांनी आम्हाला सिगारेट देऊ केली होती. कसेबसे गंजलेले पोर्टहोल आम्ही उघडले होते. त्या छोट्याशा केबिनमध्ये थंड, लोणच्याचा वास येणारी हवा आणि इंजिनाचा आवाज भरून राहिला होता. गंथरने घोरण्यास सुरुवात करताच आम्ही झोपण्याची आशा सोडून दिली होती. संपूर्ण प्रवासभर आमच्या स्लीपिंग बॅगमध्ये थंडीने काकडत, वॉकमनवर गाणी ऐकत आम्ही बसून होतो. पोर्टहोलधून काळ्या आकाशाचा रंग गडद निळा-जांभळा होताना दिसला आम्हाला.

आतापर्यंत माझी छाती कफाने भरून गेली होती. क्लेअरचे केस मलूलपणे तिच्या गालांवर लटकत होते. अज्ञात रस्त्यांवर तासभर भटकण्याचा प्रस्ताव आता अनाकर्षक वाटत होता.

डोक्याला हात लावत क्लेअर म्हणाली, "तुला ठाऊक आहे का? मला एकाएकी भूक लागली आहे. मी थोडी दमलेसुद्धा आहे."

"दिंघाईमध्ये भटकण्यापेक्षा नंबर एकच्या उपाहारगृहामध्ये जाण्याबद्दल तुला काय वाटतं? नंतर आपण थोडी झोप घेऊ," मी म्हणाले.

***

शांघायमधून दिंघाईला आल्यानंतर चिनी मिलिटरी पोलिसांची मुलाखत हा एक नकोसा धक्का होता, तर ओव्हरसीज चिनी हॉटमध्ये जेवणाचा अनुभव त्यापेक्षा

विचित्र होता. हॉटेलही तसेच होते. एका रिकाम्या दालनामध्ये तब्बल १० मिनिटे वाट पाहिल्यानंतर एक तरुण शांत मुलगी अवतरली. तिने मला आणि क्लेअरला पर्वतांचे दृश्य दिसेल, अशा निर्जंतुक दालनामध्ये नेले. डोळ्यात खुपणाऱ्या शुभ्र रंगामध्ये ती खोली, भिंती, टेबले, खुर्च्या, फर्निचर इत्यादी रंगवलेले होते. त्या संपूर्ण खोलीला चमकदार पांढऱ्या रंगात कोणीतरी माखून काढले होते. एखाद्या निर्जंतुकीकरणाच्या प्रयोगशाळेत आल्यासारखे वाटत होते. आठ लोक बसू शकतील, अशा एका जेवणाच्या टेबलजवळ आम्ही दोघीच होतो. तिथे संपूर्ण शांतता होती. आम्ही जेवणाची वाट पाहत राहिलो.

वाटच पाहत राहिलो.

आम्ही दोघीही वाढत्या वेगाने अधीर, भुकेले आणि निराश होऊन बसलो होतो. आम्ही काय करणे अपेक्षित होते? इतर कुठे आम्हाला जेवण मिळेल, हे मला आणि तिला माहीत नव्हते. आम्हाला भाषा येत नव्हती, त्यामुळे चौकशीचा प्रश्नच नव्हता.

"हे शुद्धीकरण केंद्र असावं बहुतेक," थोड्या वेळाने क्लेअर घुश्शात म्हणाली.

उदासपणे मी मान हालवली. "हे वेटिंग फॉर गोदो – उपाहारगृह दिसतं." (वेटिंग फॉर गोदो हे थॉमस बेकेट यांचे जीवनातील विसंगतीविषयीचे प्रसिद्ध नाटक आहे.) शेवटी ती तरुण वेट्रेस हिरवट-पांढऱ्या ऑप्रनमध्ये पुन्हा अवतरली. शब्दही न उच्चारता तिने आमच्यासमोर रुपेरी-तपकिरी रंगाचा भाजलेला अख्खा मासा शुभ्र प्लेटमध्ये मांडला – आणि ती पुन्हा गायब झाली. त्या माशाकडे मी आणि क्लेअर पाहतच राहिलो. त्याचे डोळे उघडे असल्याने तोसुद्धा आमच्याकडे पाहत होता, असे वाटत होते. बारकाईने पाहिल्यावर मला त्याच्या मिशासुद्धा दिसल्या. त्या माशाबरोबर खायला दुसरे काही – सॉस किंवा भात, असे काय येईल, याचा विचार आम्ही करत होतो. पण ती तरुणी पुन्हा परतलीच नाही. शुभ्र टेबलावर, शुभ्र थाळीमध्ये, शुभ्र चॉपस्टिकसोबत तो मासा खाण्याचा प्रयत्न केल्यास तो हालचाल करेल, असे वाटण्याइतका तो जिवंत दिसत होता.

आज आठवताना तो मासा म्हणजे विशेष पक्वान्न होते, असे मला वाटते. तसाच तो विशेष पदार्थ होता. आज मी तो आनंदाने आणि कृतज्ञतेने खाल्ला असता. पण त्या वेळेस कॉलेजमध्ये मी चार वर्षे बटाटे, बेकनचे काप, चॉकलेट मिल्कशेक, जेल ओ शॉट्स, चीज, मफिन्स, डॉमिनोचा पिझ्झा आणि डाएट केक, बिनासायीचे दही असेच पदार्थ खात होते. माझ्या कल्पनेमध्ये अज्ञात आकर्षक पदार्थ म्हणजे फलाफल. त्यामुळे तपकिरी तेलावर तळलेला तो मासा मला किळसवाणा वाटत होता.

क्लेअरलाही तसेच वाटत असावे. सर्व उन्हाळी सुट्ट्या समुद्रप्रवासात घालवूनही

तिला सागरी अन्न आवडत नव्हते. तो मासा पाहूनच ती किंचाळली, ''ईऽऽऽ माफ कर, पण मी हे खाऊ शकत नाही.''

बच्याच वेळाने ती वेट्रेस परतली. क्लेअरने शब्दकोश उघडून तयार ठेवला होता. ''कृपया, चिंग-फ्राईड राइस? किंवा नुडल्स? फ्राईड नुडल्स?'' टेबलवर टकटक करत तिने शब्द उच्चारले.

न समजल्यासारखे तिने आमच्याकडे पाहिले. त्या माशाची न उष्टावलेली प्लेट उचलून ती नाहीशी झाली. दुसरा निळसर रंगाचा मासा घेऊन ती परतली. हा एनिमाच्या पिशवीसारखा दिसत होता. ''नाही,'' क्लेअरने किंचाळी फोडली. पण त्या स्त्रीने तो शांतपणे आमच्यासमोर ठेवला आणि ती निघून गेली. वीस मिनिटांनी ती परतताच क्लेअर म्हणाली, ''कृपया इकडे लक्ष घ्या. आम्हाला खूप भूक लागली आहे. आम्हाला मासा नको प्लीज. भात किंवा नुडल्स? अगदी चिकनसुद्धा चालेल.'' नाटकीपणे पोट चोळत क्लेअरने विचारले.

पुढे जे घडले, त्याला माशांची सौंदर्यस्पर्धा एवढेच नाव देता येईल. आमची वेट्रेस पुन्हापुन्हा वेगवेगळ्या माशांना आमच्यासमोर आणून ठेवत होती. छोट्या ब्रॉन्झ कलरच्या माशांची लांब प्लेट, सॉसमध्ये तरंगणारा एक ट्राउटसारखा मासा, डोळे आणि कवच तसेच असणारा झिंग्यांचा ढीग, फिशसूपच्या बाउलमध्ये तेलात माशांचे डोळे तरंगताना दिसत होते. भूक आणि फक्त मासेच खावे लागणार, याची जाणीव फार तीव्र झाली होती. क्लेअर आणि मी शेवटी शरण गेलो. ट्राउट थोडा कुरतडल्यासारखा खाल्ला. थोडे प्रॉन्स चहाच्या घोटाबरोबर घशातून ढकलले. बरेच प्रॉन्स मी संपवले. पण क्लेअरने प्रॉन्स खण्याचा प्रयत्न केला आणि तिच्या घशातून ते खाली उतरेना. ''ओ गॉड! मी खाऊ शकत नाही हे,'' रडव्या आवाजात ती म्हणाली.

त्यानंतर ती वेट्रेस दोन वाफाळलेले भाताचे वाडगे घेऊन आली. शेय शेय नीचा जप करत ते आम्ही आनंदाने स्वीकारले. (आम्हाला चीनमध्ये कुणीच सांगितले नाही की, चीनमध्ये असा शुभ्र भात म्हणजे एक पक्वान्न समजले जाते.) डोळे दिपवणाऱ्या त्या शुभ्र दालनामध्ये आम्ही मूकपणे गपागप तो भात खाल्ला.

खोलीमध्ये परतल्यावर क्लेअर प्रसाधनगृहामध्ये अदृश्य झाली. वाहत्या पाण्याचा आवाज येत होता. ती बाहेर आली, तेव्हा तिचा चेहरा लालसर दिसत होता आणि तिचे झोक जात होते. ''मला आता झोप हवी आहे,''असे म्हणत तिने बिछान्यावर अंग टाकले. पायातले बूट, हातावर घड्याळ तसेच ठेवून ती गाढ झोपी गेली. मी मात्र कुरकुरत जागी होते. मला झोप येत नव्हती. कोसळून पडण्याएवढी एकाकी वाटत होते.

पृथ्वीच्या कोणत्या भागामध्ये होतो आम्ही?

खिडकीतून दिसणाऱ्या मोकळ्या घरांकडे, उंच इमारतींकडे आणि दूरच्या पर्वतांकडे मी पाहत राहिले. शॉवर घेण्याचे मी ठरवले, पण पाणी बर्फासारखे गार होते. शेवटी माझ्या बेडवर बसून मी पुन्हा खिडकीकडे पाहू लागले. जणूकाही असे सतत एकटक पाहिल्याने आम्ही कुठे होतो, याचा मला दृष्टान्त झाला असता.

एकाएकी माझ्या लक्षात आले, मी अजून पर्वत पाहिलेच नव्हते. न्यूयॉर्कच्या बाहेर काही टेकड्या होत्या. दिंघाईच्या सकाळी बऱ्याच गोष्टी प्रथमच घडल्या होत्या. कुठे होतो याची जाणीव नसणे, पोलीस, न कापलेले, पिठात बुडवून न तळलेले मासे खाणे. कोणतीही गोष्ट प्रथम करताना खूप विजयी झाल्यासारखे वाटते, असा माझा समज होता. आपल्या पहिल्या बाळाच्या सर्व हालचालींचे पालक चित्रण करून ठेवतात नं! पण मला तर कडेलोटाच्या टोकाकडे हळूहळू सरकत असल्यासारखे वाटत होते. काहीच ओळखीचे आणि नेहमीचे नव्हते. काही मिळवल्यासारखे, श्रीमंत, समृद्ध झाल्यासारखे वाटत नव्हते. आधुनिक संस्कृतीच्या काही खुणा तेवढ्या माझ्यासाठी दुवा ठरलेल्या होत्या. एक छोटी ठोकाठोक झालेली कार, जुना टेलिफोन, कचकचणारी लिफ्ट. आम्हाला माहीत असणारी कोणतीच गोष्ट इथे नव्हती आणि एक अज्ञात दरी आमच्यासमोर पसरलेली होती.

केव्हातरी त्या मच्छरदाणीत शिरून मी वाचण्याचा प्रयत्न केला.

कॉलेजमध्ये असताना बहुसांस्कृतिक सुसंवादाचा विचार करत खूप वेळ घालवला होता. परस्पर विरोधाचा आम्हा सर्वांवर प्रभाव पडावा, असा त्याचा उद्देश असे. प्रत्येक वांशिक समूहाला स्वतंत्र संस्कृती होती. तिचा आदर आणि सन्मान व्हावा, असेच सर्वांना वाटे. त्यात साचेबंदपणा येऊ नये, असेही वाटे.

एक ज्यू म्हणून मला यातील विसंगती जाणवे. माझ्या इतर 'ब्लू ब्लडेड', विशेष वांशिक श्रेष्ठत्व मानणाऱ्या सहाध्यायांहून माझ्या जाणिवा नेहमी भिन्न असत. आमच्यातला फरक नेहमी सुप्त असे. मध्येच एखादा स्नायू आखडावा, तसे केव्हातरी जाणवे. जेव्हा ते मला 'तू फार गमतीशीर आहेस', असे म्हणत; तेव्हा त्यांच्या चेहऱ्यावर कौतुक, कुतूहल, आश्चर्य आणि एक अवघडलेपण दिसे. जणू काही विनोद अगदी छोट्या-छोट्या प्रमाणातच पचत असे. माझी बोलण्याची पद्धत, प्रांजळ भावनांचा अविष्कार, 'कॅम्पस क्रुसेड फॉर ख्राईस्ट' (ख्राईस्टसाठीचा सन्मानाचा संघर्ष) असल्या बॅनरबद्दलची नाराजी सगळेच त्यांच्याहून निराळे असे. जणू मी त्यांच्याहून वेगळ्या तालात वावरत होते.

पण विरोधाभासातली गंमत म्हणजे त्यांना माझा दृष्टिकोन समजावा, असे मला वाटे. त्यांनी माझ्याकडे फक्त ज्यू म्हणून पाहावे, याची मला चीड येई. जणू काही माझ्याबरोबरचे सर्व जण ज्युइश टोपी घालून कोशेर (ज्युइश पद्धतीत पवित्र) अन्न खात होते. कोणत्याही प्रकारे विडंबनाचा नमुना मला व्हायचे नव्हते. एकदा मी

जाहीर करून टाकले, ''साचेबंद नमुने म्हणजे चूक असून बौद्धिक दिवाळखोरीचं लक्षण आहे.''

आज इथे या निर्मनुष्य हॉटेलमध्ये बिछान्यावर पडल्यावर मला ते समजत होते. लोकराज्य चीनमधील हे स्थळ मला समजू शकणाऱ्या संस्कृतीच्या नकाशावर दाखवता आले नसते. चीनविषयी मला असणारी सर्व माहिती संपूर्णपणे साचेबंद होती. मला आणखी नवल वाटण्याजोगी गोष्ट म्हणजे, तशा साचेबंद अनुभवांचे मी स्वागतच केले असते. उदाहरणार्थ, सर्वसाधारण चिनी लोकांविषयी अनुमान, ठरीव गोष्टी, आम्ही कुठे होतो आणि कोणत्या प्रकारच्या लोकांमध्ये होतो याविषयी माहिती.

मला माझ्या अज्ञानाबद्दल अगदी लाज वाटत होती. चीनविषयीची माझी माहिती अगदी त्रोटक यादीमध्ये लिहिता आली असती. कन्म्युशियस (चिनी तत्त्ववेत्ता), बंदुकीची दारू, छपाई यंत्रे, नुडल्स, ॲक्युपंक्चर, क्युक्युबाईन्स (नाटकशाळा), पाय बांधणे, अफू, साम्यवाद, ताईची आणि पाण्डा. बस एवढेच! आणि हो गॅंग ऑफ फोर, ती चिनी क्रांतीची जनक नव्हे, माझ्या सहाध्यायांचा आवडता संगीतवृंद म्हणून. शाळेतल्या इतिहासाच्या अभ्यासातून तुरळक नावे, तारखा आणि घटना माझ्या आठवणीमध्ये तरळत होत्या. लांब नखे असणारी वृद्ध सम्राज्ञी एके काळी क्युक्युबाईन (नाटकशाळा) होत्या. बॉक्सर क्रांती, चँग कै शेक आणि एक मोठी झेप घेण्याचे पाऊल इत्यादी गोष्टी मला माहीत होत्या.

आता क्लेअर आणि मी प्रत्यक्ष आशियामध्ये पोचलो होतो. माझ्या शिक्षणामधील, ज्ञानामधील त्रुटी मला भरून काढायच्या होत्या. आमच्या मार्गदर्शक पुस्तकांमधील मागची प्रकरणे मी वाचत राहिले.

दिंघाईला माझ्या बिछान्यामध्ये पडल्या-पडल्या मी चिनी संस्कृतीविषयी थोडसे वाचले आणि लगेच झोपले.

माझ्या डाव्या हाताला कोणीतरी घट्ट धरून ठेवल्यामुळे मला जाग आली. कोणीतरी मला हालवून जागवत होते. क्लेअर अश्रूभरल्या डोळ्यांनी माझ्यावर वाकून मला जागवायचा प्रयत्न करत होती. तिच्या अंगात फक्त स्पोर्ट्स ब्रा आणि पार्करची अर्धी पॅन्ट होती. तिचा चेहरा उत्तेजित आणि घामेजलेला होता.

''सुझी, तुला मला मदत करायलाच हवी. मी जळत आहे.'' त्या मच्छरदाणीतून मी बाहेर आले आणि चष्मा शोधला. क्लेअरची फिकट लाल त्वचा गर्द लाल-गुलाबी दिसत होती. त्यामुळे तिचे रुपेरी केस, नाजूक भुवया आणि पापण्यादेखील उजळल्यासारख्या वाटत होत्या. ती अल्बिनोसारखी (रंगहीन माणसासारखी) विचित्र दिसत होती. मी तिच्या कपाळाला हात लावून पाहिले, तर मला चटका बसला. क्लेअरला खूप ताप चढलेला होता.

''अरे देवा! मी आजारी पडले आहे,'' माझ्या बिछान्यावर कोलमडत क्लेअर म्हणाली, ''तुला उठवण्यासाठी मला रांगत यावं लागलं. बहुधा माशामुळे झालं असावं हे.'' तिचे केस घामामुळे ओले झाले होते. कपडे चिकटलेले होते. आणि श्वासाच्या त्रासामुळे किंवा हुंदक्यामुळे तिची छाती वर-खाली होत होती.

भानावर येऊन मी माझ्या बॅकपॅकमध्ये प्रथमोपचाराचे साहित्य शोधायला लागले. शक्य तेवढ्या शांत आवाजात मी तिला विचारले, ''तू काही औषध घेतलं आहेस का?''

''हं,हं. मी टायलेनॉल घेतलं आहे. त्यामुळे मला आणखी मळमळायला लागलं आहे. ही खोली गरगरत आहे का?'' कण्हत-कण्हत क्लेअरने उत्तर दिले.

मी खोलीमध्ये सगळीकडे पाहिले. जादू किंवा चमत्कार होऊन यावर भिंती काही उपाय सांगतील, असे मला वाटले. मग मला आठवले, माझ्या बॅकपॅकमध्ये एक क्लबसोडाची बाटली होती. फेरीमध्ये चढण्यापूर्वी मी आणि क्लेअरने शांघायमध्ये तीन बाटल्या घेतल्या होत्या. दुकानदाराकडून काचेच्या बाटल्या मिळवणे मोठे जिकिरीचे होते.

माझ्या स्विस आर्मीच्या सुऱ्याने त्याचा बिल्ला उडवून क्लेअरला मी सोडा दिला. सुरुवातीला नको, नको म्हणत क्लेअरने हळूहळू ती पूर्ण बाटली संपवली.

''पाणी! माझ्यासाठी आणखी सोडा किंवा थंड पेय शोधतेस का?''

आमच्यासोबत आम्ही जलशुद्धीकरणाचं यंत्र आणि कोळशाच्या गोळ्या घेतल्या होत्या, पण त्यांची तपासणी केली नव्हती. आता तो प्रयोग करण्याची ही वेळ नव्हती.

आम्ही थर्मामीटर आणला नव्हता. पण आता काही घोटाळा झाला, तर क्लेअरला आणखी त्रास होणार होता. टॉवेल उचलून मी नळाखाली ओला केला आणि तिच्या डोक्यावर गुंडाळला. ती किंचाळली, ''अरे देवा! मला थंडी वाजत आहे.'' स्लीपिंग बॅगला पकडून तिने तो टॉवेल घट्ट गुंडाळला. ती कण्हत होती, थरथरत होती.

''सुझी, मला थंडी वाजत आहे. मला वाटतं, डॉक्टरला भेटायला हवं.''

मी शब्दकोश उचलून हॉलमधून धावत गेले. गंथरच्या दरवाजावर ठोठावले. पण काहीच उत्तर आले नाही. दिंघाईच्या रस्त्यावर बॅकपॅक घेऊन गंथर त्याचे नशेतल्यासारखे हसू दाखवत, गरम डंप्लिंग खात फिरताना माझ्या कल्पनेत दिसला. ''बिग डम्ब क्राउट!'' (महामूर्ख जर्मन), मी तोंडातल्या तोंडात शिवी दिली. मी लिफ्टमधून खाली गेले. माझे हृदय खूप जोराने धडधडत होते. मी प्रार्थना करत होते, ''देवा, कोणीतरी स्वागतकक्षामध्ये असू दे. आणि जे कोणी असेल, त्याला थोडं इंग्रजी बोलता येऊ दे.''

स्वागतकक्षामध्ये काउन्टरमागे एक स्त्री बसलेली होती. मी तिच्याशी बोलत होते, पण ती एखाद्या टोलबूथच्या क्लार्कसारखी काही प्रतिक्रिया न देता माझ्याकडे पाहत राहिली. तिला इंग्लिश तर येत नव्हतेच, पण मी शब्दकोशाच्या साहाय्याने जे मँडारिन तिच्याशी बोलत होते, त्याने ती चिडलेली दिसत होती. शब्दकोशात पाहून त्या शब्दांचे उच्चार कळत नव्हते. ध्वनींचे उच्चार कळत नव्हते. मतिमंद माणसासारख्या हालचाली करत मी शब्दकोशातले शब्द दाखवत होते. ''डॉक्टरला बोलवा,'' मी किंचाळत होते.

मी परत प्रयत्न केला. ''माझी.. माझी मैत्रीण आजारी आहे.''

''ऑरेंज ज्यूस?'' त्या बाईने विचारले. मी पुन्हा पुस्तकातून चिनी शब्द वाचले. तिला थोडे समजले असावे. तिने काहीतरी विचारले. मला अर्थातच समजले नाही. मी अडखळताच ती पुन्हा कागदपत्रांकडे वळली.

''चेरांग जीर, चिंग शै शै,'' मी पुन्हा बोलले. मी न पिण्याचा अभिनय केला. खोकणे, शिंकणे, ओकारी असा अभिनय करत तिला पटवत राहिले. आंतरराष्ट्रीय संवादामध्ये डॉक्टर आणि आजारपण यांच्यासाठी नक्कीच काही शब्द असणारच ना? पण तिने माझ्याकडे त्रयस्थ नजरेने पाहताच मला रडू फुटले.

कदाचित मी शोधत होते, ती नक्कीच आंतरराष्ट्रीय भाषा होती. चिंताग्रस्त चेहऱ्याने तिने ऑबॅकस (मोजणी यंत्र) खाली ठेवले. मला वाट पाहण्याचा इशारा केला. मागच्या खोलीत ती अदृश्य झाली. थोड्या वेळाने दुसऱ्या एका बाईला ती घेऊन आली. ढगळ पांढरा पॉलिएस्टरचा ब्लाउज घातलेली ती बाई बहुतेक मॅनेजर असावी.

मी बाहीने डोळे पुसून पुन्हा शब्दकोश उघडून ''कृपया डॉक्टरला बोलवा,'' अरो बोलण्याचा प्रयत्न केला. मॅनेजर बाईचे डोळेसुद्धा नमकले. मी जे बोलत होते, ते तिच्यापर्यंत पोचत नव्हते. मला खोलीतल्या जवळपास बेशुद्ध झालेल्या क्लेअरची काळजी होती. ती नक्कीच कोमामध्ये जाईल किंवा पाण्याच्या अभावाने मरेलसुद्धा, अशी भीती मला वाटत होती. माझ्याकडे वाहन नव्हते, जॉनीचा फोन नंबर नव्हता. (अनेक चिनी कुटुंबाप्रमाणे त्याच्या घरी टेलिफोन नव्हता.) आणि अर्थातच आम्ही कुठे होतो हेसुद्धा मला माहीत नव्हते. ''प्लीज,'' मी रडून विनंती केली.

त्याच क्षणाला कुणीतरी जर्मन ठेक्यामध्ये बोलले, ''नी हाऊ.''

गंथर!

मूठभर काड्या हातात पकडून तो स्वागतकक्षात प्रवेश करत होता.

''हे पाहा, आताच मला एका माणसाने चहा बनवण्यासाठी हे दिलं.'' ती काड्या-पाने त्याने अभिमानाने उंचावली.

''गंथर, बरं झालं तू आलास. गंथर, क्लेअर फार आजारी झाली आहे.

हॉटेलच्या लोकांना मँडारिनमध्ये सांगतोस का डॉक्टरला बोलवायला? आणि तिच्यासाठी ऑरेंज ज्यूस किंवा थंड पेय मागवायला?''

हाताने दाढी चोळत त्याने विचार केला. ''हो. मी प्रयत्न करतो. कारण या लोकांना मँडारिन समजत नव्हतं.''

''काय? यांना मँडारिन समजत नाही?''

त्याने मान हालवली. ''दिंघाईचे लोक विशेष प्रकारची भाषा बोलतात. बहुतेक सगळ्या चीनमध्ये लोक स्थानिक भाषा बोलतात. त्यांना मँडारिन समजत नाही. कदाचित वाचून समजत असेल.''

''म्हणजे तुला म्हणायचं आहे माझा शब्दकोश निरुपयोगी आहे? जॉनी किंवा तूसुद्धा त्यांच्याशी बोलू शकत नाही.''

''जॉनी येथील भाषा बोलू शकतो. पण मी? मी प्रयत्न करतो, पण खातरी नाही त्यांना समजेलच याची,''गंथर म्हणाला.

मी माझेच हात दाबले आणि विनंती केली, ''प्लीज, प्रयत्न कर.''

गंथरने घसा खाकरून त्या दोघींना काहीतरी सांगितले. त्यांनी परत उत्तर दिले. त्याने परत प्रयत्न केला. या वेळेस त्या दोघी खिदळल्या. प्रत्येक जण काही न समजल्याने मान निराशेने हलवत होता. शेवटी ती मॅनेजर आत गेली आणि दुसऱ्या एका नोकराला घेऊन आली. आम्हाला ऑरेंज ज्यूस हवा, एवढे समजण्यापुरतेच त्याला गंथरचे बोलणे समजले. एक सायकल शोधण्यात आली. ढगळ माओ गणवेश घातलेल्या एका तरुणाला दिंघाईमध्ये काही बाटल्या ज्यूस आणण्यासाठी पिटाळण्यात आले. इथे वैद्यकीय मदतीची गरज होती, हे हळूहळू त्यांना समजले होते.

ज्याला मँडारिन समजते, अशा हॉटेलच्या नोकराने थोडे इंग्लिश समजणाऱ्या त्या भागातील शिक्षिकेला शोधून काढले. ती एक वयस्कर, थोडी वाकलेली आणि गंभीर चेहरा असणारी, पांढरे केस असणारी स्त्री होती. तिच्या मळलेल्या कपड्यांवरून तिला शेतातून सरळ आणण्यात आले होते, हे स्पष्टच दिसत होते. मला पाहताच ती हसून म्हणाली, ''हॅलो, हाऊ डू यू डू?'' तेवढेच पाच शब्द तिला येत असावेत. तरी नेटाने मी पुन्हा म्हणाले, ''माझी मैत्रीण आजारी आहे.'' माझ्याकडे पाहत आजीबाईसारखे मृदू हसत ती पुन्हा म्हणाली, ''हॅलो, हाऊ डू यू डू?''

मी खोकण्याचा अभिनय करत पुन्हा म्हणाले, ''माझी मैत्रीण आजारी.''

ती हसत म्हणाली, ''हो. हाऊ डू यू डू?''

मी निराशेने म्हणाले, ''आम्हाला डॉक्टर हवा आहे.''

''डॉक्टर?'' ती उद्गारली.

''हो डॉक्टर.'' मी या वेळेस खरेच खोकले.

''डॉक्टर,'' म्हणत तिने हात माझ्या कपाळावर ठेवला. मनगट पकडले आणि माझी नाडी तपासल्यासारखे केले.

''डॉक्टर हो?'' आशादायक आवाजात ती म्हणाली.

''हो डॉक्टर,'' मी किंचाळले.

हॉटेलच्या स्वागतिकेकडे आणि मॅनेजरकडे वळून ती काहीतरी म्हणाली. मॅनेजरनी राइसपेपरची वही उघडली आणि शोध घेतला. टेलिफोन उचलून नंबर फिरवला.

जेव्हा मी पुन्हा खोलीत परतले, तेव्हा क्लेअर तिच्या उबदार बिछान्यात झोपली होती. पडदे ओढलेले होते. खोली उष्ण होती. जणू क्लेअरच्या जंतू संसर्गाचा प्रभाव खोलीवरही झाला होता. तो तरुण दिंघाईहून नुसत्या पाच बाटल्या घेऊन परतला होता. हिरव्या संत्र्यांनी भरलेली एक पिशवीसुद्धा त्याने आणली होती. क्लेअरचा प्रवासीकप आणि सुरी यांचा शोध मी आवाज न करता घेतला. त्या अधिकाऱ्याने बॅगा तपासल्यामुळे काहीच सापडेनासे झाले होते. माझ्या बॅगेमध्ये द्रवरूप साबण गळाल्याने सर्व वस्तूंना त्याचा वास येत होता. मला क्लेअरने ती जागीच होती, असे सांगितले. मग मी कप घेऊन तिच्याशेजारी बसून विचारले, ''कशी आहेस आता?'' क्लेअरने कुशी पालटून पुन्हा स्वतःच्या कपाळावर हात ठेवला. तिचा चेहरा अजून ओलसर होता. डोळे काचेसारखे वाटत होते.

''अहं'', करत तिने ज्यूस प्यायला. ''फारसं बरं नाही,'' ती खरबरीत आवाजात म्हणाली.

मी पुढे होऊन तिच्या कपाळाला हात लावला. ते आता थंडगार लागले. घामाने भिजलेल्या केसांवर हात फिरवला. ''डॉक्टर येतीलच. मी तुझ्यासाठी ऑरेंज सोडा आणला आहे. एवढंच गिळू शकलं. घेतेस का थोडा?''

क्लेअर शांत पडून होती. अस्पष्टपणे म्हणत होती, ''हं, जरा बरं वाटतं आहे.''

''माझी आई मी आजारी असताना असंच करते.'' मी मृदूपणाने बोलले, ''ती फक्त जवळ बसल्याने, केसांत हात फिरवल्यानं बरं वाटतं.

क्षणभराने क्लेअर मऊ आवाजात म्हणाली, ''मलाही आई असती तर.'' भिंतीकडे नजर रोखत ती म्हणाली,''आता इथे आई असायला हवी होती. ओह सुझी!'' म्हणत तिने रडायला सुरुवात केली.

तिचे हुंदके माझ्या मनाला भिडले. मलादेखील रडायला आले. आम्ही इथे काय करत होतो. अरे देवा! आमच्याकडे नीट पाहा. मी छताकडे पाहत आवंढे गिळत होते.

''ए असं काय करतेस? सगळं ठीक होईल,'' मी तिचे केस सावरत खोटे बोलले.

त्याच वेळेस दारावर टकटक झाली. गंभीर चेहऱ्याची, चष्मा आणि कॅनव्हास जॅकेट घातलेली एक स्त्री आमच्या खोलीत आली. ती इंग्लिश टीचर सोबत होती. ''हॅलो, हाऊ डू यू डू?'' म्हणत तिने कॅनव्हास जॅकेट घातलेल्या स्त्रीकडे बोट करून म्हटले, ''डॉक्टर.''

क्लेअरमध्ये लगेच दृश्य बदल दिसला. ती तणावमुक्त दिसली. डोळे चोळत तिने अंथरुणात उठून बसण्याचा प्रयत्न केला. हळू आवाजात ती म्हणाली, ''नी हाऊ!''

ताठरपणे डॉक्टरने तिच्या अभिवादनाचा स्वीकार केला. क्लेअरचे मनगट पकडून ती ठोके मोजायला लागली. गळ्याच्या बाजूच्या ग्रंथी तपासल्या. कपाळावर ताप पाहत डोके हालवून त्या शिक्षिकेशी काहीतरी बोलली.

''गरम आहे,'' शिक्षिका म्हणाली.

क्लेअरने मान हालवली. भराभर पोटावर हात फिरवला आणि थरथरण्याच्या आणि उलटीच्या हालचाली केल्या. डॉक्टरने टायलेनॉलच्या बाटलीकडे बोट दाखवताच आम्ही दोघींनी होकार भरला.

''दोन'', मी दोन बोटे दाखवत म्हणाले. देव करो आणि त्याचा अर्थ चिनी भाषेत दोनच असो. मला वाटले, भाषेचे प्रकार प्रादेशिक असतील, तर हावभावसुद्धा तसेच असावेत. जर इथे दिंघाईमध्ये दोन बोटांचा अर्थ सात असेल तर?

तिच्या झोळण्यामधून डॉक्टरने तापमापक काढला. क्लेअरच्या काखेत ठेवला आणि घड्याळात पाहत राहिली. बाहेर कोणातरी जोरात थुंकण्याचा आणि जोरात ओरडल्याचा आवाज झाला. मी आणि क्लेअरने एकमेकींकडे पाहत सुटकेचा श्वास टाकला. आता आम्ही व्यावसायिक तज्ज्ञासमोर होतो.

डॉक्टरने तापमापक तपासला. त्यावर ४०.१ दिसत होते. ४०.१ म्हणजे काय?

क्लेअरने कण्हत सांगितले, म्हणजे सेल्सिअस. त्याचे किती फॅरनहीट होतील?

गॉड डॅम्ड अध्यक्ष निक्सन. मी बालवाडीमध्ये असतानाच त्याने जाहीर केले की, लवकरच अमेरिकेमध्ये मेट्रिक परिमाण लागू होईल. तो तापमापक तिरपा करून त्यावर फॅरनहीटचे आकडे होते का, मी तपासू लागले. अर्थातच ते नव्हते.

शाळेत असल्यापासून मला गणित आवडायचे. त्यातले गूढ, कोडे, सुसूत्रता आणि अचूक खातरीलायकपणा मला फार आवडायचा. बरोबर उत्तर बरोबरच असायचे. विवादाला स्थान नसे. विशेष म्हणजे मला गणितात चांगली गती होती. साईन-कोसाईन, टॅंजंट, पायथॅगोरसचा सिद्धान्त सारे मला पाठ होते. तरीसुद्धा सेल्सिअसचे फॅरनहीट करताना मला दर वेळी फॉर्म्युला पाठ करावा लागे, आठवावा लागे. $F - ३२ × ५/९ = C$. तो माझ्या मेंदूत ठाम बसवलेला होता. अगदी

अमेरिकेचा जाहीरनामा, काही गाणी, घटना, फळांमधील कॅलरी यांच्यासोबत. तरी इथे आता त्याची आवश्यकता असताना मला तो कसा वापरायचा, हे विसरायला झाले होते. F − ३२×५/९ = C. मग F म्हणजे काय? C+३२×९/५ की ३२×५/९+C? घाबरल्याने मी विसरले होते. मार्गदर्शकाच्या पानावर मी घाईने लिहून पाहिले. मरू दे! माझ्या आकडेमोडीनुसार क्लेअरचा ताप १२९.७ किंवा ५७.८ फॅरनहीट येत होता. दोन्ही अर्थातच चूक होते.

डॉक्टरला सुदैवाने आकडेमोडीची गरज नव्हती. तापमापक पाहताच ती म्हणाली, "हॉस्पिटल."

"हॉस्पिटल?" क्लेअर म्हणाली.

मी क्लेअरकडे अस्वस्थपणे पाहिले. "ही फार चांगली कल्पना आहे, असं मला वाटत नाही. आपल्याला इकडची हॉस्पिटल्स कशी आहेत, माहीत नाही," मी म्हणाले.

क्लेअरने आवंढा गिळत स्लीपिंग बॅग अधिक घट्ट पकडून ठेवली. तिचे दात कडकड वाजायला लागले. इकडेतिकडे नजर फिरवत ती थरथरत म्हणाली, "याहून बरंच असेल. तिथे माझ्याकडे लक्ष द्यायला निदान कोणीतरी असेल."

अधिक आग्रहाने डॉक्टर पुन्हा म्हणाली, "हॉस्पिटल."

त्या दोघींनी क्लेअरला स्लीपिंग बॅगमधून बाहेर काढून अचानक उभे केले. "आऊच," क्लेअरने कोपरे चोळली. "डॉक्टर म्हणत आहेत, तुला फारच त्रास होतो आहे. हॉस्पिटलमध्ये न्यायलाच हवं," शिक्षिका म्हणाली.

क्लेअरने काढून टाकलेली पादत्राणे डॉक्टरने तिच्या पायात कोंबली.

"तू आता चल हॉस्पिटलमध्ये," शिक्षिका म्हणाली.

अचानक मी आव्हान स्वीकारले. जणू मी परत बालपणामध्ये गेले होते. सेंट्रल पार्कमध्ये छोट्या मुलीला छळले जाताना पाहत होते. मी अचानक बोलले, "तिने काय करावं, हे तुम्ही सांगू नका आणि तिच्या अंगावरून आधी तुमचे हात काढा."

माझ्याकडे संपूर्ण दुर्लक्ष करत त्या शिक्षिकेने तिला म्हटले, "तू फार फार आजारी आहेस. तू इथे राहू शकत नाहीस. हॉस्पिटलमध्ये चल." कर्कशपणे बोलत तिने क्लेअरला ओढायला सुरुवात केली.

मी किंचाळले, "तिला जे करायचं नाही, ते तिला करायला सांगू नका." त्यांनी तिला परत ओढायला सुरू केले. त्या दोघींमध्ये क्लेअर नुसती चिंध्यांच्या बाहुलीसारखी उभी होती. "उहूं, मला फार बरं वाटत नाही." मधून-मधून ती कण्हत होती.

"थांब इथेच," मी तिला आज्ञा दिली. हॉस्पिटल शब्द मला गूढ वाटायला लागला होता. "क्लेअर, कशालाही संमती देऊ नकोस. चपलासुद्धा घालू नकोस. मी एक सेकंदात येते."

वेगाने मी गंथरच्या दारावर ठोकले. "गंथर, आम्हाला तुझी गरज आहे."

त्याने झटकन दार उघडले. त्याने गळ्यापर्यंत बंद जॅकेट घातले होते त्याची सॅक त्याच्या पाठीवर होती. चहाची पाने त्यातून बाहेर डोकावत होती. गळ्यातल्या पिशवीत पासपोर्ट दिसत होता. त्याने बाहेर येऊन खोलीला कुलूप लावले.

"हो, मी आता निरोप घ्यायलाच येत होतो," तो म्हणाला.

"निरोप? कुठे निघाला आहेस तू?" मी विचारले.

"मी आज दिंघाई पाहणार. फार काही नाही इथे पाहण्यासारखं. म्हणून मी शांघायला जाणाऱ्या फेरीबोटीचं तिकीट काढलं आहे."

"काय? तू आता निघणार आहेस?"

"मला खूप एकटं वाटत आहे," गंथर म्हणाला.

"गंथर, तू चेष्टा करतो आहेस नं? आम्हाला तुझ्या मदतीची गरज आहे."

"अर्ध्या तासात माझी बोट निघणार आहे. हॉटेल मॅनेजर मला तिथे सोडणार आहे."

मी विनवले, "गंथर, प्लीज जाऊ नकोस. क्लेअर खरोखरी फार आजारी आहे. चिनी लोक तिला हॉस्पिटलमध्ये न्यायचं म्हणत आहेत."

गंथरने खांदे उडवले. "उद्या कदाचित बोट नसेल येथून. तिकिटं लवकर मिळत नाहीत. परदेशी लोकांसाठी तर नाहीतच. आपली त्यांना सवय नाही. जर माझी तिकिटं मी दिली, तर मला जाता येणार नाही." असे बोलत-बोलत तो वळला आणि भराभर चालायला लागला. लिफ्टजवळ पोचल्यावर तो वळून म्हणाला, "कृपया क्लेअर आणि जॉनीला माझा निरोप सांग." लिफ्टमध्ये जाऊन तो अदृश्य झाला. मी एकटीच त्या अरुंद पॅसेजमध्ये उभी होते. विमानात पुन्हापुन्हा पाहिलेल्या गॉन विथ द विंड सिनेमातल्या स्कार्लेट ओ हाराचे एकाकी गुडघे टेकवणे आठवले.

***

डॉक्टरच्या छोट्या कारमध्ये बसलो, तेव्हा क्लेअर पुटपुटत होती, "हे ठीक झालं." डोळे मिटून तिने डोके खिडकीच्या काचेवर टेकवले. "मला असे जास्त बरं वाटेल. माझ्याकडे अधिक लक्ष दिलं जाईल." आरामाची कल्पना मला शंकास्पद वाटत होती. कार त्या उंचसखल रस्त्यावर धावायला लागली, तशी-तशी दिंघाई दिसायला लागली. ग्रामीण भाग अप्रतिम दिसत होता. ढग अदृश्य झाले होते आणि पाचूच्या हिरवाईने नटलेले भव्य पर्वत दिसत होते. उतारामधील दिव्यांचे पट्टे तळ्यामध्ये चमकत होते. पण शहरात पोचल्याबरोबर रस्त्याच्या दोन्ही बाजूला करड्या दगडात बांधलेल्या बसक्या घरांची गर्दी सुरू झाली. अध्येमध्ये घाणेरड्या इमारती होत्या. सुकलेल्या सफरचंदासारख्या चेहऱ्याच्या स्त्रियांनी कुली टोप्या

घातलेल्या दिसत होत्या किंवा खरखरीत रुमाल बांधलेला दिसत होता. रस्त्याच्या कडेला टोपल्यांमधून तेलाने माखलेले यांत्रिक भाग, छोटी हिरवी ऑरेंजेस, संत्री आणि काळी पडलेली केळी विकायला त्या बसलेल्या होत्या. हडकुळी माणसे मोठमोठ्या बास्केटमधून कोळसा आणि इतर सामान वाहाताना दिसत होती. त्यांच्या खांद्यांवर लटकलेले ओझे प्रमाणाबाहेरचे वाटत होते. जिवंत कोंबड्या, बदके, माशांनी भरलेली जाळी आणि श्रिम्प किंवा इल मासे यांनी भरलेल्या गाड्या काही जण ढकलत होते. काही मोडकळीस आलेल्या सायकलींची रहदारी होती. अर्धवट बांधलेल्या इमारतींसमोर वाळू, फरशा आणि विटांचे ढिगारे तसेच पडून होते. त्या सगळ्यांवरून हवा वाहत होती.

बसकी घरे, त्यांची उतरती छते, आईवडील, मुले अशी कुटुंबे मागे टाकत कार पुढे धावत होती. सर्वांच्या अंगावर सारखेच माओ गणवेश दिसत होते. ते शांतपणे टेकडी चढत होते. शेतीची अवजारे त्यांच्या खांद्यांवर, पाठीवर लटकत होती.

शहर ओलांडून आम्ही पुन्हा मोकळ्या सुंदर ग्रामीण भागामध्ये पोचलो. सोनेरी शेते आणि पर्वत दूरवर दिसू लागले. पुन्हा कच्च्या रस्त्यावर कार वळली. दिंघाईमध्ये 'एक कुटुंब एक मूल' धोरण राबवलेले होते. सहा-सात वर्षांची मुले आईवडिलांना उन्हात राबताना दिसत होती.

कच्च्या रस्त्यावर कार वळताच धक्क्यांनी क्लेअरला जाग आली. शंभर-एक यार्ड पुढे गेल्यावर गाडी एका लोखंडी दरवाजातून आत शिरली. धुळीचा ढग उडवत आणि कोंबड्यांना विखरून टाकत अचानक थांबली. डॉक्टर आणि शिक्षिका यांनी मला आणि क्लेअरला खाली उतरवून एका मातीच्या कच्च्या रस्त्यावर नेले.

"ये." त्यांनी आम्हाला एका दगडी इमारतीमध्ये नेले. नाखुशीने क्लेअर आणि मी पाठोपाठ गेलो. आम्ही दुसरे काय करू शकत होतो?

"जर चिनी अधिकाऱ्यांनी आज्ञा दिल्या, तर तुम्ही त्या निमूटपणे पाळा. लक्षात ठेवा. तुम्ही सर्व सूचनांचं पालन केलंच पाहिजे. कायदे आणि नियम पाळलेच पाहिजेत. साम्यवादी चीनच्या सर्व संस्थांचा तुम्ही आदर केलाच पाहिजेत." त्या अधिकाऱ्याचे शब्द माझ्या कानात घुमत होते.

समोर पडवी असणाऱ्या आणि तबेल्यासारख्या दिसणाऱ्या एका लाकडी इमारतीसमोर आम्ही उभे होतो. थोड्या अंतरावर गवतात आणि चमकणाऱ्या झुडपांमध्ये लपलेली दुसरी इमारत होती. अगदी कोंबड्यांच्या खुराड्यासारखी.

"इकडे," शिक्षिकेने फर्मावले. आमच्या पाठीवर हात ठेवून त्या आम्हाला पुढे ढकलत होत्या.

क्लेअर म्हणाली, "मला वाटतं, तुम्ही मला हॉस्पिटलमध्ये नेणार होतात."

"हे हॉस्पिटल आहे,'' शिक्षिका म्हणाली.

"हे?'' क्लेअर अचानक थांबली.

"हे हॉस्पिटल. तू फार आजारी आहेस. तू आता आत जा. तू हॉटेलात नको. हॉटेल ठीक नाही.''

आता कुठे स्पष्ट झाले की डॉक्टर, हॉटेल मॅनेजर कोणालाही क्लेअरच्या प्रकृतीची काळजी नव्हती. फक्त त्यांना जबाबदारी नको होती. त्यांच्या नजरेसमोर दिंघाईमध्ये आलेली पहिली अमेरिकन पाहुणी आजारी झाली, अशी सर्वत्र पसरणारी बातमी त्यांना नको होती.

जवळ जाताच त्या इमारती घाणेरड्या होत्या, हे आमच्या लक्षात आले. भिंतीवर घाण, धूळ आणि बुरशी होती. मी गरिबी आणि गरीब वस्तीतच वाढले होते. पण हे म्हणजे वेगळ्या प्रकारचे, वेगळ्या शतकात असल्यासारखे होते. तिथे प्रवेशद्वारसुद्धा नीट नव्हते. आत गुहेसारखे थंड, मातकट आणि अंधारे होते. टेबलजवळ एक स्त्री दोन शेतमजुरांबरोबर वाद घालत होती. जमिनीवर धुळीचे थर होते. दरवाजाच्या उजच्या बाजूला एक म्हातारी नाकाला ऑक्सिजनची नळी लावलेल्या अवस्थेत पडलेली होती. तिच्या अंगावर चादरसुद्धा नव्हती. ती कण्हत होती आणि ती निर्जीव असल्याप्रमाणे शेजारून लोक ये-जा करत होते. त्या धुळीत कोंबड्या चोची मारत होत्या. दूर कुठेतरी आणखी एका स्त्रीच्या किंचाळ्या ऐकू येत होत्या. अमोनियाच्या तीव्र वासाबरोबर तळलेल्या कांद्याचा वास मिसळलेला होता.

खरे तर मी हे सर्व पाहून मागे वळून धावत सुटायला हवे होते. पण एक हताशपणा आमच्यात आला होता. क्लेअर आणि मी असाहाय्य होतो. आमचे आमच्यावर नियंत्रण उरलेच नव्हते. आम्ही परिस्थितीशरण झालो होतो. माझी तर द्विधा मन:स्थिती झाली होती. मी एकाच वेळेस हे सर्व तटस्थपणे पाहत होते आणि त्यांचा भागही होते. जणू एखाद्या सुरक्षा कॅमेऱ्याचे शूटिंग पाहत होते.

डॉक्टरने क्लेअरला दुसऱ्या काँक्रीटच्या इमारतीपलीकडे नेले. मी तिच्यामागे जात राहिले. मनात आशा होती, कदाचित खरेच सारे ठीक होईल. इतर सर्व ठिकाणांप्रमाणे इथेही परदेशी लोकांसाठी वेगळी व्यवस्था असेल.

दुसऱ्या इमारतीबाहेर तसेच वातावरण होते. आतदेखील अतिशय गंभीर रोगी गर्दीने ठेवलेले होते. खोकणाऱ्या आणि थुंकणाऱ्या लोकांची गर्दी आणि कोंबड्या होत्या. ते सगळे पाहून क्लेअरनेसुद्धा माघार घेतली. पोट आवळून ती म्हणाली, "अरे देवा, मला प्रसाधनगृह हवं आहे आत्ता.''

तिचा हात पकडून डॉक्टरने तिला इमारतीच्या मागच्या बाजूला नेले. घाणेरडा वास येणाऱ्या तळघरामध्ये आम्ही पोचलो. डॉक्टरने लाथेने एक प्लायवूडचा दरवाजा उघडला. मध्यभागी एक खड्डा दिसत होता. ते पाहून क्लेअरने किंचाळी

फोडली. ती आणि मी धावत वर आलो. ''इथे कोणी इंग्लिश जाणणारं आहे का?'' मी मोठ्याने ओरडले.

जॉनी आणि ट्रेव्हरने ते मला शिकवले होते.

''नी शाऊ थिंग वेन ना,'' मी किंचाळले.

शिक्षिका आणि स्वागतिका दोघींनी माझे हात पकडले. त्या जोरात ओरडत होत्या, ''तू कागदांवर सही केली पाहिजे.'' स्वागतिकेने शिक्के मारलेले फॉर्म हातात कोंबले. माझ्या हातात पेन कोंबून शिक्षिका खुणा करत होती. ''तू सही कर.''

मी किंचाळले, '' त्या काय बोलत आहेत, ते मला समजत नाही. मला ही चिनी भाषा वाचता येत नाही.'' ते अनेक कागद होते. न समजणारी गिचमिड अक्षरे, उलट्यापालट्या रेघोट्या मला तिथे दिसत होत्या. मी सही करणे म्हणजे क्लेअरवर मेंदूचे ऑपरेशन करण्यास परवानगी देण्यासारखे होते. ''मी काहीही सही करणार नाही.''

त्या मला सोडत नाहीत, हे लक्षात आल्यावर मी हात झटकले, पेपर टेबलवर आपटले. मी एखादा बॉम्बसुद्धा फोडला असता. पेन जमिनीवर आपटताच सगळे माझ्यावर ओरडायला लागले. कागद उडवायला लागले. त्यात किंचाळणाऱ्या कोंबड्याची भर. या गोंधळात एक पुरुष डॉक्टर अवतरला. त्याच्या हातातली सिरिंज रोखलेली होती. अचानक क्लेअरही उगवली. तो डॉक्टर आणि ती बाई घाईने हॉलमधून क्लेअरला बाहेर नेत होते. तिच्या सोनेरी डोक्याची हालचाल आणि ''ओऽहोऽहोऽ'' करत रडणे मला ऐकू येत होते.

''क्लेअर,'' मी किंचाळले.

''तू सही कर,'' शिक्षिका माझा हात पिरगाळत म्हणाली. तिची गरम बोटे माझ्या दंडात रुतली.

मी ओरडले, ''आधी मला सोड.'' त्या नर्स आणि कागद उडवणाऱ्या लोकांमधून मी धावत सुटले. रिकाम्या, लाकडी स्ट्रेचरची चळत माझ्या धक्क्याने गडगडली. डोळे फाडून माझ्याकडे पाहणाऱ्या, थुंकणाऱ्या, धूर सोडणाऱ्या शेतमजुरांमधून धावत मी क्लेअरमागे गेले. ओरडले, ''कोणी इंग्लिश समजणारं आहे का? प्लीऽऽज. नी शाऊ यिंग वेन मा?'' माझा आवाज चिरकला आणि गालावर आसवे ओघळायला लागली. मला क्लेअरला शोधता आले नाही. त्यांनी तिला हिरावून घेतले होते. माझ्या सहनशक्तीबाहेरच होते हे सर्व.

''थांबा!'' मी त्या मोकळ्या व्हरांड्यात ओरडले. त्या बंद जागेत माझा भरड आवाज घुमला, ''थांबा!''

''तरुण मुली, मला माफ कर. पण मी काही मदत करू शकतो का?'' माझ्या मागून एक धाप लागलेला आवाज आला.

एक रुबाबदार मध्यमवयीन चिनी माणूस उभा होता. श्री पीस सूट आणि बारीक रेघांचा शर्ट आणि पोलका डॉट्सचा टाय त्याने परिधान केलेला होता.

डोळे विस्फारत मी म्हणाले, ''एक्स्क्युज मी. काय?''

किंचित मान लवून स्वच्छ इंग्लिश उच्चारात तो बोलला. ब्रिटिश ढंग होता त्याच्या आवाजाचा. ''माझी ओळख देतो प्रथम. मी व्हिक्टर. मी परराष्ट्र व्यवहार विभागाचा एक संयोजक आहे. तुम्हाला माझी काही मदत होऊ शकेल का?''

माझ्या घबराटीमध्ये मी त्याला विचारायला विसरले की तो असा 'अचानक' कसा आलेला होता? त्याने इतके उत्तम इंग्रजी संभाषण कुठे शिकले होते? किंवा आम्ही इथे त्याला कसे सापडलो? पण मी तत्काळ त्याच्या मदतीचा स्वीकार केला. जसा इतर असंभवनीय घटनांचा केला होता तसा.

''हो. मला मदत करा,'' मी ओरडले. माझे उत्तेजित मन ताळ्यावर आणण्याचा प्रयत्न करत मी त्याला मला सांगता आले, तेवढे सगळे सांगितले. व्हिक्टरची शांतता ढळली नाही. त्याने मला त्या दुर्गंधी येणाऱ्या दालनामधून तपासणीच्या दालनात नेले. कुठे जायचे, हे त्याला चांगले ठाऊक होते.

त्या अंधाऱ्या काँक्रीटच्या खोलीमागे, क्लेअर बरीच सावरल्यासारखी दिसत होती. डॉक्टर्सपासून ती दूर उभी होती. जवळ येणाऱ्या लोकांना हाताने दूर झटकत होती. मोठ्याने किंचाळत होती, ''कोणतीही लस नाही! हॉटेलमध्ये, आत्ताच्या आत्ता! समजत आहे का तुम्हाला? आत्ता हॉटेल.''

व्हिक्टरने आत पाऊल टाकताच सगळे क्लेअरकडे बोट करत त्याला एकदम सांगायला लागले. तो डॉक्टर अद्यापि सीरिंज रोखून उभा होता. मला खरे तर आत्ता असे बोलू नये वाटते. पण मला त्या सुईवर स्पष्टपणे गंज दिसत होता.

व्हिक्टरने क्लेअरला सांगायचा प्रयत्न केला, ''तुला लस देण्याचा प्रयत्न करत आहेत. त्याने तुला बरं वाटेल.''

माझ्याप्रमाणेच क्लेअरनेही क्षणभरही त्याचे बोलणे मनावर घेतले नाही. ती फक्त म्हणाली, ''त्याला माझ्यापासून दूर राहायला सांग. मी कोणतंही इंजेक्शन घेणार नाही. मला हॉटेलमध्ये परत जायचं आहे.''

त्या हॉटेलच्या कर्मचाऱ्यांना ही मोठीच काळजीची गोष्ट होती. व्हिक्टर क्लेअरला घेऊन बाहेर निघाला, तेव्हा ते आमच्यामागे धावत आले आणि पुन्हा जिद्दीने क्लेअरला लस देण्याचा प्रयत्न करायला लागले. ती ओरडून त्यांना दूर ठेवण्याचा प्रयत्न करत राहिली. शेवटी व्हिक्टरने त्यांना काही सांगितले आणि तो प्रकार थांबला आणि हॉस्पिटलचे कर्मचारी घाईने परतले.

सफाईने हात फिरवत व्हिक्टर म्हणाला, ''आता मला तुम्हाला हॉटेलपर्यंत सोडण्याची परवानगी द्या.'' गेटजवळ कोंबड्यांच्या गराड्यात एक भली मोठी

१९४०चे मॉडेल असणारी, लिमोसिन गाडी उभी होती. खिडक्यांना पडदे असणारी, रोल्सराइससारखी. मागचे दार उघडून त्याने आम्हाला आत बसवले.

गाडीच्या थंड, आरामशीर अंतर्भागात क्लेअरने सुटकेचा नि:श्वास टाकला आणि ती लगेचच झोपली. एक गंभीर माणूस ड्रायव्हिंग सीटवर बसला होता. पूर्णपणे सैनिकी पोशाखात. मला तो ड्रायव्हर असेल, असे का वाटले?

व्हिक्टर माफीच्या सुरात म्हणाला, ''पाश्चात्त्य देशांच्या तुलनेत या दवाखान्याचं स्वरूप तुम्हाला नक्कीच पटणारं नसेल. पण आमच्या दवाखान्याच्या कर्मचाऱ्यांच्या सद्हेतूने केलेल्या कृतीमुळे तुम्हाला त्रास झाला असेल, तर माफ करा!''

त्याचा आवाज, खानदानी शब्दरचना यांमुळे मला सांगता येणार नाही एवढे शरमल्यासारखे आणि दु:खी वाटले. आम्हा अमेरिकनांकडे सर्व काही भरपूर आहे, तरी आम्हाला अजून हवे असते. या चिनी लोकांनी त्यांना करता येईल तितके सर्व केले होते. चूक होऊ नये, म्हणून ते घाबरलेले दिसत होते. जी थोडी वैद्यकीय मदत उपलब्ध होती, ती आम्हाला देण्यासाठी त्यांनी आटापिटा केला होता. तिथे दवाखान्यामध्ये आमचा जो छळ झाला, तो सर्व त्यांच्या वैशिष्ट्यपूर्ण आतिथ्याचा भाग होता. त्यात दोष होते आणि त्याचा परिणामही भयंकर होऊ शकला असता. पण आम्ही न्यूयॉर्कमध्ये अनोळखी, परक्या लोकांची एवढी काळजी करतो?

मी विचारपूर्वक म्हणाले, ''ती आमची चूक होती.'' आणि मला तसे वागायलाही लागले होते. खरेच आम्हाला जास्ती समजायला हवे होते. अधिक समजूतदार आणि संयमी व्हायला हवे होते.

मी म्हणाली, ''आम्हाला चिनी औषधाची सवय नाही नं. आम्ही सर्वांना एवढा त्रास द्यायला नको होता.''

मी शांत बसून राहिले. सूर्याचा प्रकाश पडद्यांमधून येत होता. लेदरच्या सीटचा गंध, कोणीतरी आमची काळजी घेणारे आहे ही भावना, एखाद्या सुखद औषधासारखी खूप दिलासा देत होती.

***

हॉटेलमध्ये आल्यावर व्हिक्टर आम्हाला खोलीपर्यंत सोडण्यासाठी आला आणि ड्रायव्हर पहारा देत उभा राहिला. क्लेअर डगमगत स्वागतकक्षातून चालत लिफ्टपर्यंत पोचली, ''मला खूप थकवा आला आहे,'' भिंतीचा आधार घेत ती म्हणाली. खोलीत आल्यावर तिने लोखंडी खुर्चीवर बैठक मारली. क्षणभर तिची मान लटकली. ती खूप जडपणे श्वास घेत होती. तिच्या कपाळावर हात लावून पाहिले, तर ते थंड आणि मऊ होते.

''प्लीज, तुझ्या मैत्रिणीला आणखीन काही हवं आहे का? मी तुमच्यासाठी

आणखी काही करू शकतो का?'' व्हिक्टरने विचारले.

''मला वाटतं तिला पाण्याची कमतरता वाटत आहे आणि तिने बराच वेळ काही खाल्लेलं नाही. तिला मासे चालत नाहीत. तिला साधा पांढरा भात आणि बाटलीबंद पाणी पुरवू शकता का? क्रॅकर्स किंवा ब्रेड?'' मी विचारले.

थोडी मौज वाटून व्हिक्टर थोडा हसला. की त्याला दया आली? ''नक्कीच. मी तुमच्या खोलीपर्यंत सर्व पोचवण्याची व्यवस्था करतो,'' किंचित झुकून व्हिक्टर म्हणाला.

''वॉव! धन्यवाद! शेय शेय नी. खरंच.''

दुसऱ्या क्षणी मला वाटले, साम्यवादी चीनमध्ये राहणे एवढे काही वाईट नाही. जर काही समस्या असेल, तर अधिकारी तुमची सुटका करण्यासाठी हजर असतात. गुंता सोडवण्यासाठी, आवश्यक कागदपत्रे देण्यासाठी आणि अगदी रूम सर्व्हिससुद्धा. खरेच हे एवढे वाईट आहे?

मला न्यूयॉर्कमधील माझ्या आजीची आठवण आली.

ती पोलंडमध्ये जन्माला आली, तेव्हा अपंगच होती. त्या वेळेस रस्त्यांमधून जळत्या मशाली घेऊन 'ज्यूंना मारून टाका,' असे उन्मादात ओरडणारे दंगलखोर फिरत असत. ती एक वर्षाची असताना तिचे कुटुंब अमेरिकेत पळाले होते. चिंध्यांत बांधलेल्या काही सुटकेसेसशिवाय त्यांच्याकडे काही नव्हते. एक स्थलांतरित म्हणून तिच्या आयुष्याची फार काही चांगली सुरुवात नव्हती झाली.

तिला आलेले अनुभव पाहता तिला साम्यवादाचे एवढे आकर्षण का होते, कळत नव्हते. कदाचित नेणिवेमध्ये स्वत:विषयीच्या तिरस्कारामुळे त्याच्या एकसुरी क्रौर्याचे आणि हुकूमशाही राज्यपद्धतीचे तिला आकर्षण वाटले असावे. कदाचित समाजामध्ये व्यक्तित्व हरवून जाण्याचे आकर्षण असेल. इतर लोक ज्यापासून दूर जातात, त्या प्रत्येक छोट्या कारणाने ती साम्यवादाकडे आकर्षित झाली असावी. साम्यवादी नेहमीच समानतेवर आधारित समाजाच्या बढाया मारतात. बहिष्कृत अशा एखाद्याचा त्यावर खरेच विश्वास बसेल.

पूर्व चीनमध्ये असताना मला जाणीव झाली की, तसे खरोखर नव्हते. चार फूट अकरा इंच उंचीची माझी आजी म्हणजे निसर्ग, संस्कृती, बुद्धिमत्ता आणि भावनोत्कटता यांचा शक्तिस्रोत होती. साम्यवादी समाजाचे तिला आकर्षण होते. कारण ती त्याचा घटक होती, असे तिला वाटत असणार. तिच्या साम्यवादी आदर्श जगतात हिस्पॅनिक सफाई कामगार स्त्रिया, यिडिश वेटर्स, आशियाई धोबी, आयरिश गॅरेज कामगार, काळे क्लार्क आणि सेवाक्षेत्रातील सर्व यांच्यावर ती नियंत्रण ठेवत असेल (ज्यांना ती नेहमी बोलत असे.) त्यांना ती अधिकृतरीत्या बोलू शकेल. तिचे साम्यवादी आदर्श जग राजकीय आणि आर्थिक नव्हतेच. पण संपूर्ण राष्ट्र तिच्या

इच्छा पूर्ण करणारे आणि सेवा पुरवणारे स्वप्न होते.

ही तुमची वैद्यकीय मदत मिसेस गिलमन. हे तुमच्या आवडीचं घर इत्यादी. जगातील सर्व कामगार एक झालेत, फक्त तुमच्यासाठी.

आता हा लक्ष देणारा परराष्ट्र खात्याचा माणूस व्हिक्टर. त्याने आमच्यासाठी चिनी ग्रामीण रुग्णालयात हस्तक्षेप केला. माझ्या आजीला ते नक्कीच आवडले असते. शेवटी तिला इतरांनी तिची काळजी घेणेच आवडत होते.

"ठीक आहे तर. जर सगळं व्यवस्थित मार्गी लागलं असेल, तर मी तुमची रजा घेतो. तुम्ही आराम करा," खोलीकडे नजर फिरवत व्हिक्टर म्हणाला.

"हो नक्कीच! पुन्हा एकदा धन्यवाद! तुम्ही आम्हाला वाचवलंत," मी म्हणाले. त्याला गळाभेट द्यायला मी हात पसरले. माझ्या हातांकडे तो भिऊन पाहत होता. मग मी माझ्या हातांनी आमच्या कृतज्ञतेचा आकार दाखवत असल्याचे नाटक केले. हवेतच हात ठेवून मी संकोचाने मागे झाले. ब्राउनमधील बहुसांस्कृतिक कार्यशाळांमध्ये मला यासाठी तयार केले नव्हते. शब्दांशिवायचे संवाद कसे परिपूर्ण असतात, हे या अगोदर मला समजले नव्हते.

मी पुन्हा निरर्थकपणे म्हणाले, "तुम्ही आमच्यासाठी फार केलंत."

"खरंच नको," तो हसला. पण त्याची नाखुशी आणि संकोच स्पष्ट दिसत होता. "त्यात काही त्रास नाही. मी तुमचा केवळ मित्र आहे."

निरोप घेऊन तो लिफ्टकडे गेला. अचानक मला आठवले आणि मी त्याला दारात थांबवले.

"व्हिक्टर, तुम्ही आणखी एक गोष्ट केलीत, तर क्लेअर आणि माझ्यासाठी फार बरं होईल. आमच्यासाठी तुम्ही एखादा नकाशा मिळवू शकाल का? फार तपशीलवार नसला तरी चालेल. आम्ही कुठे आहोत, एवढं समजलं तरी पुरे. फक्त साधा प्रवासी नकाशा."

त्याने माझ्याकडे नजर टाकली. अर्थात स्मित तसेच होते. लिफ्टचे बटण दाबत तो म्हणाला, "दिंघाईचा ग्रामीण भाग चीनमधील सर्वांत सुंदर भाग आहे. तुमची मैत्रीण बरी झाल्यावर तुम्हाला त्याचा आनंद घेता येईल, अशी आशा करतो."

लिफ्टबरोबर खाली जाऊन तो दिसेनासा झाला.

***

दोन शुभ्र भाताचे वाडगे, ऑरेंज ज्यूस सोड्याच्या मळकट बाटल्या आणि पिवळ्या रंगाच्या स्पाँज केकचा ट्रे घेऊन एक जण आला. त्याच्यामागे उपाहारगृहाची वेट्रेस उभी होती. ती चेहा आणि प्याले घेऊन आली. सर्व नीट मांडून ते नाहीसे झाले.

क्लेअरने कण्हत चुळबुळ केली. ती उठली, थोडे खाल्ले. केक जास्तच गोड

होता. पण आमची ताकद संपलीच होती. खाल्ल्यावर क्लेअरच्या चेहऱ्यावर थोडा रंग आला. उठून तिने आम्ही गुंडाळलेली ब्लँकेट्स काढून फेकली. अजून तिचे केस ओले होते. कपड्यांना शिळा वास येत होता. पण वादळ निघून गेल्याची, सर्व आलबेल असल्याची भावना खोलीत पसरली होती. मी तिच्याकडे प्रेमाने पाहिले.

खिडकीबाहेर पाहत ती फिकटसे हसली. "हे म्हणजे अविस्मरणीय इतिहास झाला. माझ्या बाबांना यातील काही समजू नये, असं वाटतं.''

खोलीत ताठलेल्या अवस्थेत फिरून तिने प्रसाधनसाहित्य उचलले आणि म्हणाली, "चला, शॉवर घेते.'' थोड्याच वेळात पाण्याचा आवाज आणि क्लेअरचे "हे थंड आहे,'' असे उद्गार ऐकू आले. ती बाहेर आली, तेव्हा तेच धूळभरले कपडे तिच्या अंगावर होते. डोक्याला टॉवेल बांधलेली क्लेअर केविलवाणी दिसत होती. पुन्हा खुर्चीत बसून तिने सावकाश ऑरेंज सोडा रिचवला.

"पाणी थंड आणि सोडा गरम आहे,'' ती म्हणाली.

दारावर थापा पडत होत्या.

"इतक्या निर्जन ठिकाणी ग्रँड सेन्ट्रल स्टेशनवर असल्याचा भास होतो,'' मी म्हणाले.

जॉनी घाईने आत आला. माओ गणवेशातला त्याचा भाऊ सावधपणे दारातच थांबला.

"सुशी? क्लेअर? तुम्ही ठीक आहात नं? त्यांनी मला सांगितलं तुम्ही आजारी आहात,'' जॉनी निराशेने म्हणाला. "तुम्ही हॉस्पिटलमध्ये गेलात, खूप ताप आहे म्हणून.''

क्लेअरने चिंतेने जॉनीकडे पाहिले. सोड्याची बाटली खाली ठेवत ती म्हणाली, "नाही. आता ठीक आहे मी.''

"तू ठीक आहेस? तू आजारी नाहीस?'' जॉनी तिच्याकडे वाकून पाहू लागला. "तुला औषध हवं? मी डॉक्टर आणू?'' काळजीने आणि आपुलकीने त्याचा चेहरा भारलेला दिसला.

"तिला ताप आला होता. पण आता ती ठीक आहे. आता फक्त तिने जेवलं पाहिजे,'' मी म्हणाले.

क्लेअरनेही मान हालवली.

"हे फारच छान झालं,'' हातांनी टाळी वाजवत जॉन म्हणाला. "कारण मी तुमच्यासाठी सरप्राइज घेऊन आलो आहे. तुमच्यासाठी माझ्या आईने मेजवानी बनवली आहे आणि या माझ्या भावाने कंपनीतून कारसुद्धा आणली आहे. आपण आता माझ्या घरी जाऊ.'' क्लेअर त्याच्याकडे पाहत अविश्वासाने म्हणाली, "आता? आज?''

जॉनी अभिमानाने म्हणाला, "तू आज सकाळीच म्हणालीस, तुला वाट

पाहायला आवडत नाही. तुला माझ्या कुटुंबाला भेटायचं आहे. म्हणून मी आणि माझं कुटुंब बाजारात गेलो. मोठी मेजवानी तुमच्या सन्मानासाठी ठेवली. खूप विशेष पदार्थ बनवले, दिंघाईमधील सर्वोत्कृष्ट. माझे भाऊ, सर्व जण येणार आहेत. मग जाऊ या नं आपण?''

***

आम्ही कसे तयार झालो, आता मला आठवत नाही. फक्त आठवते, की जॉनीच्या घरी जाणे सक्तीचे होते. त्याला टाळणे शक्यच नव्हते. क्लेअरला आणि मला थकवा आलेला होता. उद्विग्न वाटत होते. पण कसेतरी आम्ही केस सावरले. लिपग्लॉस लावला आणि जॉनीच्या भावाने आणलेल्या कारमध्ये दाटीवाटीने बसलो. पुन्हा त्या गर्दीच्या शहरामधून आम्ही हिरव्यागार ग्रामीण भागामध्ये गेलो.

मध्येच एका ठिकाणी आम्ही थांबलो. क्लेअर आणि मी जॉनीसह एका टेकडीवर उभे राहून संध्याकाळच्या सूर्यकिरणांचा घेतलेला आनंद आठवतो. शेतांनी भरलेल्या दरीवर सोनेरी प्रकाश होता. पठारावर एक तळे प्लॅटिनमसारखे चमकत होते. मनात कुठेतरी होते, वीजनिर्मिती केंद्राचा हा भाग असणार. छोट्या टेकड्यांपलीकडे उंच पर्वत क्षितिजावर दिसत होते. एक इंद्रधनुष्य दिसत होते, ते आठवते. समोरचा देखावा त्या रंगांनी अगदी पिक्चर पोस्टकार्डसारखा दिसत होता. एक क्षण मला खूप उत्साहित वाटले. दिवसभराचा शीण उतरत होता.

परत आम्ही त्या दमट व्हॅनमध्ये बसून कच्च्या रस्त्यावरून पर्वतावर जाणाऱ्या रस्त्यांवर धावू लागलो. शेती नाहीशी होत जंगले सुरू झाली. जॉनीचे छोटेसे घर त्या छोट्या रस्त्याच्या अगदी टोकाला छोट्याशा वनामध्ये दडलेले होते. त्याच्या धुराड्यामधून धुराचे वळसे बाहेर येत होते.

तिथे एक छोटा मुलगा आणि काही तरुण मुली होत्या. नंतर मी माझ्या नोंदवहीमध्ये लिहिले जॉनीच्या दगडी घरामध्ये डझनभर लोक राहत असावेत. त्यांची कोणतीही आठवण माझ्या मनात शिल्लक नाही. त्यांची कोणतीही नोंद मी ठेवलेली नाही. त्या दिवसात आलेल्या अनुभवाची मोठी व्याप्ती, विचित्रपणा आणि उत्तेजित मनःस्थिती यामुळे माझ्या मनात धूसर आठवणी आहेत. जॉनीची आई फक्त आठवते. तिच्याभोवती नातेवाइकांचा गराडा होता. जॉनीने आमची ओळख करून देताच ती दंतविरहित हसू हसली आणि आमच्या गालांना हळुवार स्पर्श केला. जॉनीशिवाय अर्थातच कोणी इंग्लिश बोलू शकत नव्हते. पण ते 'अमेरिका, अमेरिका' असे सतत पुटपुटत होते. आम्ही सर्व जण एकाच वेळी बोलत होतो, असे मला आठवते.

मुलांनी आम्हाला आत खेचले. कोणीतरी आम्हाला घरभर फिरवले. त्या

छोट्या दगडी घरात चार खोल्या होत्या. काँक्रीटच्या जमिनीवर सोफे आणि अत्याधुनिक म्युझिक सिस्टिम खिडकीजवळ विराजमान होती. शेजारच्या जेवणखोलीमध्ये जॉनीने आणलेला शुभ्र रेफ्रिजरेटर मधोमध उभा होता. साठवणीचे कपाट म्हणून बहुधा त्याचा उपयोग केला होता. त्याला विद्युत्पुरवठा दिलेला नव्हता. दारे सताड उघडी असल्याने त्यात ठेवलेले सुके मासे जळणाच्या लाकडासारखे फ्रीजरमध्ये रचलेले दिसत होते.

उरलेल्या दोन खोल्यांत पाऊल टाकताच अनेक शतके मागे गेल्यासारखे वाटत होते. ते घाणेरडे मध्ययुगीन दिसत होते, गुहेसारखे. मातीची जमीन, बागडणाऱ्या कोंबड्या, काळ्या भांड्यांची उतरंड, लाकडी भांडी, कढया आणि गंजलेले तेलाचे पिंप दिसत होते. शयनगृहामध्ये पडद्याआडून दोन पलंगांच्यामध्ये मातीची जमीन आणि मधोमध ठेवलेले भांडे दिसत होते.

मध्ये दरवाज्यात उभे राहताच भूतकाळ आणि वर्तमान हे भविष्याच्यामध्ये उभे राहिल्यासारखे वाटत होते. आधुनिकता आणि परंपरा, गरिबी आणि समृद्धी यांचा मिलाप इथे दिसत होता.

''वॉव!'' मी क्लेअरच्या कानात कुजबुजले, ''ही तर एक अद्भुत जागा आहे. इथे बारा लोक राहतात?''

क्लेअरने चकित होऊन पाहिले. ''ओके. फार वाईट बोलायचं नाही, असं ठरवलं, तरी हे संपूर्ण घर माझ्या बाबांच्या जाकुझीपेक्षा लहान आहे.'' पाश्चात्त्य जगामध्ये आम्हा भौतिकवादी महत्त्वाकांक्षी लोकांपेक्षा शेतकरी अधिक सुखी-समाधानी असतात, असे समजले जात होते. मी आणि माझा भाऊ न्यूयॉर्कच्या जरा कणखर भागात वाढलो होतो. अनेकदा आम्हाला छळले, लुबाडले गेले होते. माझ्या पालकांचे पैसे हिसकावले गेले होते. त्यामुळे कनिष्ठ स्तरातल्या लोकांविषयी माझ्या मनात कोणतेही भ्रम नव्हते. माझ्याभोवतीची गरीब मुले कणखर होती. ती तुमच्या पार्श्वभागावर लत्ताप्रहार करू शकत होती. तुमचे नाक तोडू शकत होती. तुमच्या सायकली मोडत होती आणि जराही विचार न करता तुमच्या जेवणाचे पैसे चोरू शकत होती. आणखी म्हणजे माझ्या मध्यमवर्गीय मित्रमंडळींपेक्षा जास्त शिष्टपणे वागू शकत होती.

श्रमजीवी या शब्दामध्ये अंतर्भूत असणाऱ्या मर्यादा आणि आढ्यताखोर बढाया यांबद्दल मला चीड होती. म्हणून जॉनीच्या कुटुंबाची तुलना इतरांबरोबर करण्यास मी संकोचत होते. कारण ते खरोखरीच खूप तेजस्वी, उत्साही होते. दुसऱ्याच जगातले वाटत होते. मुले, पालक, आत्या, मावशा, काका, मामा सगळे एकमेकांकडे उजळ हसऱ्या चेहऱ्याने पाहत होते. इतक्या मृदू ममतेने एकमेकांशी बोलत होते

की, भाषा येत नसतानाही आम्हाला त्यांचे प्रेम आणि आदर समजत होते.

माझ्या स्वतःच्या कुटुंबात १५ मिनिटे घालवलीत, तर तुम्हाला एक परेडच उलगडताना दिसेल. कुरकुरणारी अतिउत्साही मुले, त्रस्त माता, प्यायलेले नशेत असणारे पुरुष, बायकांविषयी त्यांच्यासमोर अयोग्य विनोद करणारे पती, धुमसणारे किशोर (म्हणजे मी), हुकमत गाजवणाऱ्या आज्या असे सारे. तुमच्या दृष्टीस रागीट दृष्टिक्षेप पडतील. दरवाजे धाडकन लावलेले ऐकू येतील. क्लेअरचे घरसुद्धा फार वेगळे नव्हते. नोकरचाकर, स्विमिंग पूल, संगमरवरी सजावट, बगिच्यात दिलेल्या देखण्या मेजवान्या यांपलीकडे त्यांच्या कुटुंबातले तणाव सहज दिसून येत. माझ्या मते ज्यांचे घर आणि डिएनए सारखे आहेत त्यांच्यामध्ये भांडणे आणि दुःख असणारच.

पण जॉनीचे कुटुंब? ते सर्वच एकमेकांच्या फार प्रेमात होते.

आज एवढ्या वर्षांनंतरही त्याचे श्रेय कशाला होते, ते समजत नाही मला. कदाचित त्यांचे साधेसुधे शेतकऱ्याचे आयुष्य असेल. कदाचित त्यांच्या संस्कृतीमुळे ते असेल. किंवा जॉनीच्या कुटुंबाचे ते वैशिष्ट्य असेल. जेव्हा जॉनीला त्याच्या पुतणीच्या पाठीवर थोपटताना, आईला मदत करताना किंवा भावांबरोबर हसताना पाहिले; तेव्हा माझ्या नजरेसमोर सारे स्वच्छ झाले. त्याने आम्हाला दिंघाईला लाच म्हणून आणले नव्हते. त्याच्या ऋणामध्ये राहून आम्ही त्याला अमेरिकन दूतावासात न्यावे, यासाठी नव्हे किंवा आम्ही त्याचे काहीतरी बक्षीस म्हणून कुटुंबासमोर मिरवायला आणले नव्हते. माझ्या नव्या अमेरिकन मैत्रिणी पाहा, असा त्याचा उद्देश मुळीच नव्हता. उलट आम्हाला त्याचे कुटुंब दाखवायला त्याने आणले होते. तो लहान दिसत असला, तरी प्रौढ माणूस होता. क्लेअर किंवा माझ्यापेक्षा त्याने भरपूर प्रवास केला होता. जगभर फिरून या १२ लोकांना त्याने सांभाळले होते. ते किती असामान्य होते, याची त्याला पूर्ण माहिती होती.

मला समजले, आम्ही विशेष कोणी नव्हतोच. किती गैरसमज! किती पूर्वग्रह! जॉनीला आम्ही त्याच्याकडे काय होते, हे पाहायला हवे होते.

उदारपणे तो आम्हाला म्हणाला, "या, या. जेवायला बसा." टेबलजवळ असणाऱ्या दोनच खुर्च्यांजवळ त्याने मला आणि क्लेअरला बोलवले. आम्ही बसल्यानंतरच बाकीचे लोक छोट्या स्टुलावर बसले. स्त्रियांनी नंतर एकामागे एक प्लेट आणि भांडी आणली. मोठे-मोठे प्रॉन्स (झिंगे) मिठात शिजवलेले, परतलेल्या हिरव्या भाज्या, वाफवलेले खेकडे, एक पूर्ण मासा, सूपचा मोठा वाडगा, नुडल्स आणि इतर भाज्या असे बरेच चविष्ट पदार्थ होते. मुले नाचत, बागडत होती. आनंदाने आणि अपेक्षेने ते वेडे झाले होते. हा त्यांच्यासाठी खासच विशेष प्रसंग होता.

"प्लीज," जॉनी म्हणाला. क्लेअर आणि माझ्या हातात बाउल आणि चॉपस्टिक्स

देण्यात आले. आमच्याकडे सर्व कुटुंब उत्सुकतेने पाहत होते. आम्ही स्पर्श केल्याशिवाय इतर कोणी अन्न घेणार नव्हते, हे उघडच होते. आमच्यापुढे चौदापेक्षा अधिक पदार्थ होते. खरोखरी संकोच वाटत होता. आम्ही कुठून सुरुवात करावी? आम्हाला ओळखता येणारी एकच डिश होती. मोठे प्रॉन्स मिठामध्ये चमकत होते.

"ओह!" जॉनीच्या आईने मान डोलावत कौतुकाने प्रतिसाद दिला. सर्वांमध्ये मान्यतेची कुजबुज पसरली. मला वाटते, मी चांगली अभिरुची दाखवली असावी. ते माझ्याकडे पाहत राहिले. चॉपस्टिकने प्रॉन्स उचलणे एक आव्हान होते. त्यांच्या नजरेने मी अधिकच बावरले.

क्षमायाचनेच्या बावच्या मुद्रेने मी सांगितले, "माफ करा. मला चॉपस्टिकनं खाण्याची सवय नाही."

मी क्लेअरकडे पाहिले. हाताने पोट आवळून खुर्चीत पुढे झुकून बसली होती. रिकामा बाउल तिच्यासमोर होता. माझ्याकडे पाहत तिने निराशेने मान हलवली, "हे सगळे मासेच आहेत."

तिचा रिकामा बाउल पाहून जॉनीच्या आईने एक डिश तिच्यापुढे मांडली. सूपमध्ये तरंगणारे वाटाणे आणि माशांच्या डोळ्यासारखे काहीतरी त्यात होते. त्याकडे पाहताच किंचाळी फोडून खुर्ची ढकलून क्लेअरने उडी मारली. दचकून जॉनी तिच्याजवळ आला, "क्लेअर, तू ठीक आहेस नं?" भांबावलेली क्लेअर त्याला म्हणाली, "मला टॉयलेट हवं आहे." एका छोट्या मुलीला जॉनीने काही सांगितले. आज्ञाधारकपणे ती उठली आणि क्लेअरला पडद्यामागे बाथरूमकडे घेऊन गेली.

मला एक भयानक विचार आला. घर पाहत असताना मला ते भांडे दिसले होते. काय होणार, याचा अंदाज करणे अवघड नव्हते. जेवढ्या घाईने शक्य होते, तेवढ्या भराभर मी माझी प्लेट पदार्थांनी भरली आणि इतरांना माझ्यासोबत खाण्याचा आग्रह केला. खाण्यास सुरुवात केली. अंडी, मासे, कडू भाज्या, कवचासह प्रॉन्स. मलादेखील ते गिळगिळीत खाणे अवघडच होते.

"ओ माय गॉड! जॉनी तुझ्या घरच्यांना सांग, हे सगळं फार चवदार आहे."

क्षणभरातच मी अपेक्षा केल्याप्रमाणे क्लेअर भराभर बाहेर आली. तिचे रुपेरी जॅकेट उचलून खांद्याभोवती घातले. "मला माफ करा. मला ताबडतोब हॉटेलमध्ये परत जाणं आवश्यक आहे."

जॉनी फारच वाईट स्थितीत दिसत होता.

"मला बरं वाटत नव्हतं आणि नाही. आम्हाला निघायला हवं," तिने जाहीर केले.

मी तिच्याकडे पाहतच राहिले. दुसरा पर्यायच नव्हता. मला वाटलं, मी फार भयंकर मैत्रीण आहे तिची. तिचा चेहरा तापल्यासारखा दिसत होता, तरी मी

तिच्यावर विश्वास ठेवला नव्हता. किती सोयीचे होते ते? क्लेअरला मी आजारीही पाहिले होते आणि नाटक करतानाही. मला तिच्यातील फरक ओळखता येत होता.

श्वास रोखून हळू बोलत मी तिला म्हणाले, ''तू थोडी थांबू का शकत नाहीस?''

चिडून माझ्याकडे पाहत ती म्हणाली, ''सुझी, मला बरे वाटत नाही. खड्ड्यात गेलं सगळं. तुला समजत कसं नाही?'' तिच्या आवाजात एक वेडसर झाक होती.

त्या मेजवानीकडे हात करत मी म्हणाले, ''जरा हे पाहा तरी.'' ती मेजवानी तयार करण्यासाठी त्या कुटुंबाने तासन्तास घालवलेले दिसत होते. कदाचित संपूर्ण महिन्याची बचतही. जे मी वाचले होते, त्यावरून चिनी लोकांना आपली प्रतिष्ठा सांभाळण्याची, आतिथ्यशील न वाटण्याची मोठीच काळजी वाटत असते. हे टाळण्यासाठी सर्वांनी एकत्र समजून सहकार्य करण्याची गरज असते. जॉनीच्या कुटुंबाचे आतिथ्य नाकारणे म्हणजे स्वतःचाही सन्मान गमावणे होते. त्यांचा तर तो मोठाच अवमान होता.

त्याचे कुटुंब माझ्याकडे आणि क्लेअरकडे गोंधळून पाहत होते. जणू काही पिंगपाँगची मॅच सुरू होती.

''त्यांनी केवढे कष्ट घेतलेत. तू फक्त १५ मिनिटं थांबू शकत नाहीस?'' मी तिला विनवले.

''जॉनी,'' त्याच्याकडे अचानक वळत क्लेअर म्हणाली, ''जॉनी, मला फार भयंकर वाटत आहे. मला परत ताप चढत आहे. मी क्षमा मागते. तुझ्या कुटुंबियांना सांग. पण तुला आणि तुझ्या भावाला मला परत हॉटेलमध्ये सोडायलाच लागेल.'' मान तुकवून निरोप घेऊन ती बाहेर गेली. सर्व कुटुंब तिच्या पाठमोऱ्या आकृतीकडे आणि माझ्याकडे आणि नंतर टाकून दिलेल्या त्या मेजवानीकडे पाहत राहिले.

मी जाहीर केले, ''नाही, क्लेअर कुठेही जाणार नाही. आपण जोपर्यंत हे जेवण संपवत नाही, तोपर्यंत. जॉनी तिच्या म्हणण्याचा अर्थ ती बाहेर वाट पाहत थांबेल. सर्वांनी बसा. आपण जेवण करणार आहोत.''

त्याने माझ्याकडे अस्वस्थपणे पाहिले. ''बैस,'' मी म्हणाले.

पुढील पाच मिनिटे आम्ही यांत्रिकपणे जेवत राहिलो. दुःखी मनाने बाहेर सूर्य उतरणीला लागला होता. क्लेअर बाहेर व्हॅनजवळ फेऱ्या मारत असणार, हे मला माहीत होते. पाहू दे वाट तिला. सगळा दिवस लोक तिची काळजी घेण्याचा प्रयत्न करत होते. आता तिने थोडा वेळ देण्याची गरज होती. आणि त्या गरीब कुटुंबाला कदाचित पूर्ण वर्षभरातले हे चांगले जेवण शांतपणे जेवू द्यायला हवे होते. शेवटी जॉनीने त्याच्या चॉपस्टिक्स खाली ठेवल्या.

''सुशी, मला वाटतं आपण आता निघायला हवं,'' उभे राहत तो म्हणाला.

''दिवसभर क्लेअर आजारी आहे. तिने पुन्हा दवाखान्यात जावं, असं मला वाटत नाही.''

परतीच्या प्रवासात क्लेअर खिडकीतून बाहेर पाहत राहिली. गुणगुणत राहिली. पुन्हा हॉटेलमध्ये पोचताच तिने शिळ्या झालेल्या चहाचे तीन कप लागोपाठ प्यायले. जॉनी आणि मी तिच्याकडे पाहत होतो आणि ती पिवळे केक खात होती. "देवा रे! आता जरा बरं वाटत आहे,'' ती म्हणाली. मच्छरदाणी हटवून ती बेडवर पहुडली. "माझ्या आत सगळी गडबड चालली आहे,'' आनंदाने ती उद्गारली. "जॉनी, मला इकडे सूप मिळेल, अशी जागा जवळ आहे का? डंप्लिंग आणि साधं सूप?''

त्या क्षणी मला वाटले, टाचांवर गर्रकन वळून जॉनीने धाडकन दरवाजा आमच्या तोंडावर लोटून तो चालता झाला असता, तर मी टाळ्या पिटल्या असत्या. मग असे वाटल्याबद्दल माझी मलाच शरम वाटली. बरेच आठवडे क्लेअरने, माझे घरच्या आठवणीने व्याकूळ होणे आणि विचित्र वागणे झेलले होते. आता आमच्या भूमिका बदलल्या होत्या, तर मी अशी कठोर होऊन तिचा राग-राग करत होते. पण ती अजून आजारी होते, असे मला वाटत होते. काहीतरी लटकेच वाटत होते. पण का? काही तासांपूर्वीच तिला दवाखान्यात नेले होते. पण मला शंका वाटत होती. मी नुसती भेकड नव्हे, तर वाईटदेखील होते.

"मी तुइयासोबत येते,'' मी अपराधी भावनेने म्हणाले.

विटांनी बांधलेल्या रस्त्यावरून आम्ही पायी निघालो, तेव्हा अंधार पडलेला होता. त्या बसक्या दगडी घरांमध्ये बंद खिडक्या होत्या. वीज नव्हती. मधूनच आलेला आवाज आणि अन्न शिजवण्याचा आवाज तसेच गंध नसते, तर तिथे कुणी राहत नाही, असेच वाटले असते. टॉर्च नसल्याने पाहणे अवघड जात होते. पण जॉनीला कुठे जायचे, हे माहीत होते. वळणावरून आम्हाला छोट्या दिव्यांनी उजळलेली मोकळी जागा दिसली. पत्र्याच्या मागे जनरेटर घरघरत होता. एका माणसाचे कुटुंब तिथे उपाहारगृह चालवत होते. जॉनीने आमच्यासाठी एक गुलाबी रंगाचे तिकीट विकत घेतले आणि मालकाला दिले. त्या लोकांनी सूप आणि डंप्लिंग बनवायला सुरुवात केली. काउन्टरवरील ट्रेमधून आम्ही बाउल, चमचे इत्यादी घेतले. ते सगळेच खरकटे, घाणेरडे होते. पण मी पर्वा करणे सोडले होते. जर जॉनीला काही होत नव्हते, तर मलाही नाही होणार. अन्न तयार होताच आम्ही वाढून घेतले आणि एका डगमगणाऱ्या टेबलावर, स्वस्त प्लॅस्टिकच्या टेबल क्लॉथवर बाउल ठेवून अधाशीपणे खाऊ लागलो. गप्प राहूनच जेवलो.

"हे छान आहे नं? तुला आवडलं?''

मी घाईने मान हालवली. खरोखरी आतापर्यंत इतके चवदार सूप आणि डंप्लिंग

मी खाल्ले नव्हते. त्या माणसाने अभिमानाने हात हालवले. पुन्हा दुसऱ्यांदा तिकीट घ्यायला जॉनी गेला, तर त्यांनी पैसे नाकारले. त्या मागच्या शेल्फवर चिनी वाइन आणि बिअरच्या बाटल्या मांडलेल्या होत्या. 'फ्रुट टॉनिक', धुळीने माखलेल्या काही वस्तू, काचेच्या काउन्टरखाली सुकामेवा, चॉकलेट आणि बिस्किटे होती. माझी कृतज्ञता दाखवण्यासाठी मी भरपूर खरेदी केली. ते सगळेच प्रकार भरपूर खरेदी केले. मध्ये जॉनीने क्लेअरसाठी सूप आणि डंप्लिंग बरोबर घेतले. आम्ही परतलो, तेव्हा ती झोपी गेली होती.

***

दुसऱ्या सकाळी जॉनी सायकलवर आम्हाला भेटायला आला, तेव्हा क्लेअर झोपेतच होती. मला त्याच्यासाठी न्याहारी विकत घ्यावी वाटली, पण मी आदल्या रात्रीच माझे चिनी पैसे खर्च केले होते. शांघायच्या फेरीबोटीचे तिकीट काढण्याइतकेही पैसे उरले नव्हते.

जॉनी अचल होता.

"काही प्रॉब्लेम नाही. मी तुला बँकेत नेतो,'' तो उत्साहाने म्हणाला.

त्याच्या सायकलवर मागे धातूची पट्टी होती. मी झटकन त्यावर बसले. जॉनी पेडल मारत होता. आम्ही एवढे वेगाने जात होतो, याची मला गंमत वाटली. त्याचा टेपरेकॉर्डर बरोबर नेण्याचा हट्ट होता. सर्वांत मोठा आवाज वाढवून दिंघाईच्या मार्केटपर्यंत मी तो मांडीवर पकडून बसले. आम्ही दोघेही स्टीव्ही वंडरची गीते आनंदाने गात राहिलो. लोक आमच्याकडे पाहून हसून हात हलवत होते. "नी हाऊ,'' ओरडत मी हसत हात हलवून प्रतिसाद देत होते. मला खूपच उत्साहित, आनंदित वाटत होते. गाड्या, ट्रॅक्टर आणि आर्मीच्या बसेस यांमधून आम्ही पुढे जात होतो. शेते, बांधकामे, फळांची रस्त्याकडची दुकाने मागे पडत होती. बँकेत जाऊन परत हॉटेलवर येईपर्यंत माझे केस अस्ताव्यस्त झाले. श्वास घेणे धुळीने माखल्याने कठीण झाले. "ओह जॉनी,'' मी किंचाळले, "हे फारच मजेदार होतं.'' परत निर्जंतुक, विशेष सवलती देणाऱ्या हॉटेलच्या खोलीत जायला मी नाखूश होते.

जॉनी खरोखर मनापासून हसला. "काल रात्री तू स्थानिक उपाहारगृहात जेवलीस. आज अनेक मैल सायकलवर फिरलीस. आता तू खरोखर चिनी झालीस.''

बीजिंग

आम्ही आता त्याचे चांगले, खरेखुरे मित्र झालो होतो. भर सागरात एकत्र प्रवास केला होता. एकत्र गाणी गायली होती आणि अमेरिकेविषयी भन्नाट गोष्टी ऐकवल्या होत्या. क्लेअरने दिंघाईचा मुक्काम आवरता घ्यायचे ठरवले, तेव्हा त्याने घरच्यांचा निरोप घेऊन आमच्याबरोबर फेरीबोटीतून शांघायला प्रवास केला होता. तीन आठवडे तो आमचा सोबती आणि मार्गदर्शक होऊन राहिला होता.

म्हणूनच जेव्हा शांघाय टर्मिनसवर आम्ही त्याला सोडून दिले, तेव्हा त्याच्या नशिबावर तो दुःखी झाला होता. अचानक बीजिंगला जाण्याची शेवटची ट्रेन आम्ही पकडली होती. त्याला ओरडून चालत्या ट्रेनमध्ये चढण्याची घाई करत होतो. ''जॉनी घाई कर, तुझं तिकीट कुठे आहे?'' असे विचारत होतो. पण आम्हाला चांगले माहीत होते, त्याच्याजवळ ते नव्हतेच. तो भ्रमात होता की, आम्ही त्याचे तिकीट काढले असेल. तो एकदम विदीर्ण मुद्रेने बघायला लागला. त्याचे सततचे हसू नाहीसे झाले. गोंधळ, घबराट त्याच्या चेहऱ्यावर स्पष्ट दिसत होते. ''सुशी, क्लेअर!'' ओरडत तो आमच्यामागे धावत होता. ट्रेन पुढे जात होती, गती पकडत होती. तो मागे पडत गेला. आम्ही दरवाज्याजवळ धापा टाकत, थरथरत उभ्या होतो. त्याचा शोध घेताना आम्हाला वाटत होते, आम्ही त्याला फसवत होतो हे त्याला कळलेच नाही का? की हा एक मोठा गैरसमजुतीचा घोटाळा होता, यावर त्याचा विश्वास बसेल. त्याला असे वाटावे, अशी आशा करत होतो. आमचा त्याला मागे सोडण्याचा हेतू नव्हता, असे वाटावे. वाटेल का?

ट्रेनच्या दरवाजातून त्याची छोटी कार्डबोर्डची सुटकेस प्लॅटफॉर्मवर पडताना मी पाहिली. त्याने दोन्ही हातांनी चेहरा झाकला होता. त्याची एकाकी आकृती लहान

होत जाईपर्यंत मी पाहत राहिले. स्टेशनच्या गर्दीमध्ये तो दिसेनासा झाला. मग ट्रेनने वळण घेतले. तो गेलाच. संपले ते! आम्ही त्याला तोडून टाकले होते. असेच! माझ्या आयुष्यात प्रथमच मला मी खून केल्यासारखे वाटत होते. तो आमच्याशी सहृदयतेने आणि चांगलाच वागला होता. आणि पाहा, आम्ही काय करून ठेवले होते. शेकडो लोकांनी त्याला असे व्याकूळ धावताना आणि रडताना पाहिले होते.

ट्रेनच्या आवाजाच्या तालावर तोल सांभाळत, आमच्या बॅगा सावरत आम्ही आत वळलो. सहा बंक असणाऱ्या सेकंड क्लासचे तिकीट काढायला आम्हाला पाच दिवस लागले होते. हार्ड सीट म्हणून ओळखला जाणारा हा प्रवास थर्ड क्लासने मुळीच करू नये, असे लोन्ली प्लॅनेट या मार्गदर्शक पुस्तकातही नमूद केले होते. बीजिंगला पोचायला १४ तास लागणार होते.

आमच्याकडे लोक कंपार्टमेंटमधून वाकून पाहत होते. रेशमी पंखा उलगडल्यासारखे त्यांचे चेहरे दिसत होते.

बॅग खाली टाकत, स्वत:चाच विश्वास न बसणाऱ्या स्वरात क्लेअर म्हणाली, ''आपण त्याच्यावर उपकार केले आहेत.'' आमचे राखीव बंक बेड तळाशी होते. तिथून वास मारणारे टॉयलेट जवळच होते.

''त्याला इथून जायला आपण मदत केल्यावर तुला वाटतं, त्यांनी आपल्याला रस्त्यावर मोकळं फिरू दिलं असतं? प्रवास सुरू ठेवू दिला असता?'' स्लीपिंग बॅग उलगडून पसरत ती पुढे म्हणाली, ''आपलंच आयुष्य धोक्यात आलं असतं.''

मी तिच्याकडे कडवटपणे पाहिले. क्लेअरने त्याला स्टेशनवर भेटायला सांगितले होते. आमच्याकडे तिकिटे आहेत, असेही ती म्हणाली होती. पण त्याला वेळ मात्र चुकीची सांगण्यात आली होती.

मी स्वत:ला सांगत राहिले. जॉनीला फसवणे ही क्लेअरची कल्पना आहे. तिचा प्रश्न, तिची जबाबदारी होती. मला त्याचे काय? शेवटी तिनेच नव्हता का त्याच्याबरोबर दिंघाईला जाण्याचा आग्रह धरला होता? त्याच्याबरोबर कसे वागायचे, ते तीच ठरवणार होती. पण मला चांगले ठाऊक होते, मनातून मला मी अयोग्य वागल्याची शरम वाटत होती. मी निवांत राहिले. या भटकंतीमध्ये मीही सहभागी होते. एका शोषित मित्राला सुटकेसाठी आम्ही मदत करायला हवी होती. भले आमचा प्रवास धोक्यात आला असता त्यासाठी, तरी! सर्व चांगल्या पुस्तकांमध्ये महानायक तसेच वागतात.

क्लेअर सपाट आवाजात म्हणाली, ''हे पाहा, जॉनीच स्वत:चा फॅन होता. तो हसत होता. त्यानं आपल्याला कुटुंबाला भेटवलं वगैरे वगैरे. पण हे पाहा ना, कशावरून तो गुप्तहेर नव्हता?'' पर्स उघडून तिने एक ओला नॅपकिन काढून हात पुसायला सुरुवात केली.

''गुप्तहेर? कोणत्या प्रकारचा गुप्तहेर स्टीव्ही वंडरची गाणी गातो आणि त्याच्या घरच्या लोकांना, आईला भेटवतो?''

''बस, पुरे. एवढी असमंजस होऊ नकोस.'' ती ठामपणे म्हणाली, ''हे लोक असंच काम करतात. अगोदर तुमच्याशी मैत्री करतात. नंतर शोषण करतात.'' वापरलेला नॅपकिन तिने एका प्लॅस्टिकच्या पिशवीमध्ये ठेवून पुन्हा पर्समध्ये ठेवला.

मी कुजकट शेरा मारला, ''तुला सगळेच गुप्तहेर आहेत, असं वाटतं.''

''अस्सं? ठीक आहे मग. मला सांग, त्याला इंग्लिश एवढं चांगलं कसं येत होतं, हं? आणि तो घानामध्ये राहून काय करत होता? तो कुठे वाढला, ते तुला माहीत आहे. जेव्हा चिनी लोक परवानगीशिवाय खेडं सोडून जाऊ शकत नाहीत, तेव्हा दिंघाईमधील तरुण अर्ध जग ओलांडून घानाला कसा पोचला?''

खाली गुडघ्यावर बसून ती पर्समध्ये शोधाशोध करू लागली. पुस्तके काढून तिने बंकवर आपटली. ''गुप्तहेर असो की नसो, त्याने आपला नकार स्वीकारला नसता. आपल्यामागे फिरणं त्यानं थांबवलं नसतं.'' ताठरपणे दु:खी होऊन मी वरील बंक बेडवर चढले. माझी स्लीपिंग बॅग पसरली होती, तरी माझ्या पाठीला तो लोखंडी बंक इस्त्रीसारखा गरम लागला. मी वेगवेगळ्या स्थितीमध्ये जाऊन आरामात पसरण्याचा प्रयत्न करत होते. माझ्यासमोरच्या बंक बेडवरील म्हातारी पापणी न लवता एकटक माझ्याकडे पाहत होती. तिच्यावरील बेडवर एक बाई सूर्यफुलाच्या बिया चघळत होती आणि सालपटे जमिनीवर थुंकत होती. तीसुद्धा माझ्याकडेच पाहत होती. मी आरोपीच्या पिंजऱ्यात होते, असे मला वाटायला लागले. मी पोटावर झोपले. खाली क्लेअर तिच्या बर्थवर जर्नल पसरून बसली होती.

''ओह क्लेअर, त्याला तसं उभं पाहाणं फार त्रासदायक वाटत होतं,'' मी खाली वाकून म्हणाले.

हळूच पेन खाली ठेवत ती म्हणाली, ''मला माहीत आहे.'' नि:श्वास टाकून ती म्हणाली, ''तो फक्त..... त्याला तो कोणाशी डाव खेळत होता, याची कल्पना नव्हती. सुझ, तुला माहीत आहे? आणि पुढील सात वर्ष मला चिनी तुरुंगामध्ये घालवायची नाहीत. समजलं?''

आमच्या खाली, कंपार्टमेंटमध्ये धुळीचे साम्राज्य होते. सूर्यफुलांची टरफले पडलेली होती. सिगारेटच्या धुरामुळे हवा धुरकट आणि निळसर दिसत होती. टॉयलेटमधून रसायनाचा वास येत होता. डोक्यावरील बल्बमुळे प्रत्येक गोष्टीवर पिवळसर प्रकाश पसरला होता. गाडी धडधडत पुढे जात होती. मी मान हलवत बसून होते.

तिने माझ्यापुढे भाजलेल्या दाण्याचे पॅकेट धरले, ''हे घे. एवढंच आहे आपल्याकडे. जॉनीच्या भल्यासाठी आशा करू या.''

खालून हात उंच करून पुडा देत होती. मी खाली वाकून मूठभर दाणे घेतले. "जॉनीसाठी," हाताला हात लावून आम्ही गंभीरपणे म्हणालो.

आणि त्यानंतर क्लेअर आणि मी आपापल्या बर्थवर शांतपणे शेंगदाणे खात राहिलो.

हेच ते!

चीनमध्ये आल्यापासून प्रथमच आम्ही आमच्यावर अवलंबून होतो.

***

रात्रभर दिवे चालू होते. आमच्या अवतीभवतीच्या बर्थवरची मंडळी रात्रभर थुंकत, खोकत सिगारेट्स ओढत होती, संत्री सोलत होती. उकडलेल्या मिठाईची पॅकेट्स एकमेकांना देत होती. मोठ्याने हसत, बोलत होती. ध्वनिक्षेपकांवर लांबलचक स्वगत बोलल्यासारख्या सूचना प्रक्षेपित होत होत्या. अशा सार्वजनिक सूचना चीनमध्ये सतत दिल्या जात होत्या की, आम्हाला त्याची सवय होऊन गेली होती. अंधारात स्टेशनांमागून स्टेशने घेत गचकन थांबत वेग घेत ट्रेन पुढे-पुढे जात राहिली. अधूनमधून ट्रेनमध्ये ट्रॉली ढकलत एखादा माणूस येई, त्याच्याकडून लोक थर्मासमध्ये किंवा कपांमध्ये गरम पाणी घेत. हवेमध्ये ग्रीसचा वास आणि मशरूम सूपचा गंध पसरलेला होता. आतापर्यंत आम्हाला झोपता येणार नाही, हे समजले होते. आमचे टॉर्च लावून आम्ही वाचत बसलो. मी टेस ऑफ डरबरव्हिल आणि ती फाउन्टन हेड. आम्ही वॉकमनवर गाणीही ऐकत होतो. रात्रीच्या अंधारात ट्रेन हळूहळू धावत होती.

सतत हेलकावणाऱ्या प्रवासामुळे आम्हाला गुंगी आली होती. माझ्या मनात ट्रेव्हरच्या जवळकीची चित्रे रंगत होती. दिंघाईमध्ये घालवलेल्या मूल्यवान वेळामुळे त्याला पुन्हा भेटण्याची ओढ लागली होती. प्रवासामुळे मला एकाकी वाटत होते आणि त्यामुळे सहवासाची तीव्र ओढ लागली होती. मर्दानी ट्रेव्हर! आमच्या मैत्रीमध्ये मी कल्पनेने गहिरे रंग भरत होते. प्रवासामुळे बहुतेक लोकांना असेच वाटत असावे. पण एकविसाव्या वर्षी माझी ही पद्धत विचित्र होत होती.

ट्रेनची तिकिटे मिळण्यास उशीर झाल्याने नियोजन पुढे ढकलले गेले. आता आम्ही अगदी ट्रेव्हरच्या वाढदिवशीच पोचलो होतो. जेव्हा त्याने प्रथम मेरिडियन गेटजवळ भेटण्याचा प्रस्ताव मांडला होता, तेव्हा तो चेष्टा करत होता, असे वाटले. आता प्रत्येक क्षणी मी त्याच्या जवळ जात होते. माझ्या अपेक्षा वाढत होत्या. माझ्या धडधडणाऱ्या हृदयाचा ठेका ट्रेनच्या ठेक्याशी जुळलेला होता. माझ्या त्या अरुंद बर्थवर तो माझ्याजवळ होतो, अशी मी कल्पना करत होते. त्याच्या रुतणाऱ्या हाडांचा, मिंटच्या श्वासांचा अनुभव कल्पनेत घेत होते. माझ्या वॉकमनवर मी

पुन्हापुन्हा 'एक्सप्रेसो लव्हा' आणि 'लिटल रेड कॉर्व्हेट' ऐकत होते. कल्पनेमध्ये ट्रेव्हर मला अलिंगन देऊन तिएनमान चौकामध्ये चुंबन घेताना दिसत होता. मला अनावृत्त करताना दिसत होता.

एकाएकी क्लेअर तिच्या बर्थवर पुढे झुकून म्हणाली, "मला झोप येत नाही. तू काय करत आहेस?" मी दचकून कॅसेट बंद केली.

"मी थोडे वाचते आहे," खोटेच बोलले मी. "तू?"

"मी माझ्या जागतिक अभ्यासक्रमाचं काम करत आहे." सोन्याची चेन बोटाभोवती गुंडाळत ती शोधक नजरेने माझ्याकडे पाहत राहिली.

"खरं तर मी ॲडमच्या विचारांना थांबवू शकत नाही." थोडे शरमून कबुली देत क्लेअर बोलू लागली, "तो इथे माझ्यासोबत आहे, असा विचार मी करत होते. असंच सगळं." ती खिदळली आणि लाजली. "भयंकर आहे का ते?"

मी होकार भरत म्हणाले, "मुळीच नाही. मलाही ट्रेव्हरची खूप आस लागली आहे. अगदी दुखतं आहे अंग. मला माहीत आहे, तू त्याला वेडपट समजतेस. पण क्लेअर, तो खूपच उमदा मर्दानी आहे."

"हं. ॲडमही तसाच आहे," ती कुजबुजली. "त्याचे विचार माझ्या नजरेसमोर तरळत असतात. मला वाटतं की, तो मला सतत संदेश पाठवत राहतो. त्याच्या छोट्या-छोट्या खुणा..."

"मी तर ग्रेट वॉल ऑफ चायना' चीनच्या जगप्रसिद्ध भिंतीवर सेक्स अनुभवण्याचा विचार करते."

हात तोंडावर पकडून क्लेअर हसायला लागली.

"हं काय गं! आपण अगदी वाईट्ट आहोत नाही!"

***

बीजिंग खूप कंटाळवाणे, उदास वाटले. राखाडी रंग सर्वत्र होता. प्रचंड रस्ते अमानवी वाटावेत, असे होते. राखी रंगाच्या काँक्रीटच्या जणू नद्या ज्यांवर काळ्या आणि राखी सायकल्सची गर्दी वाहत होती. भव्य दडपून टाकणाऱ्या दगडी इमारती. आकाशसुद्धा करड्या रंगाचे होते. सूर्य उगवला असला, तरी धुराच्या पडद्यातून तो मोत्यासारखा फिका चमकत होता. गोबीच्या वाळवंटातून आलेल्या धुळीच्या ढगांमुळे हवा जड भासत होती. झाडांवर फिक्या पांढऱ्या रंगाचा थर जमा झालेला होता. घरे, दारे, छत, बसेस सर्वत्र धुळीचे थर जमा झालेले होते आणि बीजिंग थंडसुद्धा होते. स्टेशनबाहेर पडताच आमच्या कपड्यांत बर्फगार वारा शिरला. गेस्टहाउसमध्ये मालकाने आम्हांला जेव्हा सांगितले, की दोन संलग्न खोल्या होत्या, आणि एकच खासगी बाथरूम होती तेव्हा आम्ही नाराज झालो नाही. फक्त तिथे शॉवर असेल ना,

ही आमची चिंता होती. हाँगकाँग सोडल्यानंतर आम्हाला व्यवस्थित शॉवर मिळाला नव्हता.

गेले तीन आठवडे थंडगार नळांखाली तात्पुरती स्वच्छता उरकणे किंवा थंडगार स्पंजिंग करणे. माझा कफ आता सर्व छातीभर पसरला होता आणि चांगलाच रुजला होता. छाती भरल्याने खोकताना चांगलाच त्रास होत होता. निलगिरी तेल, मेंथॉलचा मसाज आणि ताज्या ऑरेंजच्या रसासाठी मी व्याकूळ होत होते. फक्त काही तास मी गरम वाफाळलेल्या बाथरूममध्ये बसू शकले असते तर... कदाचित मला पुन्हा मोकळा श्वास घेता आला असता.

''हो, हो. एक नंबरच्या खोलीमध्ये,'' त्या मालकाने गरम पाण्याविषयी विचारताच सांगितले.

खोलीमध्ये दिवे लागताच डावीकडे हिरवट-निळ्या जोडण्या असणारे, त्याच रंगाचे पाश्चिमात्य पद्धतीचे टॉयलेट सीट असणारे बाथरूम दिसले. खरेच नशिबवान ठरलो आम्ही! त्या खोलीमध्ये एकसारखे अवजड असे दोन बेड होते. नक्षीदार हॅन्डल असणारे एक ब्युरो आणि सोनेरी वॉलपेपर होता. त्यावर वरून चिटकवल्यासारखे दिसणारी नक्षी होती. तपकिरी रंगाचे ठिपके त्यावर उमटलेले होते.

क्लेअर किंचाळली.

झुरळाला घाबरून किंचाळली बहुतेक. कितीतरी लोक अशा घरांमध्ये राहतात, जिथे झुरळे शेल्फवर फिरत असतात. सर्वत्र फिरतात आणि प्रत्येक वसंतऋतूमध्ये सर्वत्र नव्या झुरळांना जन्म देत राहतात. काही लोकांजवळ मांजरे असतात, जी सगळीकडे ओरबाडत फिरत असतात. त्यांचे केस सगळीकडे चिकटलेले असतात. आणि कुत्री? सर्वत्र चाटत, हुंगत, घाण करत फिरणारी कुत्री? लोक स्वतःच्या तोंडातील सॉसेज कुत्र्याला खाऊ घालताना दिसत होते. तरी झुरळ दिसताच अद्याप आवाज आदिम भीतीने वर जातात.

आपली बॅग परत भरत क्लेअरने जाहीर केले, ''मी इथे राहू शकत नाही.''

खाली गेल्यावर त्या माणसाने रिकाम्या किल्लीच्या बोर्डकडे बोट दाखवून सांगितले, ''रूम शिल्लक नाही. तुम्हाला सर्वांत चांगली रूम दिली आहे.'' आम्ही काही म्हणायच्या आतच त्या मोकळ्या व्हरांड्यात दोन ब्लॉन्ड (रुपेरी केसांच्या) मुलांनी प्रवेश केला. ती मुले खेळताना किंचाळत होती. ''काऊ बंगा! डाय!''

त्यांच्यामागे थंडपणे चालत त्यांची आई सिंथिया आली. तिने स्लॅक्स आणि काश्मिरी स्वेटर घातला होता. प्लमच्या लालभडक रंगाची सॅक एका खांद्यावर लटकत होती. तिला पाहताच आम्ही आनंदाने किंचाळलो, *''ओ माय गॉड! तुला पाहून किती छान वाटत आहे! पाहू दे मला नीट! कशी आहेस तू? पुन्हा इथे केव्हा आलात तुम्ही?''* आम्ही एकमेकींच्या गळ्यात पडत होतो.

व्हरांड्याच्या एका टोकावरून तिने मुलांना साद घातली, ''अँथनी! वॉरन! पाहा, इकडे कोण आहे? क्लेअर आणि सुझी आहेत इथे.''

वॉरन धावत आला. ''माहिती आहे काय झालं? आईने आज काळ्या बाजारात पैसे हरवले.''

''तो माणूस तिला एकशे दहा चिनी येन देणार होता. पण तो पळून गेला.'' उत्साहाने टणाटणा उड्या मारत अँथनी बोलत राहिला.

''मग मी त्याचा सायकलवर पाठलाग केला.''

''मर वॉरनने त्याला पकडलं.''

''अँथनी,'' वॉरनने त्याला खांदे पकडून थांबवले. ''तू हे सांगू शकत नाहीस. हे मी सांगणार.''

सिंथिया म्हणाली, ''ती सगळ्यांचीच कहाणी आहे. मारामारी करायची नाही. आम्ही इथे फारच वेळ घालवला.'' तिच्या चेहऱ्यावर आता काय करावे, असाही भाव होता आणि नाखुशीचा पत्ता नव्हता.

''बीजिंग फार भारी आहे. आम्ही इथे मृतदेह पाहिला,'' वॉरनने जाहीर केले.

''तो म्हणजे राष्ट्राध्यक्ष माओ. तुला माहीत आहे ते. हो ना वॉरन?'' सिंथिया म्हणाली.

''आम्ही तिएनमान चौक पाहिला! आणि चीनची मोठी भिंत! आणि बदकांनी भरलेलं तळं!'' अँथनी ओरडत होता. उड्या मारतच तो बोलत होता. ''

''आणि रस्त्यात शू करणारा माणूससुद्धा! आणि आम्ही स्वर्गमंदिरसुद्धा पाहिलं, ते   गोल आहे. त्यामध्ये तुम्ही गिरक्या घेतल्या, तर तुम्हाला गरगरतं.'' हात पसरून त्याने गिरक्या घ्यायला सुरूदेखील केले. तोंडाने 'व्हुऽहऽहुऽहुऽ' ओरडत. सिंथिया बसून म्हणाली, ''अजून एकही क्षण आम्हाला कंटाळा आला नाही.'' माझा हात हातात घेऊन दाबत तिने विचारले, ''तुम्ही दोघी कशा आहात?''

''हं. छानच आहोत. आम्ही थोडे साहस केले,'' मी उत्तरले. क्लेअरने चिंतेने पाहिले. ''आम्हाला दुसरी जागा शोधली पाहिजे. आमच्या खोलीत झुरळं फिरतात.'' सिंथियाने ओठ आवळले, ''ओह लाडके, मला तुला सांगायला अजिबात बरं वाटत नाही आहे. पण हे असंच आहे.'' तिने व्हरांड्याजवळच्या जागेकडे बोट केले. रिकाम्या जागेमध्ये तपकिरी रंगाचे उस्कटलेले कोच होते. स्वस्त रेशमी पडदे बांबूच्या छतावरून लटकत होते. ''या अगोदर मी आणि मुलं आणखी दोन हॉटेल्समध्ये राहून पाहिलं. हे सर्वांत चांगलं आहे.''

''याहून अधिक चांगलं नाही? पण ही तर राजधानी आहे नं?'' क्लेअरने विचारले.

''लिबो नावाचं हॉलिडे इन आहे. पण ते शहरापासून खूप दूर आहे. कोणत्यातरी

कम्पाउन्डच्या आत. बाजारामध्ये ग्रेड हॉटेल बीजिंग आहे, पण ते महागडं आहे. पाश्चिमात्य लोकांना तिथे प्रवेश आहे की नाही, माहीत नाही.''

क्लेअरची निराशा झाली.

''आमच्याही खोलीत झुरळं आहेत, हे ऐकून तुम्हाला थोडं बरं वाटेल. मुलांनी आज सकाळीच बाथटबमध्ये तीन मारली. ते अगदी हिशेबच ठेवतात म्हणेनास?''

''आम्ही जिंकतो,''वॉरन दंड फुगवत फुशारला.

''तुम्ही दिवे लावताच ती धावायला लागतात. बुटाला टूथपेस्ट लावून ठेवल्यावर ती तिथेच चिकटतात. मग तुम्हाला त्यांना टबमध्ये मारता येतं.''

''पुरे अँथनी,'' सिंथिया म्हणाली.

''मॉम, तू म्हणाली होतीस, आपण सायकल भाड्याने घेऊ,'' वॉरन लाडीगोडी लावत म्हणाला.

त्या दोघांनी तिला ढकलत दरवाजाकडे नेले. तीसुद्धा आमच्याकडे आनंदाने पाहत बाहेर गेली. ''थांबा जरा. शांत व्हा. पुढच्या गेटजवळ तुम्हाला सायकल घेता येईल. आपण आज प्रतिबंधित शहरात (फॉरबिडन सिटी) दिवस घालवणार आहोत. तुम्हाला हवं तर तुम्हीही तिथे येऊ शकता. आम्ही रूम नं २१४मध्ये आहोत.'' सिंथिया जाताच काचेचे दार लागले. क्लेअर सोफ्यावर कोसळली.

''काय गं?'' मी विचारले.

हातातल्या ओबडधोबड पितळी किल्लीकडे ती एकटक पाहत होती. परत-परत गोल फिरवत होती. जणू त्यामुळे जादूने आमची खोली बदलणार होती.

बऱ्याच वेळाने ती म्हणाली, ''सिंथिया बरोबर सांगत आहे, हे आपल्याला कसं कळणार? मला माफ कर. पण तू मला हे जसं सांगणार की, बीजिंगमध्ये दुसरं चांगलं हॉटेल नाही?'' चिडून लोन्ली प्लॅनेट गाइड उघडून ती त्यात शोधत राहिली.

मी तिथे नुसतीच उभी राहिले. मलासुद्धा झुरळांमुळे कसेसे होत होते. पण क्लेअरच्या कुरकुरण्यामुळे माझे शौर्य जागे झाले. आमची मने हिंदोळत होती. यीन आणि यांगसारखी! आम्ही भौतिकशास्त्राच्या नियमांप्रमाणे वागत होतो. *प्रत्येक क्रियेला समान बलाची प्रतिक्रिया असते.* मी विचार करत होते. काय बिघडले काही झुरळे आमच्या खोलीत असतील तर? ती तर न्यूयॉर्कमध्येही आहेत. हॉटेल शोधण्यात मला वेळ घालवायचा नव्हता. गरम पाण्याने स्नान करून अधिकाधिक कफ बाहेर काढायचा होता आणि ट्रेव्हरला ला मेरिडियनला जाऊन भेटायचे होते.

माझे आणि क्लेअरचे भांडण सुरू होणारच होते. तेवढ्यात बाहेरून एक स्पष्ट ऑस्ट्रेलियन आवाज आला, ''अर्थातच मी अधिक हुशार आहे.'' सिंथिया बरोबरच होती. इथेच सर्व पदभ्रमण करणारे थांबतात. कोपऱ्यावरून दोन मुलींना आपल्याबरोबर घेऊन ट्रेव्हर येत होता. मी दिसताच तो ओरडला, ''ओय!'' त्या मुलींभोवतीचे हात

काढून धावत माझ्याजवळ आला. माझी हनुवटी उचलून त्याने माझे चुंबन घेतले. त्याची दाढी खरखरीत आणि टोचरी होती. ''गर्ली, तू आलीसच!'' तो आनंदाने ओरडला आणि मला त्याने दोन्ही हातांनी जवळ ओढले. त्याचा श्वास गरम आणि अधिकच गोड होता. त्याने पिणे सुरूच केलेले होते. मला जवळ घट्ट पकडून त्याने विचारले, ''कुठे गेली होतीस? ऑडेला, लुक्झाना!'' त्या दोघींना त्याने पुकारले. एक हडकुळी आणि सोनेरी केसांची होती. तिच्या चेहऱ्यावर मुरुमे होती. दुसरी गुबगुबीत आणि चिडखोर दिसत होती. तिने केस काळे रंगवलेले होते आणि लाल लिपस्टिक लावलेली होती. त्यांना काहीच रस दिसत नव्हता. त्यांनी ढगळ ब्लाउज आणि घट्ट बसणाऱ्या पॅन्ट्स घातल्या होत्या. ''ही सुझी.'' मला जवळ घेत तो म्हणाला, ''या पूर्व युरोपातून आलेल्या आहेत. इंग्लिश त्यांना जवळ-जवळ समजतच नाही. ओय, तू माझ्या वाढदिवसाला बरोबर वेळेत पोचलीस.'' मी अनिश्चितपणे विचारले, ''आपली प्रतिबंधित शहरातील डेट ठरलेली नक्की आहे नं?''

ट्रेव्हर धडपडत मागे सरकला. ''उप्स, सॉरी प्लॅनमध्ये थोडा बदल झाला आहे. आम्ही चीनच्या भिंतीला उद्या भेट देणार आहोत. माझा वाढदिवस तिथे साजरा होणार आहे. ऑडेली, लुक्झाना आणि इतर सहा जण आहेत. आम्ही असेच बीअर वगैरे घ्यायला बाहेर पडलो. खरंच मस्त होणार पार्टी. या वुल्फगँगला मी ट्रेनमध्ये भेटलो. तू त्याला भेटायलाच हवं. पक्का वेडा आहे तो. आणि हा छोटासा ऑस्ट्रियन बोर्निओ तिबेटमध्ये बँजो आणि टूथब्रश घेऊन फिरला. त्यालाही टर्पेंटाइनच्या चवीची मेकाँग व्हिस्की मिळाली आहे. माझी काही न्यूझीलन्डच्या किवींबरोबर ओळख झाली आहे. ते आणि ही ब्रिटिश मुलगी तिच्या बॉयफ्रेन्डसह येणार आहे. आम्ही तिथे उघड्या आकाशाखाली झोपणार आहोत. त्या जगप्रसिद्ध भिंतीवर! कसं वाटतं? तुझी स्लीपिंग बॅग उचल गर्ली आणि तयार हो. सगळ्या पार्ट्यांहून ही उत्तम पार्टी असणार आहे.'' त्याने पुन्हा म ऽ ऽ आवाज करत माझे जोरदार चुंबन घेतले. ''अहं ब्रिलियंट! ओके. चला फ्रेन्डशिप स्टोअरमध्ये जाऊ. नंतर भेटतो!''

एकूण सर्वांचा निरोप घेऊन तो म्हणाला.

***

आणि तो गायब झाला. त्याच्या ओठांची चव माझ्या ओठांवर रेंगाळत होती, तरी त्या दोन मुलींभोवती वेढलेले त्याचे हात एखाद्या फोटोच्या निगेटिव्हसारखे माझ्या मनावर ठसलेले होते आणि खुपत होते. त्यांचे चेहरे नजरेसमोर तरळत होते.

भाड्याने घेतलेल्या सायकली जुन्या आणि गंजलेल्या होत्या. त्यांना काळा रंग दिलेला जाड पत्रा होता. एकच गिअर आणि चालवताना त्यांचा कचकच, करकर

आवाज येत होता. पण त्यांनी आम्हाला स्वातंत्र्य दिले. बीजिंग फार विस्तृत पसरलेले शहर होते. त्याचा एक-एक प्रभागच मुळी कमीत कमी पाव मैल लांब होता. पण आम्ही फिरायला लागलो आणि लोकांनी आम्हाला न्याहाळणे या प्रकारातून मुक्त झालो. आम्ही सायकल चालवताना ते फक्त हात हलवत असत. जणू आमचे त्यांच्यामध्ये स्वागतच करत होते. बीजिंगच्या रस्त्यांवर शेकडो सायकलींबरोबर सायकल चालवताना मला मी त्या मोठ्या शहराचा भाग वाटायला लागले होते.

मी क्लेअरकडे पाहिले. शिकस्तीने ती सायकल चालवताना दिसली. तिचा चेहरा निश्चयी होता. आमचा हॉटेलपासून प्रवासाचा मार्ग आखलेला होता. रस्त्याच्या कडेने कॅनॉल आणि ह्युचेंग सिटी मोट असे मार्केट होते. टेंपल ऑफ हेवन... स्वर्गमंदिरावरून वळणारा एक मोठा रस्ता होता. रस्त्याभोवती डंप्लिंगची दुकाने, फ्रूट लिकर (फळांचे मद्य) आणि डबाबंद खाद्यपदार्थ इत्यादींची दुकाने थेट रस्त्यावर उघडत होती. दरवाजे किंवा दुकानांची दारे इत्यादी काही नक्हते. लोक ड्रिलिंग करत होते. छतावरची मोडलेली कौले दुरुस्त करत होते. हवेत धुळीचे ढग होते. रस्त्याच्या दोन्ही बाजूला सिकॅमोर वृक्ष होते. आणि विजेच्या तारांचे जाळेसुद्धा होते.

रस्त्याकडेला फुटपाथखाली मातीच्या पऱ्या होत्या. प्राचीन प्लंबिंग अंगणासमोर होते. नीट पाहण्यासाठी आम्ही त्या रस्त्यावर शिरलो. त्या अरुंद चिखलाच्या रस्त्यावर माझ्या सायकलची चेन निसटली.

मी आणि क्लेअर शिव्या देत धुळीमध्ये सायकलशेजारी गुडघे टेकवून बसलो. ती कोरडी काळपट चेन हाताळत होतो. ना आमचे स्वीस आर्मी सुरे बरोबर होते, ना शब्दकोश. शिवाय सायकल दुरुस्तीचे शब्द त्यात होते की नाही, कोणास ठाऊक. आमच्याभोवती हळूहळू गर्दी जमा व्हायला लागली. ते जवळ येत होते, तसतशी क्लेअरची अस्वस्थता वाढत होती. माओ टोपी घातलेला एक जण गर्दीतून पुढे झाला. सायकलकडे बोट करून हसत त्याने त्याच्या मागे येण्यास खुणावले. त्याने टोपल्यांची उतरंड असणाऱ्या आणि दगडांचे ढीग असणाऱ्या छोट्या गल्लीतून आम्हाला नेले. ही अमेरिका असती, तर आम्ही असे कोणामागे गेलो नसतो. पण इथे काय उपाय होता आमच्याकडे. एका अंगणातल्या पडू घातलेल्या मंडपीकडे त्याने आम्हाला नेले. छतामध्ये हात घालून एक पक्कड आणि एक डबा काढला. सराईतपणे चेन बसवून दुरुस्त केली. तिच्यावर तेल माखले. त्याला आम्ही पैसे देऊ केले, पण त्याने हट्टाने ते नाकारले. हसत हात हलवून निरोप दिला.

आम्ही उत्तर दिशेने निघालो. क्विएनमान गेट ओलांडून, माओचे थडगे ओलांडून तिएनमान चौकात पोचलो. त्या मोठ्या चौकात त्या प्रतिबंधित शहराच्या रक्षणासाठी असणाऱ्या लाल प्रचंड भिंतीवरून माओचे प्रचंड चित्र दयाळूपणे हसत होते. आमच्या गाइडनुसार तो जगातील सर्वांत मोठा चौक होता. पण तसे न वाटता तो

अवाढव्य पार्किंग लॉट वाटत होता.

पदपथावर वारा जोरात वाहत होता. एक माणूस ध्वजस्तंभाजवळ सफाई करत होता आणि सैनिक त्या प्रवेशद्वाराजवळ उभे होते. ते सोडल्यास तिथली निर्मनुष्यता अंगावर येत होती. त्या चौकामध्ये लोक नव्हते. कोणत्याही भावनेची किंवा जिवंतपणाची खूण नव्हती. फक्त ३१ महिन्यांपूर्वी काय घडले, याची कोणतीही खूण नव्हती. आज तिएनमान चौक एक काँक्रीटचा मोठा प्रचंड आयत होता.

आम्ही आमच्या गंजलेल्या सायकली घेऊन प्रचंड मोठ्या करड्या रस्त्यांवरून फिरत राहिलो. काजळीने भरलेली मॉव रंगाची हवा ओढत राहिलो. आम्हाला मुख्य कार्यालय सापडले. तिथे आम्ही अमेरिकेमध्ये फोन लागण्याची कित्येक तास वाट पाहू शकत होतो. ग्रॅन्ड हॉटेल बीजिंग आणि फ्रेंडशिप स्टोअरसुद्धा पाहिले.

जरी जगातील सर्वांत दाट लोकसंख्येच्या शहरात आम्ही होतो, तरी इथले रस्ते मोकळे होते आणि विशेष शांतता मिरवत होते. पूर्व-पश्चिम जाणाऱ्या चँगऑन ॲव्हेन्यूवरून पाय मारत जात असताना आम्हाला थोडी हालचाल दिसली. विचित्र ट्रेन स्टेशनजवळ एक करडी इमारत होती. लाल रंगाचा मोठा पडदा तिच्यावर लटकत होता. त्यावर किळसवाण्या सोनेरी रंगात ठसठशीत नाव लिहिलेले होते. मॅक्झिमस लिमोसिनसारखी खिडक्यांना काळी छटा होती. तरी आम्हाला आतील प्रसिद्ध फ्रेंच उपाहारगृहाची रचना दिसत होती. शुभ्र पांढरे टेबलक्लॉथ, स्फटिकाचे पूर्ण रिकामे पेले होते.

"मॅक्झिमस इथे बीजिंगमध्ये काय करते आहे?" क्लेअर उद्गारली. त्या भव्य रस्त्याच्या कडेला उभे फ्रेंच बेकरीचे छोटे दुकान आम्हाला दिसले. तिथे फ्रेंच पदार्थांचे छोटे ट्रे ठेवलेले होते. तेवढे सोडल्यास बाकी सर्व शेजार हा तडे गेलेल्या भिंती आणि धुळीने भरलेला होत्या. युद्धातून वाचल्यासारखा दिसणाऱ्या त्या छोट्या बेकरीत कोण खरेदी करत असेल? मॅक्झिमसमध्ये कोण भेट देत असेल?

"चल इथून जाऊ. मला इथे विचित्र वाटायला लागलं आहे," क्लेअर म्हणाली.

***

क्लेअरच्या मन:स्थितीमध्ये होणारा बदल लक्षात येण्याचा तो पहिला दिवस होता. ती असाधारणपणे चिडचिडी आणि अलिप्त झाली होती. तिच्या चेहऱ्यावरील भाव घाबरलेले होते. हवेत अचानक बदल व्हावा, तसा हा बदल होता. सोनेरी चमकदार दिवसावर ढगाळ वातावरणाचे ग्रहण लागल्यासारखे. अधिक विचित्र म्हणजे ती फार कमी बोलत होती.

मी नक्कीच तिला दुखावले होते. पण मला कळत नव्हते, नक्की कशाने ती

अशी वागत होती? अजून सायकलवर पुढे जायचे का, असे विचारले, तर हातांची घडी घालून, कपाळावर आठ्या घालून ती म्हणाली, "मला माहीत नाही. ओ ख्राईस्ट, जायचं तरी कुठे आहे तुला?" त्या पूर्ण दुपारभर तिने माझ्या डोळ्याला डोळा भिडवला नाही.

मी दिवसभराच्या घटना डोळ्यासमोर आणल्या. वेगळेपण दाखवणारी एकच व्यक्ती आणि घटना होती – ट्रेव्हर.

हं. मला मित्र होता. जरी तो क्लेअरला वेडपट, लोचट आणि थोडा असभ्य वाटला तरी. त्याने तिच्यासमोर मला चुंबन दिले होते. त्या वेळी ती बोटीवरच्या तिच्या मित्राच्या आठवणीने झुरत होती. तिच्या ॲडमची प्रतिमा दिवसेंदिवस अधिक भासमय होत होती. तिची इच्छा नसतानाही तिला असूया वाटत होती.

***

सूर्यास्तापूर्वी हॉटेलमध्ये पोचण्यासाठी आम्ही फार भराभर पेडल मारत होतो. क्लेअरच्या सायकलच्या टायरची हवा दोनदा गेली. प्रत्येक वेळी स्थानिक लोकांनी हवा भरण्याचे पंप आणि चिकटपट्ट्या घेऊन धावत येऊन आमची मदत केली. आम्हाला मदत करताना त्यांना आनंद होत होता, अंगविक्षेप करून अभिनय आणि हास्याचे धबधबे होते. एका आजीला आम्ही तिच्या बाळाला हातात पकडायला हवे होते. दुसरी सूपचा बाऊल घेऊन धावत आली. त्या सगळ्या आपुलकीच्या आणि दयाळू वागण्याच्या वर्षावात आम्ही इतके चिंब भिजलो की, हॉटेलमध्ये परतेपर्यंत आम्ही चीनच्या प्रेमात पडलो. त्यांची सहृदयता वेगळीच होती. आम्हा अमेरिकनांसारखे परदेशी लोकांशी ते मुळीच वागत नव्हते. आमच्या घरी आम्हाला जे अनुभव आले, त्याहून हे प्रेम अधिक लोभस होते.

याचा क्लेअरवर सकारात्मक परिणाम झाला. आता ती हसरी, बडबडी मुलगी झाली. "तुला हे विसरता येईल?" स्वागतकक्षात प्रवेश करताना ती म्हणाली, "त्यांच्याकडे अक्षरशः काहीच नाही, पण त्यांच्याकडे पाहा. ते खरे चांगले लोक आहेत. सुझ, या लोकांबरोबर आपण सुरक्षित आहोत. चल. आपल्या या मदतगारांसाठी आपण एक पेय घेऊ या."

हॉटेलच्या पेयपान कक्षात (बारमध्ये) प्रवासी धूम्रपान करत एकमेकांना गोष्टी सांगत बसले होते. बऱ्याच लोकांच्या अंगावर जाडेभरडे तिबेटी स्वेटर्स आणि बाटिकच्या नाडीच्या पॅन्ट्स होत्या. आमच्याहून मोठे कोणीच नव्हते. कॉलेजचाच जरा मुक्त नमुना होता. शांघायमधील पुजियांग हॉटेलचेही काही ओळखीचे चेहरे त्यांच्यात मला ओळखायला आले. पदभ्रमण करणाऱ्यांचा समुदाय छोटासा दिसत होता. शांघायमधील प्रवासी मात्र सहृदय होते. शाम्पूची नेहमी देवाणघेवाण होत

होती. गाइड्सची देवघेव आणि उरलेले परकीय चलन सहज हस्तांतरित केले जाई. ''तुम्ही काठमांडूला चालला आहात? हे घे तिथल्या गेस्टहाउसचं कार्ड. मॉली आणि अँजेलाने पाठवलं सांग त्यांना.'' ''हे दोन स्वेटर्स तुला हवे आहेत का? खरंच घे. आम्ही आता बालीला निघालो आहे. आम्हाला ते लागणार नाहीत. तुमचे पैसे वाचतील.'' असा संवाद घडत असे.

पण इथे बीजिंगमध्ये सगळा थंडा मामला होता. कदाचित इथे अधिक थंडी होती. आमच्या फुप्फुसांमध्ये अधिक प्रदूषणाने प्रवेश केला होता. हात बांधून लोक खुर्चीत रेलून बसलेले होते. धूर्तपणे एकमेकांचा अंदाज घेत होते. कोण आहात तुम्ही नक्की? संभाषणाचा रोख स्पर्धात्मक होत होता. *कोण अधिक कणखर आहे? कोण कष्ट सहन करु शकतो? कोण खराखुरा प्रवासी आहे?*

''मी वैयक्तिक प्रवास नेहमी तिसऱ्या श्रेणीमधून करतो,'' सापासारख्या पापण्या असणारा एक ब्रिटिश युवक म्हणाला. ''क्युन्मिंगहून इथे पोचायला मला ४६ तास लागले. पण यातूनच तुम्हाला खूप अनुभव येऊ शकतो.''

एक न्यूझीलॅन्डचा दाढीवाला त्याला रुकार देत म्हणाला, ''हो. त्या कडक सीटवरूनच प्रवास करायला हवा. शिआन ते बीजिंग १८ तासांचा प्रवास मी तसाच केला. फार गर्दी असल्याने उभ्यानेच. टॉयलेट्स काम करत नव्हती. हवासुद्धा नव्हती. प्रत्येक जण खोकत आणि थुंकत होते. मी उभ्यानेच झोपलो. त्या बोगीमध्ये मी एकटाच पाश्चिमात्य माणूस होतो.''

''जेव्हा मी आणि माझा मित्र भारतात गेलो, तेव्हा दलाई लामाला भेटता येईल, याची आम्ही आधी खातरी करून घेतली. नाहीतर एवढ्या दूर जाण्याचा काय फायदा?'' एक डेनिश स्त्री म्हणाली. पायाजवळच्या बिअरच्या रिकाम्या पेल्यात तिने सिगारेटची राख झाडली.

''पर्वतांमधून आठ दिवस स्थानिक बसमधून फिरले. आम्हाला हगवण लागली होती. खाण्यासाठी भात आणि किटकांशिवाय काही नव्हते. पण सगळा मिळून खर्च फक्त सहा डॉलर्स झाला. एकत्र गेल्यावर प्रवाशांना तीनशे डॉलर्स द्यावे लागतात. आणि त्यांना दलाई लामाची भेट तर मिळतच नाही. ते फक्त मंदिरांची छायाचित्रं घेऊन परततात. हे मात्र खूप खरं, अस्सल आणि आध्यात्मिक वाटलं.''

लवकरच आम्ही प्रत्येक जण आपण किती कणखर, जिद्दी प्रवासी आहोत, किती खडतर प्रवास आणि गैरसोय सोसली आहे आणि कमीत कमी खर्च केला आहे, हे सांगण्याची स्पर्धाच सुरू झाली. त्यातला उपरोध आमच्या डोक्यावरून गेला. त्या निवेदनातील तर्क स्वत:ला त्रास करून घेण्याचा आणि अस्सल अनुभवाचा परस्परविरोध आमच्या अननुभवी मनांना कळलाच नव्हता. आम्हाला वाटले होते बरलॅप पायजमा घालून, पोटाचे प्रदूषण सहन करून आणि थर्ड क्लासमध्ये

'लोकांबरोबर' प्रवास करून आम्ही कमी पाश्चात्त्य आणि अधिक आशियाई वाटू. फक्त विशेष सुविधा असणारे लोकच विकसनशील देशात प्रवासाला जातात. नंतर त्यांना आमच्या समृद्धीसाठीची प्रयोगशाळा म्हणून किंवा खेळाचे मैदान म्हणून वापरतात. फक्त पाश्चात्त्य लोकच दोन डॉलर भाडे असलेल्या झुरळांच्या खोलीत राहून आधुनिक सुविधांचा त्याग केल्याचा आव आणू शकतात. स्थानिक लोकांना न परवडतील अशा किमती असणाऱ्या बारमध्ये बसून त्या देशातील असुविधा आणि तेथील कमी जीवनमानाचे भावनात्मक वर्णन करू शकतात.

आम्हाला दिसलेले आशियाई अर्धपोटी मुळीच नव्हते. कृषिप्रधान आयुष्य पौर्वात्य आध्यात्मिकतेने किंवा इतर कोणत्या स्फूर्तीने आनंदात जगत होते. जगातल्या इतर कोणत्याही लोकांना आमच्याएवढा पैसा आणि संधी देऊन पाहा. ते असे उधळायला मुळीच जाणार नाहीत. कानकूनला क्लब मेडमध्ये सुटी घेऊन ताईताई पीत बसतील.

आम्ही तरुण मंडळींनी निदान हे सांस्कृतिक बंधन तोडण्याचा प्रयत्न केला, हे मान्य आहे. दक्षिण-पूर्व आशियातील लोक कसे राहतात हे पाहण्यासाठी आलो. पण आम्ही पाश्चात्त्य सुविधांपलीकडे पाहत आहोत, असे स्वत:ला सांगून आम्ही कोणाला फसवत होतो.

मागे ग्रीनविच व्हिलेमध्ये एका स्वयंघोषित धर्मगुरूने आफ्रिकन झगा घातला होता आणि वॉशिंग्टन स्क्वेअर पार्कमध्ये दुधाच्या क्रेटवर उभे राहून इस्लामी देशांना उपदेश करत होता.

''ॲन थ्रॉ पॉ लॉ जी'', तो थुंकला. ''ॲनश्रॉपॉलॉजी फक्त गोरा माणूसच शोधू शकतो. त्यासाठी आम्ही माफीची मागणी करत आहोत. फक्त गोऱ्या माणसाच्या नजरेत जगातील इतर संस्कृती कुतूहलाचा विषय बनतात. त्यांच्या अभ्यासाचा एक विषय! फक्त गोरा माणूसच इतर सर्व संस्कृतींना दुय्यम म्हणू शकतो. त्या सर्व संस्कृतींमधील गूढतेचं वलय काढण्याचा प्रयत्न करतो. माझ्या भावांनो आणि भगिनींनो विचार करा, असं म्हणण्यासाठी किती उद्धटपणा आवश्यक आहे की, आमच्याहून कमी विकसित असणाऱ्या संस्कृती आम्ही पाहणार आहोत. वेगळ्या आहेत त्यांना आमचं पूर्वीचं रूप कसं असावं, ते समजण्यासाठी पाहणार आहोत. केवढा हा अहंकार! असा अभ्यासाचा नवीन प्रांत तयार करायचा, ज्याचा पाया तुमची स्वत:ची संस्कृती असेल, जिच्या निकषांवर तुम्ही जगातील सर्व संस्कृती तपासून पाहणार.''

''बंधू-भगिनींनो, एस्किमो वॉल स्ट्रीटवर येऊन तंबू ठोकतात आणि म्हणतात काय, 'आम्ही तुमची संस्कृती पाहायला आलो.' झुलू लोक डाल्टन स्कूलमध्ये जाऊन तिथल्या मुलांची उंची संशोधन म्हणून मोजतात? की फिलिपिनो लोक

फुलब्राइट स्कॉलरशिप घेऊन, एखाद्या अमेरिकन शेतकऱ्याच्या घरात थँक्स गिव्हिंगच्या दिवशी जातात आणि म्हणतात, 'आम्ही तुमची ही प्रार्थना अभ्यासायला आलो. आम्ही इथे नाही, असं समजून तुमचं चालू द्या. आम्ही यावरील संशोधन मनिला इथे पब्लिश करू आणि तुमचे फोटो वस्तुसंग्रहालयात टांगू.' होतं असं? कधीच नाही. न बोलावता फक्त गोरी माणसं इतरत्र फिरतात. इतर अख्ख्या जगाला एक नमुना समजतात. स्वतःच्या अहंकाराला सामाजिक शास्त्राचं नाव देतात.''

मला त्याच्या बोलण्यात तथ्य होते, असे वाटले होते. पण बीजिंगमध्ये लगेचच इतर सर्वांसारखे आम्ही मग्न झालो होतो. एकमेकींकडे चोरटे कटाक्ष टाकत होतो, सर्वाधिक मार्क मिळवण्यासाठी शाळेतल्या मुलांनी प्रयत्न करावे, तसे वागत होतो.

घसा साफ करत क्लेअर म्हणाली, ''माफ करा, पण मला एक प्रश्न आहे. मिलिटरी पोलिसांना तुम्ही कसं हाताळता? दोन आठवड्यांपूर्वी आम्ही एका चिनी मित्राच्या घरी गेलो आणि आम्हाला परकीय प्रवास परवाना नसल्यामुळे चौकशीला सामोरं जावं लागलं. ते शहर तर नकाशावरही नव्हतं. अशी परिस्थिती तुम्ही कशी हाताळता?''

ते सगळे शांत झाले. ''मिलिटरी पोलिसांनी थांबवलं तुम्हाला?'' ''प्रत्येकाला भेटत नाहीत का ते?'' क्लेअर खांदे उडवत म्हणाली. तिचे निरागस बोलणे आणि एकूण आविर्भाव पाहून मला तिचा अभिमान वाटला. हसू दाबणे कठीण होते. ''असंच नसतं काय? जिथे अगोदर पाश्चात्त्य प्रवासी गेलेले नाहीत, तिथे?''

सावकाश तिने आमचा अनुभव सांगायला सुरुवात केली. स्ट्रीपटीझच्या नाट्यमय पद्धतीने. मध्येमध्ये मी काही भर टाकत होते. सर्वांची उत्सुकता वाढली. अधिक माहितीसाठी ते आमच्याकडे पाहू लागले. आम्ही आता सर्वांचे लक्ष वेधले होते. प्रसंग रंगवून सांगत, बऱ्याच पात्रांचा अभिनय करत दिंघाईचा अनुभव सांगू लागलो. ते अद्भुत माशांचे जेवण, परराष्ट्र खात्याच्या अधिकाऱ्याची भेट, जॉनीचे घर, चीनची ग्रामीण आरोग्य व्यवस्था, सारेच. आमचे बोलणे संपताच तिथे शांतता पसरली.

न्यूझीलंडच्या प्रवाशाने म्हटले, ''वॉव! तुम्ही तिथून बाहेर येऊ शकलात म्हणजे भाग्यवानच आहात. चेंगडू इथे एक बेल्जियन मुलगी आजारी झाली. तिला खूप तापामुळे भास होत होते. पण चिनी अधिकाऱ्यांनी तिला मनोरुग्ण ठरवलं आणि हॉस्पिटलमध्ये दाखल केलं. एक वर्षाने तिची सुटका झाली.''

ब्रिटिश म्हणाला, ''मीसुद्धा तिच्याविषयी ऐकलं होतं. चिनी लोक मनोरुग्णांकडे सदयतेने पाहत नाहीत.''

''कोणत्याही आजारी परदेशी माणसांकडे दयेने पाहत नाहीत. त्या हॉस्पिटलमधून

बाहेर पडलात, म्हणजे भाग्यच.'' त्या सर्वांच्या नजरा आमच्यावर खिळल्या असताना मी आणि क्लेअर एकमेकींकडे पाहून हसत होतो. दुर्मीळ साहस आणि अनुभव यांच्या कथनाच्या स्पर्धेत आम्ही जिंकत होतो.

***

दुसऱ्या दिवशी सकाळी क्लेअरला पुन्हा झटका आला. घाणेरडे कपडे हातात गोळा करून ती म्हणायला लागली, ''मला इथून बाहेर पडायचं आहे. अगदी उबग आणणारी खोली आहे.'' ते चुरगाळलेले कपडे बॅकपॅकमध्ये कोंबत ती म्हणाली, ''मी इथे झोपू शकत नाही. इथे विचारसुद्धा करता येत नाही.''

झुरळांपासून सुटका करण्यासाठी आम्ही बेड भिंतीपासून दूर सरकवले होते आणि दिवे चालू ठेवले होते. हिटर सुरू होते, तरी खोली थंडगार होती. आम्ही सगळे कपडे अंगावर ठेवून झोपलो. फारशी चांगली झोप कोणालाच आली नव्हती. माझा खोकला अगदी वाईट झाला होता.

''तुला जायचं असेल, तर चीनची भिंत पाहायला जा. मी मात्र इथेच थांबणार,'' क्लेअरने तिचा करडा कार्डिगन काढून फेकत सांगितले.

''काय? तुला चीनची भिंत पाहायची नाही?''

न्याहारीनंतर हॉटेलपासून निघणारी बस पकडायची आम्ही ठरवले होते. ट्रेव्हर आणि त्याचे मित्र वाढदिवसाचे सामान घेऊन तसेच जाणार होते. टॉर्च आणि स्लीपिंग बॅग घेऊन येण्यास त्याने सांगितले होते.

''प्लीज, मूर्ख प्रवाशासारखं वागण्याची माझी इतकीशीही इच्छा नाही,'' नाक उडवत क्लेअर म्हणाली. ''म्हणजे चीनची भिंत पाहायला जाणं वगैरे. किती बिनडोकपणाचं आहे ते. मला काहीतरी धाडसी करायचं आहे.''

मी ओरडले, ''अगं काय बोलतेस? ती प्रचंड भिंत हेच धाडस आहे. अख्खा मंगोलिया वेढून टाकू चल.''

पण क्लेअरने बॅग चाचपडणे सोडले नाही. माझ्याकडे पाहिलेसुद्धा नाही. तिला ते खरेच आठवत नव्हते की माझ्या ट्रेव्हर प्रकरणाची ती नाराजी होती, हे मला समजत नव्हते.

''चल ना क्लेअर,'' मी विनवले. प्रवासाचा बेत ठरवत असल्यापासून आम्ही ही भिंत चढण्याविषयी बोलत होतो. आमच्या संपूर्ण प्रवाशातील तो महत्त्वाचा उद्देश होता. शिवाय मला मान्य करायला जड जात होते की, ट्रेव्हरने मला सोडून ॲडेली किंवा लुक्झानासोबत रात्र घालवायची ठरवले, तर मला एकटीला त्या प्रसिद्ध भिंतीवर रात्र घालवायची नव्हती. धिक्कार आणि दुःख सोसायला मला कोणीतरी सोबत हवे होते.

"असं काय करतेस? चल ना. तिकडे जाऊन आपल्याला इतरांसमोर बढाई मारता येईल की, एवढ्या प्रसिद्ध स्थळी आम्ही कॅम्पिंग केलं."

चिडून क्लेअर उत्तरली, "त्यातून एकच चांगली गोष्ट होणार आहे. पोलीस अटक करणार. ट्रेव्हर आणि त्याचे मित्र ठार वेडे आहेत. तिथे रात्री झोपताना त्यांना पकडलं, तर पुढची सात वर्षं ते चीनच्या तुरुंगात सापडतील."

"ओके. आपण तिथे झोपायला नको. आपण फक्त तिथे जाऊ, फिरू आणि परत येऊ," मी माझी निराशा लपवत म्हणाले.

हाताची घडी घालून, मान तिरकी करून नव्यानेच माझी तपासणी केल्यासारखी क्लेअर पाहत म्हणाली, "पाहा, जा तू." ती काहीशी संकोचून म्हणाली. हात उडवून तिने मला झटकून टाकले. "आपल्या दोघींसाठी तूच पाहा. ओके? मला खरोखरी इथे थांबून काही काम करायचं आहे." गूढ आवाजात ती म्हणाली, "मला शक्य नाही... मी... इथे मला काही लोकांशी संपर्क साधायचा आहे."

"ओळखीच्या लोकांशी?"

तिच्या त्रस्त श्वासांना खोलवर घेत ती म्हणाली, "विसर ते सगळं." मी तिच्याकडे एकटक पाहतच राहिले. मग तिने स्पष्ट केले, "हे पाहा, माझ्या बाबांच्या व्यवसायाशी संबंधित आहे ते. आणि ॲडम. ओके? मी आत्ता एवढंच सांगू शकते. मला यात पडायचं नाही खरं तर."

तिची प्रसाधनांची बॅग उचलून ती घाईने बाथरूममध्ये नाहीशी झाली. शॉवरचा आवाज सुरू झाला. पण लगेच तिचे रुपेरी केसांचे डोके बाहेर डोकावले आणि ती म्हणाली, "हे पाहा, तू जा. मजा कर. ट्रेव्हरला भेट. तुला काय हवं ते कर. मी आता तुझ्याशी बोलले, ते कुणाला सांगू नकोस. समजलं? आणि अटक होऊ देऊ नकोस कुणाला. सुझ, मी गंभीरपणे सांगते आहे."

***

बाडलिंग इथे चीनच्या भिंतीवर पोचायला दोन तास लागले. ट्रेव्हर ॲडेली आणि लुक्झाना यांच्यासोबत मागे बसला होता. सोबत असेच घाणेरडे, गबाळे, बरेच दिवस आशियात भटकत असणारे इतर भटके मित्र होते. मी बसमध्ये पाऊल टाकताच त्याने मी त्याच्या मांडीवर बसावे, असे सुचवले. पण मी नकार दिला. त्याच्या जनानखान्यातील आणखी एक मुलगी असेच दिसत होते. त्याच्याबरोबर वेळ घालवणे फारसे आकर्षक वाटत नव्हते. त्याने छातीवर हात ठेवून घायाळ झाल्याचा अभिनय केला, तरी तो उठून माझ्याजवळ आला नाही. दोन हसतमुख कॅनेडियन स्त्रियांशेजारी मी बसले.. त्यांनी पिवळे कार्डिगन आणि हॅट घातल्या होत्या. हळूहळू घरे, निवासी परिसर आणि औद्योगिक इमारती मागे पडल्या आणि

हिरवा निर्जन ग्रामीण भाग दिसू लागला.

पोचण्याअगोदर काही मैल रस्ता खोलगट भागामध्ये जात होता. उंच पर्वतांमधून मध्येच प्रसिद्ध चीनच्या भिंतीचे चुटपुटते दर्शन होत होते. आम्ही प्रवेशद्वाराजवळ पोचलो. तिकीट खिडकीजवळ एक खाद्यपदार्थ विक्रेत्याची साधी गाडी, छोट्यामोठ्या वस्तूंची हातगाडी आणि आठवण ठेवण्यासाठी टी-शर्ट्सची एक गाडी एवढेच होते. खाली उतरताच स्पर्धेचे पिस्तूल उडाल्यासारखा प्रत्येक जण सर्वांत प्रथम वर पोचण्याची घाई करू लागला. इतरांपुढे दूर जाऊ लागला. आम्ही साधारण ३० जण होतो. एकत्र पाहायचे ठरवूनही आता इथे प्रत्येकाला तो प्रसंग एकट्यानेच अनुभवावा, असे वाटत होते. इथे पाऊल ठेवणारी पहिली व्यक्ती आपणच आहोत, असे प्रत्येकाला वाटत होते.

कॅनेडियन सहप्रवासी ओरडली, ''मी ऐकलं आहे, की उजवीकडील उंच बाजू अधिक सोयीची आणि कमी गर्दीची आहे.'' आमची तिकिटे हातात पडताच उजवीकडील प्राचीन दगडी पायऱ्यांवर आम्ही धावत चढायला सुरुवात केली.

उंच पहाऱ्याच्या जागी टोकावर पोचताच अप्रतिम देखावा दिसू लागला. त्या पर्वतांवर ही भिंत सजावटीच्या रिबनसारखी दिसत होती.

पण मी थांबले नाही. जमेल तेवढे लांब मला त्या भिंतीवर चालायचे होते. आधुनिक संस्कृतीपासून दूर. पाचशे वर्षांपूर्वीची ती भिंत मला तशीच पाहायची होती. त्या कॅनेडियन स्त्रिया आणि मी जिद्दीने चालत राहिलो. माझ्या श्वसन संस्थेवर हॉटेलमधील अंघोळीचा काही विशेष परिणाम झाला नव्हता. प्रत्येक श्वासाला छातीमध्ये दुखत होते. पुरेशी हवा आत घेताच येत नव्हती. अंतर काटत जसजशा आम्ही तिकीट खिडकीपासून, लोकांच्या गर्दीपासून दूर जात होतो; तसतसे अधिक उत्तेजित वाटत होते. थोडी भीतीसुद्धा वाटत होती. आश्चर्य म्हणजे त्या परिसरात कोणीही पहारा देत नव्हते. तातडीची संपर्क सेवा, ध्वनिक्षेपक, प्रवाशांना माहिती देणारे कक्ष किंवा पहारेकरी कोणीच नव्हते. शेकडो वर्षे जशी होती, तशीच पर्वतावर वळणे घेत गेलेली ती भिंत होती.

शेवटच्या प्रवाशाला ओलांडून आम्ही पुढे गेलो. त्या कॅनेडियन स्त्रियांची छायाचित्रे घेऊन होताच मी त्यांना सांगितले, मी त्यांना खालीच भेटेन. आता मी एकटीच होते. धापा टाकत, छातीतून घरघर आवाज करत, धडपडत शिखराच्या टोकावरून चालत होते. टेकड्या, दगडी भिंत यांच्याकडे पाहताना मला अत्यानंद झाला होता.

सर्व क्षुद्र, सामान्य भिंतीपलीकडे नेणारी ती भिंत होती. ते चकित करणारे दृश्य होते. माझ्याभोवती ३६० डिग्रीमध्ये फक्त पर्वत होते आणि दोन्ही बाजूला क्षितिजापर्यंत गेलेली ती प्रचंड भिंत होती. मी शहरात वाढलेली होते. अशा

शिखरांवर मी कधीही उभी राहिले नव्हते. असा प्रदेश पाहिला नव्हता. ती भिंत पवित्र, भव्य वाटत होती. वाऱ्याशिवाय कसलाही आवाज नव्हता. मला वाटले, मी संपूर्ण जगाच्या टोकावर उभी होते.

तिथे फक्त चिरंतन दगड होते. भरतीच्या लाटांसारखाच लयबद्ध वारा वाहत होता. तिथे उभे राहून मला माझा तणाव, चिंता वितळत असल्याचे जाणवले. घटस्फोट घेण्याच्या टोकाजवळ पोचलेले करवदलेले भांडखोर आईवडील विसरले. माझ्या विद्यार्थी शिष्यवृत्तीसंबंधीच्या काळजीचा विसर पडला. मी खांद्यावरून मागे पाहत राहिले. माझी खोली, माझे विरळ केस, चष्मा सारे विसरले. पुन्हापुन्हा 'पुढे तू काय करणार आहेस?' विचारणारे मार्गदर्शक सल्लागार विसरले. प्रकाशकांकडून 'साभार परत'ची पत्रे, क्लेअरची नाखुशीची नजर, मॅजिक मार्करने चमकदार गुलाबी रेषेत आखलेला जगाच्या नकाशावरील आमचा प्रवासमार्ग पूर्ण विसरले. माझ्या डोक्यात वारंवार न्यूनगंड वाढवणारे प्रश्न त्या शांततेच्या लोटात सामावून गेले. माझी दुर्बलता आणि माझे नगण्य असणे तिथे मला भीती दाखवत नव्हते. 'प्रत्येक व्यक्ती कोणीच नसते. मोठ्या विश्वातील एक कण असते,' असेच जणू ते दगड मला सांगत होते.

शेअर ब्रोकर आहोत की न्यूरोसर्जन, सुंदर आहोत की कुरूप, युद्ध करतो की मुलांना जन्म देतो. काय खातो, टेलिव्हिजनवर कोणते कार्यक्रम पाहतो, चिनी आहोत की अमेरिकन; सारे इथे असेगत होते. शेवटी आपण या अमर्याद विश्वातील एक नगण्य कणच! आणि ते योग्य आहे. जीवन प्रवाह पुढे-पुढे वाहत राहतो. शेवटी हे पर्वत आणि ही भिंत काळाचे आघात सोसत ठाम उभी आहे.

मी मंत्रमुग्ध होऊन उभी राहिले. विचारात हरवून, वाऱ्याचा आणि माझ्या श्वासांचा कानोसा घेत. ढग शेजारून तरंगत जात होते. प्रकाश बदलत होता. हिरवे डोंगर सोनेरी दिसायला लागले. माझ्या दृष्टिआड सूर्य नाहीसा झाला, तेव्हा त्याची किरणे तापलेल्या तांब्यासारखी दिसत होती. मागे वळून मी खाली उतरायला सुरुवात केली. दुरून मला ट्रेव्हर आणि त्याची टोळी स्लीपिंग बॅग आणि इतर साहित्य घेऊन वर चढताना दिसत होती. वाद्ये, मद्य आणि खाणे घेऊन ते भिंतीवरच रात्र घालवणार होते.

त्याला साद घालून त्याच्यासोबत जाणे फार सोपे होते. तो माझी वाट पाहिल, आलिंगन देऊन चुंबन घेईल, याची खातरी होती. गेले काही आठवडे मी अशी स्वैर प्रणयाची चित्रे रंगवली होती. आता ते सगळे मी इथे प्रत्यक्षात अनुभवू शकते. इथेच, सूर्य मावळताना आणि नंतर! किती अनिर्बंध! पण कशी कहाणी त्यातून जन्म घेईल? कशा त्याच्या बढाया मारता येतील? इथे कोणी गस्त घालताना दिसत नव्हते. ट्रेव्हर आणि मी मंगोलियाकडे पाहत खुल्या, ताऱ्यांच्या आकाशाखाली रात्र

घालवू शकू. आणि आयुष्यभर त्या उत्तेजित करणाऱ्या आठवणी राहतील.

पण मला चीनची भिंत एखाद्या कॅथेड्रलसारखी भासली. तिथे पार्टी करणे, मद्याच्या रिकाम्या बाटल्या किंवा खराब कन्डोम फेकणे म्हणजे अपवित्र करणे होय. मला धुंद प्रणयाच्या क्षेत्रात मुशाफिरी आवडत असली, तरी असे बीभत्स आणि बेकायदेशीर वागणे पटत नव्हते. मी हळूहळू एक-एक पायरी उतरू लागले. ट्रेव्हरची पाठमोरी आकृती दगडांमागे अदृश्य होताना मला दिसत होती.

उद्या संध्याकाळी सामान बांधत असताना तो मला सांगेल की, मी माझ्या आयुष्यातील अद्भुत संधी गमावली. तो माझे हळुवार चुंबन घेईल आणि कुजबुजेल, ''ओ माय गॉड! गर्ली! तू खूप देखणी आहेस. मी तुझ्याबरोबर इथे वर काय-काय करू शकलो असतो.'' आणि मला प्रचंड पश्चात्ताप वाटेल.

पण त्या दुपारी मी सरळ प्रवेशद्वाराचा रस्ता पकडला. 'मी चीनची भिंत चढले' असे लिहिलेला एक टी-शर्ट पन्नास युआन देऊन आठवणीसाठी घेतला आणि कायदे पाळणाऱ्या, च्युइंगगम चघळणाऱ्या इतर प्रवाशांसोबत परत बीजिंगचा रस्ता पकडला.

***

मी हॉटेलवर परतले, तेव्हा क्लेअर बाहेर गेलेली होती. आमची खोली रिकामी केलेली होती. बेड रिकामे होते. दरवाजा उघडाच होता. दिवे चालू होते.

''क्लेअर?'' मी ओरडले.

प्रत्येक कपाट आणि बाथटबमध्ये ती लपली असेल, म्हणून मी मूर्खासारखी शोधत राहिले. मी प्रचंड भयभीत झाले होते. तेव्हाच ती दरवाजात अवतरली.

ती संथपणे म्हणाली, ''आलीस का परत?'' तिचे ओले केस टॉवेलमध्ये गुंडाळलेले होते. बारीक रेघांचा पायजमा घातलेल्या क्लेअरचे डोळे सुजल्यासारखे लालसर दिसत होते. ''मी आपल्यासाठी जरा बरी खोली शोधली आहे.'' वळून पायातल्या सपातांचा चटचट आवाज करत ती हॉलवेमधून चालत गेली.

पहिल्या खोलीचे प्रतिबिंब असावे अशी नवी खोली होती. फक्त इथले वॉलपेपर लालबुंद आणि बाथरूमचे कप्पे मस्टर्ड रंगाचे होते. नाक शिंकरून क्लेअर म्हणाली, ''इथे कीटक नाहीत. मी खातरी करून घेतली आहे.''

आमच्या बॅगा उघडून वस्तू नीट मांडलेल्या दिसत होत्या. स्वत:साठी निवडलेल्या बिछान्यावर बसून तिने लोन्ली प्लॅनेट गाइड उघडले आणि वाचायला लागली. काय प्रतिसाद द्यावा, याचा विचार करत मी उभी राहिले. तिने माझ्या तिथे असण्याची मुळीच दखल घेतलेली नव्हती. तिचे बदलते मूड समजण्यासाठी मला एखाद्या मार्गदर्शक पुस्तकाची गरज होती.

अगदी सावकाश आवाज होऊ न देता मी माझी बॅग ठेवली आणि बुटांचे वेलक्रो काढले. आवाज होऊ न देण्याची जणू सक्तीच होती माझ्यावर.

"ओह!" शेवटी मान वर करत ती म्हणाली, " मी विचारायला विसरलेच. कशी होती ती भिंत? तू तिथे झोपायला थांबली नाहीस?"

नकारार्थी मान हालवून मी तिच्याजवळ बसले. "ओह क्लेअर, माझ्या आयुष्यातील सर्वात अद्भुत गोष्ट वाटली मला. प्लीज, मला तिथे तुझ्यासोबत परत एकदा जायचं आहे. मला माझा वाढदिवस चीनच्या भिंतीवर साजरा करायचा आहे. ट्रेव्हरसारखा नाही. कोणतीही अनिर्बंध पार्टी नाही. फक्त तू आणि मी. तू एकदा पाहायलाच हवं."

ती भांडेल, असे मला वाटले. परंतु तिने फक्त थोडे खांदे उडवले. "नक्कीच. ओके. जर तुला हवं असेल तर जाऊ."

त्यानंतर तिचा आवाज फाटला आणि ती रडायला लागली.

"क्लेअर!"

त्या रडण्याचे लवकरच हंबरण्यात रूपांतर झाले. "क्लेअर, काय झालं?" मी विचारले. तिने दोन्ही हातांनी चेहरा झाकून टाकला होता. थोडा वेळ भावनावेगाने ती थरथरत राहिली.

शेवटी नाक शिंकरत ती बोलायला लागली. "ओह गॉड! सुरुवातीस सर्व काही सुरळीत झालं. मी सायकल भाड्याने घेतली आणि ग्रॅन्ड हॉटेल बीजिंगमध्ये चहा घेतला. ओके? अगदी साग्रसंगीत चहा. जसा प्लाझामध्ये देतात तसा, अगदी क्रीम आणि जिंजर ब्रेडसोबत. तिथे पाश्श्चात्त्य आरामखुर्चीत बसून, शास्त्रीय संगीत ऐकत, स्वच्छ, उबदार सुसंस्कृत वातावरणात तुम्ही चहा घेता. अतिशय उच्च अभिरुचीसंपन्न वाटतं – कोणी थुंकत नाही. गटाराजवळ भाज्या परतत बसत नाही. वेटर्स इंग्लिश बोलतात. आणि नंतर? मी माओ पोस्ट ऑफिसमध्ये गेले. तिएनमान चौकाजवळ घरी फोन बुक केला. पावणेदोन तासांनी मला बोलता आले. माझे बाबा, डॉमिनिक आणि अलेक्झांडर सुटीसाठी आले होते. त्यांचा आवाज ऐकूनच बरं वाटलं. तिकडे संध्याकाळ होती आणि जेवण नुकतंच झालेलं होतं. नंतर मी थोडी फिरले. संशोधन केलं. पाहणी केली. परत हॉटेलवर आले. मला त्यांच्याशी आणखी बोलायचं होतं म्हणून इथून फोन लावला. थोडा जास्त वेळ लागला. दोन तास आपल्या खोलीत वाट पाहत बसले. शेवटी एकदाचा फोन लागला. मी पुन्हा बाबांशी बोलले. आणि सुझी, ते खरंच फार अस्वस्थ आहेत. तिकडे पहाटेचे चार वाजत होते. ते रडत होते आणि मला घरी परतण्यास सांगत होते. विनवत होते. मला वाटलं सर्वत्र भिंतीवर झुरळं धावत आहेत. माझ्या दरवाजावर टकटक होत आहे, असं वाटलं. ग्रॅन्ड हॉटेलमधील कुकीज सोडल्यास मी काहीच खाल्लं नव्हतं.

विवनमान चौकाजवळ मला एक डंप्लिंग हाउस सापडलं. तिथले चिनी लोक एकटक माझ्याकडे पाहत होते. जशी मी एखादी चमत्कारिक वस्तू होते. तिथे मला बाबांचा आवाज ऐकू आला, पण त्यांच्या आवाजात खूप काळजी होती, हे स्पष्ट दिसत होतं.''

हाताने पोट आवळत क्लेअर झुकली. वेदनेची किंचाळी तिच्या तोंडातून बाहेर पडली.

''ओह क्लेअर, मलासुद्धा बरेचदा अशी घरची आठवण येते. व्याकूळ वाटतं.'' तिच्या केसांवरून हात फिरवत मी बोलले.

पुन्हा उठून क्लेअर म्हणाली, ''नाही, तसं नाही. मग मी फोन बंद केला. बरोबर? खालच्या मजल्यावर गेले आणि आपल्यासाठी दुसऱ्या खोलीची मागणी केली. कारण मला झुरळांच्या खोलीमध्ये एकही दिवस थांबता येणार नव्हतं. अशी गडबड होती. सुझ, फ्रंट डेस्कवरचा स्वागतकक्षाचा माणूस एकही इंग्लिश शब्द समजू शकत नाही. बराच वेळ मी प्रयत्न केला. शेवटी एकदाची मी ही खोली मिळवली. सामान हलवलं आणि शांत बसले. मला स्वतःला समजावण्याचा, शांत होण्याचा प्रयत्न केला. मग गाइड आणि नकाशे उघडून उद्यासाठीचं नियोजन केले. मग मला हे दिसलं..... हे.''

बीजिंग शहराचा चिनी नकाशा उघडून तिने त्याच्या मध्यावर बोट ठेवले. त्या ठिकाणी एक बिल्डिंग 'पीएलओ' अशा नावाने दाखवलेली होती. ''पीएलओ,'' ती किंचाळली. ''इथे पीएलओ काय करत आहे?''

मी नकाशाचा अभ्यास केला. पीएलओ म्हणजे वेगवेगळे राजदूतावास आणि सरकारी इमारतींचा विभाग दिसत होता. ''तुझी खातरी आहे, हे पीएलओ तेच पीपएलओ आहे याची? आणि कदाचित? मला नाही ठाऊक. पीपल्स लीडरशिप ऑफिस किंवा असंच काही?

क्लेअर माझ्याकडे रोखून पाहत म्हणाली, ''हो, हे पीएलओच आहेत.'' अचानक ओरडत तिने नकाशा हिसकावला आणि जमिनीवर फेकला. हातात चेहरा लपवून तिने हुंदका दिला. तिच्या रुपेरी केसांचा पडदा चेहऱ्यावर ओघळला.

काही वेळ रडल्यानंतर नाक साफ करून ती म्हणाली, ''हे काही ठीक नाही. आपल्याला कदाचित गंभीर धोका असू शकेल.''

मी सुन्न होऊन बसले. काय बोलावे आता? आम्ही हाँगकाँगला निघण्याअगोदर, पाच सप्टेंबरला पॅनऑमचे विमान पाकिस्तानमधून हायजॅक करण्यात आले होते. न्यूयॉर्कमध्ये मी मद्यपानगृहात वेट्रेसचे काम करत असताना आणि क्लेअर हिल्टन हेडमध्ये बॉन डे सोलेल इथे सुटी घेत असताना, ७३ नंबरच्या उड्डाण घेणाऱ्या विमानात शिरून दहशतवादी इस्रायली आणि अमेरिकन प्रवाशांचे पासपोर्ट गोळा

करत होते. त्या अगोदरच्या वर्षी आणखी तीन विमाने हायजॅक झालेली होती. हिजबोल्लाने टिडबल्यूए फ्लाइट ताब्यात घेऊन अमेरिकन प्रवासी मारले होते. तर पॅलेस्टिनिअन दहशतवाद्यांनी एक लक्झरी बोट ताब्यात घेऊन, अपंग अमेरिकन ज्यूला मारले होते. अनेक दिवस त्यांनी त्याला कसे ठार केले आणि त्याची खुर्ची पाण्यात कशी ढकलली, याच बातम्या सांगितल्या जात होत्या होत्या.

हे सर्वच प्रसंग भीतिदायक होते, तरी त्यांचा सर्वसाधारण अमेरिकन मानसिकतेवर फारसा परिणाम झाला नव्हता. शीतयुद्ध अगदी तीव्र होते. अमेरिकन जनतेच्या मनात सोव्हिएत युनियनबरोबर आणखी होऊ घातलेल्या युद्धाच्या छाया होत्या. सर्व संस्कृतीलाच जणू या वास्तवाने झपाटले होते. अणुबॉम्ब विरोधी रॅली (मोर्चे), संगीतवृंद, 'टॉप गन' आणि 'वॉर गेम्स' असे चित्रपट. द डे आफ्टरसारखा विश्वाचा अंत दाखवणारा दूरदर्शनवरील चित्रपट – जो पाहताना मनावर परिणाम झाल्यास मनोविकारतज्ज्ञ तयारीत असत. आणिवक महायुद्धाचे दृश्य पाहून प्रेक्षकांचे चित्त विचलित होत असे. प्रेसिडेंट रेगन यांनी तर ध्वनिक्षेपकावर सूचनेचा सरावही केला होता म्हणे. ''माझ्या अमेरिकन बंधूंनो, रशियन लोकांना बहिष्कृत करण्याच्या कायद्याच्या मसुद्यावर मी आत्ताच सही केली आहे. आपण पाच मिनिटांतच बॉम्ब टाकण्यास सुरुवात करत आहोत.'' (हा- हा- केवळ चेष्टाच मित्रांनो) आणि लोक..... खरोखरी आणिवक विनाशाची भीती पसरलेली होती. कित्येक वर्ष मी रात्री झोपताना प्रार्थना करत असे, 'हे ईश्वरा, सगळं जग मशरूम क्लाउडमध्ये नष्ट होऊ देऊ नकोस.''

जरी बीजिंगमध्ये पीएलओची बाह्यशाखा असेल तरी फार काळजी वाटण्याचे कारण नव्हते. पीएलओ, इटीए, आयआरए, द ब्रिगाडा रोझा, अबु निदाल, द कॉन्ट्रास, द शायनिंग हेड्स इत्यादी दहशतवादी संघटना कुठे ना कुठे तळघरात बॉम्ब बनवत असतात. त्यामुळे पीएलओ माझ्यासाठी मोठी समस्या नव्हती.

नंतर १९८८मध्ये माझी मैत्रीण पॅनऑमच्या फ्लाइट १०३मध्ये झालेल्या बॉम्बस्फोटात स्कॉटलन्डमध्ये ठार झाली. तेव्हापासून मात्र माझे विचार बदलले. मी एवढी निश्चिंत राहिले नाही. मी अगदी हिस्टेरिक वाटायला लागले. भीतीच्या झटक्याला काबूत आणण्यासाठी मला औषधांची गरज भासू लागली.

इतिहासाच्या त्या टप्प्यावर मी अजून तरुण आणि मुक्त होते. जरी पीएलओचे ऑफिस चीनमध्ये असले; तरी पिसवांनी भरलेल्या हॉटेलमध्ये, पुस्तके आणि टॅम्पॉन्सच्या गठ्ठ्यांनी बॅगा भरलेल्या दोन तरुण मुलींना मारण्यामध्ये ते का वेळ घालवतील?

मी हळू आवाजात म्हणाले, ''मला नाही वाटत, ते आपल्याला लक्ष्य करतील. कारण अनोळखी लोकांसाठी तुझं आडनाव डच आणि माझं इंग्लिश आहे. आपली

नावं ब्लोमो किंवा लिपशीत्झ नाहीत किंवा आपण अमेरिकन ध्वज मिरवत फिरत नाही.'' माझ्याकडे दचकून पाहत ती कुजबुजत म्हणाली, ''सुझ, तुला ठाऊक नाही ते काय करू शकतात.''

हाताच्या पंजांनी डोळे पुसत, माझ्याकडे पाहत तिने बिछाना साफ केला.

माझा हातात हात घेत ती म्हणाली, ''ओके. तुला आठवत आहे, तू मला तुझ्या मनातल्या जर्मन लोकांविषयी तिरस्काराबद्दल सांगितलं होतंस? आणि मी तुझ्यावर उखडले होते. वेल, मला वाटतं मी तुझी क्षमा मागायला हवी. माझ्या मनातही तसाच पूर्वग्रह आहे, अरब लोकांविषयी. ते फार भयंकर आहेत सुझी. ते सणकी आणि हेकेखोर – मूलतत्त्ववादी आहेत. माझा त्यांच्यावर विश्वास नाही. ऑडमचाही नाही. माझ्या वडिलांचाही नाही. आपण आत्तापर्यंत पाहिलं त्यापेक्षा खूप अधिक त्रास हे लोक जगाला देणार आहेत. सुझ, त्याला बऱ्याच गोष्टी माहीत आहेत आणि त्यामुळे मलाही विशेष माहिती आहे. *सुझ काय होणार आहे त्याविषयी मला माहिती आहे.*''

मी विरोधी सुरात विचारले, ''काय माहीत आहे? म्हणायचं काय आहे तुला?'' तिचा स्वर ताठर होता. तिने मान हालवली, ''मला नाही सांगता येत. मला फक्त वचन दे. आपण काळजी घेऊ. मी सांगितलं, एखाद्याशी बोलू नकोस किंवा एखाद्या स्थळापासून दूर राहा, तर तू ऐकशील ना?''

मी तिच्याकडे एकटक पाहत राहिले. मला तर तिचे बोलणे पूर्णपणे अतार्किक वाटत होते. क्षणभर मी काही न उमजून गप्प राहिले. चिंतेची मोठी लाट माझ्या मनात पसरली.

पण नंतर माझ्या लक्षात आले की, चीनमध्ये आल्यापासून झालेल्या गैरसोयी आणि दैनंदिन अडचणी सानल्याने क्लेअरवर परिणाम होत होता. गंजलेल्या लोखंडाचे तुकडे उडावेत, तसे तिचे डोके त्रासले होते. अपूर्ण झोप आणि अपूर्ण आहा यांचा तिच्या प्रकृतीवर परिणाम झाला होता. गेले तीन आठवडे तिने टोस्ट, डंप्लिंग्ज, भात, बिअर आणि मलेरियाच्या गोळ्या एवढेच खाल्ले होते. ती फार काही खातच नव्हती. धुळीच्या थरांनी आमचे मोजे आणि कपडे कडकडीत झाले होते. आम्ही थराथरांमध्ये गुंडाळून राहत होतो. एकतर आम्हाला थंडी वाजत असे किंवा घाम सुटत असे. ती आजारी पडली होती. जागरणाचे तीन आठवडे चीनमध्ये काढल्याने ती थकलेली होती. कोणीही असे संतुलन हरवून बसेल.

तिला थोडे खुलवायचे ठरवून मी म्हणाले, ''ओके. मी वचन देते. आपण दक्षता घेऊ.'' तिचे खांदे आवळत मी म्हटले, ''पण *तूदेखील मला वचन दे. तू आणखी अन्न खाशील आणि थोडी अधिक झोप घेशील.''*

***

दुसऱ्याच सकाळी क्लेअरने जाहीर केले की, आम्ही लवकरात लवकर बीजिंग सोडायला हवे. "आपण वाढदिवस चीनमध्ये भिंतीवर साजरा करून, ग्रामीण भागात नद्या आणि झाडी असलेल्या अधिक शांत परिसरात जायला हवं." ती म्हणाली, "चल आपण दक्षिणेकडे न्यूइलिनला जाऊ. तिकडे सुंदर आणि उबदार हवा आहे, असं सर्व म्हणतात. तिकडे मला नक्कीच शांत वाटेल."

मलादेखील हे योग्य नियोजन वाटले. प्रत्येक श्वास घेताना जणू बरगडी मोडत होती. सायकल चालवताना थंड हवेचे सपकारे चाबकासारखे लागत होते. बीजिंगमध्ये आणखी थोडेच दिवस आम्ही राहू शकत होतो.

न्याहारी आटोपताना आम्ही सायकली घेऊन रेल्वे स्टेशनकडे तिकिटे आरक्षित करण्यासाठी निघालो. सिटी मोटपर्यंत पोचेतो आमच्या हातांच्या संवेदना गोठून गेल्या. कॅनॉलच्या कडेची कपड्यांची दुकाने खोट्या फरने सजवलेल्या जाकिटांनी आणि आर्मीच्या सरप्लस ओव्हरकोट्सनी भरलेली होती. क्लेअरने आपली सायकल एका ठिकाणी थांबवली आणि एक ओव्हकोट घालून पाहिला. क्लेअर त्यात बुडून गेली. माणसासारखी न दिसता ऑलिव्ह ग्रीन रंगाच्या सॉसेजसारखी दिसायला लागली.

"ठीक बसतो आहे," ती म्हणाली. टोपी उचलून डोक्यावर घालताच ते तिच्या कपाळावरून खाली घसरले. "वेशांतर होत आहे. कोणीच मला ओळखणार नाही. कोण आहे मी? कुठून आले आहे?"

मला तिला हे सांगणे योग्य वाटले नाही की, आर्मी ओव्हरकोट घातल्याने ती रुपेरी केसांची पाच इंच नऊ सेंटिमीटर उंची असणारी गोरी तरुणी होती, हे काही ती विसरू शकत नाही. त्या टोपीतूनही तिचे केस बाहेर डोकावत होते.

मला माझ्या भरदार छातीवर बसेल, असा एक बबलगमसारखा गुलाबी ॲक्रेलिकचा स्वेटर सापडला. मी एका प्रचंड पावडर पफसारखी दिसत असावे. जर आम्ही चिनी लोकांच्या नजरा वेधून घेत होतो, तर आता मात्र आम्हाला धक्का बसणार होता.

रेल्वे स्टेशनवर छोटी कागदी तिकिटे घेण्यासाठी भली मोठी रांग होती. आम्हाला सीआयटीएसच्या रांगेत उभे राहावे लागले.

तिकिटे मिळताच आम्ही दमून लाकडी बाकावर बसलो. तंबूसारखे असणारे प्रतिक्षालय धुराने आणि घाणीने भरलेले दिसत होते. मला सतत खोकला येत होता. आत येणारा प्रत्येक जण आमच्याकडे चघळत, थुंकत पाहत होता. "काय? काय पाहत आहात तुम्ही? काय आहे इथे?" क्लेअर भडकली.

"शांत हो. जीनीव्हीव्ह," मी म्हणाले.

एक तास निघून गेला. सीआयटीएसच्या खिडकीतील स्त्री आमच्यापासून सहा

फूट अंतरावर होती. आम्ही तिथे बसलो होतो, याची तिला जाणीच होती. तरीसुद्धा ती उगाचच ॲबॅकस घेऊन आकडेमोड करत होती. बोटे ओली करून पावत्यांचा गठ्ठा मोजत होती. एकदाचे ते संपल्यावर तिने अंतराळात नजर रोखली. तब्बल १५ मिनिटे घालवल्यावर तिने स्टूल हालवून नीट बसण्याचा प्रयत्न केला. जेव्हा आम्हाला वाटले, ती आता आम्हाला मदत करेल, तेव्हा तिने वाकून काउन्टरखालून सफरचंद काढून छोट्या सुरीने ते कापायला सुरुवात केली.

क्लेअर अधिकाधिक अस्वस्थ होत होती. त्याच गतीने मी झेन तत्त्वज्ञासारखी स्थिर चित्त होत होते. न्यूयॉर्कमध्ये असते, तर त्या बाईला तिच्याच ॲबॅकसने झोडपण्याची इच्छा मला झाली असती. पण आता आम्ही लोकराज्य चीनच्या खूप अंतर्भागात होतो. मला वाटले, आपण काय करू शकतो? एक तात्त्विक शरणभाव माझ्यामध्ये निर्माण झालेला होता किंवा साम्यवादी नोकरशाहीने मला दमवले होते.

क्लेअर झटकन म्हणाली, ''ओके. ठरलं तर.'' खांद्यावरील बॅगेतून पैशांचे पाकीट काढून तिने परदेशी प्रवाशांसाठीच्या चलनाच्या नोटा सीआयटीएसच्या डेस्कवर टाकल्या आणि म्हणाली, ''हे पाहा. मला मुळीच सांगू नकोस तुला इंग्लिश अजिबात समजत नाही. कारण मला माहीत आहे, तुला इंग्लिश येतं. आम्ही केव्हाची वाट पाहत आहे, हेदेखील तुला ठाऊक आहे. दोन तास आम्ही वाट पाहत आहोत. तू कोण आहेस, मला माहीत नाही. पण एक गोष्ट तुला समजायला हवी. माझे बाबा अमेरिकेतील एक मोठे व्यापारी आहेत आणि मी त्यांना चीनमध्ये आमची कशी उपेक्षा झाली, कसं दुर्लक्ष करण्यात आलं, हे सांगितलं, तर तुम्हाला त्याचे परिणाम भोगावे लागतील.''

मी क्लेअरच्या मागे जाऊन तिच्या हाताला पकडून तिला मागे बाकावर बसवण्याचा प्रयत्न केला. माझे हात रागाने झटकून ती म्हणाली, ''नाही सुझी. हा शुद्ध मूर्खपणा आहे.'' ती पुन्हा त्या सीआयटीएस काउन्टरवरील स्त्रीकडे वळली. ती स्त्री आता अचल आणि गोठून गेल्यासारखी दिसत होती.

''आम्ही आमचे फॉर्म्स भरले आहेत. पासपोर्ट आणले आहेत. योग्य ते चलन आणले आहे आणि या बाकावर अनंत काळ बसून वाट पाहिली आहे. इतर कोणीही इथे नाही. मग अडचण तरी काय आहे? आमच्याकडे का दुर्लक्ष केलं जात आहे?''

एक सीआयटीएस मॅनेजर – सोनेरी अक्षरात नाव लिहिलेली पाटी त्याच्या कपड्यांवर होती – धावपळ करत आमच्याजवळ आला.

''मी एड. मी आपली काय मदत करू शकतो?'' अर्धे दार त्याने उघडून धरले आणि आत तिकीट खिडकीकडे गेला.

''हं, हं. पाहू बरं काय आहे? मी स्टेशनवर आणि तिकीट खिडकीमध्ये आहे. हे कितीही क्रांतिकारी वाटलं, तरी एक गोष्ट स्पष्ट करते, मला तिकीट विकत हवं

आहे. दिवसभर या बाकावर बसण्यासाठी मी आलेले नाही,'' क्लेअर म्हणाली.

''ओके. तुमचे फॉर्म द्या. पासपोर्ट द्या प्लीज.''

''आम्हाला दोन स्लीपर तिकिटं हवी आहेत. ग्युईलिनला जाण्यासाठी. २३ ऑक्टोबरला सकाळची. एवढं मागणं फार आहे का?''

''पासपोर्ट द्या. फॉर्म्स द्या प्लीज.''

आम्ही ते देताच तो नाहीसा झाला.

''जीझस ख्राईस्ट!'' क्लेअर उद्गारली. पायाने ठेका धरत काउन्टरवर रेलून ती उभी होती.

माझ्याकडे न पाहता स्थिर विद्युत् निर्माण झाल्याने तिचे केस वळलेले होते. वाऱ्याच्या माऱ्याने गाल लाल आणि सुजलेले होते. ती भयंकर लाल आणि सुजल्यासारखी दिसत होती.

स्वत:शीच बोलल्यासारखी वैतागून ती म्हणाली, ''या गॉड डॅम (शापित) देशामध्ये तिकीट मिळवण्यासाठी काय करावं, हे कोणी मला सांगेल का?''

दहा मिनिटांनी एड अवतरला. आमच्या हातात पासपोर्ट देऊन म्हणाला, ''ओके. येस. हे घ्या.''

क्लेअरने विचारले, ''या तिकिटांचे किती पैसे?

तिच्याकडे संपूर्ण दुर्लक्ष करत तो त्या स्त्रीला काहीतरी म्हणाला. तिने तत्काळ राइस पेपरच्या दोन स्लीप्स फाडून आम्हाला दिल्या.

एड म्हणाला, ''ग्युईलिनला जाण्यासाठीचे पुढचं तिकीट सहा दिवसांनी आहे.''

''सहा दिवस?'' क्लेअर किंचाळली, ''माझी चेष्टा करता की काय?''

विनम्रतेने, सावकाश खिडकीजवळ जात, हळुवार आवाजात मी विचारले, ''सर, चिंग, तुम्हाला नक्की खातरी आहे की त्याहून लवकर नाही?''

क्लेअर मोठ्याने म्हणाली, ''तुम्ही ऐका, अमेरिकेत माझे बाबा फार मोठे उद्योजक आहेत. आम्ही अमेरिकेतून आलेले विशेष पाहुणे आहोत.''

''तुम्ही आता पैसे भरा. तीन दिवसांनी पावती घेऊन परत या आणि तिकीट घ्या. त्यानंतर तीन दिवसांनी रेल्वे असेल. तुम्हाला दोन हार्ड स्लीपर तिकिटं दिली आहेत, परदेशी प्रवाशांच्या किमतीची,'' एड म्हणाला.

निराशेने फुत्कारून क्लेअरने त्या पावत्या हिसकावल्या आणि पर्समध्ये कोंबल्या. ''आम्ही पुन्हा तीन दिवसांनी येऊ, तेव्हा आम्हाला पुन्हा अशीच वाट पाहावी लागेल, की सरळ खिडकीमध्ये जाता येईल?''

एड म्हणाला, ''अगोदर पहिल्या तिकीट खिडकीसमोर वाट पाहा. बेंचवर बसा. नंबर पुकारल्यावर तिकीट घ्या.''

"अर्थात. अधिक तिकिटं, अधिक वाट पाहणं एवढंच तुमच्या या शापित देशात आहे. तिकिटं आणि इंतजार. आणि हो थुंकलेला कफ.''

तिने निराशेने मान हालवली आणि माझ्याकडे पाहिले. "मला कळत नाही, चिनी लोकांचा काय विचार आहे. जगात कोणतं स्थान मिळवायचं आहे. त्यांची सगळी यंत्रणा मध्ययुगीन आहे.''

***

दुसऱ्या दिवशी आम्ही आन्हिके उरकली ती मुळी शांततेमध्ये, अबोल्याने. क्लेअरने जाहीर केले, "मला आज एकटीनं दिवस घालवायचा आहे. मला माझं काम करायचं आहे.''

"आणखी काम?'' क्लेअर अधिकाधिक काळ एकट्याने घालवत होती. झपाटल्यासारखी जर्नलमध्ये लिहित किंवा तासन्तास शहरात भटकत असे.

"माफ कर. पण काय काम आहे तुला?''

माझ्याकडे तुटक नजरेने पाहत क्लेअर खोट्या गोडव्याने म्हणाली, "गोड मुली, लिब्रा राशीचे लोक प्रश्न विचारत नसतात.''

तिच्याशी विवाद करण्याचे माझ्यात बळ नव्हते. म्हणून मीही सायकल घेऊन शहराच्या मध्यभागाकडे निघाले. जेवणानंतर सिंथिया आणि तिच्या मुलांना भेटायचे मी योजले होते. तोपर्यंत मी काय करावे, हा प्रश्न मला छळत होता. अगदी स्वर्गमंदिरासमोरच माझ्या सायकलचे टायर पंक्चर झाले आणि मला अर्धा मैल दूरच्या बागेपर्यंत पायी जावे लागले. तिथे मला हुताँगमध्ये कोणीतरी सायकल दुरुस्त करणारे सापडणार होते. सायकल दुरुस्त होईपर्यंत मला अगदी रडू फुटले.

मला घेरून टाकणारा हा एकटेपणा प्रचंड घाबरवून सोडणारा होता. मी त्यामुळेच मोडत होते, वाकत होते, हे मला जाणवत होते. मग स्वत:चे सांत्वन करण्यासाठी मी कल्पना करायला लागले की, मी तिएनमान चौकाकडे जाताना माझे चित्रीकरण केले जात आहे. *"मग मिस गिलमन, तुम्ही इथे आहात, बीजिंगमधील हजारो चिनी लोकांबरोबर रस्त्यावर सायकल चालवणाऱ्या पहिल्या अमेरिकन व्यक्ती. प्लीज, अमेरिकन प्रेक्षकांना या टोकाच्या आव्हानात्मक परिस्थितीमध्ये हे कसे जमवता आहात, याविषयी सांगा.''*

मला पाहत असणारे प्रेक्षक मी क्विएनमान चौकात केली खरेदी करत असताना आश्चर्य व्यक्त करत असतील. "अगोबाई किती छान, किती अद्भुत!'' असे ते उद्गारतील, जेव्हा मी चिनी विक्रेत्याशी 'हॅलो' – 'चार' – आणि 'आभारी आहे' असे बोलेन. "केवढी ही भाषिक प्रगती!''

जेव्हा ही कल्पना चघळून कंटाळा आला, तेव्हा मी दुसरे काही विचार शोधले.

ट्रेव्हर गेल्यापासून माझा प्रियकर जॅक माझ्यासोबत सायकलवरून मला सोबत करत होता, असे भासले. त्याने भारतामध्ये बॅकपॅक घेऊन भटकंती केलेली असल्याने मला वाटले, त्याला माझी मन:स्थिती कळेल. सर्वाधिक लोकसंख्या असणाऱ्या देशात फिरत असताना किती एकाकी आणि परके वाटते, हे त्याला कळेल. मी डोक्यात त्याच्याशी कसा संवाद होईल, याचा विचार करत होते. खरे तर हा उपरोध होता की, चीनच्या वास्तवापासून दिलासा वाटण्यासाठी कल्पनारंजन करावे लागते.

सिंथिया, वॉरेन आणि अँथनी त्यांच्या सायकलींसह प्रतिबंधित शहराबाहेर माझी वाटच पाहत होते. बीजिंगमध्ये त्यांचा तो अखेरचा दिवस होता. दुसऱ्या दिवशी ते ग्युआंगझाऊला जाणार होते आणि परत हाँगकाँगला हायड्रोफॉइल प्रकारच्या बोटीने जाणार होते.

सिंथिया बोलायला लागली. ''इथे येऊन फक्त तीनच आठवडे झाले आहेत, पण वाटत आहे, आपण वर्षभर इथेच आहोत. विश्वास बसतो का तुझा? चीनमध्ये काळ फार दुभंगलेला वाटतो. दुसऱ्या मितीमध्ये गेल्यासारखं वाटतं.''

छोट्या रस्त्यांवरून वॉरेन समोर वेगाने जात होता. आम्ही स्पर्धा करत पुढे जात होतो. सूर्याची मवाळ किरणे धूसर रस्त्यावर उबदार वाटत होती. आकाश अनैसर्गिक गुलाबी रंगाचे दिसत होते. साखरेच्या बुट्टी के बालसारखे. बसकी घरे आणि दुकाने वेगाने मागे पडत होती. पूर्णपणे जाहिरातींच्या अभावामुळे बीजिंग अधिक रंगहीन, करडे वाटत होते. निऑन साइनच्या जाहिराती, बिलबोर्ड्स, भडक रंगीत जाहिरातींचे फलक, रंगीत प्लॅस्टिकच्या वस्तूंचे ढिगारे यांतले काही तिथे नव्हते. जिकडेतिकडे चिनी लाल ध्वज आणि माओचे भव्य चित्र दिसत होते.

बहाई पार्कपर्यंत आम्ही गेलो. तिथून सगळीकडे फिरलो. क्लेअरसोबत चहा घेण्यासाठी त्यांनी मला ग्रॅन्ड हॉटेल बीजिंग इथे सोडले, तेव्हा माझ्या पायातील बळ संपले होते. बॅगमधून छोटे नोटपॅड काढून सिंथियाने त्यावर स्वत:चा पत्ता खरडला.

''प्लीज,'' तिने माझ्या हातात कागद खुपसला. ''जर तू दक्षिण कॅलिफोर्नियामध्ये आलीस तर...''

''तसंच,'' म्हणत मी माझ्या आईवडिलांचा पत्ता तिला दिला. ''जर तू मुलांना न्यूयॉर्क दाखवायला आणलंस तर.''

परत जाताना चाँगन बुलेवार्डवर वळता-वळता त्या तिघांनी मान वळवून हात हालवून मला निरोप दिला. काळ्या डोक्यांच्या समुद्रात त्यांची सोनेरी ब्लॉन्ड डोकी हरवून गेली. तसेच मला एकदम खूप दु:खी वाटले. त्यांच्या निरपेक्ष प्रेमाची ऊब, कुठेही शोधत जाण्याची वृत्ती मला अगदी स्पर्शून गेली. त्यांच्यासोबत असताना मला कुटुंबात असल्यासारखे वाटत होते. आता पुन्हा त्यांना मी भेटणारच नव्हते.

***

तो उंच माणूस होता. बास्केटबॉलच्या खेळाडूसारखी शरीरयष्टी आणि अरुंद, हसरा चेहरा असणारा. विमानाच्या पंखासारखे लांब हात आणि खांदे, चपटे हात असणारा. टेबलखाली त्याचे लांब पाय ठेवणे त्याला कठीण जात होते. एका गुडघ्यावर पॅड ठेवून तो बसला होता. त्याचा टाय निष्काळजीपणे खांद्यावर लटकला होता. तो आशियाई होता आणि त्याच्या मोठ्या आकाराच्या देहातून उद्धट देहबोलीतून काहीतरी ओळखीचे जाणवत होते.

"माफ करा, तुम्हाला इंग्लिश येतं?" मी विचारले. त्याने वर नजर करून म्हटले, "तशी आशा करायला हरकत नाही. मी बाल्टिमोरमध्ये वाढलो." त्याचे नाव ली होते आणि अर्थातच मी त्याच्यासोबत बसू शकत होते. त्याच्यासमोरच्या खुर्चीमध्ये मी बैठक मारली. ते चहापानाचे दालन पूर्ण भरले होते. थकलेल्या आणि अस्वस्थ मन:स्थितीत असल्याने मी बोलण्यास सुरुवात केली. सिंथिया आणि तिची मुले सोडल्यास गेल्या कित्येक आठवड्यांत मला भेटलेला हा पहिला अमेरिकन माणूस होता. *"धन्यवाद. मी आठ तास सायकलवर फिरले आहे. कुणाची तरी वाट पाहत आहे. देवालाच माहिती आहे, ती कुठे आहे. तुम्हाला त्रास देण्याची माझी इच्छा नाही."*

"काही प्रॉब्लेम नाही," ली पेनला टोपण लावत म्हणाला. त्याच्या मनगटावर सोनेरी कफलिंक्स चमकत होत्या. "तुम्ही बीजिंगमध्ये कशा आलात?" त्याने विचारले.

मी उत्तरले, "सहज बॅकपॅकिंग करत." त्याने हलकीशी शीळ घातली. "ही काही एकट्याच्या जबाबदारीवर वेळ घालवण्यासाठी योग्य जागा नाही." माझ्याकडे नीट पाहत कपाळावर आठ्या घालून पाहिले. नंतर आरामात बसत तो म्हणाला, "गला पटलं. थोडा चहा घेणार का?"

ली एक कोरियन अमेरिकन बँकर होता. तो एका भांडवलदाराच्या छोट्या समूहासाठी काम करत होता. बीजिंगला त्याची ही दुसरी भेट होती. तो शहराबाहेरच्या लिडो हॉलिडे इनमध्ये राहिला होता.

"ते अगदी साधं आहे, पण मला ठीक वाटतं." लिंबू ठेवलेली प्लेट माझ्याकडे सरकवत हसत तो म्हणाला, "त्यांच्याकडे बोलिंग ऑली (एक खेळ), पोहण्याचा तलाव आणि फक्त परकीय प्रवाशांसाठीचं सुपरमार्केट आहे. खरं तर अगदी असंबद्ध असल्यासारखं आहे ते. खरं तर सगळा चीनच तसा वाटतो."

आम्ही एकमेकांशी अनुभवांबद्दल बोलत राहिलो. लीने हार्वर्ड बिझनेस स्कूलमध्ये शिक्षण घेतले होते. त्याला जुन्या गाड्यांचा शौक होता आणि त्याला स्क्वॉश खेळणे आवडत होते. तो मेरिलॅन्डमध्ये वाढला होता आणि त्याला टेलिव्हिजन आणि ओरिओ यांचे व्यसन होते. आता तो मेफेयरमध्ये राहत होता. सिंगापूर आणि

कोरिया यांना व्यवसायासाठी भेट देत होता. आता अलीकडेच डेंग झीओ पिंगने आधुनिकीकरणाचे नियोजन केल्याने त्याची कंपनी गुंतवणूक करण्याच्या विचारात होती. पण लीचे मत त्रयस्थ होते. ''मला कळत नाही, हा देश स्वत:मध्ये एवढा बदल कसा घडवणार.'' तो मोकळेपणाने म्हणाला, ''औद्योगिक क्षेत्रात ते आपल्यापेक्षा ५० ते ६० वर्षे मागे आहेत. आणि ग्रामीण भागाचा तर विचारच केलेला नाही. इथल्या संरचना भयानक आहेत.''

चहा ढवळताना त्याची मुद्रा दु:खी, उदास दिसत होती. एकाकीपणाची त्याला सवय दिसत होती. अमेरिकेमध्ये आम्ही भेटलो असतो, तर असे समोर बसलो नसतो आणि बोलण्याची काही गरज पडली नसती. ली ३६ वर्षांचा होता. पण इथे स्थलांतरित, सुटकेस घेऊन विस्थापित झालेल्या दु:खी लोकांमध्येच असू शकतो, तसा मैत्रीभाव आमच्यामध्ये होता.

क्लेअर घाईघाईने माफी उच्चारतच आली. फ्रेन्डशिप स्टोअरमधून भरपूर खरेदी केल्याने तिच्या हातात मोठ्या प्लॅस्टिकच्या पिशव्या होत्या. ती रूमकडे जाताना त्या टेबलांना धडकत होत्या. ली तिच्याकडे पाहत होता. तिची उंच मान, रुपेरी केस, चमकता चेहरा सारेच तो आसुसल्या नजरेने पाहत होता.

उडी मारून तो उभा राहिला. आणखी एक खुर्ची त्याने जवळ घेतली. ''प्लीज, मला घेऊ द्या.'' क्लेअर बसण्यापूर्वीच तिचा हात पकडून तो हलवत ली म्हणाला, ''तुम्ही येण्यापूर्वी तुमच्या मैत्रिणीने मला खूप सांगितलं आहे. तुमच्यासाठी चहा मागवू का?''

वेटरला बोलावून त्याने आम्ही आमच्यासाठी चहा मागवावा, यासाठी आग्रह केला. खाण्यासाठीही आग्रह केला. मग आनंदी चेहऱ्याने तो क्लेअरकडे पाहत राहिला. क्लेअर तिच्या बॅग, तिचे जॅकेट, तिचे पाकीट इत्यादी सावरत राहिली. चांदीच्या ट्रेमध्ये चीज सॅन्डविचेस आली. तेव्हा लीने पैसे दिले. त्याने घड्याळाकडे कटाक्ष टाकताच त्याला उशीर होत होता, अशी आम्हाला जाणीव झाली. ''आज मी तुम्हाला पेकिंग डक या क्विएनमान चौकातील प्रसिद्ध उपाहारगृहामध्ये घेऊन जाऊ शकतो का? या शहरातील सर्वोत्कृष्ट आहे ते.''

मी टेबलावर नकाशा पसरला, त्याने ते नकाशात दाखवण्यासाठी त्यावर गोल केला.

''टॅक्सी घेऊन या. मी पैसे देईन. इथे ड्रायव्हरसह या. मी इथे वाट पाहत असेन,'' तो म्हणाला.

तो गेल्यानंतर क्लेअर आणि मी त्या युरोपियन पद्धतीच्या चहापान गृहात चीज सॅन्डवीच खात बसून राहिलो. ते पिवळसर चीज आमच्या तोंडात टाळूला चिकटत होते. बोलणे शक्य नव्हते. पण आमच्या हॉटेलमध्ये आम्ही आठवडाभर जे आंबट

परतलेले जेवण घेत होतो, त्यामुळे चांगले वाटत होते. आतापर्यंत आम्ही फार थोडे लोक तिथे होतो. कुठेतरी कोणीतरी व्हायोलिन वाजवत होते. धुळीने माखलेल्या झुंबराखाली पांढरे जॅकेट घातलेला वेटर पुतळ्यासारखा उभा होता. शोकसंतप्त असल्यासारखे ते उदास वातावरण होते. पण धुळीने माखलेल्या हुताँग आणि गर्दी भरलेल्या रस्त्यांसारखे आणि तेवढे त्रासदायक नव्हते.

भुवया उंचावत मी विचारले, "ली चांगला माणूस वाटतो. नाही? मला वाटते जीनीव्हीव, त्याला तू आवडलीस."

हात ताणून डोक्यावर नेत तिने 'म म अं' असा आवाज केला.

"तुझी अनुपस्थिती मला जाणवली. मला असं वाटत आहे की, कित्येक दिवस मी तुला पाहिलं नाही." क्लेअरने कष्टाने घास गिळला. रिकाम्या नजरेने माझ्याकडे पाहिले. जसे की मी कोण होते, हे तिला आठवत नव्हते. "सॉरी?" ती म्हणाली. आमच्यामध्ये एक नकोशी शांतता पसरली. तोंडाला चिकटलेले कण झटकत मी परत प्रयत्न केला. "किती चांगला आहे नं ली. आपल्याला डिनरला घेऊन जातो आहे."

क्लेअरने पुढे झुकून साखरेचे दोन क्युब उचलले आणि आपल्या चहात टाकले. "वेल, आता आपली काळजी घेतली जाते आहे." माझ्याकडे पाहून तोंड वाकडे करत ती म्हणाली, " स्पष्टीकरण मागू नकोस, मला ठाम खातरी आहे. ली अॅडमचा मित्र आहे याची. आणि ते संपर्कातही आहेत. बँक आणि अॅडमचे नेटवर्क यांच्या माध्यमातून."

"काय म्हणतेस?"

पण क्लेअरने अधिक स्पष्टीकरण दिले नाही. स्वत:शीच थोडी हसली आणि गुणगुणायला लागली. मला निचित्र वाटले. पण मी दुर्लक्ष केले. क्लेअरचेदेखील कल्पनाजगत माझ्यासारखेच विस्तारत होते, असे दिसत होते.

खरे सांगायचे, तर काय म्हणावे, हे मला कळत नव्हते.

***

माझ्या वाढदिवशी परमेश्वराने बीजिंगला जोरदार पावसाच्या रूपात भेट दिली. मध्यरात्री सुरू झालेला पाऊस सकाळपर्यंत कमी झाला. आम्ही उठलो, तेव्हा शहराचे नवीनच दर्शन आम्हाला झाले. स्मॉग (धुके आणि धूर यांचा हवेतील पडदा) आणि धूळ स्वच्छ झाली होती. चिंतामणी रंगाच्या आकाशाखाली कमी उंचीच्या इमारतींना चकचकीत कडा आलेली होती. ओल्या पानांचा आणि लाकडाचा गंध हवेत तरळत होता. अगदी ताजी आणि कोरी करकरीत सकाळ. चीनमध्ये आल्यावर प्रथमच श्वास घेणे सहज शक्य झाले होते.

खोलगट भागातून सीआयटीएसची बस जाताना प्रथम जेव्हा चीनच्या भिंतीचे दर्शन झाले, तेव्हा बसच्या काचेला नाक लावून क्लेअर उद्गारली, ''बापरे! हे तर कल्पनेपलीकडचं आश्चर्य आहे. तुझं बरोबरच होतं. पवित्र, भव्य दिसत आहे.''

मला सुटल्यासारखे आणि उत्तेजित वाटले. आधीच्या रात्री लीसोबत जेवण घेताना क्लेअर चमत्कारिकपणे अगदी गप्प-गप्प होती. शुभ्र गणवेशातील वेटर आमच्यासमोर कौशल्याने बदक कोरून त्याचे पॅनकेक तयार करत होता. स्प्रिंग अनियन आणि प्लम सॉसबरोबर ते वाढत होता. संभाषणाची जबाबदारी माझ्यावरच आलेली होती. क्लेअर जरा घुश्शातच ते पॅनकेक उघडून त्यातील कांद्याची पात दूर करत होती. बऱ्याचदा तिने प्रसाधनगृहाला भेट दिली. बरेचसे जेवण उष्टे करून टाकले. शेवटी डेझर्ट खात असताना लीने आम्हाला लिडो हॉलिडे इनमध्ये विशेष बर्थ डे डिनरसाठी आमंत्रण दिले. आश्चर्य म्हणजे क्लेअरने ते स्वीकारले. ''वेल, का नाही स्वीकारणार मी? काही झालं, तरी तो ॲडमशी संबंधित आहे.''

आता ती आणि मी चीनची जगप्रसिद्ध भिंत बरोबर चढत होतो. ती चांगल्या, आनंदी मूडमध्ये होती आणि नेहमीसारखी बोलत होती. ''पकड हे जरा. ओके? पण आत पाहू नकोस.'' माझ्या हातात फ्रेन्डशिप स्टोअरची शॉपिंग बॅग कोंबत ती भिंतीच्या दिशेने जवळ-जवळ नाचतच निघाली. ''ओह माय गॉड! त्झा त्झा, तू किती खरं सांगत होतीस. हे कल्पनेहून सुंदर आहे.'' अगदी शिखरावर पोचण्याची तिलाही इच्छा होती. ''पण फार दूर नाही. साक्षीदार असायला हवेत,'' ती म्हणाली.

''साक्षीदार?'' मी म्हणाले.

तिने माझ्याकडे पाहून खोडकरपणे डोळे मिचकावले. मी तिच्यापर्यंत पोचले, तेव्हा तिने स्वतःला दगडी कठड्यावर चढवले होते. ''ये. बैस इथे.'' ती मला म्हणाली, ''आणि डोळे मीट.''

मी नाखुशीनेच तिच्याजवळ बसले. बंद पापण्यांतून सूर्याची झगझगीत किरणे ऑरेंज रंगाची झाली होती. गरगरल्यासारखे वाटत होते. वाऱ्याचा वेग आणि आवाज उंचावर चांगलाच जाणवत होता. माझ्याजवळ द्रव पदार्थ हलवल्याचा आवाज येत होता. क्लेअर जे काय करत होती, त्यास खूप वेळ लागत होता, असे वाटले. मग काहीतरी पेटल्याचा आवाज आला.

''ओके. उघड डोळे.''

माझ्याजवळ एक मोठा व्हॅनिला केक आणि एकच मोठी लाल मेणबत्ती होती. आयरिश क्रीम लिकरची एक बाटली त्याच्या शेजारी होती. ''हॅपी बर्थ डे टू यू!'' क्लेअरने शुभेच्छा गात माझ्या हातात वाढदिवसाच्या प्रेझेंट्सची एक चळत दिली.

मी चकित होऊन तिला म्हणाले, ''माय गॉड. क्लेअर, एवढं सगळं कुठे मिळालं तुला?'' केक, भेटवस्तू, प्लॅस्टिकचे कप या सगळ्यांकडे पाहत राहिले.

हसत तिने सांगितले, ''हे सगळं सोपं नव्हतं.'' मी कॅन्डल फुंकली, तेव्हा स्विस आर्मीची सुरी माझ्या हातात देत ती म्हणाली, ''पहिला मान तुझा.''

''माझा विश्वासच बसत नाही. असा पाश्चात्त्य केक! कसा मिळवलास तू?''

खिदळत माझ्याकडे बोट रोखून ती म्हणाली, ''मी तुला सांगितलं होतं मिस लिब्रा, जास्तीचे प्रश्न विचारायचे नाहीत.'' केस उडवून मागे करत ती म्हणाली, ''काहीच आकर्षक नियोजन न करता मी इथे कशी बरे येणार होते? तुझा बाविसावा वाढदिवस चीनच्या भिंतीवर आपण साजरा करणार होतो ना?''

आयरिश लिकरचे घोट घेत, केक खात आम्ही बसून राहिलो. एक नॉर्वेजियन जोडपे जवळून चालले होते. क्लेअर उद्गारली, ''पाहा साक्षीदार.'' त्यांना तिने बोलावले, ''या. सामील व्हा पार्टीमध्ये. माझ्या मैत्रिणीचा आज वाढदिवस आहे.''

त्यांनी केक स्वीकारत नॉर्वेजियनमध्ये शुभेच्छा दिल्या. काही जपानी स्त्रियांनी जपानी भाषेत 'हॅपी बर्थ डे' म्हटले. क्लेअरने आणखी लोकांना बोलावले. स्पॅनिश, डच आणि फ्रेंच या भाषांमधून मला शुभेच्छा मिळाल्या. फोटो काढले गेले. कोणीतरी चॉकलेट बार काढला आणि सर्वांनी वाटून घेतला. कोणीतरी मला एक रानफूल भेट दिले. जंपसूट घातलेला एक चिनी माणूस झाडू घेऊन अवतरला. क्लेअरने त्यालाही ''चिंग? चिंग?'' करत राजी केले. थोडे संकोचत त्याने केकचा तुकडा घेतला. जवळपास १८ लोक तिथे जमा झाले. आयरिश लिकरचे त्यांनीही घोट घेतले. सर्वांनी आनंदाने गाणी गायली. उत्साहाने क्लेअर म्हणाली, ''गोड मुली, अगदी अशीच कल्पना केली होती मी. तुझ्यासाठी हेच हवं होतं मला.

सर्व जगातील लोक, स्वच्छ सूर्यप्रकाश आणि केक. याहून अधिक काय हवं? सांग ना?''

जेव्हा पार्टी संपली, तेव्हा सूर्य मावळायला आला होता. क्लेअरने आणि गी उरलेले कण आणि कचरा गोळा केला. ''थांब. तुझ्या भेटवस्तू उघडून पाहा,'' क्लेअरने सुचवले.

चिनी स्त्री लेखिकेचे इंग्लिश अनुवादित पुस्तक, तेजस्वी पिवळा रेशमी स्कार्फ, कोरलेली लाकडी कंगव्याची जोडी आणि लाल, वेल्व्हेटची हॅट, जिच्यावर छोट्या चमकदार टिकल्यांनी क्रॉसचे डिझाईन काढलेले होते.

''अशा दोन घेऊन खरं तर मला तुझ्यासाठी ब्रा तयार करायची होती. पण एकच मिळाली.'' मी तिच्याकडे पाहत राहिले. माझी उदार मैत्रीण. रेखीव चेहऱ्याची. तिच्या मुद्रेवर खूप आनंद दिसत होता. ''थँक यू!'' मी पुटपुटले. माझे डोळे भरून आले. ''हा माझा आयुष्यातील सर्वोत्कृष्ट वाढदिवस आहे.''

***

त्या दिवशी आम्ही लिडो हॉलिडे इनमध्ये टॅक्सीने गेलो, तेव्हा ली आमची वाटच पाहत होता. ''वाढदिवसाच्या शुभेच्छा!'' त्याने आम्हाला उपाहारगृहामध्ये नेले. एका कुरूप, अत्याधुनिक झुंबराखाली वेल्व्हेटने मढवलेल्या खुर्च्यांवर आम्ही बसलो. ''हवं ते मागवा,'' ली म्हणाला.

जेवणाच्या मेन्यूमध्ये पाश्चात्य, इंग्लिश पदार्थांची नावे होती. मला फारच आरामदायक आणि सुखाचे वाटले. खूप दमून चीनच्या भिंतीवरून परतल्यावर मी घरी फोन लावण्याचा प्रयत्न केला होता, पण फोन लागला नव्हता. आता हॅम्बर्गर, बार्बेक्यू मांस, स्पगेटी असे अन्न पाहून घराशी जोडल्यासारखे वाटले. मी बार्बेक्यू रिब्ज मागवले. जेव्हा ते आले, तेव्हा ते फारसे समाधानकारक दिसले नाहीत. पण मला जबरदस्त भूक लागलेली होती. आज बडबड करण्याची पाळी क्लेअरची होती. मी स्वप्राळू धुंदीत जेवण करत राहिले.

जेवण झाल्यावर लीने पुन्हा एकवार शुभेच्छा दिल्या. आम्हाला स्विस चॉकलेट आणि डबलमिंटचे च्युइंगगम दिले. आम्ही दोघीच होतो, तेव्हा मला एकदम समजले. दुसऱ्या महायुद्धात लोकांना जीवन कसे वाटत असेल ते. पायमोजे! चॉकलेट! मग हेही लक्षात आले, चिनी लोकांचे जीवन तर आजही खडतरच आहे. प्रत्येक गोष्ट नियंत्रित प्रमाणात मिळते आणि खरे तर सगळ्याच जीवनावश्यक गोष्टी चैनीमध्ये मोडतात इथे!

''चला, थोडा मजेत वेळ घालवू! इथे बोलिंग ॲली, पूल आणि डिस्कोसुद्धा आहे,'' ली म्हणाला.

मी निवड करणे योग्य होते, कारण माझा वाढदिवस होता. मी डिस्को निवडला. आरसे मढवलेल्या, मंद आवाज करणाऱ्या लिफ्टमधून वर जाताना किंवा गुबगुबीत गालिचे असणाऱ्या हॉलमधून जाताना मला एकही चिनी माणूस दिसला नाही. ज्युलियानाच्या डिस्कोथेकमध्ये सगळीकडे आरसे होते आणि प्रचंड पडद्यावर अनेक निरर्थक व्हिडिओ प्रक्षेपित होत होते. 'वन नाइट इन बँकॉक' या गीताच्या तालावर अनेक पाश्चात्य लोक हात हलवत आणि कंबर लचकवत नाचत होते. क्लेअर आणि ली बारकडे गेले, मी डिस्कोकडे. मी एकटीनेच डान्स करायला सुरुवात केली.

एक दणकट, उंच आफ्रिकन तरुण माझ्याजवळ आला. माझे हात पकडून माझ्यासोबत पदन्यास करू लागला. इंग्लिश बीट टी-शर्ट आणि फेडोरा हॅट घातलेला तरुण म्हणाला, ''मी चीफ.'' गोंगाटामुळे तो ओरडून बोलत होता.

''मी सुझी,'' मीसुद्धा ओरडूनच बोलले. बारजवळ ली झुकून क्लेअरच्या कानात कुजबुजत होता. दोघांच्या हातात वाइन ग्लास होते.

''मला हॅपी बर्थ डे म्हण. आज माझा वाढदिवस आहे,'' चीफ म्हणाला.

"चेष्टा करू नकोस. माझाही आज वाढदिवस आहे," मी म्हणाले.

नाचणे थांबवून तो पाहत राहिला. "तू माझी चेष्टा करतेस."

"नाही, नाही. मी आताच चीनच्या भिंतीवर वाढदिवसाची पार्टी करून आले," मी ओरडले. असे सांगायला फार आनंद वाटत होता.

चीफला थोडे अपमानित वाटले. "तुझी पार्टी होती आणि मला बोलावलं नाहीस."

"तुझी माझी ओळखच नव्हती."

"आता झाली नं. तू कुठून आलीस सुझी?"

"न्यू यॉर्क. तू?"

"मी लंडनचा आहे. माझे वडील आफ्रिकन आहेत आणि आई ब्रिटिश जमैकन. मी त्यांना भेटण्यासाठी आलो आहे. ते घानाचे राजदूत आहेत."

आम्ही बरोबर नृत्य करत राहिलो. क्लेअर आणि लीसुद्धा नृत्यात सामील झाले. लीचा हात क्लेअरच्या पाठीवर होता. चीफची आणि त्यांची मी ओळख करून दिली. चीफचे वडील घानाचे राजदूत होते, हे समजताच क्लेअर चटका बसल्यासारखी दचकली. दोन पावले मागे जात त्याच्याकडे शोधक नजरेने पाहत राहिली.

"हो." डोळे फिरवत मी म्हणाले, "चीफचासुद्धा आजच वाढदिवस आहे, एकविसावा. कसं वाटतं?" तो अभिमानाने म्हणाला, "ती आणि मी एकाच दिवशी जन्माला आलो." माझ्या कमरेभोवती हात वेढत त्याने मला जवळ ओढले. "प्रिये, एक चुंबन दे नं. वाढदिवस साजरा करू या."

"ओके." क्लेअर अचानक म्हणाली, "परतायची वेळ झाली. चल जाऊ या." दहा मिनिटांनंतर परत टॅक्सीतून जाताना ती पूर्णपणे गप्प होती.

"तू असं करण्याची गरज नाही. मी त्याला हाताळू शकत होते. निरुपद्रवी माणूस आहे तो," मी म्हणाले.

कडवट स्वरात माझ्याकडे चेहरा वळवून अंधाऱ्या टॅक्सीत ती म्हणाली, "निरुपद्रवी? कोण आहे तो, हे तुला माहीत तरी आहे का?"

"मग काय झालं? आम्ही फक्त नृत्य केलं."

माझ्यावर नजर रोखून ती म्हणाली, "तुला कळत नाही आहे ते. त्याचे वडील घानाचे राजदूत हं? आणि आपला मित्र म्हणवून घेणारा 'जॉनी'सुद्धा घानामध्येच काम करतो."

"मग?"

"मग? त्यातील संबंध तुझ्या लक्षात येत नाही का? सुझी, हा चीफ तुझ्या वाढदिवसाला अचानक कसा पोचला?"

"कारण मी त्याला सांगितलं," मी त्रासून म्हणाले. "त्याने त्याचा वाढदिवस

मला सांगितला. मी तसंच माझा सांगितला. काय योगायोग आहे, असंच काहीतरी म्हणाले.''

''असं काय?'' क्लेअर चिडखोरपणे म्हणाली. ''तुला असं वाटत नाही का, की हा सगळा बनाव आहे? तुला गुंतवून ठेवण्यासाठी त्याने हा बनाव केला?''

''असेल नं – खातरीने – मुलींचं लक्ष वेधण्यासाठी मुलं असं करतातच नेहमी. ओह बेबी, आज माझा वाढदिवस आहे... उद्या मी आर्मीमध्ये जॉइन होणार... आज अचानक माझा पाळीव कुत्रा मेला... त्याने असंच मला सांगितलं असेल. त्याचे वडील घानाचे राजदूत आहेत, हेदेखील तसंच असेल.''

''हं. तू असा विचार करतेस. माझ्याबरोबर ली होता, हे आपलं सुदैव,'' दातओठ खात क्लेअर म्हणाली.

''ली? तो तुझ्यावर पक्का फिदा झाला होता आज. हे तुझ्याही लक्षात आलं असेल.''

''त्याला तसं नाटक करावं लागलं. तो त्याच्या *कामाचा* भाग आहे.''

''त्याचं काम? काय करण्याचं? तो एकटा उद्योजक तुझा अनुनय करतो असं दाखवण्याचं?''

''प्लीज!'' क्लेअर कुजबुजली. ''मला आणखी स्पष्टीकरण मागू नकोस. ज्या गोष्टी बोलण्याची मला परवानगी नाही, त्या सांगायला लावू नकोस.''

''तुला मला सांगायची परवानगी नाही? ओ क्लेअर प्लीज, पुरे झालं नाटक. थांबव आता.''

मी चिडून मान फिरवली आणि बाहेर पाहू लागले.

***

त्यानंतर तिने माझ्यावर बहिष्कारच टाकला. माथेफिरूसारखे सतत ती जर्नलमध्ये लिहायला लागली. गरज असेल तर एकाक्षरी उत्तर देऊ लागली. ग्युईलिनला जाण्यासाठी रेल्वेची तिकिटे घेण्यासाठी आम्ही सायकल घेऊन स्टेशनवर गेलो, तर ती मला म्हणाली, ''मी तुला रात्रीच्या जेवणाच्या वेळेस भेटेन. मला कुणाला तरी भेटायचं आहे.'' मी काही बोलायच्या आतच ती दूर गेलीसुद्धा.

काय घडत होते, मला समजत नव्हते. आमच्यामध्ये मूर्ख तरुणांवरून भांडण झाले. म्हणून काय झाले? कशाचा कशाशी काय संबंध, हे कळत नव्हते. हे सगळे लवकर संपेल, अशी आशा माझ्या मनात होती. पाण्यासारखा सतत मूड बदलणाऱ्या लोकांसोबत मी पुरे आयुष्य काढले होते. अशा चिडखोर मन:स्थितीत लोक असतात, तेव्हा हलकेच त्यांना सावरण्यासाठी वेळ देणे चांगले असते, हे मला अनुभवाने समजत होते. शिवाय क्लेअर जेमिनी राशीची होती. जेकिल ॲन्ड हाइड

(दुभंग व्यक्तित्व दर्शवणारे) अशा मानसिकतेची. मी स्वत:लाच बजावले, थांब, वाट पाहा. ती लवकरच सुरळीत होईल.

थंडीमध्ये मी एकटीच सायकल घेऊन बीजिंगमध्ये थकेपर्यंत चालवत राहिले. मी हुकूमशाही गाजवणाऱ्या लोकांच्या भयंकर वाटणाऱ्या वस्तुसंग्रहालयास भेट दिली. पोस्ट ऑफिसमध्ये गेले. माझ्या पालकांना प्लेक्सिग्लासच्या बूथमधून फोन लावून दोन तास वाट पाहिली. फोन लागला, तेव्हा ते घरी नव्हते. नकोसे वाटले, तरी फ्रेन्डशिप स्टोअरला गेले. एक लक्ष्मणरेषा ओलांडल्यासारखे वाटले मला. मी एक कोकाकोलाचा कॅन तीन डॉलरला घेतला आणि सिल्कचा बाथरोब घालून पाहिला. मी डझनभर पोस्टकार्ड्स लिहिली. नंतर मला समजले, ज्यांमध्ये मी चीनचे कौतुक केले होते, तेवढीच अमेरिकेत पोचली होती. ज्यांच्यावर 'इथे प्रवास अवघड आहे' असे लिहिले होते, ती अमेरिकेपर्यंत गेलीच नाहीत. ग्रँड हॉटेल बीजिंगच्या लेटर पॅडवर माझ्या मैत्रिणीला – मॅगीला मी लांबलचक पत्र लिहिले. तिच्यापर्यंत ते पोचले; तेव्हा ते नक्कीच उघडून, वाचून बंद केले गेले होते. त्याच्यावर अगदी चिनी भाषेतील शब्दसुद्धा होते.

जितकी मी एकाकी होत होते, तेवढे माझे कल्पनेतील स्वप्नरंजन वाढत होते. जॅक माझ्याबरोबर चहा घेत होता. बीन्सचे डंप्लिंग्ज माझ्यासोबत हुताँगमध्ये खात होता. क्विआनहाई सरोवराच्या काठावर सर्व बंधने तोडून माझ्यावर प्रेमाचा वर्षाव करत होता.

ग्रँड हॉटेलच्या लिफ्टमध्ये 'लेट इट बी' गीताचे चिनी रुपडे ऐकायला आले, तर मला घरून पत्र आलेले होते, हे समजत होते. रस्त्यावर अंडी विकणारा चिनी तरुण माझा हायस्कूलमधील स्टीव्ह बल्युमेंथाल नावाचा मित्र आहे, अशी मी कल्पना करत होते. कारण तो मॅनहॅटनमध्ये ढकलगाडीवर लॉरीने इटालिगन आइसक्रीम विकत असे. ॲक्युपंक्चरच्या सुया खिडकीमध्ये पाहताच मला माझी आजी आठवत असे. ''ओह सुझी! मला तुझा अभिमान वाटतो,'' असे म्हणणारी आजी! प्रत्येक गोष्ट एक रूपक बनली होती. एक जादूई परिसर, ज्याद्वारे मी इतर लोकांशी जोडले गेले होते – मी एकटी अशी नव्हतेच.

बीजिंगमधील आमच्या शेवटच्या दिवशी मी क्लेअरला विनवले, ''मी जे काही केलं, त्याबद्दल मला माफ कर. पुन्हा माझ्याशी मैत्री कर. बोल माझ्याशी!''

तिने केसांतून बोटे फिरवली आणि डोळ्यांची जलद उघडझाप केली. ''ओह स्वीटी! तू नाही. मीच माफी मागायला हवी आहे. मी खरोखरच खूप दमले आहे. एवढंच,'' मानेजवळचा लाल व्रण खाजवत ती म्हणाली.

प्रतिबंधित शहरामध्ये जाणारी बस आम्ही पकडली. तिकिटांच्या बूथ बाहेर आम्हाला एक चिनी तरुण भेटला. गळ्यापर्यंत बटणे लावलेला शर्ट आणि

काळजीपूर्वक बांधलेला टाय असे स्वस्त कपडे त्याच्या अंगावर होते. त्याच्या हातात छोटी लाल रंगाची वही होती.

"माफ करा. मी बीजिंग विद्यापीठाचा विद्यार्थी आहे. माझं नाव सॅम. माझ्या इंग्लिश संभाषणाचा सराव करण्यासाठी मी इथे येत असतो. मला तुमचा काही वेळ मार्गदर्शक होण्यासाठी परवानगी द्याल का?"

पुढील दोन तास आमच्यासोबत फॉरबिडन सिटीमध्ये तो फिरत होता. त्याचे काम म्हणजे आम्हाला संरक्षण देत त्या रस्त्यांवर फिरणे आणि आम्ही सहज वाचू शकत असलेल्या इंग्लिशमध्ये कोरलेल्या पाट्या वाचून दाखवणे होते. पण त्याचा प्रामाणिकपणा आमच्या मनाला स्पर्शून गेला होता.

त्याने आम्हाला सांगितले, प्रतिबंधित शहरामध्ये ९,९९९.५ खोल्या होत्या. कारण १०,००० हा अंक दैवी परिपूर्णतेचा अंक मानला जात होता. अगदी सम्राटांनासुद्धा पृथ्वीवर स्वर्ग असू शकतो, हे मान्य नव्हते, असे दिसून येत होते. क्लेअर आणि मी अशा संस्कृतीमधून आलो होतो की, तिथे अनेक ट्रेलर पार्क किंवा इतर स्थळांचे नाव 'पॅराडाईज ग्रोव्ह' असे होते. आम्हाला इथे फारच नवल वाटत होते.

इतर अनेक चिनी लोकांसारखेच सॅमदेखील अमेरिकेविषयी अनेक प्रश्न विचारत होता. "तुम्हा लोकांच्या राजकीय व्यवस्थेविषयी मला कशी माहिती मिळेल? तुम्ही कोणती पुस्तकं वाचता? अमेरिकेमध्ये अनेक लोक मतदान करत नाहीत, तरी तुम्ही लोकशाही राष्ट्र करूं म्हणवून घेता?"

चमत्कारिक म्हणजे क्लेअरला त्याच्या प्रश्नांचे काहीच वाटत नव्हते. पाश्चात्त्य लोकांविषयी तिला सतत संशय वाटत होता. पण चिनी लोकांबद्दल ती जणू अलिप्त झाली होती. तिने आनंदाने सॅमला स्वत:विषयी सांगितले की, तिला तीन सावत्र भाऊ असून त्यांनी उच्चशिक्षण आणि पदव्या घेतल्या होत्या, तिचे बाबा अमेरिकेतील प्रभावशाली उद्योजक होते. ती स्वत: वैश्विक पातळीवर शिक्षण क्षेत्रामध्ये काम करण्याची तयारी करत होती. – ही मलादेखील नवीच माहिती होती.

"शिक्षिका? तू मला काही पुस्तकं पाठवू शकशील का?" आनंदाने सॅमने विचारले.

***

बसस्टॉपकडे परतताना मी म्हणाले, "तो मुलगा सॅम. मला खरंच वाईट वाटतं. त्याला माहीत आहे, बाहेर प्रचंड विश्व आहे, पण तो ते पाहू शकत नाही. किती निराश वाटत असेल नाही? तुला काय वाटतं?"

पण क्लेअर ऐकतच नव्हती. आमच्या हॉटेलकडे जाणाऱ्या रस्त्यावर ती स्तब्ध

उभी होती. काही अंतरावर प्रवेशद्वारासमोर एक टॅक्सी थांबली होती आणि एक मोठे कुटुंब उतरत होते. काळ्या केसांच्या, तपकिरी वर्णाच्या त्या प्रवाशांमध्ये स्त्रियांनी लांब शेतकरी स्त्रियांसारखा स्कर्ट आणि शाली घेतलेल्या होत्या. कुटुंबप्रमुख असलेल्या माणसाने कशिदा असणारा वेस्टकोट घातलेला होता. टोकदार नाकाचा, मिशा असलेला त्याचा चेहरा ससाण्यासारखा दिसत होता. त्यांचे सामान उतरवताना ते हसत आम्हाला न समजणाऱ्या भाषेत बोलत होते.

"ओह शीट. *तेच* आहेत," क्लेअर पुटपुटली. माझ्या हाताला पकडून तिने मला लॉबीमध्ये खेचले. ओरडून स्वागतिकेकडून आमच्या १०७ नंबरच्या खोलीची चावी मागितली आणि पायऱ्यांवरून धावत सुटली.

"क्लेअर, अगं, अगं, काय झालं?" मी म्हणाले.

ती हॉलमधून धावत सुटली. तिच्या पाठोपाठ मीही. मला खोलीत ओढत तिने धाडकन दरवाजा बंद केला आणि कुलूपसुद्धा घातले. "ओके, ओके. झालं एकदाचं." धापा टाकत ती म्हणाली, " या क्षणापासून आपण दोघीही खोलीबाहेर पाय टाकणार नाही आहोत."

"काय?" मी किंचाळले. "वेड लागलं आहे का तुला? क्लेअर, ती मंडळी साधे प्रवासी आहेत."

"असं तुला वाटत आहे! मला *माहीत* आहे, ते कोण आहेत. मी काही धोका पत्करायला तयार नाही. आपण रात्रीचं जेवण इथेच घेणार आहोत. आपल्याकडे बदाम आणि शेंगदाणे आहेत. आणि उद्या आपण न्याहारीची वेळ संपण्याची वाट पाहणार आहोत. एकदा सगळे निघून गेले की, आपण रेल्वे स्टेशनवर जाणार आहोत आणि तिथेच दिवस घालवणार आहोत, जोपर्यंत आपण इथून जात नाही ...."

"ओह फॉर खाईसेक क्लेअर!" मी खाली बिछान्यावर बसले. "तू अगदी अविचाराने बोलत आहेस. ते अरब आहेत, असंही मला वाटत नाही."

"ग्युईलिन अजून रुळलेल्या मार्गावर नाही, तिथे आपण अधिक सुरक्षित असू."

"ते रोमानियन किंवा पोर्तुगीजसुद्धा असू शकतील."

"आपण सुरक्षित असल्याखेरीज बाहेर जाणार नाही आहोत. कळलं ना तुला?"

जेव्हा ती हे म्हणाली, तेव्हा मी ते नाकारले नाही. एक धोक्याची सूचना, भीतीचा धक्का. ती साधी, सामान्य वाटत नव्हती. कणखर वाटत असली, तरी तशी नव्हती. असूच शकत नव्हती. ती क्लेअर होती. या क्षणी आम्ही जुळ्या बहिणींसारख्या होतो. मी तझ्या तझ्या आणि ती जीनीव्हीव – घरापासून हजारो मैल दूर. आम्ही दोघीच एकमेकींना होतो.

तेव्हा प्रथमच मला आश्चर्य वाटले. क्लेअर सांगते, त्यात काही तथ्य असेल?

कदाचित काही रहस्यमय घडतही असेल. क्लेअर आणि तिचे बाबा सीआयएसाठी (अमेरिकन गुप्तहेर संघटना) कामही करत असतील. खरे तर त्यात असंभव असे काही नव्हते. सातत्याने सीआयए हे आयव्ही लीगमधील लोकांना भरती करून घेत असे. गेल्या वसंत ऋतूमध्ये त्यातील काही ब्राउन विद्यापीठामध्ये आले होते. क्लेअर रिपब्लिकन होती. शीतयुद्ध सुरू होते. ती आमच्या सरकारसाठी काम करत असेल, हे एवढे न पटण्याजोगे होते? खचितच नाही. मला माहीत नसणाऱ्या गोष्टी तिला माहीत असू शकतात. अर्थात असे नेहमीच होत असे.

आता *मी* मूर्खासारखा विचार करते आहे बहुतेक. मी स्वत:ला शांत करण्याचा प्रयत्न केला. चीनमध्ये आल्यामुळे असे भ्रमल्यासारखे झाले होते. बहुतेक अती स्वप्नरंजन, झोपेचा अभाव यांचा हा परिणाम असेल. मी स्वत:ला समजावले. पण पुन्हा तेच. मला खातरी वाटेना. क्लेअर ज्या अनुभवातून जात होती... किंवा मीसुद्धा.... तो लवकरच संपणार होता. संपवावाच लागेल.

तरीसुद्धा ती रात्र मी झोपेशिवाय काढली. माझ्या मेंदूत सीआयए आणि पीएलओ यांची गर्दी झाली होती. क्लेअरने शॉवरसाठी बाथरूम बंद करताच मी घाईने खाली गेले. मला युनायटेड स्टेट्सला खासगी बोलता येईल, असा कॉल लावणे गरजेचे होते, हे समजावण्याचा प्रयत्न केला. आमच्या खोलीऐवजी असा कॉल हॉलमधून लावणे शक्य होईल का? हे मी विचारले. विशेष म्हणजे मँडारिनमध्ये 'खासगी' हा शब्दच नव्हता. बऱ्याच खाणाखुणा केल्यानंतर त्या क्लार्कच्या लक्षात माझे म्हणणे आलेले दिसले.

पुढे अडीच तास मी वाट पाहत राहिले. काही चुकीचे घडले नसल्यासारखी क्लेअर बॅग भरत होती. तिच्या वॉकमनसोबत गाणी गुणगुणत होती. इतर प्रवासी पाहुणे ब्रेकफास्टसाठी जाताना पावलांचे आवाज येत होते. काही ब्रेकफास्ट उरकून दरवाजे उघडताना, सामान खाली नेले जाताना आवाज येत होते. संध्याकाळी सातपर्यंत आमची ग्युईलिनची रेल्वे नव्हती. पण दुपारी रूम सोडेपर्यंत माझा फोन लागेल, असे वाटत नव्हते.

एकदाचे दारावर टकटक झाले. "तुमचा कॉल लागला आहे. लवकर हॉलमधून घ्या," तो क्लार्क म्हणाला.

क्लेअरने प्रतिक्रिया देण्याच्या आतच मी जिन्यावर फोन घेण्यासाठी धावले.

समुद्रापारच्या फोन कॉलची खरखर मला रिसिव्हरमधून जाणवत होती. दोन ऑपरेटर चिनी भाषेमध्ये बोलत होते. नंतर जरा उशिरा वाजणाऱ्या बेलचा आवाज येऊ लागला. माझे हृदय जोराने धडधडत होते. मी प्रार्थना करत होते. प्लीज फोन उचला. मी पुटपुटत होते. घरी असा, प्लीज. ओह मॉम, मला तातडीने बोलायचं आहे तुमच्याशी. मला काही चर्चा करायची आहे. इकडे जरा गडबड झाली आहे.

सगळं कुठपर्यंत जाईल, मला कळत नाही आहे.

क्षणभराने क्लिक आवाज झाला. ''हॅलो?'' माझी आई बोलत होती. ते बोलणे जोरात हवा वाहणाऱ्या बोगद्यामधून आल्यासारखे वाटत होते. मधल्या ऑपरेटरने विचारले, ''बीजिंगमधून मिस सुझन गिलमन यांचा कॉल आहे. तुम्ही त्याचे चार्जेस देणार?''

''हो. देईन,'' आई पटकन म्हणाली. आणखी स्पष्ट क्लिक आवाज झाला.

''हॅलो?''

''आई!''

''सुझी...''

''ओह मॉम. तुझा आवाज ऐकून किती बरं वाटतं आहे!''

''मलासुद्धा तसंच वाटत आहे,''आई म्हणाली. ''पण नीट ऐक. तू आणखी एक तासाने फोन करतेस का? विश्वचषक सामना सुरू आहे. गेल्या १७ वर्षांत प्रथमच मेट्स खेळत आहेत. सहाव्या गेमची दहावी इनिंग सुरू आहे. विश्वास बसतो आहे का तुझा? एका गेमने बोस्टन पुढे आहे. आता बरोबरी आहे, पण मेट्सना अजून संधी आहे. मुकी विल्सनने आताच दोन पॉइन्ट घेतले आहेत. अविश्वसनीय! ओह माय गॉड! पाहा. ओके. मला पाहायला हवं. फोन ठेवते,'' असे म्हणून तिने फोन बंद केला.

हॉलवेमध्ये मी एकटी उभी होते, काळ्या प्लॅस्टिकच्या अर्धविरामासारखा फोन माझ्या हातात घेऊन. मी वर पाहिले, तेव्हा क्लेअर बॅगा घेऊन माझ्यामागे उभी होती. जखमी जनावराची आर्तता तिच्या चेहऱ्यावर होती.

''तयार आहेस ना तू? चल, रस्ता मोकळा आहे,'' असे म्हणत तिने माझी बॅग मला सोपवली.

ग्युईलिन

ट्रेनने ग्युईलिनला पोचायला ३४ तास लागतात. फ्रेंच बेकरीतून आणलेल्या सहा पेस्ट्रीज आणि तेलकट डंप्लिंगच्या दोन पिशव्या एवढेच अन्न आणायला आम्हाला शक्य झाले होते. आमच्या चिनी सहप्रवाशांच्या हे लक्षात आल्यावर त्यांनी फारच काळजी दाखवली. जवळच्या नातलगांसारखे ते आमच्याकडे भात, परतलेल्या सुक्या भाज्या यांनी भरलेली भांडी आणि चॉपस्टिक्स पाठवू लागले. आमच्यापेक्षा त्यांच्याकडे अधिक अन्न नव्हतेच, तरीसुद्धा ते आग्रह करत होते – चिंग - चिंग प्लीज - प्लीज. त्यांचे अन्न आम्ही स्वीकारावे, असे त्यांना वाटत होते.

काही तासांनंतर त्यांचे ओळखीचे चेहरे धूसर व्हायला लागले. मला झोप यायला लागली. माझा घसा सोलवटल्यासारखी आग व्हायला लागली. ग्युईलिनमध्ये ट्रेन थांबली, तेव्हा मी थरथरायला लागले होते. क्लेअरने मला तिच्या जाड चिनी आर्मी ओव्हरकोटमध्ये गुंडाळले आणि अलगद प्लॅटफॉर्मवर उतरवले. जोरात पाऊस पडत होता. ओली पाने, पाचोळा आणि माती यांचा वास हवेत तरळत होता.

माझ्याभोवती एक सोनेरी खोली फिरत होती. कॅलिडोस्कोपसारखे थोड्या फरकाने चित्र बदलत होते. वॉलपेपर, गर्जणारे, खळाळणारे टॉयलेट, चरचर वाजणारे रेडिएटर हे सारखेच होते.

माझे दात एवढ्या जोराने वाजत होते की आता ते तुटतील, असे वाटत होते. मी त्या मंदिराच्या थंड जमिनीवर लोळत होते. माझ्या तापलेल्या चेहऱ्याला थंड स्पर्श बरा वाटत होता. माझ्याभोवती शेकडो मेणबत्त्या पेटवलेल्या होत्या, जणू मी मानवी बळी असावी, असा भास होत होता. भगव्या वस्त्रातील बौद्ध भिक्खू मिरवणुकीने मंत्रोच्चार करत लयीत चालत होते. मध्येच जॅक रेशमी टोगा घालून

अवतरला. माझ्याभोवती गुडघे टेकून माझी चुंबने घ्यायला लागला. त्याचा प्रणय आक्रमक होत होता. माझे मस्तक खालच्या दगडावर दाणदाण आपटत होते आणि दुखत होते. त्याचे डोके माझ्या हातात वितळून गेले. त्याचे रूपांतर ट्रेव्हरमध्ये झाले. माझ्यासमोर तो स्वर्गमंदिरामध्ये हाताची घडी घालून उभा होता. त्याच्यासाठी स्ट्रीपटीझ (कपडे उतरवत नृत्य करणे) करत होते. पण माझे कपडे संपतच नव्हते. एक कपडा उतरवल्यावर त्याखाली दुसरा असे. मला खूप गरम होत होते! मी गुदमरत होते! मला कपडे काढायचे होते! खूप धडपडून मी कपडे काढले आणि नग्न झाले. पण माझ्या शरीरावर मांसच उरले नव्हते. ट्रेव्हर मला काळजीने हलवत विचारत होता, "तू ठीक आहेस ना?" मी डोळे उघडले. क्लेअर माझ्याकडे वाकून पाहत होती. "हं. हे घे पी," असे हळुवारपणे म्हणत तिने पोचे आलेला टीनचा कप तोंडाला लावला.

खोली हेलकावत होती. तिएनमान चौकात मेट्स खेळत होते. माओ झेडाँगच्या भव्य चित्राखाली कीथ हर्नान्डीझ पहिला बेसबॉलपटू फटके लावताना मला दिसत होता. जॉनी माझ्या शेजारी बसून पॉपकॉर्न खात होता. शेय शेय नी. मला अगदी हेच हवं होतं, असे तो म्हणत होता. पण आवाज मात्र क्लेअरचा होता. उघड्या दरवाजातून एक अनोळखी चिनी माणूस डोके खुपसून मला खुशाल न्याहाळत होता. 'मी सांगतो नं, अगदी चांगली आहे ती.' पहिल्या आणि दुसऱ्या खेळाडूंच्या दरम्यान वॉरन आणि अँथनी सायकल पुढे-मागे करत होते. कोणीतरी छतावर सायकलच्या साखळीने फटकारे मारत होते. तळहाताची मूठ उघडत त्यावरचे मोठे झुरळ दाखवत क्लेअर म्हणत होती, "खाण्यासाठी त्या लोकांकडे फक्त एवढंच आहे. यावर विश्वास बसत नाही."

नंतर माझ्याकडे झुकून ती म्हणाली, "एकच घास घे नं, तुला खायला हवं." मी ताडकन उठून बसले. तिच्या हातात बिनपेस्टने भरलेला गोड डंप्लिंग होता. सगळ्या चादरी ओल्या झालेल्या होत्या. तिच्या बाबांचे ग्युईलिनमध्ये व्यावसायिक संबंध होते, असे ती मला सांगत होती का? की भास होता तो? "तू आजारी आहेस; हे या चिन्यांना कळायला नको. तुला ठाऊक आहेच. डॉक्टर आणि हॉस्पिटल्सपासून आपण दूर राहायला हवं."

रात्र होती. सकाळ झाली. क्लेअर जर्नलमध्ये लिहितच होती. ती गेली. मी गुडघ्यांवर आणि हातांवर रांगत बाथरूममध्ये गेले. कुठेतरी जवळ ऑनिंगो बॉनिंगो गात होता. माझ्या ग्रंथी सुजलेल्या होत्या. श्वास घेणे कठीण झालेले होते. ट्रेव्हर आणि जॅक यांबरोबर मी पुन्हा बिछान्यावर आले. ते माझ्या कपाळाचे चुंबन घेत होते. माझ्या अवयवांना स्पर्श करत होते. मी झोपेत होते. एकटीच होते आणि रडत होते. मला सगळे सोडून गेले होते, असेच वाटत होते. इतके एकाकी यापूर्वी कधीही

वाटले नव्हते. गिळायला त्रास होत होता. आई गं! मला माझेच रडणे ऐकू येत होते. माझ्या फुगीर स्लीपिंग बॅगखाली मी गोगलगाईसारखी गोळा झाले होते. क्लेअर माझ्याजवळ येऊन म्हणत होती, ''हे घे. एवढंच मिळालं मला.''

गालाला हात लावून म्हणाली, ''आज जरा बरी वाटत आहेस तू.'' तिने मला गोळी दिली आणि सोड्याची बाटली. मोठ्या मुश्किलीने मी गोळी गिळली आणि पुन्हा खोली अंधारात बुडाली.

***

माझा ताप उतरायला तब्बल तीन दिवस लागले. रेल्वे स्टेशनजवळच्या घाणेरड्या ओव्हरसीज हॉटेलमध्ये मी हालचाल न करता पडून होते. अधूनमधून क्लेअर बाहेर जात होती. रस्त्यावरच्या दुकानांमधून मिळेल त्या आवश्यक वस्तू घेऊन, चिंब भिजून ओल्या कपड्यांनी, अस्ताव्यस्त केसांनी ती परत येत असे. माझ्या बाजूच्या बिछान्यावर बसून माझ्याकडे लक्ष देत असे. कधी जर्नलमध्ये लिहित किंवा पेपरबॅक वाचत असे.

''मला माफ कर. तुला हवं तसं फिरण्यात माझा अडथळा आहे नं.''

''असू दे.'' ती म्हणाली, ''अजून पाऊस कोसळतो आहे. फार बाहेर जाता येणारही नाही. दुसरं म्हणजे, थोडं इतर नजरांपासून दूर मलाही बरं वाटतं आहे.''

शेवटी चार दिवसांनी मला बरे वाटले. क्लेअरने आणि मी आमचे कपडे बाथटबमध्ये धुवून काढले. पण ब्रेकफास्टनंतर क्लेअरलासुद्धा माझाच आजार झाला. तिचा चेहरा लाल तापलेला आणि कपाळ घामाने थबथबलेले मला दिसत होते. ''हॉस्पिटल आणि डॉक्टर मुळीच नकोत,'' ती किंचाळत होती, घसा बसलेल्या आवाजात. तिच्या अंथरूणात तळमळत, पांघरुणे उडवत. ती स्वत:च्या बिछान्यात झोपली होती. तिथूनच ती ओरडत होती, ''डॉमिनिक, एडवर्ड, अलेक्झांडर! मिरीयमला नूडल्स खाऊ घाला!'' नंतर ती अशक्तपणे उठून बसली, तेव्हा मी तिला थोडी ऑरेंजेस दिली आणि सोडा प्यायला लावला. ती म्हणाली, ''आपण कुठे आहोत, हे कुणाला सांगू नकोस. जे कोणी अॅडमला ओळखतात, त्यांनी इथल्या अधिकाऱ्यांना सांगितले आहे आणि आपण धोक्यात आहोत.'' ती पुन्हा थरथरायला लागली.

सुदैवाने तिचा ताप माझ्यापेक्षा लवकर उतरला आणि दुसऱ्या दिवशी पाऊससुद्धा थांबला. असे वाटत होते की, आम्ही कायमच्या आजारी होतो. जणू आम्ही या फोटोत अडकलेल्या काळ्यासारख्या शिल्लक राहिलो होतो आणि बाकीचे जग जणू अदृश्य झाले होते.

आम्ही तत्काळ काही तास सीआयटीएसच्या ऑफिसमध्ये घालवले आणि

ग्युआंगझाऊला जाण्यासाठी विमानाच्या तिकिटांचे आरक्षण केले. साठ डॉलर्सना एक. चीनच्या अंतर्गत हवाई प्रवासात हे महाग समजले जात होते. पण आम्हाला कुणालाही पुन्हा रेल्वेने प्रवास नको वाटत होता. ग्युईलिनविषयीचा आमचा रस संपून गेला होता. या पुढील आमचा नियोजित प्रवास थोडा सुखाचा असावा, असे वाटत होते. आम्हाला आता चांगले समजले होते, चीनच्या शहरात प्रवेश करताच पुढील प्रवासाचे आरक्षण करायला हवे. शिवाय दुसऱ्या नोकरशहाने – सीआयटीएसच्या अधिकाऱ्याने आम्हाला सांगितले होते की, ग्युआंगझाऊची फ्लाइट चार दिवसांनी होती.

"असू द्या. आपण ती घेणारच." क्लेअर थकलेल्या आवाजात म्हणाली, "जिथे विमानाने ५५ मिनिटांमध्ये पोचू शकतो, त्यासाठी मी ट्रेनने १४ तासांचा त्रासदायक प्रवास मुळीच करणार नाही." आम्ही पैसे दिल्यावर आम्हाला लेखी पावती मिळाली.

आम्हाला बजावण्याच्या स्वरात ती म्हणाली, "तिकिटं घ्यायला परत या. तिकिटाचे पैसे परत मिळणार नाहीत. बदलणार नाहीत."

***

लाखो वर्षांपूर्वी ग्युईलिनचा भाग प्रागैतिहासिक काळात समुद्र होता. जेव्हा ते पाणी नाहीसे झाले, त्यानंतर मागे चुनखडीच्या खडकांचे प्रचंड भव्य रचना, विरळलेल्या मेणासारखे लाव्हाचे खडक दृश्यमान झाले. आता या अद्भुत खडकांच्या प्रदेशामध्ये शहर निर्माण झाले होते. एका स्थळाचे नाव तर सॉलिटरी ब्युटी पिक असे होते. त्या शिखरावर एक मंदिर होते. हवामान थोडे अर्धविषुववृत्तीय प्रदेशासारखे होते आणि पालापाचोळ्याचा गंध हवेत प्रसारित झालेला होता.

बऱ्याचशा इमारती तिथे बसक्या आणि छोट्या होत्या. त्यांच्यावर शेवाळे साचलेले होते. शहराच्या पूर्वेकडे संथ वाहणारी ली नदी वाहत होती. त्या नदीच्या पलीकडे सेव्हन स्टार पार्क होते. त्या शहरातील बऱ्याच गोष्टी एकतर सुंदर होत्या किंवा विचित्र! ते एक नशेत असल्यासारखे, आर्द्र हवा असणारे हिरवेगार शहर होते.

शहरात फिरताना गर्दीच्या रस्त्यावर आम्हाला कुतूहल जागृत करणाऱ्या उपाहारगृहांची ओळ दिसली. पाळीव प्राणी विकणाऱ्या दुकानासारखे ते दिसत होते. त्यांच्या बाहेर बांबूच्या रचलेल्या पिंजऱ्यामध्ये जिवंत कुत्री, साप, बांबूतील उंदीर, कबुतरे आणि बिव्हरसारखे प्राणी होते. मोठ्या घमेल्यांमध्ये इलमासे, खेकडे आणि कासवे होती. एक चिनी माणूस खाली बसून कासवांकडे बोट दाखवत होता. वेटरने त्याला उचलून आत नेले.

"ई... मला उलटी येईल, असं वाटत आहे,'' क्लेअर उद्गारली.

आम्ही घाईने तिथून निघून जाताना, मी मागे वळून पाहिले. ती उपाहारगृहे त्यांच्या प्राण्यांच्या संग्रहासह तिथेच आहेत. माझ्या तापापासून मला वास्तव आणि भास यांमध्ये फरक करणे कठीण वाटत होते. ग्युईलिनमध्ये हे स्पष्टच दिसत होते की तुम्ही ट्रॉपिकल गार्डनमध्ये बसून प्राणिसंग्रहालयाची मेजवानी करू शकता. क्लेअर या सर्वांपासून अलिप्त होती. सरळ समोर एकटक पाहत, स्वतःशीच गुणगुणत, मानेवरचा लाल व्रण चोळत चालली होती. एका टेकडीवर मोकळ्या प्रशस्त लॉनवर त्या शहरातील सर्वांत फॅन्सी, आधुनिक असे ओस्मान्थस नावाचे हॉटेल होते. पांढरे सिमेंट आणि रंगीत काचांची ती इमारत १९७०च्या स्पेसशीपसारखी आकाशातून फुलांच्या ताटव्यात पडल्यासारखी दिसत होती. क्लेअरने जोरात श्वास सोडला अन् म्हणाली, "शेवटी एकदाची आधुनिक संस्कृतीची खूण दिसली. आत जाऊ या का?''

लॉबीमध्ये चमकदार लिनोलियम आणि पितळी हॅन्डल्सचे दरवाजे दिसत होते. छतावरून लवणस्तंभासारखे दिसणारे स्फटिकाचे आधुनिक झुंबर लटकत होते. तिथल्या गुबगुबीत सोफ्यात बैठक मारून क्लेअरने डोळे मिटले. पार्श्वभूमीवर चिनी संगीत वाजत होते. "थँक गॉड! छानच,'' म्हणत ती क्षणात गाढ झोपी गेली.

काय करावे, याचा विचार करत मी तिथे जवळजवळ तासभर बसून राहिले. माझे मस्तक हलके आणि पाय शिशासारखे जड झाले होते. संगीत थांबले. काही जपानी प्रवासी सॅमसोनाईट सुटकेसेस ओढत लॉबीमधून गेले.

क्लेअर म्हणाली, "आपण परत गेस्टहाउसवर जाऊ आणि झोपू. मी इथे दिसणं बरोबर नाही.'' कशीबशी त्या सोफ्यातून उठत आणि झोकांड्या खात हॉटेलच्या उपाहारगृहाकडे चालत जाताना ती म्हणाली, "पाहा त्या दरवाजावरच्या मेन्यूकडे. सर्व इंग्लिश. कुत्री-मांजरी नाहीत. साधं चिनी अन्न.''

माझ्याकडे पाहत ती म्हणाली, "तू थांबायला हवंस. चांगलंसं जेवण घे. फार दिवस तुझे हाल होत आहेत. मलाही पुन्हा स्वतःला स्थिर करायला हवं.''

मी विरोध करण्याच्या आत ती झोकांडत त्या काचेच्या दरवाजाबाहेर गेलीसुद्धा. अचानक मी पुन्हा एकटीच उरले. काही स्त्रिया बसलेले टेबल सोडल्यास सर्व रिकामेच होते. मला एकदम तोडल्यासारखे वाटले. पण क्लेअरचे बरोबर होते. गेला आठवडाभर मी पूर्ण जेवण घेतले नव्हते.

बीजिंगमध्ये असताना माझ्या एकटेपणाची तीव्रता मी कल्पनारम्य भासांना भरून काढत होते. फळांच्या स्टॉलवर, छोट्या रस्त्यांवर माझे प्रियजन माझ्यासोबत आहेत, असा भास मनाला देत होते. पण आता ताप येऊन गेल्यावर मला ते अशक्य झाले. जॅक किंवा ट्रेव्हर किंवा घरचे कोणीही आता यापुढे मला कल्पनेत

रमवत नव्हते. माझ्या दु:स्वप्नांमध्ये विरघळून त्यांचे चेहरे साल्वाडोर डालीच्या (प्रख्यात चित्रकार) चित्रांसारखे झाले होते. मला त्यांच्यापासून स्वतःला दूर करणे भाग होते. अमेरिका, न्यूयॉर्क, माझी मित्रमंडळी, कुटुंब हा भूतकाळ होता. दुसऱ्या मितीमध्ये मी त्यांना सोडून आले होते. मला वेढून असणारे वास्तव फक्त चीन होता.

न्यूयॉर्कमध्ये अनोळखी लोकांना मी कधीही विचारले नसते की, मी त्यांच्या जेवणामध्ये सामील होऊ का? पण इथे मी काय गमावणार होते? सगळेच बदलले होते. खरे स्वातंत्र्य होते. सर्व बंधनातून मुक्त करणारे, शिवाय शरम नाहीशी करणारे.

तीन स्वीडिश स्त्रिया बरोबर प्रवास करत होत्या. आनंदाने त्यांनी मला सामावून घेतले. ''ओह, तू एकटीच आहेस? नक्कीच आमच्यासोबत बसू शकतेस.'' माझ्यासमोर प्लेट सरकवत त्या म्हणाल्या, ''हे घे. वाफाळलेल्या हिरव्या भाज्या, थोडं पोर्क. ग्युईलिनमध्ये किती दिवसांपासून आहेस?''

मी आणि माझी मैत्रीण आठवडाभर ओव्हरसीज हॉटेलमध्ये आजारी होतो, हे मी त्यांना सांगितले. आम्ही फारसे काही पाहिले नाही अजून, हेसुद्धा सांगितले.

''त्या हॉटेलमधून बाहेर पडा आणि ग्युईलिन गेस्टहाउसमध्ये राहा,'' चौकोनी चेहऱ्याच्या वैमानिकासारखा गॉगल घातलेल्या स्त्रीने सांगितले. ''तिथेच सर्व बॅकपॅकर्स उतरतात.'' उद्यानाजवळच्या इमारतीच्या वरच्या मजल्यावर ते होते. तिथून भोवतीचे दृश्य फार सुंदर दिसते. त्याहून चांगले म्हणजे यांगशुओला गेलेले बरे. ते बसने एक तासाच्या अंतरावर होते आणि ग्युईलिनपेक्षा प्रेक्षणीय होते. ग्रामीण भागातील एक छोटे रमणीय खेडे.

दुसरीने सांगितले, तिथे नदीमध्ये बोटीने फिरता येते आणि रात्री मासेमारी पाहता येते. तिची त्वचा रापून तपकिरी झाली होती. ''सायकल भाड्याने घेऊन फिरा,'' ती म्हणाली. ''भोवती फक्त भातशेती आणि डोंगर आहेत. आम्ही आठवडाभर तिथेच राहिलो. चीनमधील सर्वांत अप्रतिम स्थळ आहे ते.'' तिसरीने म्हटले.

''आमच्यावर विश्वास ठेव. जा. स्वर्गीय स्थळ!'' पहिलीने सांगितले.

***

ग्युईलिन गेस्टहाउसबद्दल सांगताच क्लेअर ओरडली, ''मला इतर लोक आपल्याभोवती नकोत. समजलं तुला? त्या बायकांवर विश्वास कशी ठेवू शकतेस तू?''

''पण त्या का खोटं सांगतील? तूच म्हणतेस, दूर कुठेतरी जाऊ. हो नं?'' मी उत्तरले.

क्लेअरने पुन्हा डोके टेकवून माझ्याकडे पाहिले. ''मला वाटतं, तू मला माझं ऐकण्याचं वचन दिलं होतंस.'' मी अस्वस्थ होऊन हताशपणे पाहिले. मग डोके हाताने पकडून बेडच्या काठावर बसले. मी प्रचंड थकले होते. आणि मला नैराश्य

येत होते. आमच्या रूमला कसले-कसले वास येत होते. आमचे सामान अस्ताव्यस्त पसरले होते. चिखलाने माखलेले कपडे, हायकिंग शूज, अंतर्वस्त्रे, पुस्तके, कोपऱ्यातील कचऱ्याच्या टोपलीत सडणाऱ्या ऑरेंजेसच्या साली. आमच्या सॅकचे सर्व कप्पे चिकट झाले होते. कारण आमच्या साबणाच्या बाटल्यांमधून पेपरमिंट ऑइल गळत होते. ते सगळ्या वस्तूंवर पसरले होते.

"क्लेअर, मला हे यापुढे होणार नाही,"मी कुजबुजत म्हणाले.

"काय?"क्लेअरने विचारले.

"ही अनैसर्गिक भीती. तुझं इतरांना टाळणं."

"मी मनोरुग्ण नाही. सुझ, मला 'माहिती' आहे."

"काय झालं आहे तुला क्लेअर? कुठे हरवली आहेस तू?"

"काय बोलत आहेस तू? मी इथेच तर आहे."

"तू... आपण... कसे होतो पूर्वी." निराशेने मी बोलले. "तुला बरं वाटत आहे नं?"

मी तिच्याकडे पाहत उत्तरले, "मला फार एकटं वाटत आहे. चेष्टा नाही." हे बोलण्याची इच्छा नव्हती, पण मी खरे तेच बोलले. क्लेअर एकदम रंग उडाल्यासारखी दिसायला लागली.

"तुला एकटं कसं वाटू शकतं?" ती म्हणाली. "आपण सतत सोबतच असतो नं?"

"नाही. बऱ्याच वेळा नाही. अर्धा वेळ तू एकटीच कुठेतरी जातेस. आणि जेव्हा इथे असतेस तेव्हा तू... मला नाही समजत. मला वाटतं, आपण इथे आलो तेव्हा मी रुळावरून पूर्णपणे घसरले होते. कबूल आहे. पण आपण एक टीम होतो नं?"

निराशेने मी हात झटकले. मी काही बोलू शकत नव्हते किंवा मला नक्की काय वाटत होते, हे समजू शकत नव्हते. मला जी क्लेअर माहित होती, ब्राउन विद्यापीठात जिची मी चाहती होते; ती रुबाबदार, चैतन्यमय, आत्मविश्वासपूर्ण क्लेअर – हसरी, साहसी, असामान्य बुद्धिमान. तिचे नित्शेचे वाचन, तिचे 'स्वीटी' म्हणणे, तिचे खळाळते हास्य, सर्व शक्य होईल असे वाटणारे धाडस... सारेच इथे जणू हरपले होते. तिचे संशयी, चिंतातूर व्यक्तीमध्ये स्थित्यंतर झाले होते. स्वत:चा ती फारच गंभीरतेने विचार करत होती. आम्ही बरोबर हसलो त्याला किती दिवस झाले बरे?

खरे सांगायचे, तर मीसुद्धा बदलले होते. चीनमध्ये आल्यापासून मला स्वत:ला माझ्या अस्तित्वाविषयी शंका वाटत होती. स्वत:विषयी ठाम विश्वास वाटावा, असे इथे काहीच नव्हते. शिक्षक, आवडती माणसे, प्रगतीपुस्तक काहीच नाही. मी फार व्यवस्थित आहे, स्टायलिश आहे, अशी माझी कल्पना होती. पण आशियामध्ये

माझा भ्रमनिरास झाला. ज्या इंग्लिश भाषेच्या प्रभुत्वावर माझी मदार होती, ती इथे निरुपयोगी होती. मी स्वत:ला मुक्त, अनिर्बंध, पुरुषांना आकर्षून घेणारी अशी व्यक्ती समजत होते. इथे त्याच्या उलटच अनुभव आला होता. काय उरले होते मला अभिमान वाटावा असे?

मी आता आरशात पाहते, तर अनोळखी व्यक्ती दिसते मला. आशियामध्ये पूर्ण एक महिना काढल्यानंतर चिनी चेहरेपट्टी ओळखीची झाली होती. पाश्चात्त्य चेहरे अनोळखी, परके आणि विसंगत वाटू लागले होते. माझे मोठे नाक, कमानदार भुवया, गुलाबी पापण्या आणि ओठ मला स्वत:ला ओळखायला खरेच वेळ लागत होता. पिकासोच्या चित्रांसारखे दुभंगलेले वाटत होते स्वत:ला.

''या कोशातून मला बाहेर पडायला हवं,'' मी हळुवारपणे म्हणाले. ''आम्ही एकत्र वेळ घालवायला हवा. हसायला हवं... लोकांमध्ये मिसळायला हवं. पुन्हा आनंद घ्यायला हवा.''

क्लेअरने हातांमध्ये चेहरा तोलला होता. ओठ चावत ती म्हणाली, ''ओके, छान.'' मग कडवट आवाजात मान खाजवत म्हणाली, ''आपण गेस्टहाउस बदलू. पण तुला आत्ताच बजावून ठेवते. मला स्वत:ला एकटीला काही वेळ द्यावाच लागेल. माझं काम अजून शिल्लक आहे.'' तिने तिचे नोटबुक उचलले. निर्णायक रीतीने उघडले आणि माझी नजर टाळत म्हणाली, '' आपला दुसरा संपर्क कुणाशी होणार? आपल्याला संरक्षण कोण देणार मला पाहायला हवं.''

याला काही संदर्भ किंवा अर्थ नव्हता. पण मला वाद घालण्याएवढा उत्साह नव्हता.

***

दुसऱ्या दिवशी सामान बांधून आम्ही ग्युईलिन शहराच्या मध्यावर असणाऱ्या ग्युईलिन गेस्टहाउसमध्ये राहायला गेलो. तिथे छतापासून जमिनीपर्यंत मोठ्या खिडक्या होत्या. सामुदायिक शयनगृहातून बाहेरचा देखावा दिसू शकत होता. फक्त खोलीतल्या आडव्यातिडव्या कपडे वाळवण्याच्या तारांवर अंतर्वस्त्रे, टी-शर्ट वाळत होते. राष्ट्रीय ध्वजासारखे ते फडकत होते. सर्व झपाटलेले फिरस्ते (बॅकपॅकर्स) इथे उतरतात. चार जपानी प्रवासी जमिनीवर मांडी घालून बसले होते. त्यांच्यामध्ये मारिज्युआनाची (गांज्याची) मोठी पिशवी होती. या सगळीकडे नियंत्रण असणाऱ्या प्रदेशात त्यांच्या या धाडसाचे मला नवल वाटले. खोली खूपच थंड होती. नशिला वास तरळत होता.

टोमणा मारण्याच्या खवचट आवाजात क्लेअर म्हणाली, ''वेल, आलीस इथे.

तझा तझा. आपण आपल्या कोशातून बाहेर आलो हं. आता खूश!''

बिछान्यावर बसून ती आपले गाल चोळत राहिली. ''ख्राईस्ट, माझी डोकेदुखी माझा जीव घेईल आता. काही थोडंतरी बरं अन्न मला आता खायला हवं. मला फ्राइड राइस खायचा आहे. तुलाही फ्राइड राइस चालेल नं?''

मी नकारार्थी मान हालवली. तापापासून मी फक्त ब्रेड खात होते.

''ओके. मग इथेच वाट पाहा. मी नंतर इथेच भेटेन तुला.''

डॉर्मेटरीत एकटीच उरल्याने मी लॉरेन नावाच्या दुसऱ्या प्रवाशाशी बोलले. तोदेखील पाश्चात्त्य ब्रेकफास्ट मिळवण्याच्या शोधात होता. लॉरेन स्विस होता. त्याला थोडे मँडारिन येत होते. पण चीनमध्ये प्रत्येक भागात वेगळीच बोलीभाषा वापरली जाते. त्यामुळे त्याचा थोडाच फायदा होणार होता. एकदाचे झॉन्गशान रोडवर एका कॅफेमध्ये त्याला अंडी आणि चिनी स्वीट रोल्स मागवण्यात यश आले. पंचेचाळीस मिनिटे वाट पाहून स्क्रॅम्बल्ड एग्ज आले. चॉपस्टिकने आम्ही ते खाल्ले.

क्युन्मिंगकडे जाणारी रेल्वे पकडण्यासाठी तो निघून गेला. परत गेस्टहाउसवर आले, तेव्हा क्लेअर त्या जपान्यांसमोर आपला इन्स्टामॅटिक घेऊन उभी होती.

''मी माझा कॅमेरा विकला,'' न वळता ती मला म्हणाली.

''काय?'' तो कॅमेरा चालत नव्हताच. पण आमच्या कस्टमच्या फॉर्मवर नोंदवलेला असल्याने चीन सोडताना तो दाखवणे गरजेचे होते. ''पण तो वापरता येणार नाही. आपल्याला सोडून जाताना दाखवावा लागेल,'' मी म्हणाले. रागाने माझ्याकडे पाहत ती म्हणाली, ''तो मोडलेला नाही.'' पुन्हा त्या जपान्याकडे वळाली. हवेत एकटक बघत दोन्ही हात गुडघ्यावर ठेवून तो बसला होता. क्लेअर गोड आवाजात म्हणाली, ''मला तो कसा वापरायचा माहीत नाही. हा खरं उत्तम कॅमेरा आहे.'' तो जपानी तसाच अधांतरी पाहत म्हणाला, ''नो थँक यू.'' पण चिकाटीने क्लेअर म्हणाली, ''पाहा, सर्वांत सुधारित आहे.''

''क्लेअर, मला वाटतं, त्याला नको आहे,'' मी तिला म्हणाले.

मला तोडून टाकत ती म्हणाली, ''गप्प बैस. लुडबुड करू नकोस. मी काहीतरी करत आहे.''

जणू एखादी गुप्त लिपी उलगडत असल्यासारखे किंवा गुंतागुतीचे ऑपरेशन करत असल्यासारखे हे काहीतरी तिला वाटत होते की काय? खरे तर ती तिच्या निरुपयोगी वस्तू त्या प्रवाशाला खपवत होती. तिचा काय विचार होता, मला समजत नव्हते. एका अशा मुलीकडून, जिने सेरेब्रल पाल्सी असणाऱ्या मुलाला मदत केलेली होती, तत्त्वासाठी काळ्या बाजारात व्यवहार करायचे नाकारले होते. आतापर्यंत एकही अप्रामाणिक आणि कृतघ्न स्थानिक चिनी माणूस आम्हाला भेटला नव्हता. इथे अबोलपणे पालन केली जाणारी जनरीत होती ती. हे काय करत होती

क्लेअर?

मी पुटपुटले, ''क्लेअर प्लीज, असं करू नकोस. ते वाईट कृत्य आहे.''

मरू दे तुझं चांगलं अन् वाईट.'' पुन्हा त्या जपानी माणसाला ती म्हणाली, ''फक्त साठ डॉलर्स. सर्वोत्कृष्ट कॅमेरा.'' यांत्रिकपणे त्या गृहस्थाने त्याच्यासारख्याच बधीर झालेल्या मैत्रिणीकडे पाहिले. ''नाही. नको. थँक यू!''

''ओके. फक्त पन्नास डॉलर्स.''

''आमच्याकडे अगोदरच एक कॅमेरा आहे. हा पाहा.'' त्याच्या मैत्रिणीने निकॉनचा सर्वांत महागडा हजार डॉलर्सचा कॅमेरा दाखवला. ''झॉन्गशान रोडवर बरीच कॅमेरा दुरुस्तीची दुकानं आहेत. तुझा कॅमेरा ते दुरुस्त करतील.''

''तो बिघडला नाही आहे! सांगते नं मी,''क्लेअर ओरडली.

''पन्नास डॉलर्स. सर्वांत उत्कृष्ट कॅमेरा.''

शेवटी कंटाळून त्या जपान्याने तिच्या हातातील कॅमेरा हिसकावला आणि त्याला पडलेला तडा दाखवला.

''ओके. कदाचित थोडी दुरुस्ती करावी लागेल. पण असाच घेऊन टाका नं,'' काहीतरी अडखळत क्लेअर म्हणाली.

त्याने थंडपणे नजर वळवली.

''मला म्हणायचं आहे असाच भेट म्हणून. पन्नास डॉलर्स म्हणाले, तेव्हा मी केवढ्याला घेतला ते सांगत होते.'' माघार घेत क्लेअर म्हणाली, ''ही भेट आहे. तुम्हाला समजत आहे नं? मला फार जड झाली आहे सॅक. मी नाही वागवू शकत हे ओझं.''

ते जपानी जोडपे उठून सरळ चालायला लागले. आश्चर्य म्हणजे क्लेअर त्यांच्या पाठोपाठ लिफ्टपर्यंत गेली. ''हे घ्या. ही भेट आहे तुमच्यासाठी!'' आणि ते गेल्यावर क्लेअर बिछान्यावर बसून उदासपणे त्या इन्स्टामेटिक कॅमेऱ्याकडे पाहत राहिली.

''तुला ओरडल्याबद्दल माफ कर. पण मी काही महत्त्वाचं काम करण्याचा प्रयत्न करत होते.''

हाताची घडी घालून मी उपहासाने बोलले, ''फार कौशल्याचं काम होतं बिघडलेला कॅमेरा विकण्याचं.''

''काय चूक काय बरोबर मला सांगू नकोस. तुझा त्याच्याशी काही संबंध नाही. मला वाटेल ते मी करेन. आणि दुसरं म्हणजे कॅमेरा बिघडलेला नाही. फक्त तो कसा वापरायचा, मला माहीत नाही.''

''तू त्याच्यावर बसली होतीस,'' मी किंचाळले. ''आणि तू लोकांना भंगार विकत फिरायला लागलीस, तर नक्कीच माझा संबंध आहे. कारण आपण त्यांच्यावर

अवलंबून आहोत. नंतर ते आपल्यावर विश्वास ठेवणार नाहीत.''

ती किंचाळली, ''शट अप! तू काय बोलत आहेस, याची तुला कल्पना नाही. मला एकटं सोड.''

''हं छान. मलासुद्धा आनंदच होईल.'' मी माझा वाईट दिसणारा गुलाबी स्वेटर उचलला आणि लिफ्टची बटणे दाबली. ''एकटं राहायचं आहे नं तुला? राहा!''

मी खाली पोचले, तेव्हा रडवेली झाले होते. ग्युईलिनच्या रस्त्यांवर मी फिरत होते. एकामागोमाग एक रस्ते ओलांडून निरुद्देश भटकत होते. *'काय झालं नक्की वर? काय चाललं आहे तरी काय?'* मी एक छोटा पूल ओलांडला, मग पोस्ट ऑफिस. माझ्या भावनांवर ताबा मिळवत मी आठवू लागले. खेळाची फिल्म पाहावी, तशी प्रत्येक फ्रेम आमची चूक शोधण्यासाठी तपासत राहिले. झॉन्गशान रोडवर दोन प्रवासी बिव्हरकडे बोट दाखवत उभे असलेले मला दिसले. ''त्यात आलं वापरून तुम्ही ते शिजवता का?'' ती स्त्री वेटरला विचारत होती. देवा, काय हा वेडेपणा! मी थांबून श्वास घेण्याचा प्रयत्न केला. दमेकऱ्यासारखी घरघर ऐकू येत होती. डोळ्याच्या कोपऱ्यातून मला दिसले, हिरवा ढगळ आर्मी कोट घालून क्लेअर माझा पाठलाग करत होती.

***

त्या रात्री आम्ही प्रतिस्पर्ध्यांसारख्या समोरासमोर बसलो. जेव्हा इतर प्रवासी फिरून आले; तेव्हा त्यांच्यासोबत खूप गप्पा, विनोद केल्याचे मी नाटक केले. मधून-मधून क्लेअरकडे कटाक्ष टाकले – 'पाहा, इतर लोक गाढवासारखं वागत नाहीत. जेव्हा एका डच जोडप्याने आणि न्यूझीलन्डच्या प्रवाशांनी आम्हाला डिनरसाठी आमंत्रण दिले, तेव्हा मी ते तत्काळ स्वीकारले. क्लेअर नुसती पाहत राहिली. पण निघण्याची वेळ झाल्यावर चिडून लिपग्लॉस वगैरे लावून पाठोपाठ आली. झॉन्गशान रोडवर आम्ही सगळे बरोबर गेलो. सुदैवाने जिवंत प्राणी न मांडलेले उपाहारगृह त्यांनी निवडले. मी जाहीर केले. ''मला वेगवेगळ्या खाद्यसंस्कृतीचे पदार्थ आवडतील. पण अर्थातच कुत्र्याचं मांस नको.'' रस्त्यापलीकडील उपाहारगृहामध्ये मांडलेल्या प्राण्यांकडे क्लेअर पाहत राहिली. आम्ही सर्वांनी शाकाहारी फ्राइड राइस, शाकाहारी नूडल्स आणि फ्राइड व्हेजिटेबल्स मागवले, तरी त्यांना क्लेअरने स्पर्श केला नाही. डच प्रवासी एका मागे एक बिअर मागवत राहिला आणि आम्हा सर्वांकडे त्या सरकवत राहिला. गेस्टहाउसला आम्ही परतलो, तेव्हा सर्व जण एकमेकांच्या कमरेभोवती हात घालून अडखळत आणि खिदळत चालत होतो. त्या थंड खोलीमध्ये गांज्याचा गोड सुवास पसरला होता. दोन जपानी मुली बिछान्यावर बसून गाणी म्हणत होत्या. माझ्या शेजारी बसत क्लेअरने हळुवारपणे तिचे मस्तक माझ्या

खांद्यावर ठेवले. सावकाश मृदू स्वरात तिने इतरांबरोबर गाण्यास सुरुवात केली. तिचे डोळे भरून आले होते.

दुसऱ्या दिवशी पहाटे मी जागी झाले. बाकी लोक अद्यापि झोपलेलेच होते. क्षितिज लालबुंद, सोनेरी, पिवळसर, केशरी अशा वेगवेगळ्या रंगांनी सजलेले होते. उगवत्या सूर्याच्या आणि त्या आकाशाच्या पार्श्वभूमीवर शिखरे निळी-जांभळी दिसत होती. इतके चकचकीत प्रेक्षणीय ताजे रंग होते, की कोणी तो देखावा रंगवला होता, असे वाटावे.

"क्लेअर उठ. तू हे पाहायला हवं," मी कुजबुजले. ती चुळबुळत उठून बसली आणि मग त्या अप्रतिम दृश्याकडे पाहत राहिली.

"आश्चर्यकारक सुंदर आहे नं?' मी म्हणाले.

तिने व्याकूळतेने मान हलवत होकार भरला. जणू ती आता रडायला लागणार होती. आर्जवी स्वरात ती म्हणाली, "आपण यांगशुओला जाऊ ना. आजच्या आज. प्लीज!"

***

प्रत्येक तासाला बस होती. ब्रेकफास्टनंतरची पहिली बस आम्ही घेतली. बसमध्ये फक्त आम्हीच पाश्चात्य प्रवासी होतो. क्लेअर आधी खिडकीजवळच्या सीटवर बसली. रस्त्यावर डोळे रोखून, सगळ्यात मोठ्या आवाजात वॉकमन ऐकत तिने प्रवास केला. संपूर्ण प्रवासात एकच गाणे ती पुन्हापुन्हा ऐकत राहिली. जरी मीसुद्धा बरेचदा तसेच करत असते, तरी बटणाच्या क्लिक-क्लिक आणि व्हीईईई आवाजाने मी त्रासून गेले.

मी सतत खोकत होते. खोल क्षयरोग्यासारखा चिकट खोकला. बसमधील इतर प्रवासीसुद्धा खोकतच होते. आम्ही संसर्गाचा मोठा जमावच होतो. ग्युईलिनचा हायवे संपून कच्चा रस्ता लागला होता. बाहेरचे दृश्य अधिक दाट आणि जंगलमय होत चालले होते. पर्वतांवर, दऱ्यांवर धुके तरंगत होते. चुनखडीच्या आकृत्यांच्या जंगलात आम्ही पोचेपर्यंत अधिक शिखरे आम्हाला दिसली. त्यांच्या भव्यतेने आमच्यावर ती झुकली होती. जीव दडपून जात होता. पॅलेझोईक काळातील सौंदर्य! बसने दरीत प्रवेश केला. सूर्यप्रकाश भाताच्या शेतांवर आणि पाण्याच्या झऱ्यांवर चमकायला लागला. पाण्यात म्हशी डुंबत होत्या. रस्त्याकडेला बांबूच्या झोपडीत एक छोटे दुकान होते. त्यापलीकडे फक्त हिरवेगार जंगल. आम्ही अगदी अंतर्भागामध्ये प्रवेश केला होता. उंच गवत आणि शेतांवर प्रवाही वाटावा, असा हिरवागार रंग! एकाएकी चुनखडीच्या सुळक्याच्या पायथ्याशी बसने अचानक वळण घेतले. आणि मातीच्या रस्त्यावर धावू लागली. एका जागी थांबताच स्वयंचलित दरवाजे उघडले.

सगळे चिनी खाली उतरले. कुठे होतो, काही अंदाज नव्हता. क्लेअर आणि मीसुद्धा उतरलो.

''यांगशुओ?'' क्लेअरने जमिनीकडे बोट रोखत ओरडून विचारले. ड्रायव्हर काही उत्तर देण्याच्या आत नवीन चिनी प्रवाशांचा घोळका आम्हाला ढकलून सामानसुमान घेऊन गोंधळ करत बसमध्ये चढला. त्यांच्या गलक्यात काही ऐकू येणे शक्य नव्हते. काही दिसतही नव्हते. एक झटका बसला. एक्झॉस्टचा आवाज झाला. बस पुढे निघाली. आम्ही दोघी रस्त्याकडेला शुभ्र पांढऱ्या प्रकाशात डोळे दिपून उभ्या राहिलो.

क्लेअरने आर्मी कोट काढला. केसांचा पोनिटेल बांधला. मी माझा गुलाबी स्वेटर बॅगेमध्ये कोंबला. इतर कुठे जावे कळत नसल्याने बॅगा घेऊन दूर एक इमारतींचा पुंजका दिसत होता, तिकडे आम्ही निघालो. थोडे खाली बसून काहीतरी चघळणारे चिनी सोडल्यास रस्ता निर्मनुष्य होता, आम्ही कोपऱ्यावर वळेपर्यंतच.

आम्ही विटांच्या झाडीने वेढलेल्या रस्त्यावर होतो. दूर संगीत ऐकू येत होते. आम्ही जरा जवळ जाताच ते ओळखीचे वाटले. 'क्रेडेन्स क्लिअर वॉटर रिव्हायव्हल' या जॉन फॉगेटीच्या गाण्याचे स्वर होते ते. 'सम फोक्स आर बॉर्न, मेड टू वेव्ह अ फ्लॅग, ओऽह दे आर रेड व्हाइट अॅन्ड ब्ल्यू.'

मोकळ्या जागेतून आम्ही एका छान खुल्या उपाहारगृहाजवळ आलो होतो. 'ग्रीन लोटस पीक इन' अशी त्यावर पाटी लटकवलेली होती. त्या पाटीखाली कोणीतरी लाकडी फळीवर लिहिले होते :

'थंड बीअर आणि स्थानिक कलांचा आस्वाद घ्या.'

'अगदी आई बनवते, त्या पद्धतीने घरगुती स्वयंपाक.'

टॅन्क टॉप आणि शॉर्ट्स घातलेले बॅकपॅकर्स छोट्या लाकडी टेबलांजवळ उन्हात आरामात बसले होते. त्यांच्यासमोर अर्धवट भरलेले गुलाबी-पिवळ्या रंगाचे फेसाळ पेय होते. उघड्या अंगाने दोन तरुण डोक्यामागे हात घेऊन पहुडले होते. त्यांच्या गोंदलेल्या शरीराचा भाग धातूसारखा उन्हात चमकत होता. ब्लेंडरचा आवाज संगीतावर मात करत होता.

''जीझस, हे वाच,'' क्लेअर उद्गारली.

खडूने लिहिलेला मेन्यू आत टांगलेला होता.

पॅनकेक

बनाना पॅनकेक

चॉकलेट पॅनकेक

वॉफल

बनाना वॉफल

चॉकलेट वॉफल

हॅम्बर्गर

बीफ स्ट्यू

ग्रील चीझ

मॅकरोनी चीझ

मिल्कशेक

उपाहारगृहाच्या दरवाजाशेजारी असणाऱ्या स्टॉलवर वापरलेल्या कॅसेट टेप्स होत्या. विकत घ्या! बदल करा! हवे ते संगीत!!! आणखी पुढे मण्याच्या माळा, पितळी ब्रेसलेट अशा दिखाऊ दागिन्यांचा स्टॉल होता. त्याच्या शेजारी सेकंड हॅन्ड इंग्लिश, जर्मन, स्पॅनिश पेपरबॅकच्या पुस्तकांचा स्टॉल होता. त्या रस्त्याच्या टोकाला एका झोपडीत प्रवासी कार्यालय होते. पिवळ्या फ्लुरोसन्ट रंगाच्या पाटीवर लिहिले होते, 'तिकिटे मिळतील! रेल्वे! विमान! भाड्याने सायकली मिळतील! रात्रीची मासेमारी सफर! इंग्लिश संभाषण! जलद आणि सोपे आरक्षण!' त्यासमोर एक खुला बार आणि उपाहारगृह होते त्यावर फक्त **पिइझा** असा फलक होता.

सुरुवातीला आम्हाला वाटले, तो एक भ्रम होता. आम्ही वस्तीपासून दूर होतो – प्रागैतिहासिक मूळ भूमीवर – आणि तरी आम्ही पाश्चात्त्य हिप्पी संस्कृतीच्या आणि इंग्लिश वातावरणाच्या ओऑसिसमध्ये टपकलो होतो. क्रिडेन्स क्लिअर वॉटरचे गीत आणि ब्लेंडरचा आवाज, ग्लासांची किणकिण आणि मंद स्वरातील संभाषण यांखेरीज कसलाही आवाज नव्हता.

''हे खरं आहे का?'' मी विचारले.

हातामध्ये ट्रे घेऊन एक तरुण वेट्रेस बाहेर आली. ती चिनी होती. उन्हामुळे तिचे डोळे दिपले होते. तिच्यात काहीतरी पाश्चात्त्य झाक होती. ती उंच, सडसडीत होती. गुलाबी फुग्याच्या बाह्यांचा ब्लाउज आणि बेज रंगाचा घोळदार स्कर्ट असा तिचा वेश होता. खांद्यापर्यंत आलेले केस मागे घेऊन बांधलेले होते. तिचा हसरा चेहरा नितळ दिसत होता. ''हॅलो! ग्रीन लोटस पीक इनमध्ये तुमचं स्वागत!'' टेबलांच्या रांगेतून आमच्याकडे येत ती म्हणाली, ''मी लिसा.'' एक चकित करणारी गोष्ट तिने केली. ट्रे खाली ठेवून तिने आम्हाला आलिंगन दिले.

तिला यापूर्वीही भेटले होते, असे चमत्कारिक असले, तरी मला वाटले. मी तिला ओळखत होते. क्लेअर आणि माझ्या बरोबरीचेच तिचे वय होते. उत्साही, महत्त्वाकांक्षी लिसा आमचेच चिनी रूप होती. मैत्रिभाव असणारी, वेगळ्या प्रकारचे जीवन जगणारी भगिनी. तिच्या व्यक्तित्वामध्ये काहीतरी मातृभाव होता. तिचा चेहरा तेजस्वी होता. डोळे आर्त आणि काहीसे उदास होते. क्लेअरलासुद्धा ते जाणवले

असावे. प्रथमच तिच्या चेहऱ्यावरचे त्रस्त भाव नाहीसे झाले, आखडल्यासारखे झालेले तिचे शरीर सैलावले.

''वॉव! हाय!'' लिसा उद्गारली. तिच्या लांब, सडसडीत बाहूंमध्ये तिने क्लेअरला वेढले. सहसा आलिंगन न देणाऱ्या क्लेअरनेही तिला प्रतिसाद दिला. क्षणभर त्या तशाच उभ्या राहिल्या. दूर होताना तिच्या सोनेरी बटांना हात लावत लिसा म्हणाली, ''ओह, तुझे सोनेरी केस. तुम्ही दोघी खूप सुंदर आहात. कुठून आलात तुम्ही?''

आम्ही 'अमेरिका' सांगताच ती म्हणाली, ''म्हणजे खूप दुरून आला आहात. घरापासून दूर. खूप कठीण जात असेल. घरची आठवण येते नं? पण इथे यांगशुओमध्ये काही काळजी नाही. मला इंग्लिश येतं आणि पाश्चात्त्य अन्न मिळतं. तुम्हाला राहण्यासाठी जागा हवी नं?''

मी आणि क्लेअरने मतिमंद असल्यासारख्या माना हालवल्या. चीनमध्ये साध्या-साध्या गोष्टी – टॉयलेट शोधणे, तिकीट घेणे फार कठीण आणि मानहानीकारक झाले होते. त्याने आम्ही विद्ध झालो होतो. आकसून गेलो होतो. इथे अचानक त्या तणावातून मुक्त झाल्यावर आम्हाला आमच्यावरच्या दडपणाची जाणीव झाली. आमच्या डोळ्यातून अश्रू ओघळायला लागले.

''ओऽऽ ह!'' लिसा सहानुभूतीने म्हणाली, ''रडू नकोस. आता तुम्ही चांगल्या लोकांमध्ये आहात. या रस्त्यावरून खाली जा. प्रथम डावीकडे वळा, नंतर उजवीकडे. तिथे गार्डन गेस्टहाउस आहे. चांगली खोली मिळेल तिथे. नंतर तुम्ही आवरून इकडे या. तोवर मी तुमचं जेवण बनवते. अगदी आई बनवते तसं.''

गार्डन गेस्टहाउसच्या मालकाने सांगितले, इतर प्रवाशांबरोबर राहण्यास तयार असू, तर तो आम्हाला चांगली रूम द्यायला तयार होता. मातीच्या जमिनीवर जरा उंच चौथऱ्यावर तीन बेड्स ठेवलेल्या शाकारलेल्या झोपडीत त्याने आम्हाला नेले. मच्छरदाणी लावलेली होती. पलीकडे मोकळ्या अंगणात काँक्रीटच्या इमारतीमध्ये टॉयलेट होते.

शांघाय किंवा बीजिंग येथे अशा निवासामध्ये आम्हाला फार गैरसोय वाटत होती. पण इथे ग्रामीण यांगशुओमध्ये ते आकर्षक वाटत होते.

''हे बरंचसं कॅम्पिंग केल्यासारखं आहे. आता केरोसिनचे दिवे, हेल्मेट आणि पाळीव प्राणी यांचीच काय ती कमी आहे,'' बॅकपॅक उतरवत क्लेअर म्हणाली. क्लेअरचा चांगला मूड पाहून मला बरे वाटले. त्यानंतर आम्ही आनंदाने आणि चवीने बनाना पॅनकेक्सची चळत संपवली. प्रत्येक घासाला सुखद उद्गार! काउन्टरमागे व्हेन मॉरिसनचे 'ब्राउन आईड गर्ल' गीत झंकारत होते. शिवाय पॅनकेकच्या विविधतेपेक्षा एकाहून एक सुंदर, आकर्षक तरुणांची संगत त्या कॅफेमध्ये होती. उत्साही

बुद्धिबळपटू एकाग्रतेने डाव मांडून बसले. सॅन्डल्स आणि ढगळ शर्ट घातलेले, दाट झुलपे असणारे, ग्रीक देवता 'अपोलोसारखे दिसणारे' तरुण फिरत होते. काही उन्हाने रापलेले बॅकपॅकर्स दणकट हातात पायनॅपल मिल्कशेकचे ग्लास पकडून कॅमेऱ्यामध्ये फिल्मरोल घालत होते. कॅफेच्या मागे ग्रीन लोटस शिखर उंच गेलेले दिसत होते. जणू त्या सर्व देखाव्याला आशीर्वाद देत होते. हलके-हलके वाहणाऱ्या वाऱ्याला फुलांचा मंद सुगंध होता. त्या स्वीडिश महिला बरोबरच होत्या. हा खरोखरच स्वर्ग होता.

क्लेअर मला खुणावून सांगत होती, ''पाहिलंस? म्हणून मी तुला इकडे यायला सांगत होते.'' तिने केसांना झटका दिला अन् मी हसले.

''मी गंभीरपणे बोलत आहे. आपण लिसाला भेटणं *ठरलेलं* होतं. पाहा ना? ती आपली रक्षक आहे. *ती* आपला संपर्क आहे,'' क्लेअर कुजबुजत्या स्वरात म्हणाली.

''एक्सक्युज मी लेडीज,'' एक बुद्धिबळपटू आमच्या जवळ उभे राहून म्हणाला. त्याचे लांब काळे केस आणि त्याची नजर यांनी तर मी विद्ध झाले. एकदम सावध!

''मी थॅन.'' मागे आपल्या टेबलकडे बोट करत तो म्हणाला, ''मला आणि माझ्या मित्राला तुमच्यासाठी बिअर घ्यायला आवडेल. अर्थात तुम्हाला चालणार असेल तर.''

मी केसातून हात फिरवताच एक डोळा बटांखाली झाकला गेला. मी तशी अधिक मादक दिसते, असे मला वाटायचे. ''तुम्ही आमच्यासोबत बसून पिणार असाल, तर चालेल,'' मी म्हणाले.

क्लेअरने झटकन टेबलाखालून माझ्या पायाला लाथ मारली. पण थॅनने त्याच्या मित्राला वळून बोलावलेसुद्धा होते. सेकंदातच आमच्याशेजारी गर्दी झाली. इंग्लिश सायमन, जर्मन गुस्ताव्ह आमच्याभोवती खुर्च्या ओढून बसले. रिकामे ग्लास टेबलवर ठेवून घडीचे पट उघडले. गुस्ताव्हने मार्लबरो सिगारेट्स सगळ्यांना देऊ केल्या. पाकीट ब्रेस्टपॉकिटमध्ये ठेवत त्याने लिसाला हाक मारून आणखी पाच त्सिंगताओ आणायला सांगितल्या. सायमन आणि थॅन यांनी ग्लास उंचावले. ''शांततेसाठी, प्रेमासाठी, यांगशुओ समजून घेण्यासाठी!'' आमच्या खुर्च्यांच्या पाठीवर हात टाकून ते समाधानाने रेलून बसले.

''आहा! स्वच्छ सूर्यप्रकाश, थंड बिअर, दोन सुंदर तरुणी आणि बुद्धिबळाचा पट यांहून अधिक काय हवं!'' थॅन उद्गारला.

''आणखी एक सुंदरी,'' सायमनने सुचवले. त्याची खुर्ची क्लेअरजवळ घेऊन तो म्हणाला, ''आता सांग बरं, तू कुठून आलीस? तू कुठे होतीस? आणि कुठे जाणार आहेस? मायक्रोनेशियातील भौगोलिक राजकीय परिस्थितीबद्दल तुझं काय

मत आहे?''

थॅनने विचारले, ''काय निवडतेस तू? एकाधिकारशाही की मुक्त स्वरूपातील नरमांसभक्षकता?''

''चेहऱ्यावर केस असणाऱ्या स्त्रिया की स्तन असणारे पुरुष?'' गुस्ताव्ह म्हणाला.

मी खोटे-खोटे चिडून विचारले, ''खरंच मला निवडावं लागणार का?''

ते सगळे एकदम हसले. त्याच्या एकत्रित लक्ष वेधण्यामुळे मला उमलल्यासारखे वाटले. असे मस्ती करताना मोकळे वाटले, हलकीफुलकी बडबड करत, विनोद करत, हसत मला पुन्हा जिवंत झाल्यासारखे वाटले. आम्ही ब्राउन विद्यापीठात असतो, तर अशा वेडपट तात्त्विक चर्चांसारख्या गोष्टींमध्ये क्लेअर आनंदाने सहभागी झाली असती. चेहऱ्यावर मिश्कील भाव आणि चतुर शेरेबाजी हे तिचे वैशिष्ट्यच होते. जसे की कोणाच्या आयुष्यावर संगीतिका चांगली बनेल? सॉक्रेटिस की डॉली पार्टन? पण इथे ती आखडून ताठ बसली होती. जेव्हा-जेव्हा त्यांनी तिच्याशी बोलण्याचा प्रयत्न केला, तेव्हा-तेव्हा कॉलर गळ्याशी ओढून ती तुटकपणे म्हणे, ''नाही. मला सांगता येणं शक्य नाही. काहीही.'' बिअर पिऊन झाल्यावर त्यांनी चेसबोर्ड गुंडाळले. भाड्याने सायकली घेऊन ते दिवसभर पर्वतांमध्ये फिरणार होते. ''तुम्हालाही यायचं आहे का? दोन सायकली नक्की मिळू शकतील''

थंडपणे क्लेअरने सांगितले, ''नको. धन्यवाद! नुकतीच ओळख झालेल्या अनोळखी तरुणांसोबत आम्ही जंगलात जात नसतो.''

मी रागाने तिच्याकडे पाहिले. त्यांनीही एकमेकांकडे पाहून खांदे वर केले. वळून ते निघून गेले. ''एक्सक्युज मी, पण तुझा नक्की प्रॉब्लेम काय आहे? ते आपल्याकडे आकर्षित झाले होते,'' मी म्हणाले.

''माझा काय प्रॉब्लेम असणार? सुझी ते कोण आहेत, याची तुला कल्पना नाही.''

''मग? तुला काय वाटतं? ते साधे बुद्धिबळ खेळणारे, सायकलींवर खेळणारे तरुण नाहीत. खुनी आहेत. आपण सगळं विसरून आनंदी राहू शकत नाही का? एकदा तरी या देखण्या तरुणांसोबत उत्स्फूर्तपणे वेळ घालवू शकत नाही का?''

गाल ओढून, हाताची घडी घालून क्लेअर म्हणाली, ''त्यांना आपल्याकडून काय हवं, हे तुला माहीत नाही. माझे बाबा फार महत्त्वाची व्यक्ती आहेत.''

''ख्राईस्ट!'' टेबलाचा आधार घेत मी म्हणाले, ''कोणाला पर्वा आहे तुझे बाबा कोण आहेत याची, क्लेअर? गेले १८ महिने ते तरुण आशियामध्ये फिरत आहेत. ते युरोपियन आहेत. ते कशाला महत्त्व देतील?''

''त्यांचे छुपे हेतू आहेत.''

''हो ऽऽ? खरंच. माझाही हेतू आहे. ते तरुण देखणे आणि एकटे आहेत.''

ती हसली नाही. ''सुझी!'' ती खालच्या तीक्ष्ण स्वरात म्हणाली, ''तुला कळत आहे का इथे, चीनमध्ये लोक आपल्यावर पाळत ठेवून आहेत?''

मी त्रासून तिच्याकडे पाहिले अन् म्हणाले, ''भलतंच काय? आपण साम्यवादी चीनमध्ये आहोत.''

''मी त्याबद्दल बोलत नाही आहे. दुसऱ्या लोकांबद्दल बोलते आहे सुझ. तुला त्याची जाणीवसुद्धा नाही. मी त्यांना आपल्यावर लक्ष ठेवताना पाहिलं आहे. इकडे काय चाललं आहे, याची तुला जराही कल्पना नाही सुझी.''

नंतर जणू आता जे बोलली, ते पुसून टाकण्याच्या आविर्भावात तिने हात हालवले. ''विसर ते.'' तिने उसासा टाकला. अचानक समजूतदार स्वरात ती बोलायला लागली. ''हे पाहा, मला १०० टक्के खातरी नाही अजून. तापही नुकताच गेला आहे आणि फार बंदिस्त वाटत आहे. चल, फक्त फिरायला जाऊ मोकळ्या हवेत.''

लिसाने मोकळ्या शेतातून जाणारा गोल नदीकाठाने, खेड्याबाहेरून जाणारा मार्ग सुचवला. आम्ही मूकपणे रांगेत चालत होतो. पाण्याचा मंद आवाज साथीला होता. नदीकिनारी हवेला गोडसर सुगंध होता. आमच्या डोक्यावरून बदके उडत होती. पाठीवर कडक उन्हाने भाजले; तरी संथ, थंड हवा सुखद वाटत होती. रस्ता नदीपासून दूर-दूर सावकाश हिरव्या भातशेतांकडे वळत गेला. शेते फॉस्फरससारखी चमकदार हिरवी दिसत होती.

''लिसा.'' क्लेअर स्वत:शीच बोलत होती. ''लिसा खूप चांगली आहे. खरोखर काळजी घेणारी, हुशार, समंजस आहे. तिला पाहताना मला माझ्या आईची आठवण आली. अगदी शारीरिक दु:ख व्हानं, एवढी कुणाची आठवण येते तुला?''

''हं. बहुतेक वेळा मित्रांची!'' मी सहज बोलले.

क्लेअर हाताची घडी घालत माझ्यापासून दूर गेली. उंच पाय आणि जलद गती यांमुळे आमच्यामध्ये जवळपास १२ फुटांचे अंतर पडले. होईल तितके भरभर मी तिच्यामागे जाण्याचा प्रयत्न केला. 'आय हॅव बीन वॉकिंग ऑन द रेल रोड' गुणगुणत ती पुढे जात राहिली. मी जवळ येत होते, असे दिसताच तिने धावायला सुरुवात केली. भातशेतांमधून ती धावायला लागली.

तिला हाका मारत मीही तिच्यामागे धावू लागले. पण ती खेळाडू होती. सडसडीत क्लेअर धावत दूर गेली. दूर शेतांमध्ये दोन कामगार स्त्रिया काम करत होत्या तिथपर्यंत.

तिच्यामागे धावताना माझ्या लक्षात आले, मला श्वासही घेता येत नव्हता.

गुडघ्यावर हात ठेवून मला दूर १० फुटावर थांबावे लागले. आता मी पिवळट रंगांचे कफाचे गोळे थुंकत होते. धापा टाकत, खोकत तिच्याजवळ पोचले, तेव्हा माझ्या लक्षात आले, तीसुद्धा गवतावर वाकली होती. तिला दम लागलेला नव्हता, तर ती काम करत होती. एका वयस्कर बाईच्या हातून कोयता खेचून घेऊन तिच्या मुलीबरोबर ती भाताची कापणी करायला लागली होती. अगदी मूकपणे मुठी भरून भात कापून एका घमेल्यात त्या टाकत होत्या.

गोंधळलेली वयस्कर बाई क्लेअरशेजारी उभी होती. त्यांनी कोणीही माझी दखल घेतली नाही. नैसर्गिकरीत्या खूप वर्षे एकत्र काम केल्यासारख्या त्या लयीत काम करत राहिल्या.

"क्लेअर!"

पण ती शब्द न बोलता कापणी करत राहिली.

हताशपणे ती वयस्कर बाई माझ्याकडे पाहत राहिली. धावत जाऊन बांबूच्या छायेतून तिने दोन कोयते आणून एक माझ्यापुढे धरला. "मला वाटतं, तुलासुद्धा कापणी करून पाहायची असेल."

"शेय शेय नी," मी पुटपुटले. माझ्याशेजारी बसून ती बाई मला कसे कापायचे, ते दाखवू लागली. काही वेळ पूर्ण गप्प राहून आम्ही काम केले. कष्टाचे असले, तरी लयीत काम केल्याने आम्ही मंत्रमुग्ध झालो. माझी वाकलेली पाठ, थंड हवा, हातातील घाम, उजव्या हाताचा जोरकस झटका आणि कापताना होणारी सळसळ यांचीच फक्त जाणीव उरली. बेंड, ग्रॅब, स्विंग, रीप – वाका, पकडा, कापा, उचला... आम्ही सर्व एका लयीत हालत होतो.

स्वत: सर्व बंधनांतून मुक्त होत असल्याचा अनुभव मला येत होता. भोवतीच्या हिरवाईत मी एकरूप झाले होते. वृक्षांमधून मंद वाऱ्याची सळसळ, झिरपणारे ऊन, कामाची लय या अनुभूतींशी मी एकरूप झाले होते. पाठीवर उबदार ऊन, त्या चिनी स्त्रियांचा रंग, वेण्यांना बांधलेला लाल धागा, मळलेले निळे गणवेश, गवती टोप्या हे तेजस्वी हिरव्या शेतांवर उठून दिसत होते.

जमीन ओलसर आणि हवा स्वच्छ थंड होती. कापलेल्या भाताचा ढीग वाढत होता.

क्लेअर गायब झाली, हे मला समजलेच नाही. अचानक लक्षात आले, तेव्हा मी उभी राहून आजूबाजूला पाहू लागले. हिरवा समुद्र सगळीकडे पसरला होता. मी क्लेअरला साद घातली.

त्या वयस्कर बाईने मला स्पर्श करून माझे लक्ष वेधले. दहा यार्ड अंतरावर उंच वाढलेल्या भातामध्ये ती हाताची घडी घालून पहुडली होती. मी धावत तिच्याकडे गेले. हात पकडून तिला उठवत म्हणाले, "काय करत आहेस तू?"

तिने डोळे झोपाळूपणे उघडले आणि विचारले, "झालीस का तयार तू? काय गरम होतं आहे!"सावकाश उभे राहत तिने कपडे झटकले. त्या बायकांपर्यंत जाऊन तिने कोयता ठेवला अन् ती मागे रस्त्याकडे चालायला लागली. मी तिचा पाठलाग करत राहिले. "माफ कर." तिचा हात पकडत मी म्हणाले, "काय चालवलं आहेस तू?"

ती गर्रकन वळाली. निराशेने तिच्या नाकपुड्या थरथरत होत्या. "तू म्हणालीस आपण उत्स्फूर्तपणे वागायला हवं. मग? मी तेच करत होते. मी शब्दश: नव्या मार्गावर चालायला लागले होते. आता तुला काय प्रॉब्लेम आहे?"

"मला प्रॉब्लेम? तुला काय झालं आहे? हाच मला पडलेला प्रश्न आहे."

शाळेत वाचलेल्या सर्व साहसकथांमध्ये सर्व साहसवीरांच्या जोड्यांच्या अतीव शौर्याच्या आणि अतूट मैत्रीच्या कथा होत्या. त्यांच्यात कधी मतभेद झाले असतील का? आता क्लेअर माझ्यासमोर होती. ती मला कंटाळली होती, हे स्पष्टच दिसत होते. आमच्या सहलीमध्ये असे काही घडेल, हे मला अपेक्षित नव्हते. कसे शक्य होते लोकांना? नाईलचा उगम शोधणे किंवा पृथ्वीप्रदक्षिणा फार दूरच्या गोष्टी झाल्या. एकमेकींसोबत सारख्या उत्साहाने प्रवास करणे, हेच मुळात फार मोठे शौर्य वाटले त्या क्षणी.

क्लेअर आणि मी मूकपणे चालत होतो. मनातली प्रक्षुब्धता दडवत,भौगोलिक आश्चर्य मानल्या गेलेल्या चीनच्या मध्यभागामध्ये आम्ही होतो. अद्भुत अशा भौगोलिक, जैविक आणि कृषी यांविषयक गोष्टींवर मी लक्ष केंद्रित करू शकत नव्हते. वैयक्तिक रुसव्याचा माझ्या मनावर पगडा होता. *क्लेअर इतकी स्वमग्न आहे की, सतत छोटे-छोटे नाटकी प्रसंग निर्माण करते. ज्यामधून ती सुचवते की, सगळे जग तिच्याविरुद्ध जसे काही एक झाले आहे. लोकांना चांगल्या आणि महत्त्वाच्या इतर गोष्टी नसतातच.* ती शेफारली आहे का? केस असे झटकते आणि लांब मान दाखवते ती स्वत:चे श्रेष्ठत्व दाखवण्यासाठी. आणि बोलते कशी? खाणे तर पाहा. प्रवासात तिसऱ्या जगात डाएट करते का? शहाणपणा मिरवते. केवढ्या आढ्यतेने बोलते? थोडा वेळ ती स्वत:ला बाजूला ठेवू शकत नाही का? असेच विचार माझ्या मनात येत होते.

आणि त्याच वेळी क्लेअरच्या मनातही माझे असे मूल्यमापन चालले असणार. पाहा जरा तिच्याकडे. ज्याच्या त्याच्या गळ्यात पडते. ही फार मोठी स्त्रीवादी म्हणे. खरे सांगायचे, तर मुलांच्या मागे-मागे फिरते. घरी राहून काम करायचे आणि ज्या बारमध्ये ती काम करायची, त्या बारमध्येच थांबायचे हिने. कशी केविलवाणी दिसते, हे माहीत आहे का तिला?

माझ्या बेफिकीर वागण्याला ती कंटाळली असेल. माझ्या अंथरुणाजवळ

पडलेले पेपरनॅपकीन्सचे बोळे पाहून कोणीही वेडे होईल. माझे ज्योतिषाचे वेड! आणि बडबड! मी एखादे वाक्य बोलून थांबते का? अख्खा प्रसंग सांगत बसते. आणि माझा न्यूयॉर्कचा ॲटिट्युड? शिवाय मी स्वत:ला सुसंस्कृत शहरी समजत असले, तरी माझे वागणे बऱ्याचदा बेदरकार आणि ज्युईश असू शकते. मी स्वत: नीट विचार करायला हवा आहे. सगळे जग मॅनहॅटनभोवती फिरते, हे डोक्यातून काढायला हवे.

आम्ही आमच्या मानसिक आंदोलनात इतक्या हरवून गेलो होतो की, आमच्यासमोर कॅमेरा घेऊन उभी असलेली व्यक्ती आम्हाला दिसलीच नाही. तो तिथे अगदी जादूने अवतरला असावा. मूठभर धूळ फेकून निर्माण झालेला असावा! अगदी विसंगत दिसत होता तो. पूर्णपणे पाश्चिमात्य, देखणा, विचारी मुद्रेचा, करडे केस आणि खोल भावपूर्ण डोळे. त्याने सरळ कॅमेरा आमच्यावर रोखला.

"वो हे," क्लेअर ओरडली.

दचकून कॅमेरा खाली करत त्याने माफी मागितली. "मला तुम्ही दिसलाच नाहीत." त्याचा स्वर मधुर होता. तो स्वीडिश असावा, अशी मला शंका आली. पंचविशीच्या त्या तरुणाने जीन्स आणि पोलो शर्ट घातला होता. विंडब्रेकर कमरेला गुंडाळले होते. क्लेअरपेक्षा फार उंच नसला, तरी चांगला सुदृढ होता. क्लेअर एका पायावरून दुसऱ्या पायावर भार टाकत उभी होती.

"फार सुंदर स्थळ आहे हे. हो ना?" तो म्हणाला.

"कोण आहेस तू? कुठून आला आहेस?" तिने विचारले. आव्हानात्मक पावित्र्यात ती त्याला पाहत राहिली.

तो थोडा बुजत म्हणाला, "मी? मी जर्मन आहे."

त्याने एखादा गुन्हा कबूल केल्यासारखे क्लेअरने त्याच्याकडे पाहिले. पण मला मात्र तो फार आकर्षक वाटला. गोड चेहऱ्याचा बलवान तरुण.

"तुमचा रस्ता हरवला आहे का? आमच्यासोबत यायचं आहे का?"मी विचारले.

"नाही, नाही. मी हरवलो नाही," किंचित हसत तो म्हणाला. "पण मला तुमच्यासोबत यायला आवडेल. मी हा देखावा कॅमेऱ्यात पकडण्याचा प्रयत्न करत आहे. पण फार अवघड दिसत आहे," कॅमेरा गळ्यात अडकवत तो म्हणाला. त्याने हात उंचावताच त्याचे मऊ गोरे पोट दिसले.

क्लेअर त्रासलेली दिसली.

त्याने नम्रतेने विचारले, "तुम्ही चीनमध्ये केव्हापासून आलात?"

प्रतिसाद न देता ती शेतापलीकडे पाहत राहिली.

"एक महिना. आम्ही बॅकपॅकर्स आहोत," मी म्हणाले.

''खरंच?'' माझ्याकडे प्रथमच लक्ष देत तो म्हणाला, ''मला खूप नवल वाटते आहे. यासारख्या जागेत खूप दिवस राहिलात तुम्ही. कठीण आहे ते.''

पायाने झुडपांना लाथाडत पाने तुडवत क्लेअर दूर चालत गेली. मी डोळे फिरवत त्याला म्हणाले, ''तिच्याकडे लक्ष नको देऊस. ती फार मूडी झाली आहे.''

तरी त्याने कपाळावर आठ्या घातल्या.

''ती नुकतीच तापातून उठली आहे,'' मी सांगितले.

तो हसला. त्याचा स्वच्छ चेहरा उजळला. तपकिरी डोळे चमकले.

''आम्ही पृथ्वीप्रदक्षिणा करणार आहोत.'' सहजच बोलल्यासारखी मी म्हणाले, ''भारत, फ्रान्स, थायलन्ड, इजिप्त असेच सर्व प्रदेश.''

तो हसत म्हणाला, ''या क्रमाने नक्कीच नसेल.'' मीसुद्धा खिदळले. मग खोकायला लागले. संकोचले, पण मला थांबताच आले नाही. खोकत, वाकत मी चालत होते. एका झाडाच्या मुळावर अडकून पडताना त्याने मला कमरेला पकडून सावरले.

''ओ हो!'' मी त्याला बिलगले. त्याचा गंध सुखद होता. पाईन आणि स्वच्छ कपड्यांचा गंध. तो मला आलिंगन देत होता, हे लक्षात येताच दूर झाला आणि आनंदाने हसला. ''हं. हे जरा चमत्कारिक आहे. अचानक अवतरलेला देखणा तरुण.''

''हं. खरंच मजेदार. मीसुद्धा तुम्हाला अचानक जंगलात भेटलो.''

क्षणभर आम्ही लाजरेपणाने खाली पाहत राहिलो.

''हं. आता मी ओळख द्यायला हवी. मी एखार्ट.''

''एखार्ट,'' मी उच्चारायचा प्रयत्न केला.

''हो, एखार्ट ग्रीम.''

''ग्रीम? चेष्टा करतो आहेस नं? म्हणजे परीकथांच्या लेखकासारखं.''

''हं. तसंच.''

***

क्लेअरच्या पाठोपाठ आम्ही चालत राहिलो. एखार्ट आणि मी एकमेकांना स्वत:विषयी सांगत होतो. त्याच्या व्यवस्थित कपड्यांमुळे (ज्यांची शिवण अधिक घट्ट आणि वेगळी होती, कापड आणि ब्रॅन्डनेम वेगळे होते, तरी ते अमेरिकन स्पोर्ट्सच्या कपड्यांसारखे होते.) तो इतर बॅकपॅकर्सपेक्षा वेगळा दिसत होता. चीनमध्ये इतर बॅकपॅकर्स अव्यवस्थित घाणेरडे दिसत होते. तो अधिक प्रगल्भ वाटला. नवीन हस्तांतरण कार्यक्रमाचा भाग म्हणून चीनच्या नान्जिंग विद्यापीठात जर्मनीचा पहिला पदव्युत्तर विद्यार्थी म्हणून तो आला होता. तो प्रोग्रॅम अलीकडे संपला होता आणि

त्याला सुटी होती. गेले तीन महिने तो जिथे-जिथे गेला तिथे-तिथे तो एकटाच पाश्चात्त्य माणूस होता.

"काही वेळा ते छान वाटलं," तो म्हणाला. "मला अगदी राजेशाही आतिथ्य मिळालं. मी विशेष पाहुणा असल्याने आरक्षण, उत्तम जेवण वगैरे छान होतं. अर्थातच त्यांना माझ्या प्रत्येक हालचालीची माहिती होती. स्वच्छता करणाऱ्या स्त्रिया माझी प्रत्येक वस्तू हाताळत होत्या. अगदी माझी अंतर्वस्त्रंसुद्धा. पत्रे वाचत होत्या. जरा गमतीचं वाटत होतं ते. मी बाथरूममध्ये गेल्यावर प्रत्येकालाच तिथे यायचं असायचं"

एखार्टला गलेफ्रेंड नाही आणि तो अविवाहित होता समजल्याने मी आनंदले. पण अलीकडेच त्याचा प्रेमभंग झाला असावा.

त्याच्याशी थोडा वेळ बोलल्याने माझी मन:स्थिती सुधारली. त्याचे आकर्षणही वाटले. यांगशुओच्या दोन्ही रस्त्यांवरून फेरफटका मारून आम्ही परतलो, तेव्हा त्याच्या आकर्षणाने मला नशा चढल्यासारखे वाटत होते – फक्त ५५ मिनिटांच्या ओळखीतच! क्लेअर आमची प्रतीक्षा करत होती.

मादक स्मित करत सावकाश चालत ती आमच्या दिशेने आली. "मग रहस्यमय माणसा, एकदाचा जंगलातून रस्ता सापडला तर!"

"हो, हो," एखार्ट हसून म्हणाला. "त्यामध्ये रस्ता आहे. अगदी जंगल नाही ते."

गळ्यातील साखळीशी चाळा करत तिने विचारले, "आज रात्री तू कुठे राहणार आहेस?"

"मी कुठे राहणार?"

क्लेअरने केसातून हात फिरवताच उन्हामध्ये तिचे केस चमकले. त्याच्याकडे मोठ्या आर्त डोळ्यांनी कटाक्ष टाकला. त्याला भुलवण्याचे तिचे उघड प्रयत्न खूप विडंबन केल्यासारखे वाटत होते. *काय करत होती ती?*

"तू यांगशुओमध्येच राहणार आहेस नं?" लहान मुलीच्या गोड आवाजात ती म्हणाली. "जंगलात नक्कीच झोपणार नाहीस तू."

तो बावरला. माझ्याएवढेच त्यालाही हे निश्चितच विचित्र वाटले असावे. "मी गार्डन गेस्टहाउसमध्ये राहिलो आहे. माझ्यासोबत आणखी दोघे जण आहेत. आणि ते फार माथेफिरू नसावेत, अशी आशा आहे" तो संकोचून म्हणाला.

"आम्हीही तिथेच आहोत. किती नंबरची खोली?"

"पाच."

"ही तर आमची खोली." क्षणभर मला अत्यानंद झाला. एखार्ट आणि मी एकाच खोलीत असू. पण दुसऱ्याच क्षणी आठवले, क्लेअरसुद्धा सोबत असेल.

तशी तिरस्काराची लाट मनात पसरली.

"ओह, तू चेष्टा करतेस. मी तुमच्यासोबत राहणार की काय?" एखार्ट म्हणाला. क्लेअरकडून माझ्याकडे नजर फिरवताना तो हसत होता की वेडावत होता, कळत नव्हते.

नाटकीपणे झुकून क्लेअरने विचारले, "मग महोदय, संध्याकाळी आपण काय करावे, असे तुम्ही सुचवता?"

रात्री ली नदीमध्ये नौकानयन करण्याची त्याची इच्छा होती. तिथे आम्हाला आमंत्रण देताना त्याने क्लेअरकडे न पाहता सरळ माझ्याकडे पाहिल्याने मला समाधान वाटले.

"अर्थातच मला आनंद वाटेल," क्लेअर उत्तरली.

"मलाही," मी म्हणाले.

"छान! ठरलं तर मग! सुझी, तू आधी जाऊन आपल्यासाठी तिकिटं का नाही काढत?" क्लेअर म्हणाली.

"ओह, नको. प्लीज! मी घेईन तिकिटं. मला प्रवासी एजंटकडे जायचंच आहे. उद्या मी प्रथम ग्युईलिनला बसने जाणार, तिथून क्युन्मिंगला रेल्वेने. मी आधी आरक्षण केलं असलं, तरी तुम्हाला चीन माहीतच आहे. तिकिटं घेण्यासाठी तासन्तास लागू शकतात. मी बोटीची तिकिटे काढतो. उपाहारगृहामध्ये तुम्हाला भेटतो."

मला एक खासगी स्मित देऊन तो गेला. सुदैवाने क्लेअरचे तिकडे लक्ष नव्हते.

तो जाताच मला त्याची ओढ वाटली. क्लेअरही त्याच दिशेने पाहत होती. तिच्या ब्रॅन्डेड बुटाने माती उडवत क्लेअर म्हणाली, "ओह, प्लीज. आता मला सांगू नकोस की याचं तुला आकर्षण वाटतं."

"का नाही? तो देखणा आहे आणि तूच म्हणालीस ना, राष्ट्रीयत्व काही महत्त्वाचं नाही?"

"जीझस. तो किती छोटासा आहे. पाहा तरी, माझ्याहून एखादाच इंच उंच असेल." पायाने खडे उडवत ती पुढे म्हणाली, "हूण! चर्चिलने म्हटल्याप्रमाणे. एकतर ते तुमच्या पायाशी लोळण घेतात किंवा गळा पकडतात."

टाचांवर गर्रकन वळून ती म्हणाली, "मी लिसाकडे जात आहे." विखारी आवाजात म्हणाली, "ये, नाहीतर येऊ नकोस. तुझी मर्जी."

***

संध्याकाळपर्यंत ग्रीन लोटस पीक इन म्हणजे एक खुला नाइटक्लब झाला होता. टेबलवर दिवे थरथरत होते. के-सी आणि सनशाइन बॅन्ड मोठमोठ्याने घुमत होते.

वाढणाऱ्या गर्दीसाठी लाकडी क्रेट उलटे करून बसण्यासाठी उपयोगाला आणण्यात येत होते. सायमन आणि गुस्ताव्ह यांबरोबर आणखी एक जर्मन, एक बल्गेरियन आणि एक स्वीस तरुण होते. सर्व जण राइस व्होडकाचे घुटके घेत बसले होते. प्रत्येक जण घोट घेत असताना कॅफेमध्ये आनंदाचे चित्कार आणि गाणे उसळत असत. "हं. असंच, असंच." वेगवेगळ्या ॲक्सेंटमध्ये ते ऐकणे ही मजाच होती. होती. डोक्यावर माओ कॅप घातलेला बल्गेरियन ती डोळ्यांवर ओढून सारखी हवेत उडवत होता. गुस्ताव्हने आम्हाला पाहताच हाताने बोलवले. पण सायमनने त्याच्या कानात काहीतरी सांगताच तो थांबला.

ब्लेंडरचा आवाज आणि पॅनकेकची चुरचुर सतत ऐकू येत होती. इतर प्रवासी बिअरचे ग्लास किणकिणत होते. इकडेतिकडे हाका देत होते. फ्रिस्बीसारखे एकमेकांकडे पोस्टकार्ड फेकत होते. अधूनमधून स्थानिक चिनी माणूस उघड्या पायांनी गळ्यात पाण्याची बादली लटकवून जात होता. कुणीच त्याच्याकडे पाहत नव्हते.

आम्ही ब्रिटिश किशोरांच्या एका गटाजवळ बसताच (त्यांनी पोलो शर्ट्स घातलेले होते.) त्यांनी ओरडून विचारले, ''त्सिंगताओ बिअर!''

हाँगकाँगमधून शाळेच्या सहलीसोबत ते चीनला आले होते.

''हा देश कुचकामी आहे,'' एक मुलगा म्हणाला.

''चार दिवस इथे आम्ही फक्त कोबी खातो आहोत. कंटाळवाणं जेवण आहे इथे,''त्याच्या शेजारची मुलगी म्हणाली.

''आम्हाला वाट पाहवत नाही. आम्हाला घरी जायचं आहे.''

''त्सिंगताओ! आम्हाला बिअर हवी,'' ते ओरडले.

लिसा लीलया या सगळ्या गोंधळातून फिरत होती. तिच्या हातात पॅनकेक आणि स्ट्यूच्या जड डिशेस होत्या. त्याच सहजतेने ती सर्वांना प्लेट देत होती, रिकाम्या प्लेट गोळा करत होती. तिच्या तणावाची मला चांगली कल्पना होती. ग्रीन लोटस पीक इन आणि वेस्टएन्ड बार – जिथे मी काम करत होते – यांच्यामध्ये फारसा फरक नव्हता. पण तिची शांतता आणि उत्साह ढळत नव्हता. तिच्या भलेपणामुळे सगळे जण आनंदात होते. सगळ्यांनी ठेका धरलेला होता, ''लि-शा, लि-शा, आम्हाला तू आवडतेस लि-शा.''

एकदाची ती आमच्याजवळ आली.

रिकामी खुर्ची दाखवत क्लेअर अजिजीने म्हणाली, ''प्लीज, लिसा बैस थोडा वेळ इथे. बोल आमच्याशी. तू एकटीच बोलण्यालायक व्यक्ती आहेस इथे.''

लिसा मेणबत्त्यांच्या प्रकाशात आनंदाने हसली.

''तू खूप गोड आहेस. खरंच चांगल्या आहात तुम्ही.'' क्लेअरच्या खांद्याला स्पर्श करत ती म्हणाली.

"तूही छान आहेस." क्लेअर म्हणाली, "मी खरं ते सांगते आहे. चीनमध्ये भेटलेल्या लोकांमध्ये तू सर्वोत्कृष्ट आहेस. तू आमची स्नेही आहेस."

"तुला माहिती आहे, घरी अमेरिकेत मीसुद्धा वेट्रेसचं काम करते तुझ्यासारखंच," मी कबुली दिली.

कपाळावर आठ्या घालत ती म्हणाली, "तू वेट्रेस आहेस?"

अभिमानाने मी मान हालवली.

तिला आवडले की तिची निराशा झाली, कळले नाही.

"लिसा, प्लीज," क्लेअरने पुन्हा तिचे लक्ष वेधले.

"तू इथे काय करतेस, मला सांग. तू इतकं चांगलं इंग्लिश कसे बोलू शकतेस? आमच्याशी संपर्क कसा केलास?"

लिसाने आम्हाला जवळ घेऊन विचारले, "याओ कोण माहिती आहे?"

आम्ही नकारार्थी मान हालवली.

"माझ्या पतीला इंग्लिश येतं. त्यानेच मला शिकवलं. याओ चीनमधील अल्पसंख्यांक आहेत. आम्ही पश्चिम चीनमधून आलो आहोत. माझा पती परदेशी आहे. त्याच्यासाठी मी इकडे आले. माझ्या कुटुंबाला हे मान्य नाही. म्हणून प्रवाशांना एकटं, मित्रांशिवाय कसं वाटतं हे मला चांगलं समजतं."

"आम्ही कॅफे उघडल्यावर प्रवाशांकडूनच मी अधिक इंग्लिश शिकले." मी विचारले, "घरापासून एवढे दूर प्रवाशांना कशाची उणीव भासते?" ते सगळे सांगतात, "आईच्या जेवणाची." मग मी म्हणाले, "तुम्ही मला शिकवा. मग मी आईसारखं जेवण बनवेन." म्हणून मग जर्मनांनी मला पॅनकेक शिकवले, केळीचे, सफरचंदाचे. एका इंग्लिश मुलाने बीफ स्ट्यू शिकवला. बेल्जियन स्त्रीने वॉफल्स शिकवले. पहिल्या अमेरिकन प्रवाशांनी हॅम्बर्गर आणि मिल्कशेक शिकवले. जेवढे मी आईसारखे जेवण बनवते, तेवढे अधिक प्रवासी लिसाच्या कॅफेमध्ये येतात. ते मला कुकिंग शिकवतात, अधिक इंग्लिशसुद्धा."

आम्ही तिचे हात हातात घेतले. मेणबत्त्यांच्या मंद प्रकाशात ती खरोखरी आम्हाला बहीण असल्यासारखी वाटली.

***

रात्री १० च्या मच्छीमार बोटीवर एखार्टने तिकिट काढले होते. लिसाच्या कॅफेमध्ये तो भेटला. तेव्हा माझ्याकडे सरकून त्याने क्लेअरसमोर माझा हात हातात घेतला. आता हे अधिकृत होते. अपेक्षांचा अधीर धक्का मला जाणवला. क्लेअर चिलसाशी बोलण्यात मग्न होती आणि मला वाटत होते, ऐन वेळी ती यायचे नाकारेल. जेव्हा निरोपाची वेळ आली, तेव्हा उठून उभे राहत ती म्हणाली, "मग निघायचं नं?"

यांगशुओ भोवतीच्या दोन्ही रस्त्यांचा परिसर पूर्ण प्रकाशहीन आणि अंधारी होता.

चंद्रकोर नसती तर ताऱ्यांचा अंधुक प्रकाश असता. त्या अंधाराने दिशांचे भान गेले होते. एखार्टने शहाण्यासारखे आठवणीने गेस्टहाउसमधून टॉर्च आणले होते. अंधारात एकामागे एक चालत आम्ही नदीकडे निघालो. क्लेअर टॉर्च पकडून सर्वांत पुढे होती. एखार्ट माझ्या बाजूने कमरेत हात घालून चालत होता. मला तो इतका हवा होता की, नशेत असल्यासारखे वाटत होते. आकाश भव्य होते आणि ताऱ्यांनी चमचमत होते. एखार्टने आणि मी मध्ये थांबून नक्षत्रे ओळखण्याचा प्रयत्न केला. आयुष्यात प्रथमच मी कर्कवृत्तावर आले होते. काहीच ओळखीचे वाटत नव्हते.

छोट्याशा बोटीवर शाकारलेले छत होते. धक्क्यावर तरंगतानाच ती केव्हाही बुडेल, अशी दिसत होती. हातात कंदील घेऊन त्या कोळ्याने आम्हाला बोटीवर येण्यास मदत केली. अंधुकशा दिव्याचा सोनेरी-हिरवट प्रकाश बोटीभोवतालच्या पाण्यावर पडत होता. काही फुटांवर दाट अंधार होता. बोटीवर इतर तीन प्रवासी होते. तेही चिंताग्रस्त दिसले. कोणतेही लाईफ जॅकेट किंवा इतर सुविधा दिसत नव्हती. कोळी सहकाऱ्यांवर खेकसतच लांब बांबूच्या साहाय्याने टोकावर कसेबसे उभे राहत त्याने नाव पाण्यात लोटली. बोट भयानक डगमगली. क्षणात किनारा सुटला.

क्षणभरातच पंखांचा फडफडाट ऐकू आला. डझनभर पाणपक्ष्यांना पिंजऱ्यातून मुक्त करण्यात आले होते. कॉर्मॉरंट फिशिंगविषयी या क्षणापर्यंत मी अनभिज्ञ होते. आता मला समजले की, कॉर्मॉरंट हे स्टॉर्क आणि पेलिकनमधील हायब्रिड असून ते लांब मानेचे पक्षी असतात. जेव्हा मासा दिसतो, तेव्हा पाण्यातून झपकन चोचीत पकडतात. पण त्यांच्या गळ्याभोवती पितळी रिंग असल्याने त्यांना तो गिळता येत नाही. कोळी त्यांची चोच उघडून मासा काढतात. ते पक्षी म्हणजे जिवंत जाळे आणि हार्पून असतात.

कॉर्मॉरंट पक्ष्यांचे झेप घेऊन तळ्यात उतरणे, कोळ्यांचे त्यांना परत खेचून बोटीवर आणणे, गळ्यातून मासे खेचणे, पक्ष्यांचा कर्कश ओरडा आणि विरोध.... सारेच अमानुष वाटत होते. प्रत्येक वेळेस मासा पकडताच मी भलतीकडे पाहत राहिले. एखार्टचा हात घट्ट पकडून त्याच्या छातीत चेहरा लपवला. मला समजत होते ही, मासेमारी दुष्टपणा नाही, तर त्यांच्या जगण्याचा भाग होता. जगातील सर्वाधिक लोकसंख्येच्या भागात दारिद्र्य आणि भुक यांमुळे त्यांना असे करावे लागत होते. अलीकडेच त्याला पर्यटनाचे दुहेरी परिणाम प्राप्त झाले होते. यांगशुओच्या परिसरात बरेच लोक नेहमी उपाशी असतात, असे लिसा सांगत होती. पण त्यांची ही रात्रीची मासेमारी सहन करणे शक्य नव्हते. मी क्लेअरकडे पाहिले, बोटीच्या

कडेला कानांवर हात घट्ट पकडून ती उभी होती. पक्ष्याचा आवाज येताच प्रत्येक वेळी ती दचकत होती. नि:शब्द एखार्टने हात लांबवून तिलाही जवळ ओढले.

"माझ्यापासून दूर राहा," ती फिस्कारली.

बोट किनाऱ्याला लागताच ती आमच्याअगोदर धडपडत उतरली. पाच मिनिटांनी तिच्यामागे जाणाऱ्या आम्हाला ती मोकळ्या मैदानात बसलेली आढळली. बाहुलीसारखे तिचे पाय पसरली होते. तिची पर्स तिने धुळीत पालथी केली होती. पासपोर्ट, ट्रॅव्हलर्स चेक्स, लिपग्लॉस, क्लिनेक्सचा ढिगारा धुळीत पडला होता.

"का तुम्ही मला ते पक्षी दाखवले? का मला हे पाहायला लावलं? काय बिघडलं आहे तुम्हा लोकांचं?" हुंदके देत ती बोलत होती.

आम्हाला पाहताच उडी मारून तिने सगळे पर्समध्ये कोंबले आणि घाईने लिसाच्या कॅफेकडे अंधारात नाहीशी झाली.

पाठमोऱ्या क्लेअरकडे पाहत एखार्ट उदासपणे म्हणाला, "मला वाटतं पक्ष्यांची मासेमारी तिला सहन झाली नाही." अधीरपणे मी उत्तरले, "हो, तिला अलीकडे काहीच मौज वाटत नाही, कशातही. आणि खरं तर मला तिच्या अशा या नाटकीपणाचा कंटाळा आला आहे."

त्याच्या कमरेभोवती मी मिठी मारली, तेव्हा माझे हृदय वेगाने धडाडत होते. त्याच्याही छातीच्या चढउतारातून त्याच्या श्वासांची वाढलेली गती जाणवत होती.

"ती तुझी मैत्रीण फार अस्वस्थ वाटते आहे. तुला खातरी आहे, तुला तिच्याबरोबर जायचं नाही?" माझ्या मानेवर हळुवार बोट फिरवत तो म्हणाला.

मी मान हालवली. खूप काळानंतर मला असे कोणी जवळ घेतले होते. प्रवास म्हणजे गर्दीमध्ये सतत एकान्तवासाची शिक्षा होती. गर्दीमध्ये सतत एकाकी, तापलेले आणि आजारी असणे. मला तर शरीरातून वेगळे झाल्याची जाणीव व्हायची अशा वेळी. एखार्टने माझ्या पाठीवरून हात फिरवला, तेव्हा सुकलेल्या पानांना आग लावल्यासारखे वाटले. शरीरातून तारा झंकारल्या. मला हा क्षण गमवायचा नव्हता. क्लेअरच्या आणखी एका भडक नाटकासाठी तिच्यामागे जाऊन तर मुळीच नाही. *प्लीज, आणखी थोडा वेळ मला ही छान भावना अनुभवू दे.*

"ती सगळं मुद्दाम करते," मी म्हणाले. "तिला ईर्षा वाटते. मी तुझ्यासोबत न थांबता तिच्यामागे जावं, हाच तिचा उद्देश आहे."

"खातरी आहे तुला?"

मी होकार भरला. "मी तिच्यासोबत वर्षभर प्रवास करणार आहे. तिला याची सवय करून घ्यायला हवी आहे. जर चीनमध्ये, वनामध्ये मला कोणी उमदा तरुण भेटेल तर....."

माझे शब्द संपायच्या आतच त्याने माझे चुंबन घ्यायला सुरुवात केली. त्याने चुंबन घेतले आणि माझा भडका उडाला. तिथे गवत, वृक्ष काहीच नव्हते. आम्ही रस्त्यावर चुंबने घेत राहिलो. माथ्यावर आकाशात तारे चमकत होते.

शेवटी एखार्ट म्हणाला, ''आपण काय करायला हवं?''

उसासून मी बोलले, ''आपण तिच्यासोबत एकाच रूममध्ये आहोत. ते मला योग्य वाटत नाही. अगदीच चुकीचं.''

त्यानेही होकार भरला. ''ओके. तसंच आहे हे. मला वाटतं गेस्टहाउसकडे परतायला हवं.''

नाखुशीने यांगशुओच्या रस्त्यांवरून विटांवर आमच्या टॉर्चचा प्रकाश टाकत आम्ही परतलो. पोचलो, तेव्हा ग्रीन लोटस पीक इनचा दरवाजा बंद झाला होता. पहाटेचे दोन वाजत आले होते. गार्डन गेस्टहाऊसमध्ये सायमन आणि गुस्ताव्ह अर्धवट बुद्धिबळाचा खेळ आणि रिकाम्या बाटल्यांसमोर गुंगल्यासारखे बसले होते. आम्हाला ओळखण्याएवढे ते शुद्धीवर नव्हते. गुस्ताव्ह असंबद्ध गुरगुरला.

आमच्या पाच नंबरच्या खोलीत आम्ही पोचलो, तेव्हा ती उघडीच दिसली. आत जाण्यापूर्वी त्याने माझे शेवटचे सखोल चुंबन घेतले.

''गुड नाइट! शांत झोप. सुंदर संध्याकाळसाठी धन्यवाद!''

त्याच्या थोडे अगोदर पोचून परिस्थिती शांत करण्याचा मी प्रयत्न करावा, असे आमचे ठरले होते. आत पाऊल टाकताना मला भीती वाटत होती.

मच्छरदाणीमध्ये क्लेअरची बाह्याकृती दिसत होती. मी वाकून पाहिले. तिचे डोळे बंद होते. ती शांत झोपली होती.

''एखार्ट,'' मी कुजबुजले. बूट पायातून काढून तो आवाज न करता आत आला. ''ती शांत झोपली आहे.'' गडद अंधारातही मला त्याचे स्मित जाणवले. त्याने मला त्याच्याजवळ येण्यास खुणावले. मच्छरदाणीची कड उचलताना मिमीनास आतूर होऊन घुंघट उघडणाऱ्या नवरोबासारखा तो मला भासला.

यांगशुओ

मी झोपेतच चुळबुळले, तेव्हा क्लेअर उठली होती. तिची आन्हिके आवरून बूट घालणे चालले होते. मी मच्छरदाणीत वळून आत आलेल्या सूर्यकिरणांच्या नक्षीतून तिच्याकडे पाहत होते. मला जवळ असणाऱ्या दुसऱ्या बेडवर एखार्ट अजून गाढ झोपलेला होता. त्याची छाती संथपणे हालत होती. क्लेअर आवाज न करता वावरत होती. तिच्या वस्तू गोळा करून बॅकपॅकमध्ये टाकत होती. तिच्या केसांतून पाण्याचे थेंब ओघळत होते. तिचा चेहरासुद्धा खूप त्रास सोसलेला दिसत होता. जसे की ती खूप रडलेली असावी.

मी जागी झाल्याचे लक्षात येताच ती थंडपणे म्हणाली, ''मी लिसाच्या कॅफेमध्ये ब्रेकफास्टसाठी जात आहे. मला तिला भेटणे आवश्यक आहे.''

मी सरळ उठत म्हणाले, ''मीसुद्धा येते. मला पाच मिनिटं दे आवरायला.''

पर्स उचलून हाताभोवती पकडत ती म्हणाली, ''मी निघाले आहे. आत्ताच.''

नंतर अस्वस्थ हालचाली करत ती वळून म्हणाली, ''मला कंटाळा आला आहे सतत हे जवळ ठेवण्याचा.''

त्यातील सर्व वस्तू तिने बॅकपॅकमध्ये ओतल्या. काही पर्समध्येच ठेवल्या आणि वादळासारखी बाहेर गेली.

मी सावकाश उठले. हात-पाय ताणले. तिच्याशी जमवून घेण्याची भावना मनाला टोचणी लावत होती. पण अजून माझ्या मनात चीडच होती. *एक रात्र! आमच्या सहलीतील एक रात्र तिच्याऐवजी मी एखाद्या मित्रासोबत घालवली म्हणून काय झालं?*

खाली उतरणे अवघडच होते. आदल्या दिवशीच्या भातकापणीमुळे खांदे

आणि पाठ भरून आली होती. माझे ओठ सोलवटणे सुखदायक वाटत होते. मी हलकेच एखार्टच्या बेडजवळ गेले. त्याच्या चेहऱ्यावर सावली होती. तो कूस पालटून परत झोपला होता. क्षणभर मी त्याचे कमानदार ओठ, लांब पापण्या उंचावलेली रुंद हनुवटी पाहत राहिले. मच्छरदाणीत हात घालून मी त्याला स्पर्श केला.

''नी हाऊ,''तो झोपेत हसत मृदू आवाजात म्हणाला.

''नी हाऊ.'' मी म्हणाले, ''लिसाकडे गेली आहे क्लेअर, ब्रेकफास्टसाठी. मला वाटतं मीसुद्धा तिच्यासोबत जायला हवं.''

जांभई देत तो उत्तरला, ''छान कल्पना आहे.''

मी कपडे काढून टॉवेल गुंडाळला. टॉयलेट बॅग उचलली, तेव्हा त्याची दृष्टी माझ्यावर खिळली होती.

''तुला हवं असेल, तर माझ्यासोबत शॉवर घेऊ शकतोस,'' मी चिडवले. ''नाहीतर नंतर भेटू. वाट पाहा. म्हणजे आपल्याला नीट निरोप घेता येईल.'' पुन्हा कुशीवर वळून माझ्याकडे पाहताना त्याचे करडे केस डोळ्यांवर आले होते. ''हो. मला वाटतं मी ते करू शकेन.''

बाहेर अंगणात सलून डोअर्स असणारी टॉयलेट्स म्हणजे छोटे स्टॉल्स होते आणि नेहमीप्रमाणे भिंतीलगत पाइप होते. माझा टॉवेल घेऊन त्या चिखलाच्या पॅसेजमध्ये चिवचिवाट ऐकत मी उभी राहिले. बर्फगार पाणी अंगावर पडताच किंचाळी फोडून लवकरात लवकर अंघोळ उरकण्याचा प्रयत्न केला. मी नखशिखांत साबणाच्या फेसात बुडालेली असताना, दरवाजा उघडल्याचा आणि काँक्रीटवर पावलांचा आवाज झाला. ''सुझी,'' पुरुषाचा आवाज.

''एक,'' मी ओरडले. ''मी शेवटच्या स्टॉलमध्ये आहे.''

पण तो एखार्ट नव्हताच. गुस्ताव्ह होता. खूप दुरून धावत आल्यासारखा तो माझ्या स्टॉलसमोर थांबला.

''माफ कर. पण तू लवकर उरकून बाहेर पड. तुझी मैत्रीण, तिचं डोकं फिरलं आहे. लिसाच्या कॅफेमध्ये ती किंचाळ्या फोडते आहे. लोकांवर ओरडते आहे आणि फर्निचर फेकते आहे.''

''काय?''

''लिसा म्हणते आहे, तू ताबडतोब यायला हवंस.''

''ओह, जीझस! ओके. येते मी. तिला सांग मी लवकरात लवकर निघत आहे.''

बर्फगार पाण्याने नाहताना मी शिव्या देत होते. *क्लेअर काय करत आहेस तू?* टॉवेल गुंडाळून मी अंगणातून धावत सुटले. साबणाच्या फेसाचे पुंजके पडत होते.

एखार्ट तयार होऊन बूट घालतच होता.

''क्लेअर तमाशा करते आहे,'' मी म्हणाले.

''माहीत आहे मला. त्यानंच सांगितलं,'' एखार्ट म्हणाला. मी शक्य तेवढ्या घाईने तयार झाले. कमीत कमी कपड्यांसह प्रवास करण्याचा हा एक फायदा. आम्ही झरझर निघालो. चालता चालताच मी रीबॉकचे बूट पायात कोंबले. पिझ्झा बार, ट्रॅव्हल एजंट, ज्युवेलरी शॉप मागे टाकत आम्ही द ग्रीन लोटस पीक इनमध्ये पोचलो तेव्हा काही प्रवासी बाहेर कुजबुजत होते.

आतमध्ये भीतिदायक शांतता होती. काही खुर्च्या अस्ताव्यस्त पडल्या होत्या. टेबल्सवर अर्धवट खाल्लेल्या प्लेट्स पडलेल्या होत्या. आम्हाला पाहताच लिसा घाईने आमच्याकडे आली.

''काय झाले लिसा?''

''माफ कर. पण फारच वाईट घडलं आहे.''

''क्लेअर कुठे आहे?''

''मला माहीत नाही. इथे आली होती. खूप-खूप अस्वस्थ होती. रडत होती माझ्याजवळ. ती सांगत होती, ती मोठ्या संकटात आहे. इतर प्रवासी आत आले, तर ती त्यांच्यावर ओरडायला लागली. मी तिला शांत करण्याचा प्रयत्न केला. त्यातल्या एकाला मी तुला शोधायला पाठवले. कुणीतरी न्याहारीसाठी आलं, तर ती अधिकच आक्रस्ताळेपणा करायला लागली.'' मानेनेच लिसाने एका हडकुळ्या बॅकपॅकरकडे निर्देश केला. तो कोपऱ्यातल्या टेबलवर बसलेला होता.

व्हॅनडाईक दाढी असणारा तो तरुण हातातला काटा स्वसंरक्षणासाठी पकडल्यासारखा धरून म्हणाला, ''हे मॅन, मला फक्त थोडे वॉफल्स खायला हवे होते.''

''त्याला पाहताच तुझी मैत्रीण मोठ्याने किंचाळायला लागली पुन्हा. नंतर खुर्च्यांना धडकत टेबल-खुर्च्या पाडत धावत बाहेर गेली,'' लिसाने सांगितले.

''अरे देवा!'' हाताने डोके पकडून मी उद्‌गारले, ''आतापर्यंत ती खूप दूर गेली असेल.''

एखार्टने विचारले, ''तुला माहीत आहे का ती कोणत्या दिशेने गेली आहे?'' लिसाने दाखवले.

अस्ताव्यस्त खुर्च्या नीट मांडत मी म्हणाले, ''माफ कर. मला फार वाईट वाटत आहे. प्लीज लिसा, ती पुन्हा इकडे आली, तर तिला इथेच वाट पाहायला सांग.'' त्या गल्लीतून एखार्ट आणि मी घाईने निघालो. तो रस्त्याच्या डाव्या बाजूला लक्ष ठेवून होता आणि मी उजव्या. आम्ही मुख्य रस्त्यावर आलो, पण क्लेअर कुठेही दिसली नाही. यांगशुओमध्ये फक्त दोनच मोठे रस्ते होते. सगळ्या छोट्या

गल्ल्या त्यांनाच मिळत होत्या.

दुसरा रस्ता मोठा प्रशस्त पण धुळीने भरलेला होता. या मार्गावर मोठ्या भव्य काँक्रीटच्या इमारती होत्या. पण प्रवासी निवास एकही नव्हता. स्थानिक लोकांचा व्यवहार इथूनच चालत असे. पोस्ट ऑफिस, घाणेरडी किराणा दुकाने, यंत्रांची दुकान आणि काही हवाबंद सामानाची दुकाने तिथे होती. खाली उतारानंतर रस्ता वळण घेत होता. त्यावरून चालताना माझे हृदय पिंजऱ्यातल्या पक्ष्यासारखे धडधडत होते. क्लेअर, तिचे नखरे आणि तमाशे, लक्ष वेधून घेण्यासाठीचा आटापिटा मला अगदी सहन होत नव्हता.

अध्र्या रस्त्यावरून चिनी पादचारी आमच्या दिशेने धावताना दिसत होते. आम्हाला ओलांडून जाताना, त्यांचे चेहरे भयग्रस्त होते. आपल्या वस्तू छातीशी दोन्ही हातांनी पकडून पुन्हापुन्हा मागे वळून पाहत होते.

"ओह! ओह! तिथे आहे ती," एखार्ट म्हणाला. तिचे डोळे विस्फारलेले आणि चेहरा लालबुंद होता. एखाद्या प्रचंड जाळ्यात अडकल्यासारखी ती हवेत हात-पाय झाडत होती. एखाद्या अज्ञात हल्लेखोरापासून वाचण्यासाठी ती हालचाली करत होती.

"दूर राहा माझ्यापासून," ती किंचाळत होती.

"काय पाहत आहात तुम्ही टक लावून?" हं?" दोन बॅकपॅकर्सवर ती आक्रमकपणे ओरडली. ते पटकन बाजूला झाले. तिच्याकडे पाहाणाऱ्या चिनी स्त्रियांवर ती ओरडली, **"मी सांगत होते नं तुम्हाला माझ्यापासून दूर राहा."** तिच्या शुभ्र शर्टवर घामाचे डाग पसरत होते. **"मला माहीत आहे काय करायचं आहे तुम्हाला. यात गंमत वाटते काय तुम्हाला?"**

मी हळूच बोलले, "ओ माय गॉड!" हे असे तिला वागताना मी पाहिलेले नाही किंवा कल्पनाही केली नाही. तिचा गडद गुलाबी चेहरा आणि ओठ थुंकीने चमकत होते. केस पूर्ण विस्कटलेले होते. जणू ते विद्युत्भारित होते. आता लगेच स्फोट होईल, अशा बॉम्बसारखी ती दिसत होती. एक वृद्ध चिनी आपल्या पाठीवरील लेट्युसची बास्केट सावरत होता. त्याच्यावर ती पुन्हा ओरडली, "मला स्पर्श करण्याचं धाडस करू नका."

मी आणि एखार्ट धावत तिच्याकडे गेलो. तशी ती गरकन वळली. "क्लेअर, मी आहे," असे म्हणत मी तिला माझ्या दोन्ही हातांनी घट्ट पकडले. "प्लीज क्लेअर शांत हो."

माझ्या गळ्यात पडत ती रडायला लागली, "ओह सुझी! ते आपल्यामागे आहेत. आपल्यावर सारखं लक्ष ठेवून आहेत."

ती डोळे पुसत बोलत होती, "त्यांना काय हवं आहे, ते मला चांगलं ठाऊक

आहे. हे मोठे, आंतरराष्ट्रीय प्रकरण आहे. त्यात सीआयए, मोसाद आणि कदाचित एफबीआयसुद्धा सामील आहेत. सुझी, त्यांना आपल्याला ठार करायचं आहे. तुला आणि मला. आपल्याला भयंकर धोका आहे.''

"श् श्. ओके,'' मी हळुवार आवाजात म्हणाले. तिला बाहुपाशात पकडून मी एखार्टकडे घाबरून पाहत होते. *चेष्टा करते आहे का ती?* किती हडकुळी झाली होती ती. चीनमध्ये आल्यापासून तिचे वजन फार घटले होते.

"ओह, सुझी,'' ती हुंदके देत होती. ''आपण फार धोक्यात आहोत.''

"ओके, ऐक. क्लेअर, आपण इथून बाहेर जाऊ या,''मी हळुवारपणे बोलले. ''आपण सामान आवरून आजच ग्युईलिनला जाऊ. बसने? ओके? आणि उद्या तिथून ग्युआंगझाऊची फ्लाइट घेऊ. आपल्याकडे तिकिटं आहेत. आठवतं? आणि ग्युआंगझाऊपासून थेट हाँगकाँगला. आणि तिथून मी तुला कनेक्टिकटला नेईन, जिथे तू सुरक्षित राहशील. सगळं ठीक होईल. समजलं?''

हं, म्हणजे हे असे होते तर. आमच्या देदिप्यमान सहलीचा शेवट असा लज्जास्पद होता तर! मला ते जाणवले.

"काही ठीक नव्हतं आणि नाही,'' क्लेअर ओरडायला लागली. तिने माझे दोन्ही दंड पकडून विचारले, **"तुला दिसत नाही का सीआयए, मोसाद आणि एफबीआय आपल्यामागे आहेत? समजत कसं नाही तुला?''**

"क्लेअर,'' मी बोलण्याचा प्रयत्न केला. पण तिचा आवाज कर्कश होत गेला. बेभान होऊन ती किंचाळत होती. तिचा चेहरा हातात घेऊन मी समजावण्याचा प्रयत्न केला. ''ऐक माझं. आपल्याला कोणताही धोका नाही. समजून घे.''

माझे हात झाडून तिने मला ठोसे मारायला आणि बोचकारायला सुरू केले. एकीकडे ती किंचाळत होती. **"दूर हो माझ्यापासून.''**

एखार्ट तिला माझ्यापासून दूर करण्यासाठी पुढे येतच होता, त्या अगोदर मी प्रतिक्षिप्त क्रियेने तिला खाडकन मुस्काटात मारली.

चाबूक फटकावल्यासारखा आवाज झाला.

क्लेअर मागे धडपडली. आम्ही दोघीही माझ्या हाताकडे चमकून पाहत राहिलो.

"क्लेअर, तुला आता शांत व्हायलाच हवं,'' मी कुजबुजले. माझा आवाज थरथरत होता. ''तू अशी हिस्टेरिया झाल्यासारखी आरडाओरडा नाही करू शकत.''

गालावर हात ठेवून धापा टाकत ती नुसती उभी होती.

अश्रूभरल्या डोळ्यांनी मी म्हणाले, ''माफ कर. पण मला तसं करावं लागले. आता तू खोल श्वास घे. ऐकलंस ना, खोल श्वास घे.''

तिने अडखळत श्वास घ्यायला सुरुवात केली. तिचा खालचा ओठ थरथरत होता.

"असंच. छान. सुरू ठेव."

एक मिनिट ती तशीच श्वास घेत उभी राहिली. दुसऱ्या क्षणी ती धावत सुटली. रस्ता सोडून धावत वळणावरून दिसेनाशी झाली.

"ओह शीट," मी म्हणाले. एखार्ट आणि मी तिच्यामागे धावत सुटलो. पण मला थांबावे लागत होते. श्वासच घेता येत नव्हता. माझी फुप्फुसे कफाने भरली होती. घरघर वाजत होती. अर्धवट धावत, अर्धवट धडपडत मी पुढे जात होते. मी वळण पार करेपर्यंत क्लेअर कच्च्या रस्त्याला पोचली होती. तो तोच रस्ता होता, ज्यावर आदल्या दिवशी ग्युईलिनमधील बसने आम्हाला इथे सोडले होते. एखार्ट माझ्यासोबतच होता. त्या क्षणी तिथे एक बस धूर सोडत उभी होती. प्रवासी उतरत होते. क्लेअर त्या घोळक्यात शिरली आणि कोपराने ढकलत सर्वांच्या पुढे गेली. सेकंदातच अस्ताव्यस्त सोनेरी डोके आणि तिची बॅकपॅक त्या बसमध्ये जाताना दिसले.

मी आणि एखार्ट तिथे पोचेपर्यंत इतर प्रवाशांनी बसमध्ये गर्दी केली होती. गर्दी असल्याने ते स्वयंचलित दार बंद करण्यास कंडक्टरला त्रास होत होता. मानवी शरीरे आणि बोचकी, पक्षी आणि प्लॅस्टिकच्या पिशव्या, सगळ्यांचीच गर्दी होती. प्रत्येक जण बोलत आणि थुंकत होता. बसमध्ये प्रवेश करणे अशक्यच होते. बाहेर येणेही अशक्यच होते. ड्रायव्हर आणि इतर प्रवासी यांच्यामध्ये एका कोपऱ्यात क्लेअरने जागा मिळवलेली दिसत होती. तिची पाठ मधल्या काचेला टेकलेली होती. तिची उंची आणि सोनेरी केसांमुळेच ती मला दिसू शकली.

"क्लेअर," मी हाका मारल्या. एखार्ट दारावर ठोकत होता. "चिंग, चिंग," म्हणत बस ड्रायव्हरला थांबायला सांगत होता.

माझ्या आवाजाच्या रोखाने क्लेअर वळली.

तिचे डोळे निर्विकार आणि अस्थिर दिसत होते. माझ्यावर नजर पडताच त्या डोळ्यांत ओळख दिसली.

"स्वीटी, तुझ्याकडे बससाठी सुटे पैसे आहेत? माझ्याकडे एवढेच आहेत," हळुवार गोड आवाजात तिने विचारले. तिने पर्स उंचावून दाखवली. काही ट्रॅव्हलर्स चेक्स आणि लिपग्लॉसखेरीज तिथे काही नव्हते.

"बसमधून खाली उतर," मी ओरडले.

"ते शक्य नाही." सगळे केस एका खांद्यावरून पुढे घेत तिने माझ्याकडे आणि एखार्टकडे करुणेने पाहिले.

"ऐक. मला फक्त थोडी जागा हवी आहे. थोडं कोंडल्यासारखं वाटत आहे. थोडी जागा मिळाली, तर मोकळा श्वास घेता येईल. ग्युईलिनला येणारी पुढची बस पकड आणि माझं सामान घेऊन ये. ओके? मला ऑसमन्थस हॉटेलमध्ये भेट. मी

तिथे पाश्चात्त्य सुविधा वापरून फ्रेश होते. मी स्वत:ला छान ठेवणार आहे. फक्त थोडे पैसे हवे आहेत. ओके?''

काय करावे काही सुचत नव्हते. ड्रायव्हरने बस सुरू केली होती. मी त्या प्रवाशांपर्यंत पोचण्याचा प्रयत्न केला, पण ते शक्य झाले नाही. खिशात हात घालून पाहिले. माझे चिनी पैसे गार्डन गेस्टहाउसमध्ये होते. एखार्टने त्याच्या वॉलेटमधून वीस युआनच्या नोटा काढून त्या इतरांच्या डोक्यावरून कशाबशा क्लेअरला दिल्या.

''धन्यवाद मित्रांनो! तुम्हाला उत्तम मेजवानी देईन. प्रॉमिस!'' क्लेअर ओरडून म्हणाली. पैसे झेलून पर्समध्ये ठेवत ती म्हणाली, ''सॉरी, मी जरा विचित्र वागत आहे. मला थोडा प्रवास केल्यावर बरं वाटेल.''

दरवाजा बंद झाला. इंजिन गुरगुरले. मी आणि एखार्ट दोघेच उरलो. धूळ आणि डिझेलच्या धुराचा ढग आमच्यासमोर उरला. बस दूर वळणावरून नाहीशी झाली होती.

''माफ कर. पण मला सांगशील का नक्की काय झालं आत्ता? तू पाहिलंस ना? कोण होतं ते?'' डोके हातात गच्च आवळून मी एखार्टला विचारले.

चिंताग्रस्त चेहऱ्याने माझ्याकडे पाहत एखार्ट म्हणाला, ''मला वाटतं, तुझ्या मैत्रिणीला काहीतरी गंभीर प्रॉब्लेम झाला आहे.''

***

गार्डन गेस्टहाउसमध्ये गेल्यावर माझ्या ध्यानात आले, क्लेअरने अक्षरश: सर्व सामान मागे ठेवले होते: तिचा पासपोर्ट, चिनी चलनाने भरलेले वॉलेट, सहाशे डॉलर्स, क्रेडिट कार्डचा गठ्ठा, आंतरराष्ट्रीय ड्रायव्हिंग लायसन्स, अगदी जगप्रवासाचे तिकीटसुद्धा. ते सर्व गोळा करून ठेवता-ठेवता मला तिचा भयंकर राग येत होता. ''लाडावलेली राजकन्या!'' मी पुटपुटत होते. ''अशी वागते दिमाखात. मला इथे ओझे गोळा करायला लावून स्वत: तिकडे बबल बाथ घेणार काय? मी कोण आहे असं वाटतं तिला? तिची नोकराणी? की तिची वैयक्तिक शेर्पा? ओझं वाहायला?''

एखार्ट काळजीने माझ्याकडे पाहत होता.

''ती नोकरचाकरांच्या देखरेखीमध्ये वाढली आहे. इतर लोकांनी तिचा पसारा आवरावा, अशीच तिची अपेक्षा असते.''

''ओह सुझी!'' तो मान हलवत म्हणाला, ''मला नाही वाटत ती नाटक करत आहे!''

मी कडवटपणे जाहीर केले. ''ओह, ती नाटकच करत आहे.'' तिचे खराब मोजे रागाने तिच्या बॅगेत कोंबत मी म्हणाले, ''दिसलं नाही का तुला किती विचारी आहे ती? बसमध्ये कशी शहाण्यासारखी बोलत होती? मिळाला का पुरावा!

एकाएकी बसमध्ये बसल्यावर धोका अचानक संपला? तिला एका फॅन्सी हॉटेलमध्ये एकटीला राहायचं आहे!''

सरळ त्याच्या डोळ्यांत पाहत मी म्हणाले, ''खरं सांगू, तू आणि मी एकत्र आल्याने तिला असूया वाटते आहे. या सर्व प्रवासात जेव्हा-जेव्हा तरुणांनी तिच्यापेक्षा माझ्याकडे अधिक लक्ष दिले, तेव्हा-तेव्हा ती अशीच लहरी झाली, विचित्र वागली आणि आता हा प्रचंड गोंधळ.''

एखार्ट जमिनीवर टक लावून पाहत राहिला आणि म्हणाला, ''मला तुला सांगायला हवं. रात्री तू तुझ्या बेडवर झोपायला गेल्यावर तिने माझ्यासोबत झोपण्याचा प्रयत्न केला.''

''काय?''

''नाही, नाही. तसंच नाही काही. पण ती माझ्या जवळ आली. मला जागं केलं आणि बेडवर झोपण्याचा प्रयत्न केला.''

तिची पाण्याची बाटली मी भिरकावली, ''पाहा, मला हेच सांगायचं आहे. ती श्रीमंत आणि सुंदर आहे. पुढच्या वर्षी लॉ स्कूलमध्ये जाईल. तिला एक चांगला बॉयफ्रेन्ड आहे. एवढं पुरेसं नाही. जेव्हा *मला* एखादा चांगला देखणा मित्र मिळतो, तेव्हा तिला ते सहन होत नाही. प्रत्येक बाबतीत सर्वोत्कृष्ट नसणं तिला मान्य नाही.''

''ती रडत होती,'' एखार्ट म्हणाला. ''तिची आई मरण पावल्यानंतर तिला तिची कमी कशी जाणवते, हे ती सांगत होती. घरी फोन करण्याचा प्रयत्न करते आहे. पण फोन लागत नाहीत. कदाचित तिला असूया असेल. पण खरंच तिला खूप त्रास होत आहे.''

''केव्हा झालं हे सर्व? आपण तर रात्री तीन वाजता झोपलो.''

''चार किंवा साडेचार वाजता. मी तिला तिच्या बेडवर जाऊन झोपण्याचा प्रयत्न करायला सांगितलं. सकाळी बरं वाटेल, असं मला वाटत होतं. पण माझ्या बेडवर मी तिला झोपू दिलं नाही, तेव्हा ती खूप रागावली. भडकून तिने माझ्या तोंडात मारली. वॉकमन उचलून ती बाहेर निघून गेली.''

मी थांबले. हातातल्या क्लेअरच्या स्लीपर्सकडे पाहत राहिले, ''ओह गॉड! क्लेअर. एखार्ट.'' त्या क्षणी माझ्या डोक्यात प्रकाश पडला. एवढा वेळ मी जाणून घ्यायला नाकारत होते, तो विचार स्वीकारला. माझी मैत्रीण कदाचित खरेच नाटक करत नसेल. तिचे मानसिक संतुलन बिघडले असणार.

तिची असाधारण मन:स्थिती, गुप्तता, बदलणारे भाव या सगळ्याला मी प्रवासाचा ताण आणि क्लेअरचा स्वभाव हे जबाबदार धरत होते. आम्ही दोघीही नुकत्याच कॉलेजमधून बाहेर पडलो होतो. किशोरवयाच्या सगळ्या वैशिष्ट्यांना

सांभाळत आम्ही मोठ्या झालो होतो. ब्राउन विद्यापीठात आमची समवयस्क मुले वंशभेद, वर्णभेद यांविरुद्ध उपोषणे आणि निदर्शने करत असत. काहींनी त्यांच्या पोर्चमध्ये स्विमिंग पूल तयार केला आणि तो बिअरने भरला. त्यांना काढून टाकण्यात आले. तेव्हा त्यांनी पदवीदान समारंभामध्ये निषेध म्हणून माथ्यावरून विमाने उडवली. अगदी पहिल्या वर्षातील डॉर्मेटरीमधील एकास इंजिनीयरिंगमध्ये सी ग्रेड मिळाल्यावर त्याने जपानला एका आठवड्यासाठी भेट दिली आणि एक वर्ष तिथेच राहिलो. माझ्या एका मैत्रिणीने प्रत्येक सत्रानंतर आपले प्रश्न सोडवण्यासाठी निकाराग्वामध्ये कॉफी वेचली. दुसरी एक बरोबर पहाटे चार वाजता माझ्या खोलीचा दरवाजा ठोठावत असे आणि एको आणि बनीमेनचे संगीत अल्बम घेऊन येत ओरडत असे, "तुला हे दोन्ही ऐकायला हवं. डोकं उठून जाईल तुझं." दुसरा, एक मैत्रीण सोडून गेल्याने एक पुरा आठवडाभर जमिनीवर झोपला होता. आणि मी? त्या सर्वांवर मी कडी केली होती. बाबांचा तो निराशाजनक फोन आल्यावर मी आठवडाभर आरोग्य सेवेमध्ये सामील झाले होते. आयुष्याच्या या वळणावर क्लेअरच्या आणि माझ्या योग्य वर्तनाविषयी काही कल्पना होत्या. त्या अवास्तव होत्या. शिवाय चीनमध्ये काहीच साधारण नव्हते. अगदी ग्रह-तारेसुद्धा बदलले होते. क्लेअर खरेच मानसिक संतुलन घालवून बसली होती की हा थोड्या वेळापुरता तणाव होता? मला काहीच कळत नव्हते. न टाळता येणारे एकच सत्य होते की; ते संपले होते. क्लेअरच्या मानसिक आंदोलनामध्ये माझा नर्व्हस ब्रेकडाउन होण्याच्या बेतात होता. आम्ही दोघीही मोडून पडत होतो. घरी परतायची वेळ आली होती. मला तातडीने सारी व्यवस्था करायला हवी होती. घड्याळात पाहताच मला समजले, ग्युईलिनला जाणारी बस ४८ मिनिटांत होती.

∗

मी स्पष्टीकरण देताना लिसाने मला आलिंगन दिले. क्लेअरचे वागणे सांगताना सीआयए, मोसाद आणि एफबीआय यांचा संदर्भ जाणीवपूर्वक टाळला. आता तो खरोखरीचा वेडेपणा वाटत होता.

कपाळाला आठ्या घालून लिसा म्हणाली, "तुझी मैत्रीण खरोखरी फार आजारी आहे. हे चांगलं नाही. फार वाईट आहे."

मी हताश होऊन म्हणाले, "मला तिला घरी घेऊन जायला हवं. एखार्ट माझं बसतिकीट घ्यायला गेला आहे. पण अगोदर मला माझ्या आईवडिलांशी बोलायला हवं. इथून मी अमेरिकेत फोन करू शकेन, अशी जागा आहे का?"

हे खरेच फार अधिक मागणे होते, मला समजले. पण लिसाने क्षणभर विचार करून कॅफेच्या मागील बाजूने एका झाडीतील रस्त्याने नेले. त्याच्या टोकाला, विलो

वृक्षाखाली एक लाकडी झोपडी होती, शाकारलेली. खाद्यवस्तूंच्या विक्री स्टॉलसारखी ती दिसत होती. लिसाने दार वाजवताच ते उघडले. ओबडधोबड लाकडी टेबलवर बिस्किटांचे पुडे होते. एक माणूस तिथे बसलेला होता. लिसा त्याच्याशी काही बोलली. काही वेळ त्यांची चर्चा झाली. नंतर त्याने एक नोटबुक आणि पेन माझ्यासमोर ठेवले.

''तुझं नाव, पत्ता आणि जिथे फोन लावायचा आहे, तो फोननंबर लिही.''

''फोनकॉलला बराच वेळ वाट पाहावी लागणार. तू इथे थांब. मला कॅफेमध्ये जायला हवं,'' लिसा म्हणाली. मी एकटी उभी राहिले, बाहेरच्या कुरणाकडे पाहत. टोकदार खडकांच्या हिरव्यागार गुहासुद्धा दिसत होत्या. नोव्हेंबर सुरू असला, तरी उन्हाळ्यातील दिवसासारखा आळसावलेला दिवस होता. ओलसर हवा आणि रातकिड्यांचा आवाज. आताच मी अनुभवलेल्या गडबड-गोंधळाच्या पार्श्वभूमीवर ही शांतता पचवणे मला जड जात होते. आम्ही केवळ एकच दिवसापूर्वी आलो, यावर विश्वास बसत नव्हता. एखार्टचे भेटणे, कॉरमॉरंट पक्ष्यांच्या गळयातील पितळी चकत्या, क्लेअरचे दगडगोट्यांमध्ये बसून हुंदके देणे, चमकणाऱ्या ताऱ्यांचे आकाश, एखार्टचा आणि माझा प्रणय सारेच अविश्वसनीय वाटत होते. आणखी काही दिवसांतच मी आणि क्लेअर पुन्हा यूएसला असणार होतो. आम्ही इथे असण्याची कल्पनाही विचित्र वाटत होती.

क्लेअरची बस ग्युईलिनच्या अर्ध्या रस्त्यावर असेल. त्या गुहांमधून वळणा-वळणाच्या रस्त्यांवरून जाताना क्लेअर अस्वस्थतेने हालचाल करत असेल. बस धक्के खात असेल, तेव्हा ती पर्सची ढाल करत असेल.

एकाएकी मला भयानक तीव्रतेने वाटले की, मी तिला एकटे जाऊ द्यायला नको होते. असे कसे मी तिला जाऊ दिले? दुसरा पर्याय नव्हता काय? त्या ड्रायव्हरला बस थांबवायला कसे भाग पाडायला हवे होते, याचा मी विचार करत राहिले. किंवा मी तरी बसमध्ये जायला हवे होते. पण दुसरे काही आजमावता येणे शक्य नव्हते आणि त्याने काय झाले असते? आमचे सर्व सामान – पासपोर्ट, पैसे, बॅकपॅक यांगशुओला राहिले असते. त्याने आणखी प्रश्न निर्माण झाले असते. आम्ही परत येण्याचा प्रयत्न केला असता आणि पुन्हा तिने असा काही अविचार केला तर? माझ्याहून ती अधिक बळकट, उंच आणि वेगवान आहे. मी तिला कशी सावरू शकणार होते?

फोनबूथसमोर चकरा मारत मी अशा वेगवेगळ्या शक्यता मनात घोळवत होते. चमत्कार घडल्यासारखा तो माणूस हातवारे करत बाहेर आला, ते फोन लागला सांगायला. अक्षरश: १२ मिनिटांत अमेरिकेत फोन, म्हणजे रेकॉर्डच झाले.

काळा बेकलाइटचा रिसिव्हर उचलताच प्रथम यांत्रिक खरखर आणि नंतर

माझ्या घरच्या फोनची रिंग ऐकू आली. न्यूयार्कमध्ये रात्रीचे १० वाजले होते. "कर्मॉन, उचला लवकर." पण कोणी फोन उचलत नव्हते.

मी घाईने आजीचा नंबर कागदावर खरडला. त्या माणसाच्या हातात कोंबत विनंती केली, "चिंग." बस जाण्यासाठी केवळ २१ मिनिटे बाकी होती.

सुदैवाने त्या वेळेस संपर्क तत्काळ झाला. आजीने फोन लगेच उचलला. "ओह, सुझी डार्लिंग. काय छान सरप्राइज! कसं आहे चीन?" फोनमधील घरघराट आणि इतर आवाजांमधून आजी मोठ्याने बोलत होती.

"सुंदर. ग्रेटच! आम्हाला ताबडतोब घरी यायला हवं," मी म्हणाले. "अधिक वेळ बोलणं शक्य नाही मला. आणि जास्त तपशिलात सांगता येणार नाही. पण तू आई आणि बाबांना फोन करून सांग. त्यांना व्हेन ह्युटनना फोन केला पाहिजे."

"पण का?" आजी म्हणाली. "तुम्ही तर आताच गेल्या आहात आणि तू त्यासाठी किती कष्ट केलेस...."

"क्लेअर आजारी आहे. आम्हाला घरी परतायला हवं."

"बबली! तिथेच डॉक्टर शोधता येणार नाही का तुला? किंवा तिला विमानात बसवून दे ...."

"हे गुंतागुंतीचं आहे. तिचा आजार शारीरिक नाही." मी अगदी सावकाश काळजीपूर्वक बोलले. "समजलं का तुला?"

शक्य होईल, तेवढे मी मानसिक रुग्ण किंवा नर्व्हस ब्रेकडाउन हे शब्द फोनवर वापरणे टाळत होते. सतत क्लिक क्लिक असा आवाज ऐकू येत होता. फोन टॅप होत होता, अशी मला शंका होती.

सुदैवाने माझ्या आजीच्या लक्षात परिस्थिती लवकर आली. "आय सी! ती शहाण्यासारखी वागत आहे ना? की खूप निराश झाली आहे?" तिने विचारले.

"मला माहीत नाही. पण आम्हाला घरी यायला हवं."

"आय सी. सुझी! ती स्वत:ला इजा करून घेते आहे का?"

"पुन्हा सांगते, मला नाही सांगता येणार" मी उत्तरले. "मला तसं वाटत नाही. याहून अधिक मला बोलता येणार नाही. ओके? मी आता एका छोट्या खेड्यात आहे. लवकरच शहरात जाणारी बस निघणार आहे. तू माझ्यासाठी सर्वांना फोन करून सांगशील ना? आम्ही आता पाश्चात्य पद्धतीच्या हॉटेलमधून जाऊन राहणार आहोत. त्यांना तिथून सांगण्याचा मी प्रयत्न करेन."

"बरोबर, बबली. तू तुझी काळजी घे," माझी आजी म्हणाली. नंतर विचार करून म्हणाली, "जे काय करशील, तेव्हा तिला नजरेआड करू देऊ नकोस."

***

एखार्ट ट्रॅव्हल एजंटकडून परतला, तो वाईट बातमी घेऊनच. ग्युईलिनला जाणारी बस अजून दोन तासांनी निघणार होती. चिनी लोकांना खूप आरामात दुपारचे जेवण घेणे आवडते, असे दिसत होते.

मी स्वत:ला समजावत राहिले, दोन तास म्हणजे मोठी गोष्ट नव्हे. कदाचित क्लेअरबद्दल जे घडत होते त्याची मी अधिकच वाढवून चिंता करत होते का? कदाचित ऑसमन्थस हॉटेलमध्ये गेल्यावर, ग्रील्ड चीझ सॅन्डविच मागवल्यावर, बाथटबमध्ये स्नान केल्यावर तिचे तणाव संपतील. ती पुन्हा नेहमीसारखी होईल. मला उशीर झाला होता, हे जाणवणारही नाही तिला.

गार्डन गेस्टहाउसमध्ये पोचल्यावर तिथला मालक माझ्यावर ओरडायला लागला. टेबलावरील तेलकट धातूच्या घड्याळाकडे बोट रोखून तो हावभावात सांगायला लागला, ''सुझी, मैत्रीण, तुझी मैत्रीण...'' झोपल्याचे दाखवत दार ठोठावण्याचे त्याने हावभाव केले.

त्याची बायको ओरडत होती. हातातले सूपचे मोठे भांडे जमिनीवर आदळत ती म्हणाला, ''तिने आम्हाला रात्री दोनला उठवलं, चारला उठवलं, पाचला उठवलं. तिला फोन करायचा होता. रात्री, पहाटे कोणी फोन करत का? ती झोपत का नव्हती?''

पैसे भरेपर्यंत माझे डोळे भरून आले.

''ओ गॉड! मी आता काय करू? एखार्ट, ती तिकडे कित्येक तास एकटी राहील.''

त्याच्या खांद्यावर मी असाहाय्यतेने डोके टेकवले. त्याचा एक हात माझ्या कमरेवर, दुसरा डोक्यावर होता. काही क्षण तसेच अंगणात उभे होतो आम्ही. ''मी न्यूयॉर्कची आहे. मला कणखर व्हायला हवं.'' मी रडताना थांबून म्हणाले, ''मला हे हाताळता यायला हवं. पण क्लेअरची बॅग मी नाही उचलू शकणार.''

माझा खांदा पकडत तो म्हणाला, ''मला वाटतं, तू फार चांगल्या स्थितीत नाहीस. तुझ्याबरोबर मीसुद्धा ग्युईलिनला येऊ का? हं?''

मी त्याच्याकडे नवल आणि अविश्वास यांनी पाहिले. माझे खोलवर गेलेले नैराश्य आणि कृतज्ञता समजली, तर तो माघार घेईल, असे मला वाटले. मी म्हणाले, ''पण तुला कास्टर्स, गुहा पाहायच्या होत्या नं. तुला संपूर्ण दिवस इथे घालवायचा होता ना.''

खांदे उडवत तो म्हणाला, ''आता त्यात मला फार आनंद वाटे, असं नाही. मलाही ग्युईलिनहून रेल्वे पकडायची आहे. म्हणून थोडा लवकर निघेन.'' माझी आणि त्याची ओळख फक्त १९ तासांची आणि लिसाची २४ तासांची होती. पण एकाच दिवसात ते माझे कुटुंबीय बनले. पूर्ण असाहाय्य होऊन कोसळण्यापासून

त्यांनी मला वाचवले.

भावनांच्या आवेगाने मी नीट जेवूसुद्धा शकले नाही. लिसा माझ्यासमोर एप्रन आणि तिच्या स्वस्तातल्या ब्लाउजमध्ये, हसऱ्या मुद्रेने उभी होती. ''हं सुझी, हा बनाना पॅनकेक आणि हे चॉकलेट तुझ्या प्रवासासाठी,'' माझ्या डोक्यावर हात फिरवत ती म्हणाली. तिचा साधा, निरागस, सरळ चेहरा पाहून मला भडभडून आले. तिला एकटे सोडून मला जाववेना. परदेशी प्रवाशांना खाऊ घालण्यात आणि डिश साफ करण्यात तिचे आयुष्य जाणार होते. सक्तीच्या ॲबॉर्शनची मालिका आणि एक अपत्य कदाचित तिच्या वाट्याला येईल. स्थानिक अधिकाऱ्यांच्या आज्ञांचे पालन करत राहील. अगदी नागरिकांनी त्यांचा प्रदेश सोडायचा की नाही, हेसुद्धा तेच ठरवतात. तिच्या महत्त्वकांक्षांनी मर्यादा ओलांडल्या, तर तिला शिक्षा होईल. यथावकाश तिची बुद्धिमत्ता क्षीण होईल. चेहरा सुरकुत्यांनी भरून जाईल. दहा वर्षांनी ती वीस वर्षांनी मोठी असल्यासारखी दिसायला लागेल. तिला आयुष्याचे काटेरी कडवट अनुभव येतील. आता या क्षणी ती तरुण आणि आनंदी आहे. देशोदेशींच्या लोकांना भेटणे तिला साहसी वाटते. त्यांच्यासाठी जेवण बनवणे तिच्या आयुष्यात आनंदाचे कारण आहे. हा सर्वोच्च क्षण आहे. यानंतर तिचे आयुष्य निश्चित मार्गावरून रटाळ पुनरावृत्तीच होईल.

आणि मधल्या काळात क्लेअर व्हेन ह्युटन तिच्या भ्रमिष्ट स्थितीतून बाहेर पडेल. छान आरामदायक हॉटेलमध्ये विसावेल. युनायटेड स्टेट्समध्ये परतल्यावर माझी मैत्रीण पुन्हा मोठ्या सन्माननीय प्रतिष्ठित जीवनात प्रवेश करेल. प्रसिद्ध लॉ फर्मची सभासद असेल, प्रिन्स्टन विद्यापीठात शिकलेला पती मिळवेल. कनेक्टिकटमध्ये प्रचंड हवेली खरेदी करेल. सुंदर मुले आणि कॉफी टेबल आर्ट बुक्सने ते भरून टाकेल. व्हिडाल ससूनसारख्या नामांकित ब्यूटी सलूनमध्ये हेअरकट करेल. अनेक ब्रॅन्डेड वस्तूंच्या गराड्यात राहील. प्रतिष्ठेच्या सन्माननीय संस्थांची विश्वस्त बनेल. लक्झरी क्रूझमधून प्रवास करेल. चीनमध्ये घालवलेला हा काळ तारुण्यातील वाट चुकलेल्या अनुभवासारखा अस्पष्टपणे आठवला जाईल.

आणि माझे काय? मी भविष्यकथनाची चाहती, कादंबरीकार, भविष्यातील ग्लोरिया स्टेनम? काय असेल माझ्या भविष्यात? ते आरामदायक आणि व्यापक असेल लिसाच्या आयुष्यापेक्षा?

केवळ गळाभेट घेऊन आणि 'शेय शेय नी' म्हणून तिचा निरोप घेणे योग्य नव्हते. असा निरोप घ्यायला हवा की, एकमेकींचे ठसे आम्हाला साता समुद्रापारही विसरता येणार नाहीत. अंतःस्फूर्तीने मी बाजूच्या ज्युवेलर्सकडे गेले. जड पितळी कड्यावर चिनी अक्षरांमध्ये दीर्घायुष्य आणि चांगले भवितव्य कोरलेली कडी घेतली.

त्यातील एक मी लिसाला दिले. ''तू एक घाल. दुसरं मी घालते. त्याकडे

पाहताना आपल्याला एकमेकींची आठवण येईल,'' मी गंभीर आवाजात म्हणाले. ''हा आपल्याला बांधून ठेवणारा दुवा असेल.'' हातावर कडे चांगलेच जड वाटत होते.

ते कडे हातात घालून लिसाने माझ्याकडे उदास हसून पाहिले. ''तू फार-फार चांगली मैत्रीण आहेस.'' आमची कडी शेजारी-शेजारी ठेवून आम्ही एकत्र पाहिली आणि दोघीही भावनावेगाने हुंदके देऊ लागलो.

''मी इथे परत येईन. वचन देते तुला,'' मी रडत म्हणाले. मला वाटत होते, मी तिला खोटा दिलासा देत होते. या प्रचंड अवघड प्रवासाच्या देशात मी पुन्हा पाय ठेवेन का? पण मला स्वत:ला वाटत होते, यांगशुओला केवळ लिसासाठी यायला हवे. तिने मला मदत केली, तशीच मी तिची सुटका करायला हवी.

''मी नक्की परत येईन. अधिक चांगल्या परिस्थितीत. आपली लग्न होऊन मुलंही झालेली असतील. त्यांना ही कडी दाखवून आपण कसे भेटलो, हसलो, रडलो, ते सांगू या.''

रडताना नाकाचा सूंऽऽ सूंऽऽ आवाज करत मी माझ्या पालकांचा पत्ता तिला लिहून दिला. तिने तिचा पत्ता मला दिला. युद्धावर जाणाऱ्या सैनिकांसारखी गळाभेट घेऊन आम्ही निरोप घेतला.

''गुडबाय, सुझी,'' तिने उदासपणे हात हालवला. ट्रे उचलून वळून ती ग्रीन लोटस पीक इनमध्ये गेली. पॅनकेकची चळत आणि हॅम्बर्गर थंड होत होते. काही धुंद बॅकपॅकर्सनी फोर्कने टेबलवर ठेका धरला होता, ''लि ऽ ऽ ऽ शा!, लि ऽ ऽ ऽ शा!''

घोगऱ्या आवाजात मी उत्तरले, ''गुडबाय लिसा.'' माझी दाबून भरलेली बॅग खरचटलेल्या खांद्यांवर टाकून एखार्ट आणि मी त्या छोट्या गल्लीतून बसस्टॅन्डकडे चालायला लागलो. क्लेअरची बॅकपॅक प्रेतासारखी आमच्या दोघांमध्ये फरफटत येत होती.

***

आणखी अर्थातच बस मध्येच फेल झाली. ग्युईलिनला जाताना अचानक खडखड आवाज होऊन बस थांबली. आम्हाला खाली उतरून रस्त्याकडेला वाट पाहत थांबावे लागले. बसचे हूड उघडले गेले. प्रत्येक चिनी माणसाने त्यात डोकावून आपले मत दिले. सिगारेट्स दिल्या-घेतल्या गेल्या. मेकॅनिक आणून सावकाश दुरुस्ती सुरू झाली. अनेक प्रवाशांनी जवळपास चहाची दुकाने शोधून बस्तान मांडले. टवके उडालेल्या कपांतून चहा, सिगारेट्स आणि काही खेळ असा कार्यक्रम सुरू झाला. ड्रायव्हरलासुद्धा कसलीच घाई दिसत नव्हती.

एखार्ट आणि मी थोड्या अंतरावर झाडाखाली थांबलो. माझी पाठ त्याच्या छातीला बिलगली होती आणि त्याने माझ्या कमरेला दोन्ही हातांनी वेढले होते. जाणाऱ्या-येणाऱ्या वाहनांना, आकाशात विशिष्ट शिस्तीत उडणाऱ्या गूझ पक्ष्यांना, निळ्याशार आकाशाला पाहत आम्ही मूक उभे होतो. लयीत श्वास घेत होतो.

एकदाची दुरुस्त होऊन बस ग्युईलिनला दोन तास उशिरा पोचली. ऑसमन्थस हॉटेलच्या लॉबीमध्ये प्रवेश केला; तेव्हा आम्ही पूर्ण घामाने भिजून, थकून गेलो होतो.

चकचकीत टाइल्सच्या लॉबीमध्ये अमोनियाचा गंध आणि विचित्र झायलोफोनवर (लाकडी पट्ट्यांचे वाद्य) वाजवलेले संगीत मंदपणे ऐकू येत होते. क्लेअर तिथे नव्हतीच.

एखार्ट बॅगांजवळ सोफ्यावर बसला आणि मी क्लेअरला गिफ्ट शॉप, रेस्टॉरन्ट, ट्रॅव्हल ऑफिस, फॅन्सी स्टिक हाउस अशा ठिकाणी शोधत राहिले. प्रत्येक ठिकाणी निराश होताना मी अधिकाधिक अस्वस्थ होत होते. शेवटी रिसेप्शनला जाऊन मी बेल वाजवली. थोड्याच वेळात एक क्लार्क, एक तरुणी गंभीर चेहऱ्याने प्रकटले. त्यांना क्लेअरचा पासपोर्ट दाखवून मी विचारले, ''या मुलीला इथे पाहिलंत का? ती इथे उतरली आहे का? क्लेअर व्हॅन ह्युटन नाव आहे तिचं.''

पासपोर्टकडे पाहून मान डोलावत त्या क्लार्कने विचारले, ''तुम्हाला रूम हवी. हो नं?''

''नाही. मला माहिती हवी आहे. ही मुलगी इथे आहे का?' क्लेअरच्या फोटोवर बोट टेकवून मी विचारले. क्लेअर कॉलेजच्या पहिल्या वर्षाला असतानाचा तो फोटो असावा. तिचा चेहरा लहान मुलासारखा दिसत होता. हसू गाल फुगवून पसरले होते. त्याला हा माझा फोटो कसा बरे वाटला असेल. बहुधा सगळे परदेशी लोक त्याला सारखेच दिसत असतील.

''या फोटोतील मुलीने इथे रूम घेतली आहे का?''

''तुम्हाला नंबर वन रूम हवी आहे?' रिसेप्शनिस्टने विचारले.

त्रासून मी क्लेअरचा पासपोर्ट बाजूला ठेवला आणि तिचा शब्दकोश शोधायला लागले. मला पाहत त्याने जाहीर केले, ''पासपोर्ट नाही, तर खोली नाही.''

क्लेअरने इथे रूम घेणे शक्य नव्हते. कारण सर्व आवश्यक गोष्टी माझ्यासोबत होत्या. मग ती गेली तरी कुठे? माझी चिंता वाढत होती.

''इथे कुणाला इंग्लिश समजतं का?'' मी विचारले.

''इंग्लिश. ओके, एक मिनिट.'' विचारमग्न होऊन ती तरुणी गायब झाली. संगीत सुरूच होते. दहा मिनिटे झाली, तरी कुणी आले नाही. मी परत सोफ्यावर जाऊन बसले.

''एखार्ट, ती इथे नाही,'' मी चिंतेने त्याला सांगितले. ''कदाचित ती पार्कमध्ये

फिरत असेल. मी तिकडे पाहते, तोवर तू इथे वाट पाहतोस का?'' त्याने घड्याळावर नजर टाकली. त्याच्या चेहऱ्यावर आठ्या पसरल्या होत्या. त्याच्या सौजन्याचा मी गैरफायदा घेत होते, हे स्पष्टच दिसत होते.

''ठीक आहे. पण माफ कर, माझ्याकडे जास्त वेळ नाही. क्युनमिंगची ट्रेन आठला निघते. मला सातला तिथे पोचायला हवं.''

''आता चार वाजले आहेत. मी प्रॉमिस करते, ३०-४० मिनिटांपेक्षा अधिक काळ घेणार नाही मी. ग्युईलिन छोटं असल्याने तिला पटकन शोधता येईल. प्लीज?''

काचेचा दरवाजा ढकलून बाहेर पडताना मला क्लेअरचा खूप तिरस्कार वाटला. अद्यापही मला हा सर्व तिच्या लहरीचा खेळ वाटत होता. माझ्या स्वैर स्वातंत्र्याची शिक्षा म्हणून तिने हा खेळ मांडला असावा. हा विचार पोरकट आणि स्वार्थी असू शकत होता. पण माझे तर्क आणि 'अपुरे कपडे घातल्याने बलात्कार (रेप) होतात' असा विचार करणारे ज्युरी यांचा विचार सारखाच होता.

जोवर तुमच्या स्वतःच्या कृतींवर नियंत्रण आहे, तोवर वेडगळ जगाच्या त्रासापासून तुम्ही सुरक्षित असता. जर क्लेअरने हे मुद्दाम केले असेल, तर अजून तिचे डोके ताळ्यावर आहे. खोडकर आणि त्रासदायक असले, तरी तिचे वागणे दाखवते की, ती मनोरुग्ण नाही.

अंतःप्रेरणेने मी ग्युईलिन गेस्टहाउसवर गेले. तिथे ती नव्हती आणि कोणीही तिला पाहिले नव्हते. झाँग्शान रस्त्यावरून मी घाईने निघाले. सगळे चिनी शहर ओलांडत; तेथील विचित्र दुकाने, सायकलींचे जंगल, सिगारेट ओढत बसलेली माणसे, गटाराच्या कडेला बसून कपडे धुणाऱ्या बायका, घाणेरड्या खिडक्या आणि भिरभिरणारे पंखे. सॉलिटरी ब्यूटी पिकच्या प्रवेशद्वारात मी घाईने परदेशी प्रवासी तिकीट काढले आणि आत धाव घेतली. झाडांखाली, लॉनवर कुठेही तिचा पत्ता नव्हता. आता मात्र मला भय वाटायला लागले. मला खातरीच होती, ती पार्कमध्ये तळ्याखाली असेल अशी. सेव्हन स्टार पार्क अर्धा मैल अंतरावर होते. पण मला बसची वाट पाहायला वेळ नव्हता. मी अर्धवट चालत, धावत निघाले. निदान २० वेळा मला श्वास घेण्यासाठी धापा टाकत थांबावे लागले.

सेव्हन स्टार गोलाकार आणि भव्य होते. मध्ये-मध्ये खडकांच्या रचना आणि दाट वनांचे कुंज होते. ते पूर्ण शोधणे मला शक्यच नव्हते. मला तिथे फक्त हातात कॅमेरा आणि उन्हाच्या संरक्षणाच्या टोप्या घातलेले एक न्यूझीलंडचे जोडपे भेटले. क्लेअर नदीपार असणाऱ्या या पार्कमध्ये असण्याची शक्यता होती. ती स्त्री प्रत्येक गुहेकडे बोट दाखवून विचारायची आणि तिचा नवरा तोपर्यंत गाइडमध्ये डोके घालून पुढे गेलेला असायचा. त्यांना मी क्लेअरचा फोटो दाखवला. पण त्यांनीही नकारार्थी माना हालवल्या. दुपारपासून ते पार्कमध्येच होते.

आता संध्याकाळचे सव्वापाच वाजून गेले होते. ऑसमन्थस हॉटेलमध्ये सांगितल्यापेक्षा अधिक वेळ मी संपूर्ण शहर पालथे घातले होते. माझ्या मैत्रिणीचा पत्ता नव्हता. माझा भयाने ताबा घेतला होता.

झॉन्गशान रोडवरून जाणारी बस मी पकडली. मी हॉटेलमध्ये परतेन, तेव्हा जादूने क्लेअर माझ्याअगोदर तिथे अवतरलेली असेल, अशी प्रार्थना सतत करत होते. एखार्टशेजारी प्लॉस्टिकच्या सोफ्यावर बसून केसांना झटके देत, हातवारे करत तावातावाने बोलणाऱ्या क्लेअरला मी नजरेसमोर आणत होते. कदाचित ती खूप दमल्याने पार्कच्या एकाकी कोपऱ्यात विसावली असेल आणि झोपी गेली असेल. त्या भाताच्या शेतात झोपलीच होती ना तशी. किंवा एखाद्या चहापानगृहामध्ये वेळेचे भान विसरून बसली असेल.

आत कुठेतरी वाटत होते, हे काहीच खरे नाही. माझे भय आणि चिंता वाढतच होत्या. मी हॉटेलमध्ये पोचले, तेव्हा एखार्ट एकटाच कोचवर बसून अस्वस्थतेने पाहत होता. लॉबी निर्जन होती. क्लेअर आता अधिकृतरीत्या गायब झाली होती.

''मला माफ कर. पण ती इकडे आली नाही.'' एखार्ट म्हणाला. ''तुला सापडली का ती?''

मी नकारार्थी मान हालवली.

यांगशुओमधून ती बसमध्ये चढल्यापासून मी अनेक शक्यतांचा विचार केला होता. मला वाटत होते, ऑसमन्थस हॉटेलमध्ये खिडकीत बसून ती आरामात कॉफीचा कप संपवत असेल. आनंदाने एखाद्या वेट्रेसबरोबर गप्पा छाटत बसलेली असेल. मला पाहताच पुन्हा माझ्याशी ती घुश्शात वागेल, जसे काही मीच तिची पार्टी खराब केली आहे. ती माझ्यावर रागीट कटाक्ष टाकते आहे, लॉबीमध्ये मला ओरडते, रागावते आहे, अशी चित्रे माझ्या नजरेसागोर येत होती. कदाचित सीआयएच्या भीतीने एखाद्या टॉयलेटमध्येही लपून बसली असेल. जेव्हा कधी आम्ही भेटू, तेव्हा आमचे भांडण होणारच होते. मी त्याला तयार होते.

पण क्लेअर भेटणारच नाही, असा विचार मला सुचला नव्हता.

तिची बस सरळ ग्युईलिनला गेली होती. ती बिघडली असती, तर मला समजलेच असते. मध्ये तिला स्टॉप नव्हता. क्लेअरची ओळखपत्रे आणि पैसे माझ्याकडेच होते. दुसऱ्या दिवशी आम्हाला ग्युआंगझाऊला उड्डाण करायचे होते, हे तिला माहीत होते. मला अद्दल घडवण्यासाठी ती अदृश्य झाली असली, तरी जाणीवपूर्वक एवढ्या उशिरापर्यंत ती लपून राहिली नसती.

होती तरी कुठे ती?

माझ्या पोटात भीतीने खड्डा पडला.

संध्याकाळचा भीतिदायक प्रखर अग्रीसारखा प्रकाश पसरला. आता अंधारेल.

एखार्ट क्युन्मिंगला निघून जाईल. मी एकटीच क्लेअरचे सामान सांभाळत राहीन. मला मदत करायला उभ्या जगात कोणीच नाही.

भयाने मी वेडी झाले. तेवढ्यात जपानी प्रवाशांना घेऊन एक टूरिस्ट बस आली. मी धावत जाऊन विचारले, ''कोणाला इंग्लिश येतं का?'' पण कोणी बोलले नाही. मूठभर पाश्चात्त्य प्रवासी दिवसभराच्या फिरण्याने थकून संथपणे लिफ्टकडे जात असताना मी त्यांना क्लेअरचा फोटो दाखवत राहिले. एकानेही तिला पाहिले नव्हते. मी बेभान होऊन स्वागतकक्षाची बेल वाजवली. दुसरी तरुणी प्रगटली. तिचेही इंग्लिश यथातथाच होते.

''इथे डॉक्टर आहे का?'' मी विनवले. कदाचित तिला डॉक्टर शब्द कळेल आणि डॉक्टरला इंग्लिश कळेल. पण ती माझ्याकडे त्रासून पाहत राहिली. बऱ्याच वेळाने तिने एका उंच मध्यमवयीन माणसाला बोलावले. त्याने पॉलिएस्टरचा सूट आणि टाय घातला होता. मॅनेजर - जॉर्ज अशी नेमप्लेट होती. जेव्हा मी म्हणाले, ''जॉर्ज, मला मदत हवी प्लीज. तुला इंग्लिश येतं का?'' तेव्हा तो उत्तरला, ''हो. आमच्याकडे नंबर वन रूम आहे. तुला चलन बदलायचं आहे का?''

मी एखार्टच्या जवळ जाऊन रडायला लागले.

''ती गेली आहे. काय करू? कसा संपर्क करू?''

त्याच वेळेस आणखी एक बस आली. बरेच पाश्चात्त्य प्रवासी होते. बर्म्युडा शॉर्ट्स आणि गोल्फ पॅन्ट्स घातलेले निवृत्त लोक. त्यांनी एकसारखे ट्रॅव्हल कंपनीचे चिन्ह असणारे विणलेले शर्ट घातले होते. मी विचारले, ''माफ करा, तुम्हाला चिनी गाइड आहे का? दुभाषा आहे का?''

एका गुबगुबीत ब्रिटिश स्त्रीने एका चिनी स्त्रीकडे बोट दाखवले. ड्रायव्हरबरोबर ती सामान फुटपाथवर ठेवल्याबद्दल हुज्जत घालत होती.

''माफ करा, चिंग, शेय शेय नी,'' मी घाईने मध्येच तोंड घातले. ''तुम्हाला इंग्लिश येतं का? मला मदत हवी. अगदी अणीबाणीची स्थिती आहे.''

मान तिरपी करून माझ्याकडे पाहत तिने विचारले, ''का? येतं मला थोडं इंग्लिश. काही प्रॉब्लेम आहे का?''

***

दहाच मिनिटांत ऑसमन्थस हॉटेलची लॉबी दुभाषांनी आणि मिलिटरी पोलिसांनी भरून गेली. एखाद्या सैन्याच्या नियंत्रण छावणीचे स्वरूप आले. जेनने - त्या स्त्रीने 'अमेरिकन हरवला' असे शब्द उच्चारताच हॉटेल मॅनेजरपासून सर्वांनीच माझ्याकडे वेगळ्या नजरेने पाहायला सुरुवात केली. खरोखर अणीबाणीची स्थिती होती आणि मी उगाच गोंधळ घालत नाही, याची त्यांना खातरी पटली.

एक खासगी गाडी हॉटेलसमोर थांबली. बारीक रेघांचा सूट घातलेली स्त्री लॉबीमध्ये येताच जेनने तिची ओळखसुद्धा 'जेन' म्हणूनच करून दिली. या दुसऱ्या जेनची नजर स्वच्छ आणि चेहरा हसरा होता. तिने पोनिटेल बांधलेला होता. मला एखार्टजवळ बसवून तिने पुन्हा सगळे सविस्तर सांगायला लावले.

मी विचारपूर्वक सांगितले की, माझे माझ्या मैत्रिणीशी यांगशोओमध्ये मोठे भांडण झाले आणि खूप रागावल्याने तिने ग्युईलिनला जाणाऱ्या बसमध्ये उडी मारली. मी मागे धावताच तिने मला सांगितले, की राग शांत होईपर्यंत तिला एकटे सोडावे आणि ऑसमन्थस हॉटेलमध्ये दुपारी भेटावे. मी तिच्या सामानासह शक्य तितक्या लवकर इथे आले. पण ती इथे नाही. सर्व शहर शोधूनही ती सापडली नाही.

क्लेअरचा रस्त्यातील आरडाओरडा, सीआयए वगैरे तिला मारण्याचा प्रयत्न करत होते, अशी तिची भीती किंवा तिचे मानसिक संतुलन यांविषयी बोलणे मी हुशारीने टाळले.

"तिने दुसऱ्या हॉटेलमध्ये खोली घेतली असेल तर?' जेनने विचारले.

नकारार्थी मान हलवत मी उत्तरले, "ते शक्य नाही. तिची सर्व कागदपत्रं, पैसे आणि क्रेडिट कार्ड्स माझ्याजवळ आहेत." जेनने ते पाहायला मागितल्यावर मी अनिच्छेने तिच्या हातात पासपोर्ट आणि वॉलेट दिले. जेनने वॉलेट पटकन पाहून परत दिले, पण पासपोर्ट मात्र फार चिकित्सक नजरेने न्याहाळला गेला. "तिच्याकडे अजिबात पैसे नाहीत?" तिने विचारले. "फक्त ऐंशी युआन स्थानिक चलनात आणि अमेरिकन ट्रॅव्हलर्स चेक्स आहेत."

"असं काय?" म्हणत तिने पासपोर्ट परत केला.

क्षणभराने तर ती जॉर्जला – हॉटेल मॅनेजरला घेऊन आली आणि पुन्हा सगळे सांगायला लावले. सुरुवातीला वाटले, त्याहून त्याचे इंग्रजी बरे निघाले. त्यानेही पुन्हा क्लेअरच्या पासपोर्टचा अभ्यास केला आणि प्रश्न विचारले, "जवळपास कुठे असू शकते? तू तिला कितपत ओळखतेस? किती पैसे आहेत तिच्याकडे?"

तिने नंतर दोन सैनिकी गणवेशातील अधिकाऱ्यांसमोर पुन्हा सगळे सांगायला लावले. ते निर्विकार चेहऱ्याचे आणि कठोर वाटत होते. त्यांनी फार बारकाईने चौकशी केली.

"तुमची मैत्रीण किती उंच आहे?" ("पाच-नऊ")

"तिने कोणते कपडे घातले होते?" ("खाकी स्लॅक्स, पांढरा ॲलिगेटरचा शर्ट, टिंबरलॅन्डचे हायकिंग शूज, तपकिरी कातडी पर्स, रुपेरी विंडब्रेकर, सोन्याचे ब्रेसलेट आणि घोड्याचा नाल असणारी सोन्याची चेन.")

"एवढी खातरी कशी आहे तुला?" ("माझ्यावर विश्वास ठेवा. आम्ही बॅकपॅकिंग करत होतो. आमच्याकडे एकेकच जास्तीच्या कपड्यांचा सेट आहे. तिचा दुसरा

पीच कलरचा शर्ट मळला आहे.'')

"तुमचं भांडण कशावरून झालं?" ("मुलावरून अर्थातच. मूर्खपणा होता तो सगळा,'' डोळे फिरवत मी उत्तर दिले.)

क्लेअरचा व्यवसाय, तिच्या पालकांची माहिती, आम्ही चीनमध्ये किती काळ होतो, अजून कुठे-कुठे जाऊन आलो होतो, अशी माहिती ते विचारत होते. उत्तर देताना माझी पुरेवाट झाली.

चौकशी झाल्यावर त्यातील एकाने क्लेअरचा पासपोर्ट खिशात सारला. "आम्हाला याची गरज पडेल,'' तो म्हणाला. मॅनेजरसोबत स्वागतकक्षामध्ये तो गायब झाला. स्टॉकब्रोकर्स किंवा अधिकारी असावेत, असे वाटणाऱ्या अद्ययावत कपडे घातलेल्या चिनी लोकांसोबत मिलिटरी अधिकाऱ्यांची तिथे एकच गर्दी झाली होती. संगीत थांबले, तरी लॉबीमध्ये गडबड होती. काहीतरी नाट्यमय घडत होते, असे वाटून पाश्चात्त्य प्रवासीही लॉबीतील कोचवर बसून गुपचूप ऐकण्याच्या प्रयत्नात होते.

संध्याकाळचे सहा वाजून पाच मिनिटे झाली होती. क्लेअर गेले सात तास गायब होती. एखार्टलाही आता ट्रेन पकडायला जावे लागणार होते. जॉर्ज आणि ते दोन मिलिटरी अधिकारी परतले.

"आम्ही ग्युईलिन, यांगशुओ पोलीस आणि ब्युरो ऑफ फॉरेन अफेअर्स यांच्याकडे चौकशी केली. आतापर्यंत कोणालाही तुझी मैत्रीण दिसलेली नाही. माफ करा. आता आम्हाला दवाखाने तपासावे लागणार.''

निराशेने एखार्टकडे पाहून मी माझा चेहरा हातांमध्ये लपवला. "ओह गॉड!"

"मी आता स्टेशनकडे जायला निघत आहे,'' त्याने जाहीर केले.

"शक्य झालं, तर उद्याचं तिकीट बदलून घेतो. चालेल?''

"माफ कर मला एखार्ट, खूप केलंस तू माझ्यासाठी.'' उसासा सोडून तो उत्तरला, "नाही गं. ठीक आहे. तुला असे इथे सोडून जाणे शक्य नाही. पण मला दुसरं तिकीट मिळेल, याची खातरी नाही. क्युन्मिंग २८ तासांचा प्रवास आहे. हार्ड स्लीपरचं तिकीट मिळाल्याखेरीज मला दुसरा प्रवास शक्य होणार नाही.''

कसेही झाले, तरी तो फक्त निरोप घेण्यापुरता येऊ शकत होता. त्याची बॅग माझ्याजवळ सोडून तो घाईने निघून गेला.

मी एकटी बसून राहिले. कोणीतरी डोके दाणकन आपटल्यासारखे वाटत होते. *हे खरे घडत आहे, स्वप्न नाही. क्लेअर दक्षिणपूर्व चीनमध्ये खरेच हरवली आहे.* मी स्वतःला बजावत होते. लॉबीमध्ये मोक्याच्या जागा पकडून सैनिकी अधिकारी आणि इतर सरकारी अधिकारी उभे होते. माझ्यावर नजर ठेवून ते उभे होते, हे उघडच होते. जॉर्जने प्रॉमिस केले होते, तिच्याबद्दल समजताच प्रथम मला सांगण्यात येईल. तोपर्यंत मी फक्त प्रार्थना करू शकत होते.

अचानक एक सुंदर पाश्चात्त्य स्त्री माझ्याजवळ येऊन बसली आणि जवळ येऊन म्हणाली, ''वॉव, काय गडबड आहे ही?'' ती फार आनंदाने बोलत होती, जसे की एखादा सिनेमा पाहत होती. तिचे केस लालसर होते आणि टोकदार स्मित, करडे निळे डोळे एकसारखे नव्हते. पांढरा पुलोव्हर लहान ब्लॅंकेटसारख्या पोताचा होता. जांभळ्या पाउचमधून टॉफी काढून तिने तोंडात टाकली. ''तुला हवी आहे का? जीझ, काय वैताग आहे प्रेक्षणीय स्थळे पाहत हिंडणं म्हणजे. काम करण्यापेक्षा दमवणारं.'' तिचा आवाज स्वच्छ, खणखणीत, प्रामाणिक होता. ती मिनेसोटा भागातील वाटत होती.

जॉर्ज घाईने आला. ''मिस गिलमन, ग्युईलिन हॉस्पिटलशी बोलणं झालं. तुमची मैत्रीण तिथे नाही.''

''धन्यवाद!'' मी दुःखाने म्हणाले. ती हॉस्पिटलमध्ये नव्हती, ही आनंदाची बाब होती. ''आहे तरी कुठे ती?''

माझ्याकडे संशयाने पाहत ती स्त्री म्हणाली, ''वॉव! काय चाललं आहे इथे? तू का रडतेस? ठीक आहेस नं?''

असाहाय्य नजरेने मी म्हणाले, ''माझी मैत्रीण हरवली आहे.''

''जीझ लुईझी. केव्हापासून?''

रडत मी म्हणाले, ''सात-आठ तासांपासून. मला नक्की नाही सांगता येणार. यांगशुओ सोडत होती ती. इथे आम्ही दुपारी भेटणार होतो. ती इथे पोचली की नाही, कुणास ठाऊक?''

पुन्हा चघळणे सुरू करत ती म्हणाली, ''वॉव, कसे हरवलात तुम्ही?''

''आमचं भांडण झालं. ती रागावली. बसमध्ये चढून नाहीशी झाली,'' मी गाल पुसत सांगितले.

मोकळेपणाने ती म्हणाली, ''हे जरा अतीच झालं.''

''तुला त्यातलं अर्धंही माहीत नाही.''

एक सोनेरी केसांचा, दाढीवाला माणूस बुजत-बुजत आमच्याजवळ आला. त्यानेही हायकिंग शूज घातले होते.

''ओह सॅन्डी?'' डोक्याच्या मागे खाजवत त्याने विचारले, ''रूमची चावी आहे का तुझ्याकडे? मला माझी सापडत नाही.''

त्रासिक, रागीट लहर तिच्या चेहऱ्यावर झळकून गेली. पर्समध्ये तपासत ती म्हणाली, ''या मुलीची मैत्रीण आत्ताच हरवली आहे. म्हणून इतके सारे पोलीस आहेत इथे.'' माझ्याकडे अर्थपूर्ण कटाक्ष टाकत पुढे सांगत राहिली, ''काईलला वाटलं, कोणी मोठ्ठा चिनी नेता येणार असावा. चीनमध्ये आलो म्हणून डेंग झिओपिंग भेटायला येणार?''

काईलने चमकत्या डोळ्यांनी माझ्याकडे पाहिले, ''वेल, इथे त्यांच्याकडे गरम पाणी आहे. खरंच. कोणी महत्त्वाचं येणार वाटलं त्यामुळे. तुझी मैत्रीण हरवली?'' शांतपणे मी माझी कहाणी त्यांना सांगितली, अर्थातच संपादित करून! वेड, भयगंड किंवा गुप्तहेर यंत्रणा यांचे उल्लेख टाळून. ''मला खरंच वाटतं ती लवकर सापडावी. आम्हाला उद्या ग्युआंगझाऊला जायचं आहे. ती आली नाही, तर आम्ही तिला घरी परत कसे नेणार?

''घरी न्यायचं? युनायटेड स्टेट्सला?'' सॅन्डी आक्रमकपणाने म्हणाली. ''केवळ तुमचं भांडण झालं आणि ती लहान मुलासारखी वागली, म्हणून?''

''जरा गुंतागुंतीचं आहे हे.''

''हे पाहा, तुला तिच्यासोबत प्रवास करायचा नाही, हे मला समजू शकतं. पण याचा अर्थ असा नाही, तू तुझा साहसी प्रवास संपवावास. तिला विमानात बसवून दे. तू नको जाऊस. हट.'' काईलकडे पाहत ती म्हणाली, ''आमचंही मुळीच जमत नाही. पण म्हणून काय आम्ही माघार घेतली!''

मी असाहाय्यपणे पाहत राहिले. एवढे चिनी पोलीस भोवती असताना मी सत्य सांगू शकत नव्हते.

''तू आमच्यासोबत ये,'' सॅन्डीने जाहीर केले. ''आम्ही फार चांगला प्रवास करतो. आमच्यासोबत नेहमी येतात लोक. काईल आणि मी खूप मजा करतो. आम्ही कॅनेडियन आहोत. म्हणजेच बुद्धिवान, सहज जुळवून घेणारे. तुम्हा अमेरिकन लोकांसारखे सतत असंतुष्ट आणि आग्रही नाही. काईल इथेच हॉस्पिटलमध्ये काम करतो आणि मी नर्स आहे. म्हणून आम्ही खूप व्यवहारी आणि संतुलित दृष्टिकोनाचे आहोत. इथे भटकणाऱ्या नशेबाज लोकांप्रमाणे नाही. मी शांघायमध्ये वर्षभर इंग्लिश शिकवते. तुला नको असेल, तर चीनमध्ये एकही क्षण घालवू नकोस. आम्ही एका आठवड्यात बालीला जाणार आहोत, त्यानंतर थायलन्डला. तिथे बीचवर नुसतं पडून राहायचं हं? नको जाऊस परत तू.''

''अगदी बरोबर,'' काईलने होकार भरला. ''तुझ्या आयुष्यात अशी संधी पुन्हा किती वेळा येणार? आम्ही कदाचित दलाई लामांना भेटू. भारतातही जाऊ.''

मला समजावत ते अपेक्षेने पाहत होते. संदिग्धपणे मी म्हणाले, ''वेल, पाहू आपण. ओके?''

त्यांच्याजवळ कबूल करावे, वाटत नव्हते, पण मला घरीच जायचे होते. मी घाबरले होते, थकले होते. आशियामधून बाहेर पडणे माझ्यासाठी मोठा दिलासा असणार होता. आणि ही सहल म्हणजे क्लेअरची स्वत:ची कल्पना होती. तिच्याशिवाय सहल पूर्ण करण्याचा उत्साह मला खरेच नव्हता. अनोळखी कोणाबरोबर – तेही एकटीने – प्रवास शक्यच नाही. जीनीक्वीव आणि त्झा त्झा बरोबर, नाहीतर नाही.

सात वाजून गेलेही.

सॅन्डीने घड्याळ पाहिले. "रेस्टॉरन्ट उघडलं असेल. काईल, आपण जाऊन काही जेवण घेऊ या का?"

ती सावकाश उभी राहिली तेव्हा तिच्या गुडघ्यावर समांतर खरचटलेल्या रेषा आणि डाग होते.

"मी तुला सांगितलं, ते विसरू नकोस हं." माझ्याकडे आग्रहाने पाहत ती म्हणाली, "तुझी मैत्रीण मिळताच तिला विमानात बसव आणि आमच्यासोबत चल. आम्ही वर स्टीकहाउसमध्ये आहोत. तुला आमच्याबरोबर जेवण घ्यायचं असेल, तर ये. काईलला बराच वेळ लागतो. त्यामुळे घाई नाही."

तिच्याकडे पाठमोरी जात असताना मी पाहत होते. तेव्हा मला हाक आली, "सुझी." एखार्ट हातात पावती फडफडवत येत होता. घामाने त्याचा चेहरा चमकत होता. "त्यांनी माझं तिकीट बदललं. उद्या हार्ड स्लीपरने जाणार. हे शेवटचं तिकीट होतं. पण ती सीआयटीएसची स्त्री फार चांगली वाटली. मी खरंच लकी आहे नं?' एका दमात तो म्हणाला. मी त्याच्या गळ्यात हात टाकले. हा माझा आधार होता. माझा उमदा शिलेदार. "धन्यवाद!" मी कुजबुजले आणि पुन्हा त्याला बिलगले.

तो थकलेला होता, तरी म्हणाला, "चला, उशिरा का होईना, आपलं राहिलेलं जेवण जेवू."

रात्र वाढत होती, तशी चिनी अधिकाऱ्यांची संख्या कमी होत गेली. लॉबी अधिक थंड झाली होती. वर झुंबर मंदपणे चमकत होते. त्या प्रकाशात संगमरवरी जमीन आणि टाइल्स लावलेल्या भिंती अधिक चमकत होत्या, अभेद्य वाटत होत्या. एखार्ट माझ्याजवळ धपकन बसला. अंधारात आता हे नक्की झाले होते, की क्लेअर कोणत्याही चांगल्या जागी नव्हती. एखाद्या जंगलात ती बेशुद्ध होती का? की एखाद्या गुहेमध्ये मरून पडली होती? ती कधीच सापडली नाही, तर? मी लहानपणी वाचलेल्या कथांमधील रहस्यमय मुलांसारखी नाहीशी होणार – कन्सासमधील एक मुलगा आईवडिलांच्या घरामागे अदृश्य झाला तशी? ग्युआंग्झी प्रांतातील सर्व दवाखाने तपासले जात होते. ती आजारी असेल किंवा.. किंवा.. मला विचारही नकोसा वाटत होता. कोणालाच काही खातरी वाटत नव्हती. त्यांनी खातरी दिल्याखेरीज मी आईवडिलांना फोन करणार नव्हते.

क्लेअर प्रथम वर्षातील मागे डोके झुकवून हसताना, "तू फार हुशार आहेस?' म्हणताना आठवत होती.

क्लेअर हिरवळीवर डौलदार चालीने फिरताना, आयएचओपी रेस्टॉरन्टमध्ये टेबलवर पुढे झुकून बोलताना हवेत फोर्क उभा धरून "ओके स्वीटी, आता आपल्याला प्रवास करायलाच हवा," म्हणणारी माझी मैत्रीण, निळ्या डोळ्यांची,

तिच्या राग आणणाऱ्या सवयी, तिच्या कल्पना आणि विनोदबुद्धी, तिची क्लिष्ट पुस्तकांची आवड, तिचा अमर्याद उत्साह, खेळाडूसारखे चैतन्य, तिचा उत्स्फूर्त दिमाख. *अरे देवा, कुठे आहे ती? प्लीज, प्लीज असं काही घडू नको देऊ. कुठेतरी ती सुरक्षित असू दे.*

***

साडेआठ वाजता जॉर्ज आणि एक मिलिटरी ऑफिसर एकाएकी अवतरले.

"मिस गिलमन, आम्ही चांगली बातमी घेऊन आलो आहोत. आम्हाला तुझी मैत्रीण सापडली. ती यांगशुओच्या पोलिसांच्या ताब्यात आहे. उद्या सकाळी ते तिला घेऊन इथे येतील."

ते एवढेच बोलले, पण माझी सुटकेची भावना एखाद्या ज्वालामुखीच्या तीव्रतेने उसळली. कृतज्ञतेने मी असंबद्ध बडबडू लागले.

"ओह, शेय शेय नी, शेय शेय नी," मी रडत म्हणाले. त्यांच्याभोवती हात वेढून गळ्यात पडण्याची इच्छा मी फार प्रयासाने दाबली.

"तू आणि तुझा मित्र आज इथे ऑसमन्थसमध्येच आमचे पाहुणे म्हणून राहाल. आमची सर्वोत्कृष्ट रूम तुम्हाला विद्यार्थी कन्सेशनमध्ये देत आहोत."

"थँक यू, अर्थातच!" मी जोरजोराने मान हलवत म्हणाले. त्याने मला हाताला पकडून काउन्टरवर नेले. फॉर्म भरायला लावले. पासपोर्ट घेऊन किल्ल्या दिल्या. एखार्ट आणि मी आमच्या बॅगा घेऊन विजयी मुद्रेने लिफ्टकडे निघालो.

टाळ्या वाजवत मी म्हणाले, "एखार्ट, *त्यांनी तिला शोधलं, त्यांनी तिला शोधलं.*"

"हो. छानच झालं. मला फार काळजी वाटत होती."

"मलासुद्धा! ती सुखरूप आहे ही देवाची कृपा."

लिफ्टचे बटण दाबत मी म्हणाले, "छान! ती चांगली आहे, म्हणजे मी तिला मारू शकते."

बॅगा टाकून आम्ही उपाहारगृहाकडे पळालो. सगळे गोंधळ संपल्याने आम्हाला नशा आल्यासारखे वाटत होते. माझ्या सामानातून क्लेअरचे वॉलेट काढत मी म्हणाले, "ओके. डिनर आज क्लेअरच्या खात्यावर. तुला हवा तो मेन्यू मागव."

पन्नास युआन प्रत्येकी असणारी व्हाइट वाइन आम्ही मागवली. क्लेअरसाठी!" आम्ही टोस्ट (शुभेच्छा) दिला. "यांगशुओ पोलिसांसाठी!" आम्ही दोघे सतत हसत होतो. श्रिम्प कॉकटेल, फ्रेंच फ्राइज, पेटे, स्टीक्स असे जेवण आम्ही मागवले. डेझर्टच्या काउन्टरजवळ धावत जाऊन मी ओरडले, "पाहा, पाहा हॉट फज संडे!"

"हो आणि ॲपल स्ट्रडलसुद्धा. मजाच आहे इथे."

"काय हवं ते माग. क्लेअरची पार्टी आहे.''

हातात हात घालून मेणबत्त्यांच्या थरथरत्या ज्योती पाहत आम्ही बसून राहिलो. शेवट चांगला झाल्याने दिवसभर झालेल्या घटना आठवताना बरे वाटत होते. वीस मिनिटे अगोदर जे दु:स्वप्न होते; ते आता अद्भुत साहस, अविश्वसनीय साहस झाले होते.

आमचे जेवण आल्यावर आम्ही त्याच्यावर तुटून पडलो. अतिशय भूक लागलेली होती. वेस्टर्न डिशेस म्हणजे त्यांचे विडंबन होते. स्थानिक साहित्य वापरून विशिष्ट चिनी पद्धतीने त्या बनवल्या होत्या. श्रिम्प्स त्यांच्या कवचासह, डोक्यासह आणि चिनी हॉट ॲन्ड सोअर सूपसह दिलेले होते. स्टीक्स सोया सॉसमध्ये मुरवलेल्या होत्या आणि फ्रेंच फ्राइज वोकमध्ये बनवलेले होते. एखार्टने आणि मी मन लावून जेवण केले. जेवताना आम्ही हसत होतो. आणखी दोन वाइन ग्लास आम्ही मागवले. "क्लेअरसाठी!'' आम्ही ग्लासांचा किणकिणाट केला. टेबल साफ होईपर्यंत आम्ही जरा बधीर झालो होतो. मान हलवत एखार्ट म्हणला, "माझा विश्वास बसत नाही. मी तुला कालच भेटलो. जंगलात मी नुसता उभा होतो आणि तू आलीस. योगायोगाने आपली खोली एकच होती.''

"खरंच! हा योगायोग जरा चमत्कारिक वाटतो आहे. कोणी विश्वास ठेवणार नाही. आणि पाहा, आता आपण कुठे आहोत.'' टेबलावर झुकून मी त्याचा हात दाबला. तो आणि मी या फॅन्सी हॉटेलमध्ये पुन्हा एक रात्र बरोबर घालवणार, या कल्पनेने मी उत्तेजित झाले होते.

तो माझ्याकडेच पाहत होता. काय अपेक्षित होते, हे दोघांनाही जाणवले होते. "वेल,'' तो हसला. रेस्टॉरन्ट सोडताना आम्हाला सॅन्डी आणि कार्ईल भेटले. सॅन्डी खुर्चीच्या पाठीवर रेलून शांतपणे कार्ईलला क्रीम केक स्लाइस संपवताना निरखून पाहत होती. केकचे आयसिंग म्हणजे कोकेन असल्याप्रमाणे तो खात होता.

"हे लेडी. त्यांनी तुझ्या मैत्रिणीला शोधलं का?'' मी दिसताच ती ओरडली.

"हो तर. ती यांगशुओमध्येच आहे. उद्या सकाळी तिला पोलीस आणणार आहेत.'' मी तिची एखार्टशी ओळख करून दिली, "हा माझा उमदा शिलेदार. याने माझे प्राण वाचवले आज.''

शरमून एखार्टने हसत प्रतिक्रिया दिली, "ओह नाही!''

"ओके. मग या शिलेदाराला विचारते. तुला काय वाटतं, सुझीने मैत्रिणीला विमानात बसवून देऊन आमच्यासोबत प्रवास सुरू ठेवावा की नाही?''

"ओह – ते मला नाही माहीत. तिची मैत्रीण खरोखरी ------''

"आपण याची उद्या चर्चा करू या,'' म्हणत मी त्याला थांबवले. "झोपण्याची संधी आहे, तर आराम करू. क्लेअर परतल्यानंतरच काही ठरवता येईल.'' सॅन्डीनेही मान डोलावली. "योग्य विचार. तू खरंच स्मार्ट आहेस.'' नाक उडवत

ती म्हणाली, ''तुझी खातरी आहे तू कॅनेडियन नाहीस अशी?''

***

मोटेल ६ पेक्षा हॉटेलची खोली फार दिमाखदार नव्हती. प्लॅस्टिकचे शीट असणारे दोन ट्विनबेड्स मोड्युलर फर्निचर इत्यादी. दोन खुर्च्या आणि फॅन्सी दिवा. चिनी परिमाणात हे सगळे चैनीचे होते. माझ्या आयुष्यात प्रथमच मी एका पुरुषाबरोबर हॉटेलच्या खोलीत राहत होते.

मी बेडच्या कडेला बसले होते. एखार्ट बॅकपॅकमध्ये शोधाशोध करत होता. हालचाल करताना त्याच्या हातांचे स्नायू आकर्षक दिसत होते. त्याचा शाम्पू, शेव्हिंग क्रीम, ॲस्पिरिनची बॉटल सगळ्यावर जर्मन नावे होती. तो वाकल्यावर केस डोळ्यावर येत होते. मी त्याच्याकडे पाहत होते, हे लक्षात येऊन तो लाजत हसला. सहृदयता आणि आकर्षण यांचे वेगळेच मिश्रण त्याच्यात होते. हे दुर्मीळ होते.

मी कृतज्ञतेने भारले होते. मीं त्याच्यावर प्रेम करू लागले होते, असे मला वाटत होते. त्याच्या खांद्याला स्पर्श करत मी म्हणाले, '' हे! मला सगळ्याबद्दल माफ कर. तुला माझ्याकडून अपेक्षेपेक्षा खूप त्रास झाला आहे.'' खांदे उडवत एखार्ट म्हणाला, ''गेले तीन महिने माझ्याशी बोलायला कोणी नव्हतं. आज मी एका सुंदर तरुणीसोबत रात्र काढणार आहे. हे काही भयंकर नाही. हो नं?''

माझ्या डोक्यात एक कल्पना चमकल्याने मी तातडीने बाथरूममध्ये जाऊन कपडे उतरवले आणि शॉवर सुरू केला. अगदी ब्रा आणि पॅन्टीसुद्धा बाहेर फेकत मी त्याला साद दिली. ''एखार्ट, तुलासुद्धा इकडे यायचं आहे नं, प्लीज?''

आमच्यासाठी प्रणयाच्या खूप उत्फुल्ल कल्पना मनात असल्या, तरी दिवसभराची धावपळ आणि भावनांची आंदोलने यांच्यामुळे आमच्यावर घाम आणि धुळ यांचा थर चढला होता. निदान माझ्या शरीराचा गंध अगदी वाईट येत होता.

बाथरूमच्या निळसर प्रकाशात आम्ही आनंदाने जरा वेळ उभे राहिलो. मग लाजतच ऑरेंज रंगाच्या टबमध्ये प्रवेश केला. डोळे मिटूनच जरा वेळ थांबलो. एखार्टने पाण्याचा वेग वाढवला. पाण्याच्या लयीने आमच्यावर ताबा घेतला. मी पाच आठवड्यांनंतर शॉवर आणि गरम पाणी यांचा आनंद घेत होते. मला गुंगी आली. हळूहळू आम्ही अगदी काळजीपूर्वक स्वच्छता करायला लागलो. शाम्पूच्या फेसात लपेटून आळीपाळीने शॉवरखाली उभे राहत आम्ही स्नान केले.

स्वतःला टॉवेलमध्ये गुंडाळूनच आम्ही बेडवर पडलो. आम्ही दोघेही गुंगीतच होतो. हळुवारपणे त्याने माझा चेहरा त्याच्याकडे वळवून माझे चुंबन घेतले. पण आम्ही एवढे दमलो होतो की, तत्काळ झोपूनच गेलो. दिवे ढणढण जळत होते. ओले टॉवेल आमच्या शरीरावर होते. तसेच आम्ही गाढ झोपी गेलो.

ग्युईलिन

लहान मुलाच्या कर्कश किंचाळीसारखी जोरात रिंग वाजत होती. दचकून जाग येत मी धडपडत रिसिव्हर उचलला. त्याचा थंड स्पर्श गळ्याला होत होता.

"मिस सुझन गिलमन आहेत का?" कोणा पुरुषाचा आवाज होता. नक्कीच चिनी. "माझं नाव जॉनी. मी तुमचा मित्र आहे."

"हं?" मी कुठे होते, ते आठवायला मला वेळ लागला. ओला टॉवेल माझ्या गुडघ्यावर होता. रात्रीच्या दिव्यांचा प्रकाश पसरलेला होता. "एक्सक्युज मी?"

"मिस गिलमन. मला तुमच्याशी बोलायला हवं. मी आताच यांगशुओ पोलीस स्टेशनमध्ये गेलो होतो. तिथे तुमच्या मैत्रिणीला मी पाहिलं."

मी जागी झाले. "तुम्ही क्लेअरला पाहिले?"

"मला तिच्याबद्दल तुमच्याशी बोलायला हवं. हे महत्त्वाचं आहे."

"ती ठीक आहे नं?"

"मी इथे लॉबीमध्ये आहे. तुम्ही त्वरित इथे या." एवढे बोलून त्याने फोन ठेवला.

मी बेडजवळ पोचले. माझे हृदय धडधडायला लागले.

झोपाळू आवाजात एखार्टने विचारले, "काय झालं?"

"खाली एक माणूस आला आहे. तो म्हणतो आहे, त्याने क्लेअरला पाहिलं." मी माझा चष्मा शोधायला लागले. "किती वाजले आहेत?" खोलीभर पसारा होता. कुठे काय होते काही कळत नव्हते. माझी अंतर्वस्त्रे, रिबॉकचे शूज, कपडे कसे शोधू? "पहाटेचे तीन वाजले आहेत," घड्याळ पाहत एखार्ट म्हणाला. कपडे शोधून चढवले. स्लीपर्स पायात कोंबत मी म्हणाले, "त्याने मला ताबडतोब

भेटायला बोलावलं आहे.''

नाखुशीने एखार्ट उठून बसला. ''मी तुझ्यासोबत यायला हवं का?''

किल्ल्या शोधत मी म्हणाले, ''तू आधीच खूप केलं आहेस. इथेच वाट पाहा. शक्य असेल, तर झोपी जा.''

खाली जाताना प्रत्येक पावलाला थकवा जाणवत होता. पण एक उत्तेजनासुद्धा सरसरत होती. लिफ्टमधून खाली जाताना ती सावकाश जात होती, असे वाटत होते. एकदाची लॉबीमध्ये पोचले, तेव्हा रिसेप्शन काउन्टरवर किंवा त्या चमकदार चॉकलेटी कोचांवर कोणी दिसले नाही. रात्रीसाठी उपाहारगृह बंद झालेले होते. सर्वत्र शांतता होती. दिवे जळत होते. पण सर्व परिसर निर्जन होता. ''जॉनी?''माझ्या आवाजात प्रतिध्वनी आला.

काचेचे दार ढकलून मी बाहेर आले. बाहेरच्या उबदार हवेला तुरट गंध होता. ओल्या दवाने फुटपाथ चमकत होता. गोल रस्त्यावर मी फेरी मारली. कोणीही नव्हते. पलीकडे अंधार आणि निरव शांतता.

''जॉनी?'' मी हाक मारली. झुडपांमध्ये सळसळ झाल्यासारखे वाटून मी वळले. पण कोणी दिसले नाही.

***

''काय झालं?'' एखार्टने विचारले. मी खाली गेल्यावर त्याने पांढऱ्या शॉर्ट्स आणि शर्ट चढवला होता. पण उलटाच. त्याचे केस अस्ताव्यस्त होते.

''कोणी नाही आहे तिथे. तुला काय वाटतं, कोणी घाणेरडी चेष्टा केली असेल?''

त्याच क्षणी पुन्हा फोनची रिंग वाजली.

''कुठे आहात मिस गिलमन?'' तो माणूस ओरडला. ''मी तुम्हाला लगेच खाली यायला सांगितलं.''

''मी आले होते. तुम्ही कुठे आहात? मी सर्वत्र शोधलं. तुम्ही नव्हता.''

''तुम्ही लॉबीच्या समोरील भागात शोधलं.'' तो आवाज म्हणाला, ''मी मागे आहे. तुम्ही त्वरित मागे लॉबीत या, प्लीज!''

''कोणती मागची लॉबी?'' मी पूर्ण जागी होते. काहीतरी घोटाळा वाटत होता.

''हे पाहा, रात्रीचे तीन वाजले आहेत. मी पुन्हा खाली जाऊन अनोळखी माणसाला शोधत कुठेही जाणार नाही. तुम्हाला बोलायचं असेल, तर वर रूममध्ये या.''

मी फोन खाली आपटला. ''देवा, हा माणूस बरोबर हॉटेलमध्ये तरी आहे का?''

***

तीन मिनिटांनी दारावर आग्रही टकटक झाली. दार उघडताच एक तरुण चिनी माणूस रिमलेस चश्म्यातून माझ्याकडे पाहत होता. मध्यमवयीन कॉलेज प्रोफेसरसारखे कपडे त्याच्या अंगावर होते. स्वेटर आणि पोलका डॉट्सचा टाय. या कपड्यांत तो अस्वस्थ दिसत होता. जणू या प्रसंगापुरतेच त्याने कपडे भाड्याने घेतले आहेत. त्याच्या हातात एक ब्रीफकेस होती. त्याच्या दोन्ही बाजूला पूर्ण गणवेशातील दोन मिलिटरी अधिकारी होते.

ईस्टर आयलन्डवरच्या शिल्पांसारखे त्या अधिकाऱ्यांचे चेहरे दगडी दिसत होते. त्यांच्या हिरव्या सोनेरी टोप्यांखालून ते माझ्याकडे दगडी कठोर नजरेने पाहत होते. त्यांच्या गणवेशाला लाल पायपिन होती आणि खांद्यांवर सोनेरी चिन्हे कडक वनस्पतींच्या ब्रशसारखी लटकत होती.

"हॅलो मिस गिलमन," तो तरुण उत्साहाने म्हणाला. "मी जॉनी, तुमचा मित्र. तुम्हाला मदत करायला आलो आहे." जल्लादाच्या आवेशात त्याच्या मागे उभ्या असणाऱ्या त्या दोन अधिकाऱ्यांच्या पूर्णपणे विरुद्ध त्याची जवळीक दिसत होती. विचित्र म्हणजे, हा 'जॉनी' दिंघाईच्या खऱ्या जॉनीसारखाच दिसत होता. तसेच टोपीसारखे गोल कापलेले केस, मोठे-मोठे डोळे. त्याने अधिकाऱ्यांना मानेने खुणावताच ते एकसाथ पुढे झाले.

अर्ध्या रात्री कोणी अचानक तुमच्या दरवाज्यात मिलिटरी पोलीस घेऊन आले, तर मला वाटते कोणीही घाबरून आपल्या दूतावासाला संपर्क करण्याचा प्रयत्न करेल. मी तर मानवी हक्कभंग आणि राजकीय छळ यांसाठी प्रसिद्ध असणाऱ्या साम्यवादी देशात होते. नवल म्हणजे मी फक्त हात हालवून पार्टीत करावे, तसे त्यांचे स्वागत केले.

तो जे सांगत होता ते – म्हणजे मला मदत करण्यासाठी नेगलेला विद्यापीठाचा विद्यार्थी होता – हे मी स्वीकारले. त्याला यांगशुओ पोलिसांनी दुभाषा म्हणून नेमले होते. त्याला योग्य ते हॉटेल सापडावे आणि थोडा नाट्यमय परिणाम साधावा, म्हणून ते दोन अधिकारी त्याच्यासमवेत असावेत. ग्युईलिन आणि यांगशुओ यांमधील अंतर हे फक्त ५५ मिनिटांचे असले, तरी तो रात्री तीन वाजता माझ्या दारात आला हेही मला विचित्र वाटले नाही. असे वागणे ही चिनी पद्धत असावी. मूलभूत व्यवस्थापन हा काही इथे महत्त्वाचा मुद्दा नाही.

खरे तर त्या अधिकाऱ्यांसाठी मला वाईटच वाटत होते. त्यांना मध्यरात्री झोपलेले कुटुंब सोडून, पूर्ण तयार होऊन निघावे लागले होते.

"प्लीज, आत या. इथे अधिक व्यवस्था नाही, मिनिबार वगैरे. माफ करा." मी विचारले, "तुम्हाला चहा चालेल का? बाथरूममध्ये विजेची किटली आहे. थोडी बिस्किटे आहेत. चालेल नं?"

माझ्याकडे ते दोघेही बर्फाळ नजरेने पाहत राहिले. जॉनी अस्वस्थ होऊन संकोचून हसत राहिला. ''प्लीज, याची गरज नाही.''

''माझ्या बॅकपॅकमध्ये बिस्कीट्स असतीलच,'' मी म्हणाले.

एक कुशनची खुर्ची घेऊन बसत जॉनी म्हणाला, ''त्यापेक्षा तू माझ्यासमोर बसून बोलत का नाहीस?''

तो दरवाजाजवळ बसला होता. त्याच्या दोन्ही बाजूस दोघे अधिकारी उभे होते.

त्याच्यासमोरच्या खुर्चीत मी बसून घेतले. मला दिव्यावर माझी ब्रा लटकताना सापडली. जॉनी बरोबर तिच्या खाली बसला होता. एखाद्या अश्लील तमाशाच्या जाहिरातीसारखे ते दिसत होते. ती तशीच राहू देणे आगाऊपणाचे होते. गुपचूप काढून घेणे शक्यच नव्हते. त्याच्याकडे पाहताना मला ती दिसत होती. त्या अधिकाऱ्यांच्या लक्षात आले असेल का?

''मग तुम्ही क्लेअरला पाहिलंत का? कशी आहे ती?'' मी विचारले. ब्रा फार मळली होती, धुवायला हवी. माझ्या मनात आले.

जॉनीची पाठ ताठ झाली. कपाळावर आठ्या आल्या.

''ती छान आहे.''

माझ्या काही लक्षात येण्याअगोदर त्याने खिशातून क्लेअरचा पासपोर्ट काढला. तिच्या फोटोवर बोट ठेवून विचारले, ''ही तुझी मैत्रीण. चांगली मैत्री आहे का तुमची?''

शक्य तेवढी प्रतिक्रिया लपवून मी म्हणाले, ''फारशी नाही.'' असे म्हणताना अपराधी वाटले मला, जसा काही मी तिचा त्याग करत होते. पण तिच्यापासून थोडे अंतर राखणे आमच्या फायद्याचे राहील, हे मला जाणवले.

''मी तिच्याबरोबर विद्यापीठात होते. पण पदवी मिळेपर्यंत मला तिची फारशी माहिती नव्हती. जेव्हा ती म्हणाली 'चीनचा प्रवास करू', तर मीसुद्धा येते असं मी म्हणाले. का? तिने काय सांगितलं?''

खाली नजर वळवून जॉनी तिच्या पासपोर्टवर कोरलेल्या अक्षरांवर बोट फिरवत राहिला. त्याचे हात मऊ आणि छोटे होते. नखे शिंपल्याच्या अंतर्भागासारखी गुलाबी होती. ''तिच्या कुटुंबाविषयी अधिक माहिती देता येईल का प्लीज?'' तो म्हणाला.

पुन्हा मी खांदे उडवत म्हणाले, ''मला खातरीने नाही सांगता येणार. तिला तीन सावत्र भाऊ आहेत. उच्चशिक्षित, खूप स्मार्ट आहेत ते. सन्माननीय नागरिक. तिची आई – सावत्र आईसुद्धा चांगली असावी. गृहिणी आहे. श्वानप्रेमी. आणि तिचे वडील मोठे व्यावसायिक आहेत.''

असे बोलताना नकळत माझा आवाज क्लेअरसारखा अभिमानी झाला, याचे मला नवल वाटले. एकाएकी मि. ह्युटन यांची संपत्ती आणि प्रतिष्ठा एवढ्या

टाकाऊ, दुर्लक्ष करण्याजोग्या गोष्टी नव्हत्या, असे वाटले.

"क्लेअर अद्यापि पोलीस स्टेशनमध्येच आहे का? की तिला हॉटेलमध्ये ठेवण्यात आलं आहे?" मी विचारले.

घड्याळात पाहत जॉनीने विचारले, "काल नक्की काय झालं, सांगू शकाल का?"

मी इतक्या वेळा ती गोष्ट सांगितली होती की, आता माझासुद्धा त्यावर विश्वास बसला. बहुतेक फोटोकॉपीज, टेलिफोन, फॅक्स अशा सुविधांच्या अभावामुळे हे चिनी लोक पुन्हापुन्हा तेच प्रश्न विचारत असावेत.

पुन्हा एकदा मी त्या प्रसंगाचे सुधारीत स्वरूप निवेदन केले. क्लेअरचे आणि माझे भांडण, तिचे बसमध्ये चढणे, ऑसमन्थसमध्ये ठरलेली भेट, पण तिचे अदृश्य होणे, बस! इतकेच.

मी म्हणाले, "मूर्ख भांडण होतं ते. मलाही कळत नाही काय झालं ते."

प्रथमच माझ्यावर अविश्वास दाखवणारे भाव त्याच्या नजरेत दिसले. खुर्चीत पाठीमागे टेकत, हाताची घडी घालत तो म्हणाला, "तू म्हणतेस तिच्या सर्व मौल्यवान वस्तू तुझ्याकडे आहेत आणि ओळखपत्रंसुद्धा?"

"हो. ती खरंच फार चिडलेली होती. ती सगळं विसरून गेली रागात. किंवा कदाचित मला शिक्षा म्हणून मी सगळं सामान वागवावं, अशी तिची इच्छा असेल." मी त्याच्याकडे पाहत मोकळी हसले. त्यातून त्याचा विश्वास आणि सहकार्य प्राप्त होईल या भावनेने. काही कारणाने ए.सी. बंद पडला होता. रूम गरम झाली होती. वॉर्निश, कोळी, अंगगंध यांचा वास यायला लागला होता. "अर्थातच क्लेअरचा पासपोर्ट माझ्याकडे होता," मी त्याला सांगू लागले. "तो मी अधिकाऱ्यांना दिला. त्यांनी मागताच तिचं वॉलेट, ड्रायव्हिंग लायसन्स, क्रेडिट कार्ड्स, चिनी आणि अमेरिकन पैसे..."

"म्हणजे ती ग्युईलिनला यायला निघाली, तेव्हा तिच्याकडे मुळीच पैसे नव्हते?" जॉनीने मला थांबवले.

"वेल, आम्ही शेवटच्या क्षणी तिला काही पैसे दिले. ऐंशी युआन." आणि त्या क्षणी सगळे कोडे उलगडले. मला क्लिक झाले. एखार्टने क्लेअरकडे पैसे टाकले, ते चिनी पैसे – स्थानिक चलन होते. जरी दुकानदार आम्हाला तसे पैसे सुटे देत असत, तरी परकीय व्यक्तीने ते वापरणे बेकायदेशीर होते. क्लेअरने तिकीट काढायचा प्रयत्न करताच ड्रायव्हरने कायद्यानुसार तिला नकार देऊन पोलिसांना बोलवले असणार आणि म्हणूनच ती ग्युईलिनपर्यंत पोचली नाही. अशी नाहीशी झाली होय ती! मी सुटकेचा श्वास टाकला. अगदी खरे आहे. चीन हा अधिकाऱ्यांच्या बळावर आणि तिकिटांवर चालणारा देश आहे.

पोलीस स्टेशनमध्ये क्लेअरने तिचे ट्रॅव्हलर्स चेक्स रोख करण्याचा प्रयत्न केला असणार, परकीय प्रवासी चलनात. पण तिच्याकडे ओळखपत्र नसल्याने ते शक्य झाले नसणार. तिच्या शब्दकोशाशिवाय ती काही बोलून समजावू शकली नसणार. माझ्या डोळ्यासमोर अंधाऱ्या पोलीस स्टेशनमध्ये हातवारे आणि अभिनयाद्वारे सांगू पाहणाऱ्या, रागाने लाल झालेल्या क्लेअरचा चेहरा आला. ती टेलिफोनकडे बोट दाखवून अमेरिकन ट्रॅव्हलर्स चेक्स दाखवत असेल. हवेत बसचा आकार काढून ग्युईलिनच्या दिशेने ड्रायव्हिंगचे हातवारे करत असेल. नंतर त्या इन्स्पेक्टरचा प्रतिसाद न मिळाल्याने अमेरिकन ध्वज दाखवण्यासाठी पेन आणि कागद व्यर्थ शोधत राहिली असेल. कंटाळून, निराशेने, दुःखाने बोलली असेल, ''नी शाऊ यिंग वेन मा?''

पण ग्युआंग्झी प्रांतातले लोक वेगळी बोली बोलतात. त्यामुळे तिचे मँडारिन व्यर्थ ठरले असेल. ती कोण होती, कुठून आली, तिला काय हवे होते इत्यादी माहीत नसल्याने सुरुवातीला त्या लोकांनी तिला तिरस्काराने वागवले असेल. नंतर त्यांना दया आली असेल. तेसुद्धा गोंधळले असणार. तिला असेच सोडून तर देऊ शकत नव्हते ते! कोणतेही ओळखपत्र, तिकीट नसणारी, पैसे जवळ नसणारी, रहस्यमय परदेशी तरुणी.

मला समजत होते. क्लेअरला नंतर कोपऱ्यातल्या लोखंडी खुर्चीवर बसायला सांगितले असणार. एखादा दयाळू अधिकाऱ्याने नूडल्सनी भरलेला बाउल, एखादा चमचा आणला असणार. ती रागावून बसलेली असताना, ते अधिकारी टेबलजवळ हिचे काय करावे, म्हणून चर्चा करत असणार. स्थानिक लोकांना लांब नाकाच्या परदेशी मुलीविषयी कळताच हळूहळू तिला पाहायला ते गर्दी करत असणार. त्यांची मोठमोठी गाठोडी उतरवत ते इतरांनाही पाहायला बोलावत असतील. लोक सिगारेट पेटवून तिला खिडकीतून देण्याचा प्रयत्न करत असतील. क्लेअरच्या संयमाचा कडेलोट झाला असेल. बाउल खाली ठेवून, चिडून उभी राहून ती काही बोलणार, एवढ्यात पोलीसप्रमुखाचा फोन वाजला असणार. ऑसमन्थस हॉटेलच्या मॅनेजरने सगळ्या प्रांतात सूचना दिल्या होत्या. *'ग्युईलिनमधील अमेरिकन स्त्रीची मैत्रीण हरवली आहे. ती यांगशुओच्या बसमध्ये पैसे आणि ओळखपत्राशिवाय बसली होती.'* चिन्यांनी पटकन दोन अधिक दोन चार करत अंदाज बांधला असेल.

म्हणजे इथे आलेला जॉनी या कोड्यातला शेवटचा तुकडा होता. क्लेअरची ओळख पटवण्याची आणि तिच्या सुटकेसाठी पैसे आणण्याची कामगिरी त्याच्यावर सोपवली असणार. बसचे तिकीटच नव्हते, तर काही खोटा कबुलीनामाही तिला द्यावा लागेल कदाचित. काळ्या बाजारात पैसे घेतले वगैरे. त्यांनी तिच्या खाण्यापिण्यावर केलेला खर्च त्यांना वसूल करायचा असेल. काहीही असो, आणखी काही मिनिटांत

हा फियास्को संपणार होता. माझ्याजवळ प्रवासी चलन पुरेशा प्रमाणात होते. शिवाय तिची ओळखपत्रेही.

"ऐका, ठीक आहे सगें. क्लेअरकडे तिच्या पर्समध्ये एक हजार डॉलर्सपेक्षा अधिक ट्रॅव्हलर्स चेक्स आहेत. '' मी जॉनीला दिलासा दिला.

त्याचा चेहरा ताणलेलाच होता. एकदा त्या अधिकाऱ्यांकडे आणि एकदा माझ्याकडे पाहत तो म्हणाला, ''तिची पर्स नाही.'' मी म्हणाले, ''ती निघाली, तेव्हा पर्स होती तिच्याकडे. गडद ब्राउन रंगाची, मोठं पितळी बक्कल असणारी, बॅगसारखी दिसते ती. पण ती पर्सच आहे.''

''तिथे पर्स नाही. तुझ्या मैत्रिणीची पर्स गेली.''

ज्या तऱ्हेने तो हे बोलला त्याने मला भीतीची थंड लहर जाणवली.

''काय? काय झालं आहे? तिला लुटलं का?'' क्लेअरची बॅग हिसकावून कोणी तिच्या तोंडात मारत असल्याचे चित्र माझ्या दृष्टीसमोर आले.

माझ्या डोळ्याला डोळा भिडवत जॉनी म्हणाला, ''तिची पर्स नदीत आहे.'' जणू एवढ्याने सगळा खुलासा होणार होता.

''नदीत? कोणत्या नदीत? नदीपर्यंत कशी गेली ती?''

''तुझ्या मैत्रिणीने ती नेली. नदीत उडी मारली तेव्हा.''

***

एखाद्या माशाच्या डोळ्यातून पाहिल्यासारखी मला रूम आकसत आणि दुभंगत असल्यासारखी दिसली. मी नक्की बरोबर ऐकले का? मला बेडजवळच्या घड्याळाची टिकटिक, बाथरूमच्या एक्झॉस्टची घरघर, माझ्या श्वासांचा आवाज स्पष्ट ऐकू येत होता.

क्षणभराने मी विचारले, ''क्लेअरने नदीत उडी मारली?''

''हो. पण काळजी करू नकोस. शेतकऱ्यांनी तिला बाहेर काढलं,'' जॉनीने घाईने सांगितले.

''शेतकरी?''

''हो आणि त्यांनी तिला कपडेही दिले आहेत.''

''कपडे? तिच्या कपड्यांचं काय झालं?''

''नदीत उडी मारण्याअगोदर तिने ते काढले बहुतेक.''

पुजियांगमध्ये सार्वजनिक स्नानगृहात मीदेखील पाहणे तिला चालत नव्हते, त्या क्लेअरने? स्वतःच्या अंगातला शर्ट आणि खाकी पॅन्ट ओरबाडून दक्षिण-पूर्व चीनमध्ये पुलावरून नदीत उडी मारावी? कितीही चुकीचे, भयगंडाने ग्रासलेले असले; तरी तिचे वर्तन आत्मघाती नव्हते. अगदी त्या क्षणापर्यंत ती केवळ मला

घाबरवण्यासाठी नाटक करत होती, असेच मला वाटत होते.

''नाही.'' मी ठासून म्हणाले, ''क्लेअरने असं केलं नाही.''

''माफ कर. पण तिनं तसंच केलं.''

त्याने खरोखरी अतीव दुःखाने माझ्याकडे पाहिले.

''ख्राईस्ट!'' रडत मी म्हणाले, ''का केलं तिनं असं? वेडी झाली आहे का ती?'' मी त्याला विचारले. मान हलवत त्याने उत्तर दिले, ''हो. आम्हाला ती वेडी आहे, असं वाटत आहे. तिने मरण्याचा प्रयत्न केला.''

सांस्कृतिक आणि भाषिक फरक असूनही काही कृतींना सार्वत्रिक अर्थ असतो, असे दिसते. कोणतेही कारण नसताना नदीत उडी घेणे याचा साधारणत: अर्थ 'आत्महत्या' असाच निघतो.

माझ्याकडे स्थिर नजरेने पाहत तो म्हणाला, ''आम्हाला माहिती हवी आहे की तुम्हाला .....''

''मला काय?''

सावकाश पिस्तुलात गोळ्या भरल्यासारखा तो म्हणाला, 'तुम्हाला तुमची मैत्रीण वेडी वाटते का? हे आम्हाला जाणून घ्यायचं आहे.''

'आम्ही' हे तो अनेकवचनी म्हणाला.

म्हणजे जॉनी विद्यार्थी नव्हता. माझ्या मैत्रिणीने चीनच्या भूमीवर आत्मघाताचा प्रयत्न केला होता. स्वतःची सर्व ओळख पुसून टाकण्याचा प्रयत्न केला होता. ती सीआयए, मोसाद आणि एफबीआय यांबद्दल त्या अगोदर किंचाळत होती. तिकीट न घेता प्रवास करणे किंवा सार्वजनिक जागी आरडाओरडा करणे, एवढे हे साधे प्रकरण नव्हते. मोठेच प्रकरण होते. आणि चिनी लोकांना हे माहीत होते. ती त्यांच्या ताब्यात होती. माझ्या खोलीतील हे तिघेही साधे, तात्पुरते कर्मचारी, अडखळणारे अधिकारी किंवा स्थानिक पोलीस नव्हते. ते कुशल, उच्चपदस्थ साम्यवादी मिलिटरी अधिकारी होते. मुद्दामच मला रात्री तीन वाजता उठवण्यात आले होते. सावध नसताना माझ्याकडून माहिती काढण्याचा उद्देश दिसत होता. किंवा त्यांना आधीच जे माहीत होते, त्याची त्यांना खातरी करून घ्यायची होती. मला क्लेअरची कुशलमंगल वार्ता सांगायला नव्हे, तर चौकशी करायला आले होते ते.

माझ्या मूर्खपणावर मला हसू आले. एवढी कशी अजाण होते मी! कशी विसरले बरे मी? क्लेअरची मनःस्थिती उघड होणे, तिचा आत्महत्येचा प्रयत्न, चिनी शासकीय यंत्रणा – यांतले काहीच मला समजले नाही? सात आठवडे आशियात फिरताना मी किती मूर्ख होते. आता क्लेअर कोणत्या तरी जेलमध्ये होती आणि मी मात्र पूर्ण गुंतले होते. मी घरापासून फार-फार दूर होते. जग जिंकण्यासाठी मी घर सोडले. हा काय परिणाम झाला! तीन चिनी अधिकारी हॉटेलच्या छोट्या खोलीत

माझी उलटतपासणी घेत होते. क्लेअर ग्युआंग्झीच्या कैदखान्यात खितपत होती.

जॉनी माझ्याकडे एकटक पाहत म्हणाला, ''तुला वाटतं का तुझ्या मैत्रिणीला वेड लागलं आहे?'' मी एखार्टकडे उडता कटाक्ष टाकला. चादरीखाली मुळीच न हलता तो पडून होता. त्या अधिकाऱ्यांच्या लक्षात त्याचे अस्तित्व आले नव्हते. तरी जे उत्तर त्याच्याकडेही नव्हते, ते शोधण्यासाठी मी त्याच्याकडे वळले होते. काय उत्तर देणार होते मी?

खरे तर मला वाटत होते, तिला वेड लागले होते असे. तिला भास होत होते. ती हरवली होती. कहर म्हणजे तिने नदीत उडी मारली होती. पण या चिन्यांना मी तसे सांगू शकत नव्हते. मागे ब्रिटिश प्रवाशांनी सांगितले, ते विसरले नव्हते. त्या बेल्जियन मुलीला तापामुळे भ्रम झाला होता, तर त्यांनी तिला मेंटल हॉस्पिटलमध्ये टाकले आणि एक वर्ष सोडले नव्हते. शांघायमधल्या टॉमलाही मी विसरले नव्हते. फक्त प्लेबॉय बाळगल्याबद्दल त्याला तुरुंगवास झाला होता.

क्लेअरला पोलीस कस्टडीतून लवकर बाहेर काढणे आवश्यक होते. अधिक वेड्यासारखे वागून तिने स्वतःला अडकवण्याच्या आत! तिला युनायटेड स्टेट्समध्येही तसेच लवकर पोचायला हवे होते. पण तिच्या वागण्याची संगती लावून यांना कसे पटवायचे? कशामुळे ते तिला सोडतील आणि माझ्या ताब्यात देतील?

'अगं क्लेअर, तू इथे असायला हवी होतीस.' केविलवाणी झाले होते मी. 'क्लेअर, मला तू इथे असायला हवी आहेस.' या अधिकाऱ्यांशी मधुर आवाजात बोलत दिंघाईमध्ये मार्ग काढला होता. ऱ्होड आयलन्डला तर नेहमीच ट्रॅफिक पोलीस तिला वाढत्या वेगाबद्दल माफ करायचे. अशा परिस्थितीला माझ्यापेक्षा ती चांगली हाताळू शके. मी न्यूयॉर्कहून आलेली कुचकामी मुलगी होते.

भयग्रस्त मनःस्थितीत मी विचार केला, मी काय करू शकते?

पाठ ताठ करून पायावर पाय टाकत मी क्लेअरची नक्कल केली. ''माझी मैत्रीण आणि वेडी? नक्कीच नाही. तिला फक्त घरची आठवण येते आहे. होमसिक झाली आहे ती.'' मी जॉनीला सहज स्वरात सांगितले, ''घराची, मित्राची आठवण येत आहे. आम्ही अमेरिकन मुली अशा वेळेस अधिकच भावनाप्रधान होतो.''

पुढे मृदू आवाजात मी म्हणाले, ''अर्थातच तिचं वर्तन तुम्हाला विचित्र आणि विसंगत वाटत असेल. कारण तुम्ही चिनी आहात. पण माझ्यावर विश्वास ठेवा, क्लेअर जशी वागत आहे, ते अमेरिकन संदर्भात सर्वसाधारण वागणं आहे.''

माझे विचार ऐकताना मलाच अती गोड आणि खोटे भासत होते. पण त्यात पूर्णपणे न पटणारे, अतार्किक काही नव्हते. जॉनी आणि ते दुसरे अधिकारी पुरुष असल्याने क्लेअर आणि मी असे वेड्यासारखे वागू शकतो, कारण आम्ही स्त्रिया आहोत, अशी आशा मला वाटत होती. त्यांचा विश्वास बसायला हरकत नव्हती.

क्षणभर मला वाटले; भगिनीभाव, लिंगभाव या गोष्टी सांगून त्यांचा पूर्ण फायदा घ्यावा. माझ्या अंत:प्रेरणेने मी ठरवले की, अमेरिकन स्वभावाचा उपयोग होईल, कारण ते आमचे बलस्थान होते. त्यामुळेच चिनी लोकांना आमच्याविषयी कुतूहल वाटत होते आणि ते प्रभावित होत होते.

शंकित स्वरात जॉनीने विचारले, "ती फक्त होमसिक झाली आहे?"

"एक होमसिक अमेरिकन," मी दुरुस्ती केली. "प्लीज, मला माझ्या मैत्रिणीच्या वर्तनाचं स्पष्टीकरण देऊ द्या." पायाची स्थिती बदलून मी खोल श्वास घेतला आणि त्याच्याकडे पाहून छानसे हसले.

यापुढे काय बोलावे, हे मला माहीत नव्हते. माझ्या मनात छोट्या-छोट्या गोष्टी, माहिती यांचा ताळेबंद सुरू होता. सगळ्यात काय चांगली सबब ठरेल, याचा. मी लेखिका होते. मला चांगली कथा रचता यायला हवी. मला साहसी आणि आगाऊ बनून व्यवस्थित खोटे बोलायला हवे. कादंबरी लेखनामध्ये ज्याला सूचक तपशील म्हणतात असा असाधारण, उच्चप्रतीचा वैशिष्ट्यपूर्ण तपशील अधिकारवाणीने सांगायला हवा. पण काय हवे ते? इथे फारच नाट्यमय आणि टोकाची स्थिती होती. अगदी ऑपेरा नाटकासारखी.

त्या क्षणी मला कल्पना सुचली.

"जॉनी, तू एक उच्चशिक्षित माणूस आहेस," मी मुलायम आवाजात म्हणाले. "तू अधिकारपदावर आहेस, असं मला म्हणायचं आहे. तू अगदी अस्खलित इंग्लिश बोलतो आहेस. तू विल्यम शेक्सपियरविषयी ऐकलं असणारच. हो नं?"

उत्तराची वाट न पाहता मी बोलत राहिले. "शेक्सपियर पाश्चात्त्य जगातील अगदी महत्त्वाचा नाटककार आहे. सांस्कृतिक आधार आहे. चीनमधील ऑपेरासारखीच त्याची नाटकं अमेरिकेत पाहिली जातात. रोमिओ आणि ज्युलिएट हे शेक्सपियरचं एक प्रसिद्ध नाटक आहे. तुमचा 'सम्राट आणि नर्तिका' (क्युक्युबाईन) जो ऑपेरा आहे नं, त्याच्याचसारखं. त्या नाटकात एकमेकांवर जीव टाकणारे दोन प्रेमी आहेत. त्यांच्या कुटुंबीयांचा त्याला विरोध आहे. रोमिओशिवाय जगायचं नसल्याने ज्युलिएट आत्महत्येचं नाटक करते."

जॉनी फार गोंधळलेला दिसत होता. त्याला काही संगती लागत नसावी. पण तो चिनी होता. माझ्यावर संशय असला किंवा मी काय बोलते, हे समजत नसले, तरी त्याला नक्कीच ते मान्य करायचे नसणार. अब्रू वाचवण्यास अज्ञान लपवण्यासाठी समजले, असे दाखवावेच लागणार.

"म्हणून तुला सांगते, आम्ही अमेरिकन मुली दूर असताना प्रियकराच्या आठवणीने व्याकूळ होऊन ज्युलिएटसारख्या वागतो. आत्महत्येचं नाटक करून आमच्या प्रेमाची खोली पटवत असतो. मोठा आरडाओरडा करून, किंचाळ्या

फोडून, त्याच्याशिवाय जगू शकत नाही, असं दाखवण्याचा प्रयत्न करतो. त्याला अमेरिकन नावसुद्धा दिलं आहे. 'पुलिंग अ ज्युलिएट – ज्युलिएट बनणं.' अविश्वसनीय वर्तन असतं ते. अर्थात प्रत्येक जण नाही तसं वागत.'' मी घाईने म्हणाले, ''पण क्लेअर एवढी जास्त होमसिक झाली आहे आणि तिच्या मित्रासाठी झुरते आहे, की ती ज्युलिएटसारखी वागली असणार.''

विचारात मग्न होऊन जॉनीने चेहऱ्यावर हात फिरवला. नंतर सावकाश उत्तरला, ''आय सी!'' त्याच्या स्वरावरून त्याला काहीच समजले नाही, असेच भासले. ''तुझं म्हणणं बॉयफ्रेन्डच्या विरहामुळे तिने नदीत उडी घेतली?''

''आता खरं तर तिने चीनमध्ये असं करायला नको होतं. कारण तुम्हा लोकांना असं अमेरिकन वागणं समजायला कठीण जाणार,'' मी म्हणाले. ''आणि खरं बोलायचं तर तुम्हाला किती धक्का बसला असेल माहीत आहे मला. कोणाही दुसऱ्या माणसाला तिचं वर्तन वेड लागल्यासारखंच वाटणार... पण मी सांगते खातरीने. विश्वास ठेवा माझ्यावर. माझी मैत्रीण एक सामान्य प्रेमविव्हल अमेरिकन तरुणी आहे. आम्ही प्रेमविव्हल अमेरिकन युवक-युवती आणि मनोरुग्ण यांच्यात फारसा फरक नसतो.''

पूर्ण थकून मी गप्प बसले. पूर्ण आत्मविश्वासाने आणि खातरी पटेल, अशा रीतीने मी बोलले होते. जॉनीचा विश्वास बसत नव्हता, हे दिसत होते. कारण तो काही मतिमंद नव्हता. मी बोलले, त्यातील खोटेपणा त्याच्या नजरेतून सुटणे शक्य नव्हते.

पुन्हा उत्साह गोळा करून त्याला विनंतीच्या अजिजीने मी म्हणाले, ''प्लीज, लक्षात घ्या. अमेरिका फार अलीकडचा तरुण देश आहे. त्यामुळे आम्हीही तसेच तरुणांसारखे वागतो. तुमच्या राष्ट्रासारखं प्रगल्भतेने, शहाणपणानं नाही. आम्हाला आमच्या भावना नियंत्रित नाही करता येत. आम्ही भौतिकवादी आणि स्वतंत्र आहोत. जे प्राप्त झालं, त्याने आमचं समाधान होत नाही. अगदी किशोरवयीन राष्ट्र आहे आमचं. आमच्या आकांक्षांनी गुरफटून, प्रेरित होऊन आम्ही वागतो. माझ्या मैत्रिणीच्या वर्तनातून तुम्हाला प्रचिती आली असेलच. जरा लज्जास्पद, संकोच वाटणारं जरूर आहे. पण तसंच वागणे आहे हे.''

तिरप्या मानेने जॉनी माझ्याकडे पाहत राहिला. शेवटचा भाग त्याला समजला असावा, कारण तो खराच होता. कारण सत्य तसेच निनादणारे होते. आम्ही अमेरिकन जगाच्या दृष्टीने किशोरवयातच होतो – उत्साही, उद्धट आणि आत्मकेंद्रित. सर्जनशील आणि भावनाप्रधान. आपल्यालाच सगळे समजते आणि आपण अपराजेय, अजिंक्य आहोत; असे समजणारे. सगळे जग आपल्यावरच केंद्रित झाले आहे, आपल्याभोवती फिरते आहे, असे वाटणारे. मी त्याला एक अंतर्दृष्टी दिली आणि

माझ्या स्पष्टीकरणाने क्लेअरच्या वागण्याला व्यंग्यात्मक अर्थही दिला. विडंबन असले, तरी आमची टांगलेली मान त्यामुळे मोकळी होईल, अशा आशेने.

जॉनीने हालचाल केली. खिशातून रुमाल काढून तो संथपणे चष्मा काळजीपूर्वक पुसू लागला. माझ्या हृदयाचे ठोके वाढले.

एकदाचा चष्मा डोळ्यांवर ठेवून त्याने विचारले, ''म्हणजे तुझ्या दृष्टीने तुझ्या मैत्रिणीनं वेडाच्या भरात आत्महत्येचा प्रयत्न केला नाही तर?''

''नाही. मुळीच नाही.'' मी उत्साहाने हसले. ''पण मला वाटतं, तिला घरी परतायला हवं, *ताबडतोब*. तिचं तिच्या बॉयफ्रेन्डसोबत त्वरित मीलन व्हायला हवं. कोणत्याही अमेरिकन कुटुंबासाठी मुलीचं असं वागणं, भावनांचं प्रदर्शन मानहानीचे समजलं जातं. तुम्ही सगळ्यात चांगली गोष्ट करू शकता म्हणजे सकाळी तिला माझ्याकडे घेऊन या आणि मी तिला सरळ अमेरिकेत नेते. तिचं कुटुंब आणि बॉयफ्रेन्ड भेटताच ती शांत होईल. तिला मदत करण्याचा हाच एक मार्ग आहे.''

हातावर हात ठेवून जॉनी पर्यायांचा विचार करत बसला. तो काही आडमुठा माणूस नव्हता. तो काय किंवा इतर चिनी माणसे काय, त्यांना क्लेअरला तुरुंगात टाकण्यात आणि प्रकरणाची आंतरराष्ट्रीय गुंतागुंत वाढवण्यात रस नव्हता. तसेच तिला अधिक काळ ताब्यात ठेवणे त्यांना नको होते. शेवटी त्यांच्याच लाखो लोकांना त्यांना जेवण देणे कठीण होते. त्यालासुद्धा यातून बाहेर पडण्याचा सन्माननीय मार्ग शोधायचा होता. क्लेअरला सोडायला त्याच्या वरिष्ठांना पटण्याजोगे काही कारण तो शोधत होता. दिंघाईतील हॉटेल स्टाफप्रमाणेच या अधिकाऱ्यांनासुद्धा खरोखर क्लेअरपासून लवकर सुटका हवी असावी. ती खरेच वेडी होऊन आत्महत्या करणार असेल, तर त्यांच्या भूमीवर नको, अशीच त्यांची भावना होती.

पण तिच्या सांगण्याचे काय? अमेरिकन आणि इस्रायली गुप्तहेर संघटनाची ती लक्ष्य होती, असे नव्हती का ती सांगत? तिला कैदेत ठेवायला हे पुरेसे कारण होते.

पण त्याच्या निर्णयाची मी वाट पाहिली नाही. अगदी मनापासून त्याला मी सांगितले, ''बरंच झालं. तुम्ही तिला सकाळी इकडे घेऊन या.'' हस्तांदोलनासाठी हात पुढे करत मी म्हणाले. ''तुम्हाला कोणती वेळ सोयीची आहे? आठ की नऊ? की तुम्हाला साडेआठ म्हणायचं आहे?''

त्याने काही प्रतिक्रिया देण्याच्या आतच मी उद्‌गारले, ''ओह जॉनी, छानच हं. खूप-खूप आभारी आहे तुमची.''

''खरेच तुमचे आभार कसे मानावेत, कळत नाही. तुमची खूपच मदत झाली इकडे येऊन. तुम्हाला यात अडकावं लागलं. मला माझ्या मैत्रिणीच्या वतीने क्षमा मागायची आहे. पण तुम्ही आणि इथल्या प्रत्येकाने फार-फार मदत केली. खूप छान

अतिथ्य आहे इथे. क्लेअरला सुरक्षित ठेवून तुम्ही तिची आणि तिच्या कुटुंबाचीच नव्हे, तर युनायटेड स्टेट्स ऑफ अमेरिकेचीही मोठी मदत केली आहे. प्लीज, त्या दोन सद्गृहस्थांना आणि ऑसमन्थस हॉटेल व्यवस्थापनाला, यांगशुओच्या पोलिसांना सर्वांना माझ्यातर्फे धन्यवाद द्या. शेय शेय नी. कराल ना?''

जॉनी लाजरे हसू हसला. त्याचा हात मी हलवतच राहिले, तेव्हा तो लाजलाच. सावकाश उभे राहत त्याने ब्रीफकेस उचलली.

''मग तुम्ही सकाळी साडेआठला तिला इथे आणणार नक्की?'' मी उभे राहत विचारले.

''हो, नक्की.'' जॉनीच्या कानाच्या पाळ्या लाल होऊन चमकत होत्या.

''ग्रेट!'' त्या दोघा अधिकाऱ्यांसह त्याला मी त्वरेने दारापर्यंत सोडले. ''म्हणजे आणखी काही तासांत आपण पुन्हा भेटणार आहोत. तुम्ही खरे शूरवीर आहात. शेय शेय नी, पुन्हा एकदा!''

ते निघून गेल्यावर मी दार लावले. दाराला पाठ टेकवून त्यांच्या दूर जाणाऱ्या पावलांचा, लिफ्टच्या दाराचा कानोसा घेतला. ते गेल्याची खातरी होताच मी वाऱ्यासारखी एखार्टकडे धावले.

''क्लेअरने सगळे कपडे काढून नदीत उडी मारली. वेड लागलं आहे का तिला?''

***

मी झटक्यात तिची बॅग उघडली आणि शोधायला सुरू केले. कपडे, औषधांची पिशवी शोधताना मी बडबडले, ''एखार्ट, हे येऊ घातलेलं माझ्या लक्षात कसं नाही आलं?''

एखार्टने उठून बसत डोळे झटकले. ''वॉव! ही तर खूपच वाईट बातमी आहे. मुळीच चांगली परिस्थिती नाही. ती असं काही करेल, असं मलाही नव्हतं वाटलं.''

''ओके, हो. पण तुझी तिची ओळखच किती दिवसांची आहे? मी किती कुचकामी आहे?'' तिच्या वस्तू जमिनीवर ओतत बोलले. ''कुठे आहे ते?'' तिचे मौल्यवान जर्नल, त्यामध्ये नक्कीच काहीतरी छडा लागेल. हे सगळे माझ्या नजरेतून निसटले होते. तिचा घाणेरडा पोलो शर्ट, कार्डिगन, चुरगळलेले कपडे मी एकेक झटकून पाहिले. एका पिवळ्या टॉवेलमध्ये गुंडाळलेले जर्नल मला सापडले. बॅकपॅकच्या आतल्या चोरकप्प्यात ते होते. पण पहिली काही पाने सोडल्यास ते पूर्ण रिकाम होते. हाँगकाँगमधील काही नोंदींनंतर जीन जियांगवरील नोंद होती. नंतर पूर्ण कोरी पाने. ''काय? असं कसं असू शकतं?'' पानांमागून कोरी पाने उलटत मी म्हणाले.

मला तिची खासगी डायरी वाचायची नव्हती. पण आता त्याशिवाय पर्याय नव्हता. क्लेअरच्या तिरप्या, नक्षीदार अक्षरात आत्महत्या, निराशा असे शब्द शोधत होते. क्लेअरने फ्रेन्डशिप स्टोअर आणि रेनमिन चौक यांचे सविस्तर वर्णन लिहिलेले होते. आमच्या हांगपू नदीतील जलप्रवासाविषयी लिहिले होते. त्यानंतर तिने लिहिले होते:

'काल रात्री सुझी त्या चमत्कारिक खलाशासोबत भटकत होती. आणि मग नंतर त्याने एड्सचा संसर्ग दिला असेल, म्हणून भयग्रस्त झाली होती, कारण त्याच्या सर्वांगावर गोंदण होते. सगळी दुपार तिला समजावण्यामध्ये गेली. खरे तर त्यांचा शरीरसंबंध झालाच नव्हता! स्वतःच्या प्रकृतीबद्दल सतत काल्पनिक भय असते तिला. तीनच दिवसांपूर्वी तिचे डोके दुखत होते आणि तिला वाटायला लागले, तिला ब्रेन ट्युमर झाला आहे! माझे तर डोके फिरायलाच लागले तिची अशी मते आणि कल्पना ऐकून. सगळ्या नुसत्या कल्पना!'

"एक्सक्युज मी," मी मोठ्याने म्हणाले. "माझ्यामुळे तिचं डोकं फिरायची वेळ आली?"

जर्नलच्या शेवटी गिचमिड होती. अनेक खाणाखुणा चितारलेल्या, अर्थहीन रेषांचा गुंता, एकात एक गुंतलेली वर्तुळे, मशरूमच्या आकाराचे ढीग, ग्रीक अक्षरे, विजांचे चमकणे, काल्पनिक समीकरणे, माशांचे आकार इत्यादी.... काही क्षण मला वाटले की, गुप्त लिपीमध्ये काही अर्थ लागू शकेल त्यात. पण त्यात कोणतीही संगती किंवा तर्क नव्हता. तिचे हे चितारणे अधिकाधिक गुंतागुंतीचे होत गेले होते. काही आकृत्यांचा दुसऱ्या आकृत्यांशी बाणाने संपर्क दाखवला होता. ही तिची व्यक्तिगत रहस्यमय भाषा होती. काही नोट्सवर घाईने लिहिलेले होते, 'ॲलेक्सला सांगायला हवे: ४:१७, ४३७', 'सायकल भाडे १५४' असे. मार्जिनमध्ये अशा नोंदी असणारी काही पाने अचानक थांबली होती. तिच्या जागतिक अभ्यासक्रमाविषयी एक अक्षरही नव्हते.

"इथे काहीसुद्धा नाही," मी मोठ्याने म्हणाला. "ही तर भुताची अदृश्य डायरी आहे."

"कदाचित ती वागली, ते प्लॉनिंग न करता उत्स्फूर्तपणाचं वागणं असेल," एखार्ट उत्तरला.

"ओ गॉड एखार्ट, मी तिला काय करायला लावलं?" तोंडावर हात ठेवून मी खाली बसले. एकाएकी मला क्लेअर प्रचंड घाबरून, डोके फिरलेल्या अवस्थेत दिसली. माझ्या नजरेसमोर त्या दुपारचे चित्र तरळले. भर दुपारी, नदीवरील उंच पुलावर तिने धाव घेतली असेल. एखाद्या कोंडलेल्या जनावरासारखी भयभीत नजरेने ती पाहत असेल. खांद्यावरील पर्स काढून तिने घाईने नदीत फेकली असेल, जणू

तिचा क्षणात स्फोट होणार होता. थरथरत तिचे लांब सडसडीत पाय तिने कठड्यापलीकडे टाकले असतील. खोल श्वास घेऊन मग ओरडत नदीत उडी घेतली असेल.

मी तिला थांबवू शकत होते. थोडी अधिक दयाळूपणे तिच्याकडे लक्ष देऊ शकत होते. मी तिच्याकडे दुर्लक्ष केले. तिला पळून जाऊ दिले. माझ्या मुलांच्या आकर्षणाने आणि प्रकृतीच्या चिंतेने मी तिला वेडाच्या टोकावर लोटले. शब्दशः तिने त्या टोकावरून उडी मारली ना नदीत.

"सुझी, तू काही चुकीचं केलेस, असं मला वाटत नाही. तू तिला वाचवलंस. चिनी अधिकाऱ्यांकडून पटवून तिची सुटका करत आहेस," एखार्ट म्हणाला. मी हुंदके देत होते आणि तो माझी समजूत घालत होता.

"नाऽऽही," मी गळा काढला. दुःखाने माझा आवाज गडद झाला होता. "ओह क्लेअर, मला माफ कर, मला माफ कर. मला फार वाईट वाटत आहे."

***

पहाटेचे चार वाजले होते. मी घड्याळ पाहत होते. पाच वाजून गेल्यावर सूर्योदय झाला. एखार्ट झोपला असेल किंवा थकव्याने नुसताच पडून राहिला असेल. पण मी मात्र टक्क जागी होते. जे काय घडले, बोलले गेले; ते मनात घोळवत खोलीत फेऱ्या मारत होते. योग्य वेळ झाली होती, असे वाटताच मी कपडे केले. बूट चढवले आणि खाली स्वागतकक्षामध्ये धाव घेतली.

"हॅलो, मी आपली काय मदत करू शकते?" तिथल्या तरुण स्त्रीने विचारले. काय घडले रात्री, याची तिला कल्पना असली, तरी तिने तसे दाखवले नाही. तिचा बदामाकृती चेहरा शांत होता.

"मला युनायडेड स्टेट्सला फोन करायचा आहे. इथून तो करू शकते का?" मी खालच्या आवाजात विचारले.

"हो. लाँग डिस्टन्स कॉल करू शकता."

काउन्टरखालून फॉर्म काढून तिने तो माझ्यासमोर सरकवला. त्यात मी काळजीपूर्वक माझ्या घरचा फोननंबर आणि माझ्या पासपोर्टचा तपशील भरला. पण ती फारच काटेकोर निघाली. तिने पुन्हा खातरी करून घेतली.

"हो, होईल फोन. तुम्ही खोलीत वाट पाहा. हो."

"किती वेळ लागेल कॉल लागायला?" चीनमध्ये साडेपाच वाजले होते. म्हणजे न्यूयॉर्कमध्ये संध्याकाळचे साडेचार किंवा पाच. काळाचा नक्की फरक कळण्याएवढे माझे मन स्थिर नव्हते.

"एखादा तास किंवा फार तर दोन. तुम्ही रूममध्ये वाट पाहा."

"ओके," मी म्हणाले. पण वळताना नंतर लक्षात आले आणि मी म्हणाले,

"मला काही चलन बदलून घ्यायचं आहे. त्यामुळे पासपोर्ट माझ्याकडे असू दे काही काळ.''

***

खोलीत आल्यानंतर मी क्लेअरचे आणि माझे सर्व पैसे आणि मौल्यवान वस्तू माझ्या कमरेभोवतीच्या पट्ट्यात नीट ठेवल्या. वरून स्वेटशर्ट घातला. क्लेअरच्या सर्व सामानाची पुन्हा रचना केली. जे गरजेचे नव्हते, ते बाजूला काढले. ते तिला माझ्याकडे सोपवतील, तेव्हा ती कशा स्थितीत असेल काही कल्पना नव्हती. अस्वस्थ हालचाली करेल, पळापळ करेल, रडत असेल की... आत्महत्येचे प्रयत्न करेल कोण जाणे? ती बॅकपॅक सांभाळण्याच्या स्थितीत नसेल, असे गृहीत धरणे चांगले. माझ्याकडे असणाऱ्या तिच्या वस्तू, पेपरमिंटच्या गंधाचा साबण, टायलेनॉल, टॉर्च मी टाकून दिले. तिची नित्शे आणि आयन रँडची पेपरबॅक पुस्तके टेबलवर ठेवून दिली. छोट्या कपाटात तिने घेतलेला चिनी मिलिटरी कोट टांगून ठेवला. तो मोडका कॅमेरा ठेवण्याचे मनात होते, पण आधीच खूप गोंधळ झाले होते, त्यात कस्टमच्या चौकशीची भर नको, म्हणून तो घेतला. तिचे कॅन्टीन, पाण्याची मिलिटरी बॉटल, जी तिला डॉमिनिकने भेट दिली होती, ती मी बाळगली. एकदाची बरीच काटछाट करून तिची बॅकपॅक अगदी हलकी नाही, तरी सांभाळण्याजोगी झाली होती.

आमचे ग्युआंगझाऊचे विमानतिकीट दुपारी दीड वाजता होते. त्या अगोदर अर्धा तास आम्ही विमानतळावर असणे आवश्यक होते. क्लेअर, तिची आणि माझी बॅग सांभाळत मी तिथे कसे पोचता येईल, याचा विचार करू लागले. या तीन दशलक्ष लोकसंख्येच्या शहरातून मला एकटीने जायचे होते. कमी पैशात काटकसरीने प्रवास करण्याच्या बजेट ट्रॅव्हलिंगला मी तिलांजली घ्यायचे ठरवले. इथून पुढे मी क्लेअरला घेऊन फक्त टॅक्सीने प्रवास करणार होते आणि स्टार हॉटेल्समध्येच थांबणार होते. आमचे सर्व पैसे संपले तरी बेहत्तर! तसल्या सार्वजनिक टॉयलेटला पाहून किंवा बसमधून पहिल्या संधीला क्लेअर बिथरून पसार होणे टाळायला हवे. सीआयटीएसच्या मदतीशिवाय मला स्टार हॉटेल्स शोधायला हवी होती. लोन्ली प्लॅनेट गाइडमध्ये फक्त हॉस्टेल्सची आणि स्वस्त हॉटेल्सची यादी होती. पण मी प्रवाशांना मदत करणाऱ्या एकाही चिनी अधिकाऱ्याशी बोलणे टाळणार होते.

विशेष म्हणजे मी अमेरिकन दूतावासाशी काही संपर्क केला नाही. दूतावास हजार मैल अंतरावर बीजिंगमध्ये होता. ग्युआंगझाऊला अमेरिकन दूतावासाचे छोटे कार्यालय फक्त पासपोर्ट, व्हिसा या सवलतींसाठीचे होते. त्यांच्या मदतीसाठी फोन करून किंवा प्रत्यक्ष संपर्क साधल्याने आम्हाला प्रवासास उशीर होणे क्रमप्राप्त होते.

त्याबरोबर चिनी अधिकाऱ्यांचा संशय बळावणे शक्य होते. वेळ सर्वांत महत्त्वाची गोष्ट होती, याची मला प्रखर जाणीव झाली. मला काळजी होती, त्यांना कुठूनही तार येऊ शकते की, अमेरिकेत ज्युलिएट सिन्ड्रोमसारखी कोणतीही प्रथा अस्तित्वात नाही. किंवा क्लेअर अचानक पुन्हा विचित्र वागेल आणि मिलिटरी पोलीस त्यांचा निर्णय बदलतील. शक्य तितक्या लवकर, कुणाच्याही लक्षात न येता, मला माझ्या मैत्रिणीला चीनच्या साम्यवादी देशातून बाहेर काढायचे होते.

मी लहान असताना माझ्या बाबांनी मला अटलांटिकच्या लाटांवर स्वार व्हायला शिकवले होते. कमरेएवढ्या पाण्यात त्यांच्या बाजूला उभे राहताना मी खूप उत्तेजित असे, पण भीतीही तेवढीच वाटे. जर मी झेपावणाऱ्या लाटेवर उडी मारली नाही, तर ती भिंतीसारखी लाट मला खाली दाबून टाकत असे. श्वास रोखून मी सरळ त्या लाटेवर झेपावत असे, क्षणात पाय टेकवण्याचा प्रयत्न करून दुसऱ्या लाटेसाठी तयार होत असे. महासागराच्या लाटांवर लक्ष केंद्रित केल्यामुळे माथ्यावरचे निळे आकाश, चमचमणारी निळी वाळू, पुळणीवर सॅन्डविचेसची मांडणी करणारी आई यांतील काहीच जाणवत नसे. समोरून येणारी पाण्याची लाट आणि तिची घुमणारी गर्जना, जोरकस आघात यांनी माझा ताबा घेतलेला असे. आता ग्युईलिनमध्ये मी त्याच स्थितीत गेले होते. माझे प्रसाधनसाहित्य गोळा करून, ब्रश करून तयार झाले. मला लाच द्यावी लागेल का? थोडे पैसे मी बाहेरच्या खिशात ठेवले.

सगळे करून माझ्या स्वत:च्याच श्वासांचा आवाज ऐकत मी एखार्टजवळ बेडवर बसले. सूर्याची पहिली किरणे पडद्यांमधून चमकायला लागली. एखार्टने चुळबुळ केली.

त्याच्या केसांवर हात फिरवत मी हळुवारपणे त्याला हाक घातली, ''एखार्ट, हॅलो.''

''हॅलो,'' तो उद्गारला.

आमचे लग्न झाल्यासारखे परिचित वाटत होतो आम्ही. या माणसाला मी फक्त गेले ४८ तास ओळखत होते, यावर विश्वास बसत नव्हता. मी त्याच्या गालाला स्पर्श केला. त्याची त्वचा ओलसर होती आणि एलच्या (एक प्रकारच्या मधाच्या) रंगाचे खुंट त्यावर दिसायला लागले होते.

''ओह एके, माझ्यासोबत थांबलास रात्रभर. तुझं मनापासून धन्यवाद! एकटीने या सगळ्याला सामोरं जाण्याची मी कल्पनाही करू शकत नाही.''

झोपाळू नजरेने तो माझ्याकडे पाहत, कपाळ चोळत तो म्हणाला, ''हो, मलाही खूप काळजी वाटत होती. त्या पोलिसांनी कदाचित तुला सोबत नेलं असतं!''

''जीझस, तू नसतास, तर मी काय केलं असतं?'' दिंघाईमध्ये क्लेअरची प्रकृती बिघडलेली असताना आम्हाला संकटात सोडून, ट्रेन पकडण्यासाठी चहाच्या

काड्या बॅकपॅकमध्ये कोंबून जाणाऱ्या गंथरची आकृती माझ्या मनात येऊन गेली. मग शांघाय टर्मिनसवर क्लेअर आणि मी स्वार्थीपणे जॉनीला सोडून गेलो होतो, ते आठवले. त्याच्या दयाळूपणाकडे पूर्ण दुर्लक्ष करून आम्ही त्याला अपमानित केले होते. आणि इथे एखार्टने मात्र आम्हाला मदत करण्यासाठी सगळ्या मर्यादा ओलांडल्या होत्या. तो माझ्यापेक्षा खूप चांगला माणूस होता. दोन उर्मट अमेरिकन मुलींना मदत करण्यासाठी त्याची सुटी त्याने बरबाद केली होती. आणि त्यातील एक मुलगी..... त्याला माहीत होते का? त्याला सांगणे अगत्याचे होते.

"एके, तुला एक गोष्ट माहीत असायला हवी,'' मी कुजबुजले.

"हं?'' त्याचे डोळे अर्धवट बंद होते.

मी अडखळत म्हणाले, "एखार्ट, मी ज्यू आहे.''

माझी कबुली महत्त्वाची होती. आम्ही पुढच्या पिढीचे होतो. इथे चीनमध्ये आमच्या स्वत:च्या वैशिष्ट्यपूर्ण रीतीने आम्ही आमच्या समाजाला दोषमुक्त करणारा नवा इतिहास रचत होतो. लांच्छनास्पद आठवणींपासून मुक्त करत होतो. तरी मला भय वाटले, सत्य ऐकल्यावर त्याला माझा तिरस्कार वाटला तर?

झोपेतच हात ताणत तो म्हणाला, "हो. मी स्वत: कॅथॉलिक म्हणून वाढलो आहे. फारसा चांगला नाहीच.'' आमच्या अस्ताव्यस्त बेडमध्ये पसरत म्हणाला.

उठून केसांतून हात फिरवत तो म्हणाला, "मला थोडी कॉफी हवी आहे. ब्रेकफास्टसाठी रेस्टॉरन्ट उघडलं असेल का?''

मी त्याच्याकडे पाहतच राहिले. मला अपेक्षित प्रतिक्रियांमध्ये निर्विकारपणा नक्कीच नव्हता. पण हा सर्वांत चांगला प्रतिसाद होता.

"माझ्या फोनकॉलची मी वाट पाहत आहे. तू पुढे जाऊन तुला हवं ते मागव आणि रूमच्या नावावर साइन कर.''

मला एकदम आदल्या रात्रीची आठवण झाली. सॅन्डी आणि काईल यांना मी त्यांच्यासोबत ब्रेकफास्ट घेईन, असे सांगितले होते. पुढील प्रवासाविषयी ठरवायचे होते. आता ती कल्पना फार विसंगत वाटत होती.

"ते कॅनेडियन जोडपे भेटल्यास त्यांना माझ्या वतीने सॉरी म्हणशील का?''

"हो.'' एखार्ट कपडे करून तयार होताना मी मनात म्हणत होते, 'उरलेल्या या कटकटीतून त्याच्या मदतीशिवाय मी कशी सुटणार होते?' अचानक मला आठवण झाली, सॅन्डी म्हणाली होती, काईल हॉस्पिटलमध्ये काम करत होता आणि ती नर्स होती. मी गोठून गेले. "एक क्षणभर थांब एखार्ट. तू त्यांना शोधून काढू शकशील का? आणि काय झालं ते सॅन्डीला सांगशील का? आणि ती ताबडतोब इकडे येऊ शकेल का, हे विचारशील?''

तो गेल्यावर मी जड अंत:करणाने बेडच्या टोकावर बसून राहिले. ओळीने

दाराजवळ मांडलेल्या आमच्या बॅगांकडे पाहत बसले. प्रत्येक बॅगेची चेन व्यवस्थित बंद करून, ती कुलूपबंद करून लेबले लावलेली होती. दूरच्या प्रवासासाठी त्या तयार होत्या. माझ्या हातांनी बेडवरच्या सुरकुत्या सरळ करण्याचा प्रयत्न केला. हॉटेलच्या पातळ भिंतीमधून वरच्या मजल्यावरचे, शेजारच्या खोल्यांमधल्या नळांचे, वाहत्या पाण्याचे आवाज खळाळत होते. उघडणाऱ्या कपाटांचे आवाज येत होते. हॉलवेमधून ऐकू येणाऱ्या पावलांचे आवाज, बाहेर मोठ्याने बोलणाऱ्या चिनी बाईचा आवाज, मग व्हेंटिलेटरचा आवाज, सायकलची बेल, कुत्र्याचे भुंकणे ऐकत बसले. माझ्याभोवतीच्या ग्युईलिनला जाग येत होती.

थोड्याच वेळात पुन्हा अर्ध्या पृथ्वीला मी प्रदक्षिणा घालणार होते. त्या धोकादायक अनुभवापलीकडे असणाऱ्या भविष्याकडे मी पाहत होते. मी आमच्या १२व्या मजल्यावरील अपार्टमेन्टमध्ये असणार होते. माझे कुटुंबीय आणि मी एकत्र जेवण घेण्यासाठी बसलो आहोत. विशेष लिननचे नॅपकिन्स आणि वाइन ग्लास मांडलेले असतील. माझी आई कुरकुरीत रोस्टेड चिकन आणि नूडल्स आणि इतर बाउल्स टेबलवर मांडत असेल. मी १४व्या रस्त्यावर सब-वेमध्ये जाण्याचा विचार करत होते. त्या गतिमान गर्दीमध्ये मिसळून जाईन. ग्रीनविच व्हिलेजमध्ये माझे सोनेरी बूट घालून मी फिरेन. मी माझ्या सर्व मित्र-मैत्रिणींना भेटेन आणि करांबामध्ये कॉकटेलबरोबर त्यांच्याशी खिदळत बसेन. पॅलेडियममधील चकाकत्या लालसर प्रकाशात मी उत्फुल्लपणे नाचत असेन. हे सगळे दिवस एक अनावश्यक आठवण म्हणून मनात राहतील.

पण हे अशक्य होते. इथे चीनच्या साम्यवादी देशात होते आणि पोलीस त्यांचा शब्द पाळतील, अशी इच्छा व्यक्त करत होते. मी फक्त वाट पाहू शकत होते. माझ्या श्वासांचा वेध घेत होते.

ग्युआंगझाऊ

अर्धा तास शांततेत गेला. आभाळात वाढणाऱ्या ढगांसारखी भीती मनात वाढत होती. बेडजवळील घड्याळ टिकटिकत होते. एकाच क्षणी सगळे स्फोट होणार होते, असे वाटत होते.

धापा टाकत एखार्ट परतला. पेपर नॅपकिनमध्ये गुंडाळून त्याने ब्रेडचे स्लाइस आणले होते. ''सॅन्डी येते आहे,'' तो म्हणाला. क्षणभरातच सॅन्डी अवतरली.

''मी लोकांना घोळात येताना पाहिलं आहे, पण तू तर सर्वांवर ताण केली आहेस. तुझी मैत्रीण फार नशिबवान आहे. हे चिनी लोक विक्षिप्त, मनोरुग्ण! परदेशी नागरिकांना स्वतःच्या देशात मुळीच मोकळं सोडत नाहीत.''

सुटकेसाठी आल्यामुळे ती आता तल्लखपणे कामाला लागली. खोलीच्या मध्यभागी कमरेवर हात ठेवून ती निरीक्षण करत होती. जणू ती खोली स्वच्छ करणार होती किंवा आक्रमण करणार होती. ''मला तिच्या सामानाकडे पाहू दे. ती काय औषधं घेत होती, ती पाहू दे.''

मी क्लेअरची प्रसाधनाची बॅग काढली. सॅन्डीने पाहिले, मलेरियाच्या गोळ्या, पोट साफ होण्यासाठीच्या गोळ्या. काहीच असाधारण नव्हते.

''हॅलो,'' पोलीस अधिकाऱ्याचा आवाज आला. तो दरवाजातून आत पाहत होता. तिघे जण आत आले आणि खिडक्यांजवळ पोझिशन घेऊन उभे राहिले. आता आम्ही अगदी उघड्यावर होतो. मिलिटरी पोलीस बाहेर दिसत होते. हॉटेल मॅनेजर जॉर्ज दरवाजात एका चिनी स्त्रीबरोबर होता. तिने पांढरा, फ्रीलचा गळ्यापर्यंत बंद असणारा ब्लाउज घातला होता. ते सर्व जण मला न समजणाऱ्या भाषेमध्ये बोलत

होते आणि भोवती फिरत होते.

जॉर्ज म्हणाला, ''ते तुझ्या मैत्रिणीला घेऊन येत आहेत.'' कॉरिडॉरच्या शेवटी टोकाशी एकाएकी गडबड वाढली. लिफ्टमधून आणखी पोलीस बाहेर पडले. जॉनीदेखील त्यांच्यासोबत होता. अजून त्याच्या अंगावर तोच व्ही नेकचा स्वेटर आणि निळा पोलका डॉट्सचा टाय होता. माझ्या दिशेने सरकणाऱ्या ऑलिव्ह ग्रीन टोप्यांच्या घोळक्यात सोनेरी डोके चमकले. जवळ येत ते माझ्यासमोर येऊन थांबले. ते बाजूला होताच दोघांच्या आधाराने उभी असणारी, गुंगीत असणारी क्लेअर मला दिसली.

तिचा चेहरा फिकट आणि सुजलेला दिसत होता. पाणवनस्पतीसारखा खाली लटकलेला चेहरा आणि केसांमध्ये अडकलेले छोटे गवत, फांद्यांचे तुकडे दिसत होते. तिच्या डाव्या गालावर बरेच खरचटलेले दिसत होते. कपाळावर टेंगूळ आलेले दिसत होते.

अगदी अस्पष्ट आवाजात ती म्हणाली, ''हाय!'' तिने स्वत:चे डावे कोपर चोळले आणि खाली पाहत राहिली.

तिला वाचवणाऱ्या शेतकऱ्यांनी तिला नारिंगी रंगाचा टी-शर्ट आणि माओ पॅन्ट घातली होती. शर्टवर ठळक अक्षरात लिहिले होते 'मी चीनची प्रसिद्ध भिंत चढले आहे.' तिच्या मांड्यांपर्यंतच ती पॅन्ट होती. सार्वजनिक स्नानगृहामध्ये मिळणाऱ्या स्वस्त प्लॅस्टिकच्या भल्यामोठ्या स्लीपर्स तिच्या लाल सुजलेल्या पायांत होत्या. तिला त्यामध्ये चालताना बरीच कसरत करावी लागत होती.

तिला दिलेल्या कपड्यांमधून त्या शेतकऱ्यांची गरिबी आणि सहृदयता दिसत होती. तसेच तिचे हरवलेले मानसिक संतुलनही स्पष्ट होत होते.

तिची सोन्याची ब्रेसलेट्स गेलेली दिसत होती. गळ्यातली सोनसाखळी नाहीशी झाली होती. क्लेअर एखाद्या मोडलेल्या कठपुतळीसारखी दिसत होती. तिच्या हालचालीतही तसाच भाव प्रतीत होत होता आणि... तिच्या डोळ्यात निर्जीव भाव होते. तोंड बधीर, उघडे पसरले होते.

''वॉव, तुझ्या आगमनाबद्दल बोलू या,'' मी चेष्टेने म्हणाले. मोठ्या प्रयासाने क्लेअर हसत म्हणाली, ''हो. मी त्यांना खरंच दाखवलं आहे पाणी.''

''ठीक आहेस नं तू?''

झटका देऊन, भिंतीकडे वळून ती पाहत गुणगुणायला लागली.

''ओके, आता आपण घरी जात आहोत.'' सॅन्डीकडे बोट दाखवून मी म्हणाले, ''क्लेअर, ही सॅन्डी. व्यवसायाने नर्स आहे. आपली मैत्रीण आहे.''

सॅन्डी पुढे येत म्हणाली, ''वेल, पाहा किती छान उंच आहे आणि रुबाबदार.'' तिचा आवाज एखाद्या गुबगुबीत खेळण्यासारखा मऊ, मुलायम, आश्वासक आणि

हसरा होता. सॅन्डी बोलत होती. ''मी इथे चीनमध्ये बऱ्याच काळापासून आहे. माझ्यावर विश्वास ठेव. इथे राहाणं बरंच कठीण आहे. पण तू काळजी करु नकोस. तू आता चांगल्या लोकांसोबत आहेस. मी बेट लावते. तुला चांगल्या गरम पाण्याच्या अंघोळीची सर्वात अधिक गरज आहे. हो नं?''

क्षणभर क्लेअर तिच्याकडे शोधक नजरेने पाहत राहिली. मग आवंढा गिळून तिने मान हालवली. ती कोणत्याही क्षणी रडायला सुरुवात करेल, असे वाटत होते.

''वेल, तुला माहिती आहे का? इथे पुरेसं गरम पाणी आहे. मी तुला आत नेऊन मदत केली तर चालेल नं? बरं वाटेल तुला.''

सॅन्डीने क्लेअरला आधार देऊन आत आणले.

''ओके. आता सगळे जण बाहेर जा. गाथ वाह क्वेन, लवकर.'' तिने आत घुटमळणाऱ्या अधिकाऱ्यांना आज्ञा दिली. ते आमचे ड्रॉवर्स आणि कपाटे यांमध्ये शोधाशोध करत होते. एकाने क्लेअरच्या मिलिटरी कोटकडे बोट दाखवून विचारले, ''हे काय आहे? कोणाचा कोट आहे हा?''

''कोणाला पर्वा आहे? सगळीकडे हे विकले जातात! तुम्हालाही माहीत आहे. आता निघा बाहेर,'' सॅन्डी झटकन म्हणाली.

वॉटर प्युरिफायर दाखवत दुसऱ्याने विचारले, ''हे काय आहे?'' त्याच्याकडे पाहून तो ज्वलनशील वाटत होता.

''वॉटर प्युरिफायर,'' सॅन्डीने सांगितले.

''इथे का ठेवला आहे?'' अधिकाऱ्याने विचारले.

''हे पाहा, तुमचे प्रश्न नंतर विचारा. या मुलीला विश्रांतीची आणि अंघोळीची गरज आहे. तिला असे प्रश्न विचारून काही साध्य होणार नाही,'' सॅन्डी म्हणाली.

तिच्या धारिष्ट्याने मी प्रभावित झाले.

दुसऱ्या अधिकाऱ्याने सॅन्डीशी इंग्लिशमध्ये वाद घालण्याचा प्रयत्न केला. दुसरा चिनी भाषेत बोलत होता. क्लेअर सॅन्डीच्या आधाराने हलकेच स्वतःशी गुणगुणत उभी होती. तिचे डोके एका बाजूला कललेले आणि डोळे मिटलेले होते.

''इथे कोणी असावं, असं तुम्हाला वाटत असेल, तर एखाद्या स्त्रीला पाठवा. ती स्नान करत असताना मला इथे पुरुषमंडळी असलेली मान्य नाहीत.'' सॅन्डी आव्हानात्मक पावित्र्यात म्हणाली.

एक अधिकारी सॅन्डीवर ओरडत असताना टेलिफोनची रिंग वाजली. माझा फोन अमेरिकेला लागला होता. ही अर्थातच पूर्ण चुकीची वेळ होती. बेडवरून झेप टाकून मी रिसिव्हर उचलला. ''हॅलो,'' मी ओरडले. पलीकडून कडक क्लिक आवाज झाला.

"मॉम?''

"सुझी, कुठे आहेस तू? आजीने मला बातमी दिली. तू क्लेअरसोबत आहेस का? कशा आहात तुम्ही?''

मला धक्का देऊन एक जण पलीकडे गेला. त्याने नाइट स्टॅन्ड ड्रॉवर उघडून रिकामा केला. दोन बेडच्यामध्ये मी वाकून बसले, रिसिव्हरभोवती हात पकडून. मी बोललेला प्रत्येक शब्द चिन्यांना किंवा क्लेअरला ऐकू जाणार होता.

"ओह मॉम, काय छान आश्चर्य आहे. आम्ही अगदी उत्तम आहोत,'' मी खोट्या गोड आवाजात बोलले. "अगदी छान आहे इकडे सगळं.''

माझ्या आवाजातील खोटेपणा तिला समजेल आणि मी दबावाखाली बोलत होते, हे तिच्या लक्षात येईल, अशी मी आशी केली.

क्षणभर शांतता पसरली.

"मॉम, मी काय म्हणत आहे, ते तुला कळत आहे ना?''

"होय,'' एकदाची ती बोलली. "मला वाटतं, मला कळत आहे तुला मोकळं बोलता येणार नाही ते. लोक ऐकत आहेत. हो नं?''

"अगदी तसंच.'' माझ्याकडे पाहणाऱ्या मिलिटरी पोलिसांकडे मी एक हसू फेकले. नंतर एखार्टचा हात खूप जोरात दाबला.

"ओके. तू फक्त हो किंवा नाही म्हण. क्लेअर ठीक आहे का?'' आईने विचारले.

"म.. मला खातरीने नाही सांगता येणार,'' मी उत्तरले.

"ती तिथे तुझ्यासोबत आहे का?'' आई म्हणाली.

"हो. तिच्याबरोबर इथले बरेच लोक हॉटेलमध्ये आहेत. ते आमच्याशी फार अधिक मैत्रीपूर्ण वागत आहेत. मॉम, विशेष म्हणजे चिनी पोलीससुद्धा,'' मी सांगितले.

"ओके. समजलं. तुम्ही धोक्यात आहात का?'' आईने चिंतेने विचारले.

"पुन्हा, खातरी नाही.''

"मी नुसते प्रश्न विचारले, तर चालेल का?'' आई म्हणाली.

"तसंच का करत नाहीस? खूपच छान कल्पना आहे,'' मी म्हणाले.

यापूर्वी आयुष्यात कधीही मी आणि माझी आई एवढे सुसूत्रतेने बोललो नव्हतो. आमच्या मनाची जुळलेली तार टेलिफोनद्वारे प्रकट होत होती.

"कितपत गंभीर प्रकार आहे? आजीने सांगितलं, तुला तत्काळ घरी यायचं आहे. मला कारण सांगू शकशील का?

"वेल, क्लेअरचे सर्व पैसे संपलेत,'' मी हुशारीने बोलले.

"पैसे संपले? काय झालं?'' आईने विचारले.

''ओह! तिचे पैसे नदीत पडले,'' सहजपणे मी बोलले, तरी त्यातील उपरोध आणि विसंगती माझ्या मनात आली.

''नदीत?'' आई उदगारली.

''तुला माहिती आहे का? क्लेअरने त्या नदीत जायचा निर्णय घेतला होता,'' मी आवाज ताब्यात ठेवून बोलले. मिलिटरी अधिकारी बाहेर जायला सुरुवात झाली. सॅन्डीने क्लेअरला सावकाश बाथरूममध्ये नेले. दार लावताच आवाज झाला. दोन चिनी स्त्रिया आमच्यावर लक्ष ठेवण्यासाठी थांबल्या. पांढऱ्या फ्रीलच्या ब्लाउजमधली दिव्याखाली आणि गणवेशातील दरवाजाजवळ थांबली. त्यांना किती इंग्लिश समजते, मला कळत नव्हते.

''ओहो, मला वाटतं, मला सारं चित्र स्पष्ट होत आहे.'' आई काळजीने म्हणाली, ''सुझ, क्लेअरने नदीत उडी मारली वाटतं.''

''हं. तसंच,'' मी म्हणाले.

''सुझ, तिला पोहता येतं का?'' आईने विचारले.

त्या क्षणी मला आईबद्दल प्रेम दाटून आले. तिला ठाऊक होते. व्हॅन ह्युटन पट्टीचे खलाशी होते. त्यांच्या घरी स्विमिंग पूल होता. पण या प्रश्नातून ती क्लेअरची मन:स्थिती जाणून घेत होती.

''नाही.''

आता मात्र न राहवून आई म्हणाली, ''क्लेअर पूर्ण हाताबाहेर गेली आहे का?''

''जवळ-जवळ आई!''

***

अशा तुटक, थोड्या सुचक, थोड्या नाटकी संभाषणातून आईने अंदाज लावला. आम्ही मदत येईपर्यंत तिथेच राहू शकत नाही. मला क्लेअरला घेऊन इथून बाहेर पडायलाच हवे. व्हॅन ह्युटनना सांगण्याचे तिने प्रॉमिस केले. ते सध्या हिल्टन हेडला होते. विमानाची तिकिटे आरक्षित करण्याचे, अचानक आलेले फोन उचलण्याची व्यवस्था करण्याचे आणि सर्वांना तयारीत ठेवण्याची व्यवस्था करण्याचे तिने मान्य केले.

माझा फोन थांबताच सॅन्डीने बाथरूममधून डोके बाहेर काढले.

''अगं, तू काही वेळ बाथरूममध्ये येऊ शकतेस का? काही कपडे घेऊन?'' तिच्या आवाजातही मला तसाच खोटा आनंदी उत्साह जाणवला, जो माझा माझ्या आईशी बोलताना होता. कोणाही पहारा असणाऱ्या माणसाच्या आवाजात तो दिसतो.

बाथरूममध्ये क्लेअरच्या रंगात फरक पडलेला दिसत होता. डोळ्यातील

रिकामपण जाऊन त्रासलेले व्याकूळ भाव परतले होते. तिने माझ्याकडे पाहण्याचे किंवा मला ओळखण्याचेही टाळले होते. माझ्या मनात शरमेची लाट पसरली. सगळी माझीच चूक होती, असे मला वाटले.

तिच्याकडे स्वत:चे कपडे उरले नसल्याने मी माझा जांभळा टँक टॉप असणारा ड्रेस तिला घालायला दिला, त्याचबरोबर तिचे निळे स्लीपर्स आणि चुरगळलेला कार्डिगनसुद्धा दिला. तिने क्लेअरला कपडे घातले आणि कोपऱ्यातल्या खुर्चीत नेऊन बसवले. एखार्टला तिच्याकडे पाहायला सांगून सँन्डीने मला बाहेर हॉलवेमध्ये नेले. लिफ्टजवळ कोणी नव्हते.

"हे पाहा, अंघोळ घालताना मी तिची तपासणीसुद्धा केली. तिच्या हातांवर, छातीवर ओरखडे आहेत ते झाडाच्या फांद्यांनी खरचटल्याचे. पण तशी शारीरिकदृष्ट्या ती ठीक आहे. कोणतेही हाड मोडलेलं नाही किंवा इतर काही अत्याचार झालेला नाही. कोणीही तिच्याशी वाईट वागलेलं नाही, हे नक्की."

"काय झालं, हे तिने तुला सांगितलं का?"

सँन्डीने श्वास सोडला. "माझ्याकडे काही चांगली आणि काही वाईट बातमी आहे. चांगली बातमी अशी की, तुझ्या मैत्रिणीने आत्महत्येचा प्रयत्न केला नव्हता. तिने पुलावरून उडी मारली नव्हती. तिने सांगितलं की, तिने शांतपणे नदीत प्रवेश केला होता."

"मला माहीत होतं, ती आत्मघात करणार नाही," मी टाळी वाजवून उद्गारले. माझे म्हणणे सिद्ध झाले. "मग वाईट बातमी काय आहे?"

सँन्डीने सांगितले, "तिने नदीमध्ये चालत प्रवेश केला होता. कारण तिला वाटत होतं, असं केल्यानं सीआयएच्या मारेकऱ्यांपासून तिची सुटका होईल. आणि ती म्हणते, नदीचं पाणी तिला साद घालत होतं.

***

रूममध्ये एखार्ट क्लेअरजवळ तिचा हात हातात घेऊन तिच्याशी कुजबुजत होता. तो बोलत असताना ती समोर एकटक पाहत होती.

सँन्डीने तिला चहाचा कप आणि गोळी दिली. क्लेअरने ते यांत्रिकपणे ऐकले.

एखार्टने मला बाजूला घेऊन सांगितले, "हे तुला कळायला हवं. तिने मला सांगितलं की, तिला आवाज ऐकू येतात. तिने मला तिच्याशी बोलत राहायला सांगितलं, म्हणजे ते आवाज तिला ऐकू येणार नाहीत. काय बोलायला हवं, हे न कळल्याने मी हवामानाविषयी बोलत बसलो." मी भिंतीला टेकून उभी राहिले. "देवा, कसे पोचलो आम्ही इथे?"

मी सँन्डीला बाथरूममध्ये नेले. नळ जोरात सोडले आणि ही नवी माहिती

दिली. ''तुझ्या मैत्रिणीला स्किझोफ्रेनिया, मनोविकार किंवा तात्पुरतं असंतुलन यांपैकी काहीही असू शकतं. मला नाही सांगता येणार. मी तिला साउथ कोरियामध्ये घेतलेली साधी व्हेलियमची गोळी दिली आहे.'' सोनेरी रंगाची गोळ्यांची बाटली तिने मला दाखवली. ''तिची एकटीचीच मला काळजी नाही. हा तुझा मित्र तुझ्यासोबत ग्युआंगझाऊला आणि हाँगकाँगपर्यंत येऊ शकतो का?''

''नाही. मी त्याला अलीकडेच भेटले.''

सॅन्डी काळजीत दिसली. ''मग तुलाही व्हेलियमची गरज आहे. वाईट वाटून नको घेऊस. पण अशा लोकांना हाताळणं अवघड असतं आणि तू स्वतःही फार चांगल्या स्थितीत दिसत नाहीस. तुझ्या खोकण्याचा आवाज ते सांगतो आहे.

''मला व्हेलियमची गरज नाही,'' मी म्हणाले. जर क्लेअर अशी असेल, तर मी अधिक सावध राहायला हवे. मी न्यूयॉर्कची आणि कणखर आहे. मला हे शक्य होईल.''

सॅन्डीने उसासा सोडला. ''पण हनी, आपण आता न्यूयॉर्कमध्ये नाही आहोत. मी इथे एक वर्षभर राहिले आहे. तू कशाला तोंड देते आहेस, याची तुला कल्पना नाही.''

अर्थातच तिचे बरोबर होते. ''जर असं असेल, तर मला तू माझ्यासोबत यायला हवे आहे.'' माझ्या धिटाईचे मलाच नवल वाटले. ''तुला शक्य असेल, तर तू मला मदत कर. मी वचन देते की जाताना आणि तू परत येतानाचासुद्धा सर्व खर्च आणि फोर स्टार हॉटेलचा खर्च मी करेन.''

कमरपट्ट्यातून मी तिला पैसे काढून दाखवले. ''हे माझेच आहेत. काम करून मिळवलेले. मी तुला ओझं होणार नाही.''

सॅन्डीने हाताची घडी घालून आठ्या घालत विचारले, ''तू मला, एका पूर्ण अनोळखी व्यक्तीला, तुझ्या विक्षिप्त मैत्रिणीसह ग्युआंगझाऊ आणि हाँगकाँगपर्यंत सोबत करण्यासाठी काही क्षणांची सूचना देऊन विचारते आहेस?''

मी काही बाजू मांडण्यापूर्वी ती उद्गारली, ''ओह जीझस लुई, किती चकित करणारी गोष्ट. अगदी अद्भुत. मला आवडेल हे साहस. काईलच्या चेहऱ्यावरची प्रतिक्रियाच सांगेल त्यातली गंमत.''

मला माझ्या चांगल्या ग्रहांवर विश्वास बसेना. मी म्हणाले, ''म्हणजे तू माझ्या प्रस्तावावर विचार करशील?'' माझ्यासाठी सॅन्डी म्हणजे आकाशातून अवतरलेली सुपरहीरोच होती जणू. लाल-सोनेरी कपड्यात छातीवर लाल मेपलच्या पानाचे चिन्ह असणारी.

''तीन अटींवर,'' हात पुढे करत सॅन्डी म्हणाली. ''एक, मुळीच रडारड, तक्रार नको. आपल्या हातात अगोदरच बेबी क्लेअर सांभाळायला आहे. आणि मी एका

वेळेस एकच बाळ सांभाळू शकते. तू रडारड केलीस, तर मी लगेच बाहेर. कबूल?''

मी मान हालवली.

''दोन, मी कॅनेडियन आहे. फार वेगळी नसून वरिष्ठ श्रेणीतील. तू अमेरिकन मूर्खपणाला सुरुवात केलीस, तर बघ. जसं की कॅनेडियन लोक अमेरिकन लोकांसारखेच, पण अधिक कंटाळवाणे असतात. कंट्री माउन्टीज किंवा आईस हॉकीबद्दल तर देवच तुझी मदत करो. त्या वेळेस लेडी, तुझी मैत्रीण आणि तू, तुमच्या यांकी डुडल डू सोबत उराल.''

''ओके. कॅनडाविषयी जोक्स बंद.'' मी लटकेच घाबरून म्हणाले.

ती खोडकरपणे हसली. कोणाबरोबर तरी हसायला, चेष्टामस्करी करायला बरे वाटत होते.

''शेवटची तिसरी अट, याातून आपण शक्य तेवढी गंमत करायला हवी, शोकांतिका नाही. ओके? कारण तुझा माझ्यावर विश्वास आहे. तुमच्यासोबत मी यायला तयार आहे, कारण काईलसोबत चीनमध्ये राहून मी स्वतःच नदीत उडी मारायच्या बेतात आले आहे.''

मी आश्चर्याने विचारले, ''खरंच? पण तुम्ही दोघे खूप मजेत दिसता.''

सॅन्डी बाटली बॅगेत टाकत म्हणाली, ''खरंच आहे. मी म्हणून तर या ट्रॅन्क्विलायझर्स घेऊन फिरते आहे.''

***

पंधरा मिनिटांत सॅन्डीची रात्रीच्या प्रवासाची तयारी झाली. एखार्टने एअरपोर्टवरून आमच्यासाठी टॅक्सी मागवली. आम्ही तिघांनी क्लेअरला खाली लॉबीमध्ये तिची बॅकपॅक घेऊन यायला मनवले. तरी जॉर्जने – त्या मॅनेजरने क्लेअरचा पासपोर्ट द्यायला नकार दिला. नंतर त्याने सांगितले की, पासपोर्ट अधिकाऱ्यांकडे होते. काहीही झाले, तरी क्लेअरचा पासपोर्ट गायब झाला होता. त्याशिवाय ती दुसऱ्या हॉटेलमध्ये जाऊ शकत नव्हती किंवा अंतर्गत विमानसेवेच्या विमानातही बसू शकणार नव्हती. तांत्रिकदृष्ट्या ती पोलिसांच्या ताब्यात नव्हती, पण त्यांनी तिला दूर नियंत्रणात ठेवले होते.

मी घाबरले, पण सॅन्डीवर काही परिणाम झाला नाही. ''रडण्याविषयी मी काय सांगितलं आहे?'' जांभळी पर्स खांद्यावर सरकवत ती म्हणाली, ''एक वर्ष इथे राहून सिस्टीमला कसं गुंगवायचं, हे मी शिकले आहे. विश्वास ठेव.''

आम्हाला निरोप द्यायला काईल आला होता. त्याला आनंदात सांगितले, ''मी या मुलींना ग्युआंगझाऊला विमानात बसवून द्यायला चालले आहे. केव्हा परत येईन, सांगता येत नाही. त्यांच्यासोबत फ्लाइट मिळाली नाही, तर दोन तासांत परत

येईन. जर मिळाली, तर दोन दिवसांनी भेटेन तुला. हाँगकाँगपर्यंत गेले, तर आठवड्याने भेटेन.''

काईल त्याच्या हॉस्पिटलच्या कपड्यात आणि सॅन्डल्समध्ये विचारत होता, ''तुझ्याशिवाय मी इथे साइट सीईंग करू की नको?''

डोळे फिरवत सॅन्डी म्हणाली, ''नाही काईल. मला तू ऑसमन्थसमध्ये बसून माझी अनिश्चित काळ वाट पाहायला हवी आहे.''

मी एखार्टचा घेतलेला निरोप अधिक हृद्य होता. मी अधीरतेने त्याचे चुंबन घेत होते आणि तो मृदू हळव्या हाताने माझ्या चेहऱ्याला स्पर्श करत होता. काळजी घ्यायला सांगत होता आणि घरी पोचताच त्याला जर्मनीमध्ये घरी पत्र पाठवण्यास सांगत राहिला. आम्ही एकमेकांना मिठीत घेतले. मी माझा चेहरा त्याच्या खांद्यात लपवला. ''धन्यवाद. शेय शेय नी,'' मी पुटपुटत होते. सॅन्डीने आम्हाला 'आता हा भावनावेग थांबवा' सांगेपर्यंत आम्ही तसेच होतो.

काईल आणि एखार्ट अगदी टीपिकल पुरुषी पद्धतीने आमचे बॅकपॅक उचलत होते. त्यांनी टॅक्सीत सामान ठेवेपर्यंत मी आणि सॅन्डी यांनी क्लेअरला सावकाश तिथपर्यंत नेले. तिला व्हॅलियम देऊन, कानात वॉकमन फुल व्हॉल्युमवर ठेवून तिला डोक्यातले आवाज ऐकू यायला नकोत, म्हणून हेडफोन तसेच ठेवले होते. ती पूर्ण गुंगीत गेल्यामुळे मला आणि सॅन्डीला तिला आधार द्यावाच लागत होता. तिला गाडीत मागच्या सीटवर बसवताच सॅन्डी तिच्याजवळ बसत म्हणाली, ''पाहा, काय अवघड आहे? तुला आम्ही लगेच घरी नेऊ.''

डोळे मिटूनच क्लेअर बोलली, ''अं, अं सॅन्डी – अगदी आईसारखी.''

मी पुन्हा एखार्टचे चुंबन घेतले आणि म्हणाले, ''तू माझे प्राण वाचवलेस.''

''हे फार भयंकर मुळीच नव्हतं,'' तो हसत उत्तरला.

छोटेसे स्मित करत त्याने दार बंद करताच टॅक्सीने वेग घेतला. मागच्या धुळीने भरलेल्या काचेतून दिसेनासे होईपर्यंत आम्ही एकमेकांना पाहत राहिलो. आता आम्ही एकमेकांना कधीही पाहू शकणार नव्हतो.

***

एका भिंतीजवळ काही काउन्टर्स आणि ऑफिसेस असणारा ग्युईलिन विमानतळ छोट्या विमानाच्या हॅन्गरसारखा होता. १९८६मध्ये चीनमध्ये फक्त सीएएसी एवढीच विमानसेवा होता. पाश्चात्त्य प्रवासी तिचे वर्णन चिनी एअरलाइन – सतत कोसळणारी सेवा असे करत. चेष्टेने असेही बोलले जाई की, तुम्ही यशस्वी विमानप्रवास केला, तर लॅन्डिगनंतर चॉकलेट आणि प्रेझेंट देऊन तुमचे स्वागत केले जाईल.

सॅन्डीने कितीही प्रयत्न केले, तरी सीएएसीचा प्रतिनिधी ग्युआंगझाऊला जाण्यासाठी

जागा उपलब्ध नसल्याचे सांगत राहिला. सॅन्डी एकामागून एक एजंटना भेटून बोलत होती आणि मी क्लेअरसोबत प्रतीक्षालयात बसून होते. शेवटी ती आमच्याजवळ आली. क्लेअरची बॅग खांद्यावर टाकत म्हणाली, ''चला, आपण विमानात जाणार.''

''तुला तिकिटं मिळाली?''

सॅन्डीचे चीनमध्ये वावरणे मला चकित करणारे होते. तिच्यावर वेगळ्या संस्कृतीचा, भाषेचा आणि त्यामुळे येणाऱ्या मर्यादेचा काही परिणाम होत नव्हता.

''तपासणी वगैरे न होताच जाणार आहोत का?'' मी विचारले.

''हे पाहा, या नोकरशाहीचा पुरेसा अनुभव आला आहे. माफ कर, पण मी कॅनेडियन आहे. इतपतच असभ्यता मी सहन करू शकते. आपण विमानात जाऊन बसणार आहोत. काय करणार आहेत ते आपल्याला?''

विश्वास न बसून मी म्हणाले, ''ते अटक करतील? जेलमध्ये पाठवतील?''

''प्लीज, आपण परदेशी आहोत. तेवढं साहस ते करणार नाहीत. शिवाय तुझ्या मैत्रिणीचा पासपोर्ट नाही. आपण दुसरं काय करू शकतो?''

मला क्षणभर वाटले, आमच्यात एकट्या क्लेअरलाच मानसिक असंतुलनाचा त्रास नाही. पण सॅन्डीने संरक्षित क्षेत्राकडे चालायला सुरुवात केली. आम्ही पाठोपाठ गेलो.

तिथे फक्त एक टेबल आणि फिरता दरवाजा होता.त्याच्या जवळ काही चिनी अधिकारी घोटाळत होते. ते आमच्याकडे सुहास्यमुद्रेने पाहत होते.

''नी हाऊ.''

''नी हाऊ,'' आम्ही पोपटपंची केली. अगदी क्लेअरनेसुद्धा. डोक्यात घुमणाऱ्या संगीताच्या तालावर ती आता डोलत होती.

मुख्य अधिकाऱ्याने विचारले, ''तिकिटं, प्लीज.''

माझे आणि क्लेअरचे तिकीट त्याने तपासले आणि सॅन्डीकडे अपेक्षेने पाहिले.

''मी त्यांची अधिकृत एस्कॉर्ट आहे,'' सॅन्डी शांतपणे म्हणाली. तिचे चिनी ओळखपत्र तिने दाखवले. ती इंग्लिश शिकवत होती, त्या युनिव्हर्सिटीने ते दिलेले होते. त्याने काळजीपूर्वक पाहिले, पण सुदैवाने तिला अडवले नाही. त्याने आमचे पासपोर्ट पाहण्यास मागितले. जेव्हा क्लेअरने तिचा दाखवला नाही, तेव्हा त्याच्या चेहऱ्यावर आठ्या पसरल्या. चिनीमध्ये ती काही बोलताच दुसऱ्याने इंग्लिशमध्ये विचारले, ''दुसरा पासपोर्ट कुठे आहे?''

''तिचा पासपोर्ट हरवला आहे,'' मी उत्तर दिले.

''पासपोर्ट नाही. प्लेनमध्ये प्रवेश नाही.''

''पण त्यासाठीच आम्ही ग्युआंगझाऊला चाललो आहोत. अमेरिकन दूतावासात तिच्या पासपोर्टची पूर्तता करण्यासाठी.''

तो अधिकारी गोंधळला.

''जोवर तुम्ही आम्हाला जाऊ देत नाही, तोवर आम्ही पासपोर्ट दाखवू शकणार नाही,'' मला दुजोरा देत एक-एक शब्द अगदी सावकाश उच्चारत सॅन्डी म्हणाली. ''तिला नवा पासपोर्ट हवा आहे. तो ग्युआंगझाऊलाच मिळेल.''

''नवा हवा आहे? तर जुना कुठे आहे?''

''तो नदीमध्ये गेला.''

सॅन्डीने त्याच्याकडे पाहत शिवी हासडली. मला 'पळा' सांगून ती धावायला लागली. आम्ही तिघीही त्या सरकदारातून उष्ण वाऱ्याचे झोत येणाऱ्या टारमॅकवर धावायला लागलो. आमच्या बॅगा पाठीवर हिंदकळत होत्या. विमानाचे इंजिन सुरू झाले होते. कर्णकर्कश शिटी वाजत होती. हलती शिडी काढण्याच्या बेतात एक माओ गणवेशातील कर्मचारी होता.

''नाही! थांबा!'' सॅन्डी ओरडली. धावताना का कुणास ठाऊक, आम्ही तिघीही जोरात हसत होतो.

ही कादंबरी असती, तर आमच्यामागे सशस्त्र सैनिक धावले असते. गोळ्यांचा वर्षाव झाला असता. पण हे वास्तव होते. मी वळून पाहिले. आमच्यामागे एकच अधिकारी टारमॅकवर थोडा पुढे आला होता. कंटाळून तोही मागे वळला होता. पुन्हा सिगारेट शिलगावून ते सगळे काचेतून आमच्याकडे थोडा रस घेऊन पाहत होते. कदाचित आम्ही विमानापर्यंत पोचणार नाही, कदाचित त्यांना धावायचे नसेल किंवा अशा वेडपट पाश्चात्त्य मुली ग्युआंगझाऊमध्ये कोणाची दुसऱ्याची डोकेदुखी झालेली बरी, असे त्यांना वाटत असावे.

अगदी शेवटच्या क्षणी त्यांनी आम्हाला विमानात जाऊ दिले. दरवाजा बंद होताना आम्ही आत धडपडलो. पट्टे बांधून बसलेले अटेंडंट आम्हाला पाहून दचकलेच. आमची तिकटे हातात घेऊन गोंधळून आमच्याकडे पाहत राहिले.

सीएएसीचे लोक खोटे बोलत नव्हते. फक्त दोनच सीट्स रिकाम्या होत्या. १अ आणि १ब. त्या आमच्या रिझर्व्ह सीट होत्या. सॅन्डीसाठी जागा नव्हतीच. पण विमानाने गती घेतली होती.

''असू दे. ते एवढं मोठं नाही.'' गोंधळलेल्या अटेंडंटला ती म्हणाली, ''मी माझ्या मैत्रिणीसोबत – क्लेअरसोबत सीट शेअर करेन!''

कसेतरी आमरिस्ट उचलून ती क्लेअर आणि माझ्यामध्ये बसली आणि तिने दोघींसाठी बेल्ट ओढून बसवला. ''पाहा,'' हसत, नाक मुरडत ती म्हणाली. आमच्या बॅकपॅक्स आमच्या पायाशी होत्या. व्यावसायिक उड्डाणाचे सर्व सुरक्षा नियम आम्ही तोडले होते. 'चायना एअरवेज ऑलवेज क्रॅशेस – चिनी हवाईसेवा नेहमी कोसळून पडते.' केबिन खडखडत होते. विमान थरथरत होते. गती घेताना

धडपडत पुढे जात होते. एकाएकी ते वर उचलले जाऊन हवेत तरंगायला लागले. सगळ्या दऱ्यांच्या, गुहांच्याही वर धातूच्या पट्टीसारख्या चमकणाऱ्या नद्या, हिरवीगार भातशेते, मोत्याच्या रंगाचे ग्युईलिन शहर खाली दिसत होते. हळूहळू आम्ही ग्युआंग्झी प्रदेश, त्यात अनुभवलेले भय, सौंदर्य आणि हृदयभंग यांच्यासह मागे टाकला.

***

उतरल्याबरोबर आमच्यासमोर अडचणी तयारच होत्या. ग्युआंग्झाऊमध्येही आम्हाला पासपोर्ट तपासणीसमोर जावे लागणार होते. ग्युईलिनच्या पार्श्वभूमीवर इथे अधिक कार्यक्षमता दिसत होती. मिलिटरी पोलीस खरेच लक्षपूर्वक तपासणी करत होते.

तपासणी अधिकाऱ्याला रिकाम्या हाताने आणि अश्रूभरल्या डोळ्यांनी येणाऱ्या, घाबरलेल्या पाश्चात्त्य प्रवाशांना पाहण्याची सवय असावी. ते नेहमीच पासपोर्ट तपासणीसाठी ग्युआंगझाऊला येत असावेत. आमची दु:खभरी कहाणी सांगताच त्याने शहराचा नकाशा काउन्टरवर ठेवला. वेगवेगळे दूतावास त्यावर लाल वर्तुळाने दाखवलेले होते. क्लेअरला वेव्हर पास देऊन विमानतळ सोडण्यास परवानगी देताना त्याने बजावले की, जरी आम्ही उद्या सकाळी हाँगकाँगला जाणार असलो, तरी तिला आपत्कालीन व्हिसा मिळवण्याची गरज होती. तो व्हिसा नसेल, तर तिला पुन्हा पासपोर्ट मिळाला, तरी चिनी अधिकारी तो रोखून धरतील. सरकारी धोरणात विसंगती होती. देशात प्रवेश केल्याचा पुरावा तुमच्याकडे नसेल, तर तुम्हाला देशाबाहेरही जाता येणार नाही.

शिवाय आणखी आव्हान असेही होते की, नवा पासपोर्ट आणि तत्काळ व्हिसा एकाच दिवशी मिळायला हवे, नाहीतर तिचे अस्तित्व बेकायदेशीर ठरून पुन्हा अटक होणारच! आम्हाला दोन्ही कार्यालयांमध्ये एकाच वेळी तत्काळ जायला हवे होते.

आमचे नशीब त्याहून वरचढ निघाले. अमेरिकन दूतावास आणि चिनी परकीय व्हिसा ऑफिस शहराच्या विरुद्ध टोकांना होते. दोन्ही बरोबर पाच वाजता बंद होणार होते. आता तीन वाजायला फक्त सहा मिनिटे बाकी होती.

"तुम्ही येण्यास एवढा उशीर का केलात?" तो अधिकारी आम्हाला रागवत होता. "ज्यांना ही कागदपत्रं हवी, ते लोक सकाळीच येतात."

"गीऽऽ. धन्यवाद. आम्हाला दिलेली माहिती खूपच उपयुक्त आहे." सॅन्डी फिरत्या दारातून बाहेर जात फिसकारली. "आता आम्ही आमच्या टाइममशीनमध्ये उडी घेतो."

आम्हाला विभागणी करणे भागच पडले. मी अमेरिकन असल्याने क्लेअरसोबत

अमेरिकन दूतावासामध्ये जाणे योग्य होते. पण क्लेअर सॅन्डीला अगदी आईसारखी चिकटली होती. सॅन्डी तिच्यापासून फक्त शू-लेस बांधण्यापुरती किंवा टॉयलेटपुरतीच दूर होत होती. तेव्हासुद्धा ''सॅन्डी, तू कुठे आहेस?'' म्हणून क्लेअर रडत असे.

''ओह सॅन्डी, मला सोडून जाऊ नकोस,'' क्लेअरचे तुणतुणे सुरू असे. माझ्याकडे मात्र ती पूर्ण दुर्लक्ष करत होती. आमची चर्चा ऐकताना मात्र तिने हेडफोन कानातून काढले. ''मी फक्त सॅन्डीसोबतच जाईन,'' क्लेअर म्हणाली. म्हणून सॅन्डी – आमची देवदूत – क्लेअरला अमेरिकन दूतावासामध्ये घेऊन गेली आणि मी चिनी व्हिसा ऑफिसमध्ये!

एका दिमाखदार इमारतीमध्ये व्हिसा ऑफिस होते. फ्रेंच वसाहतवादी काळातील ओतीव लोखंडी गेट होते. प्रवेशद्वारापासून बॅकपॅक पाठीवर टाकलेल्या थकलेल्या तरुणांची रांग होती. रांगेच्या शेवटी उभी राहून मी ऑफिस बंद होईपर्यंत पोचेन की नाही, मला शंकाच होती. सावकाश, संथ गतीने रांग पुढे सरकत होती. त्या संपूर्ण विभागाची जबाबदारी करड्या सुती कपडे घातलेल्या एका वयस्कर माणसावर होती. तो ताई ची ची प्रॅक्टिस करत होता. प्रत्येकाला तो मूठभर फॉर्म्स भरायला देई. प्रत्येक जण जमिनीवर बैठक मारून ते भरत होता. ते पूर्ण लक्षात ठेवण्याचा प्रयत्न केल्यासारखे तो ते वाचत होता आणि मग त्यावर ठप्प करून शिक्का मारत होता. हॉलभर तो आवाज घुमत होता. मिळालेला पासपोर्ट केव्हाही हिसकावला जाईल, या भयाने प्रत्येक जण तिथून पळून जात होता. मी तिथे पोचले, तेव्हा दुपारचे तीन वाजून चोवीस मिनिटे झाली होती. सतत घड्याळ पाहण्याचा मोह होत होता. मी पायाने ठेका धरत, नखे कुरतडत उभी होते. उंच छताच्या इमारतीमध्ये सर्वत्र ओल्या मातीचा वास पसरलेला होता. मी खरेच अनैतिक वागत होते का? मला एखार्टची फार आठवण येत होती. क्लेअरचा राग येत होता. आणि अशा असाहाय्य क्लेअरचा, स्पष्टपणे आजारी असणाऱ्या व्यक्तीचा राग आल्याबद्दल अपराधी वाटत होते. पुढच्या लांबलचक प्रवासाच्या कल्पनेने मला आताच गरगरत होते. आता आहे अशा स्थितीत क्लेअरला मी न्यूयॉर्कला एकटी कशी नेणार होते?

वेळ संपत आली, तसा तो माणूस काम संपवायला अधीर झाला. ठप्प, ठप्प, ठप्प! माझ्यापुढे फक्त सहा लोक होते. शेवटी माझी वेळ आली, पण सॅन्डी आणि क्लेअर यांचा अजून पत्ता नव्हता. फॉर्म घेऊन मी ते भरले. फक्त नवा पासपोर्ट नंबर टाकायचा बाकी होता. मी एकटीच तिथे उरले होते. तो अधिकारी खुणेने घाई करत होता. पाच वाजून गेले, तरी सॅन्डी आणि क्लेअर अमेरिकन दूतावासातून आल्या नव्हत्या. मावळती किरणे फरशीवरून चमकत होती.

''नी शाऊ यिंग वेन मा?'' मी मँडारिनमध्ये विचारले. ही कॅन्टोनिज नव्हती. पण त्याला समजले असावे. त्याने मान हालवली. त्याचा चेहरा गुबगुबीत गोल,

चहाच्या रंगाचा होता, आजोबांसारखा. त्याचे सुरकुतलेले पंजे हलवत तो मला अर्ज त्याच्याकडे द्यायला सांगत होता.

मी नकार देताच त्याने घड्याळाकडे बोट दाखवले. बंद होणाऱ्या ऑफिसमध्ये आता किंवा कधीच नाही, अशी वेळ आली होती.

मी कॅन्टोनिज शब्दकोश शोधून त्यात 'फ्रेंड' आणि '१० मिनिटे' असे शब्द शोधून काढले आणि त्याला दाखवले. त्याने नि:श्वास सोडला. एक लोखंडी पेटी उघडून त्यात रबरी शिक्का ठेवून ती बंद केली.

''नाही, प्लीज,'' मी ओरडले.

त्याने भिंतीकडेला जाऊन पद्धतशीर खिडक्या बंद करायला सुरुवात केली. मी त्याच्या मागे-मागे मँडारिन आणि इंग्लिशची भेसळ करून सांगत राहिले. घड्याळाकडे बोट दाखवत राहिले. दयेने माझ्याकडे पाहून तो एका छोट्या दरवाजातून नाहीसा झाला. शेवटी तो मला मदत करणार, असे मला क्षणभर वाटले. पण तो आतून झाडू घेऊन आला आणि झाडायला लागला. तो माझ्याकडे सहानुभूतीने पाहत होता. मला वाईट वाटते, पण मी तुझी मदत नाही करू शकत. कारण तुला काय हवे, ते मला समजत नाही. जणू काही असेच त्याची नजर बोलत होती.

काही वेळात तो दिवे बंद करेल. मी बाहेर जावे, असे सांगून दाराला कुलूप लावेल. मग काय? मी घाबरून मला मदत करू शकेल, अशी गोष्ट त्या ऑफिसमध्ये शोधत राहिले. तेथे काहीच सापडले नाही. माझे अश्रू ओघळायला लागले.

त्याच्या झाडूच्या पुढ्यात थांबून मी म्हणाले, ''प्लीज, तुम्हाला इंग्लिश येतं का?'' मला कळले नाही, पण तोच प्रश्न मी फ्रेंचमध्ये विचारला मूर्खांसारखा.

तो थांबला. टोपी उचलून त्याने डोक्यावर हात फिरवला. चकित होऊन तो म्हणाला, ''मे उई मॅडामोझेल. ये पार्ले फ्रँकाय. एट व्हु ऑसी?''

***

वीस मिनिटांनी क्लेअर आणि सॅन्डी आल्या तेव्हा मी आणि मि. चिआंग, लिन्डा गुडमनचे ९०० पानांचे लव्हसाइन्स उघडून बसलो होतो. आणि मी त्यांना सॅजिटेरी असणे म्हणजे काय, समजावून सांगत होते. पाश्चात्त्य ॲस्ट्रॉलॉजीमध्ये तो लिओ आणि एरीज राशींबरोबर चांगले जमणारा होता. मि. चिआंग मला सांगत होते की, चिनी ज्योतिषाप्रमाणे माझा जन्म ड्रॅगनच्या वर्षामध्ये झाला असल्यामुळे माझे माझ्या भावाबरोबर चांगले संबंध असायला हवेत, कारण तो वानराच्या वर्षात जन्मला आहे. फक्त उंदीर आणि डुक्कर वर्षातल्या लोकांसमोर मी सावध असायला हवे. तो सॅजिटेरिअस असल्याबद्दल त्याला फार आनंद झाला. कारण चिनी अश्ववर्षामध्ये

त्याचा जन्म झाला होता. त्या दोघी आल्या तेव्हा आम्ही एकसाथ आनंदाने ओरडत होतो.

मलासुद्धा वेड लागले की काय, अशा नजरेने सॅन्डी मला पाहत होती. मी मोठ्या तोऱ्यात उभी राहून त्यांची ओळख करू दिली, "मॉन्शूर चिआंग."

अभिमानी चमकत्या चेहऱ्याने त्यांनी आम्हाला काउन्टरजवळ नेले. माझ्याकडून सर्व कथा त्यांनी ऐकलेली होती. त्यांनी आनंदाने पुन्हा रबरस्टॅम्प बाहेर काढून क्लेअरच्या पासपोर्टवर शिक्का मारला. क्षमायाचना करत त्यांनी सांगितले, हा व्हिसा फक्त २४ तासांचाच होता. पण तोपर्यंत निदान क्लेअर बेकायदेशीर नव्हती. आम्हाला चीनमधून बाहेर पडायला तेवढा अवधी मिळाला होता.

बोटीच्या धक्क्याजवळ एका सागरी प्रवासाच्या एजन्सीचे ऑफिस असून तिथे आम्हाला हाँगकाँगसाठी तिकीट मिळेल, असे त्यांनी सांगितले.

आमच्या प्रवासाला शुभेच्छा देऊन त्यांनी निरोप घेतला.

***

आमची टॅक्सी किनाऱ्याकडे धावताना मी म्हणाले, "माझा विश्वास बसत नाही. ते फार छान अस्खलित फ्रेंच बोलत होते. दुसऱ्या महायुद्धकाळात त्यांनी ती शिकली, असं ते सांगत होते."

"माझ्यापेक्षा तुझं काम सहज झालं वाटतं," सॅन्डी म्हणाली. क्लेअरच्या वॉकमनचा व्हॉल्युम पूर्ण असल्याची काळजी घेत ती म्हणाली, "अमेरिकन दूतावासातील कर्मचारी पोरकटपणे वागत होते. एकमेकांना बीफ आणि स्कूटर म्हणत ढोसत होते. खूप वेळाने माझ्याकडे लक्ष गेल्यावर त्यांनी ऐकून घेतलं. क्लेअरचा ब्रेकडाउन झाला आहे आणि तिला नवा पासपोर्ट हवा आहे, हे सांगितल्यावर ते नुसते पाहत राहिले. 'मग? आम्ही काय करावं?'

"मी त्यांना, मी कॅनेडियन आहे आणि तिला मदत करण्यासाठी आले आहे असं सांगितल्यावर त्यांनी माझाच पासपोर्ट मागितला. आणि 'कशावरून क्लेअर कॅनेडियन नाही? खोटंच सांगून अमेरिकन पासपोर्ट मिळवून यूएसमध्ये राहण्याचा हा माझा प्रयत्न असेल,' असं म्हणाले.

"मग मात्र माझा संयम संपला. मी म्हणाले, 'हे पाहा, ही अमेरिकन मुलगी आहे. मला तिला मदत करायची आहे. तुम्ही सहकार्य करणार नसाल, तर मी तिला इथे सोडून जाते. ती तुमची जबाबदारी आहे.' क्लेअर तिथे बाकावर नुसती गुणगुणत बसली होती. तुझा जांभळा ड्रेस तिच्या गुडघ्यापर्यंत येत होता. येणाऱ्या-जाणाऱ्या लोकांवर ती ओरडायला लागली होती, कारण व्हेलियमचा परिणाम संपत आला होता. 'ती तिथे आहे. मजा करा.' मी सरळ बाहेर चालू लागले.

क्लेअरकडे नजर टाकताच तो माझ्यामागे धावत आला. "मॅम, मला माफ करा. परत या. प्लीज! तुमच्या मैत्रिणीला नवा पासपोर्ट देतो. कॉफीही देतो तुम्हाला." मग जाऊन त्यांनी काय करता येईल, त्याची चर्चा सुरू केली. बॉसला फोन लावला आणि धडाक. त्यांनी पासपोर्ट दिला. कॉफीही चांगली बनवली. पण देवा, तुम्ही अमेरिकन कम्युनिस्टांपेक्षा वाईट आहात.

***

त्या संध्याकाळी हायड्रोफॉईल बोटीची तीन तिकिटे घेऊन आम्ही ग्युआंगझाऊच्या अत्याधुनिक हॉटेलमध्ये उतरलो. उंचच उंच इमारतीवर लाल साइनची अक्षरे चमकत होती. आम्हाला तिघींनाही पासपोर्ट जमा करावे लागले. ते मला आणि सॅन्डीला अजिबात आवडले नव्हते. ग्युआंगझी प्रांतातील पोलीस क्लेअरचा माग काढत केव्हाही येतील, असा आम्हाला संशय होता.

गंमत म्हणजे क्लेअर या सगळ्या पलीकडे होती. आमच्या डबल डिलक्स रूमसाठी पंचाहत्तर डॉलर्स लागले होते. पायनॅपलचा सुगंध खोलीत पसरला होता. ऑसमन्थसपेक्षा फार सुखासीन नसली; तरी इथे एक मोठा बेड, त्यावर ब्रॉकेडची कव्हर्स, पाश्चात्त्य पद्धतीचे प्रसाधनगृह होते. कोपऱ्यात ए.सी. होता. क्लेअरने सुखाने हुंकार दिला आणि खिडकीजवळच्या खुर्चीत विसावली. नंतर माझ्याकडे वळून मान खाजवत दिवसभरात पहिल्यांदा बोलली. प्रत्येक उशीवर फॉईलमध्ये गुंडाळून ठेवलेली चॉकलेट्स बोटाने दाखवत म्हणाली, "मिंट."

बाथरूममध्येच आम्हाला मोकळे बोलता येत असल्याने ते आमचे कमांड सेंटर झाले होते. अधिकारी आमचा माग काढून सीमेवर अडवतील, अशी आम्हा दोघींनाही भीती वाटत होती. क्लेअरला भ्रमाचा दुसरा झटका केव्हाही येण्याची भीती होतीच. टबाच्या काठावर बसून ती औषधांची बॅग तपासत होती.

"माझ्याकडे सात व्हेलियम शिल्लक आहेत. दर १२ तासांनी एक दिली, तर शुक्रवारपर्यंत तिला असं गुंगीत ठेवता येईल."

बाहेर पडून तिने क्लेअरला कपडे बदलून बेडवर झोपवले. सातच वाजले, तरी मध्यरात्र झाल्यासारखे वाटत होते. बेडवरही क्लेअरच्या कानात वॉकमनचे संगीत चालूच होते.

माझे जेवण अर्धे झाले, तेव्हा सॅन्डी आली. हात पसरून डोके खाली घालून ती थकून बसली होती. "मला ड्रिंक हवं आहे." वेटरला बोलवून तिने दोन माईताई आणि स्वीट ॲन्ड सोअर चिकन मागवले. "फार दमवता तुम्ही अमेरिकन," ती म्हणाली.

तिचे खाणे होईपर्यंत मी थांबले. दोन कॉकटेलनंतर सत्र्याची फोड चघळत मी

विचारले, ''ओके, सांग आता.''

ग्लासच्या कडेवर बोट फिरवत ती म्हणाली, ''तिला वाटतं तिच्यामागे मारेकरी लागले आहेत. सीआयए, मोसाद आणि एफबीआय एजंट. तिला त्यांच्या खुणा दिसतात. तुला आणि एखार्टला सोडून ती बसमध्ये गेली, तेव्हा तिला तिथे सुरक्षित वाटलं. त्या मारेकऱ्यांना तिने चुकवलं, असं वाटलं. ग्युईलिनच्या बसमधून तिथे पोचल्यावर सगळे नीट होणार, असा तिचा समज होता.

पण १५ मिनिटांतच परत तिला भय वाटायला लागलं. तिला श्वास कोंडल्यासारखं, सापळ्यात अडकल्यासारखं वाटायला लागलं. तिच्या डोळ्यांवर दबाव जाणवत होता. आवाज ऐकू यायला लागले. ते तिला सांगत होते की, आधुनिक यंत्रणांच्या साहाय्याने ते तिला शोधून काढतील. शिवाय बसमधले आवाज, इंजिनाची घरघर, लोकांचं बोटं दाखवणं, हसणं, थुंकणं सुरूच होतं. तो गदारोळ वाढत गेला. त्याने तिच्या डोक्याचा स्फोट होईल, असं वाटलं. तिला असं वाटायला लागलं की, सीआयएचे लोक बसवर लक्ष ठेवून आहेत. ठरावीक ठिकाणी बस पोचल्यावर ते प्रवेश करतील, तिला पळवतील आणि ठार करतील. मग तिने ओरडत, किंचाळत ड्रायव्हरचे हात पकडले. त्याला दरवाजा उघडायला लावला. रस्त्याच्या कडेला बस थांबवून त्याने तिला उतरू दिलं. एका झऱ्याजवळचा जंगलाचा तो भाग होता, एवढंच तिला कळलं होतं.

सॅन्डी क्लेअरची कथा सांगत होती आणि माझ्या कल्पनेत चित्र उभे राहत होते. बस सुरू झाली. झाडांमध्ये गायब झाली, तेव्हा या गडबडीत ती एकटीच होती. माथ्यावर ओरडणारा पक्ष्यांचा आवाज, वाऱ्यावर झाडांची सळसळ होती. पण ही शांतता एक भ्रम होता, हे क्लेअरला माहीत होते. तिच्यावर त्या बर्फाळ वितळणाऱ्या गुहा होत्या. हे अस्थिर विषारी वातावरण होते, असे तिच्या मनाने ठरवले. सीआयएने तिला मारण्यासाठी केलेला हा सगळा बनाव होता, हे तिला माहीत होते. कारण तिला बरेच काही माहीत होते.

एखाद्या प्राण्याला शिकाऱ्याचे अस्तित्व समजते, तसे क्लेअरला तिचे मारेकरी जवळ येत असल्याचे भासत होते. तिला सतत हलत राहायला हवे. उतारावरून आली, ती झऱ्यामध्ये उतरली. पाण्यात शिकाऱ्यांना माग सापडत नाही, तिला आठवले. दोन्ही बाजूला दाट ट्रॉपिकल जंगल होते. तिला अपेक्षित होते, त्यापेक्षा ते उतार अधिक सरळ होते. तिचे पाय सटकले. ती घसरली. एका झाडाच्या बाहेर डोकावणाऱ्या मुळाला अडकून तिची पॅन्ट फाटली. ती तशीच धडपडत सावरली. वेळ संपत आला होता. ते फार जवळ येत होते, म्हणून ती प्रवाहात धावत सुटली. एका ठिकाणी त्यांना चकवण्यासाठी मूठभर झाडांची पाने तिने मानेला चोळली. पण तिच्यामागेच आवाज आला, ''आम्हाला तू सापडली आहेस.'' मग ती धावत

सुटली. झऱ्यांतून, झुडपांतून, खडकांमधून. तिच्या स्वत:च्याच हृदयाचे ठोके मोठ्याने ऐकू येत होते. तिचेच रक्त कानांमधून जोराने वाहत होते. पायाखाली पानांचा ओला चिखल आणि भोवती हिरवा-तपकिरी रंगाचा आकारहीन घेराव; डोक्यात आवाज – 'सगळ्या सिस्टीम्स रेड ॲलर्टवर! आम्ही जवळ आहोत.'

एकाएकी ती उघड्या मोकळ्या जागेवर आली. तिला कळले, समोर पाणी वेगाने वाहत असणारी नदी होती. पावसासारखा आवाज, ज्यांमध्ये बाकीचे त्रासदायक आवाज हरवून जात होते. पाण्यावर प्रकाश पडताच ते पाण्यासारखे चमकते. तिच्या आईच्या हिऱ्याच्या दागिन्यांसारखे. आईच्या आठवणीने उसळी मारली. आई ख्रिसमस पार्टीला जाण्यासाठी तयार झाली. तिला गुडनाईट म्हणण्यासाठी वाकली, तेव्हा तिचा हिरवा चमकदार ड्रेस आणि तिचा नेकलेस चमकत लटकला. आईचे सेंट, तिचा गळा, तिचा चेहरा क्लेअरला आठवला. तिचे हसणे, तिच्या इवल्या हातांनी आईच्या गळ्यात घातलेली मिठी आठवली.

"ओह मॉम," ती मोठ्याने रडते. "कुठे आहेस तू?" एकाएकी तिला आईची खूप आठवण आली. मग नदीतून जाताना तिला आई दिसली. अगदी तशी नव्हे, पण तिचे अस्तित्व. पाण्याशी एकरूप झालेला तिचा आत्मा. त्यातून तिला आईची साद कळली. "माझ्याकडे ये, मी तुझं रक्षण करेन. त्या मारेकऱ्यांना इथे तुला गाठता येणार नाही." पाण्याचे हात तिला जवळ घेतात.

खडक घसरडे असले, तरी ती हळूहळू पाण्यात उतरली. नदी एवढी थंड असेल, असे तिला वाटले नव्हते. एवढी खोलही. सरळ होताना पाय रोवण्यासाठी ती धडपडली. कमरेपर्यंत पाणी आलेले आणि खूप वेगवान प्रवाह. " हं असंच. तू सुंदर आणि शूर आहेस. ये माझ्याजवळ." किनाऱ्यापासून काही पावले तिने प्रवाहात टाकली, पण मोठ्या कष्टाने. तिचे टिंबरलॅन्ड शूज पाण्याने भरून गेले. सिमेंटसारखे जड झाले. तिची बॅगही तिला खाली खेचत होती. त्यापासून सुटका करून घ्यायला हवी. डोक्यावर उचलून ती बॅग किनाऱ्यावर फेकायचा प्रयत्न तिने केला. पण ती पाण्यातच आपटली. पाणी भरून बुडून गेली. क्लेअरला शांत वाटायला लागले. ती बॅग म्हणजे एक धोंड होती. सीआयए त्यावरून तिला ओळखू शकणार होते. घाईने तिने सोन्याचे ब्रेसलेट आणि चेन काढून पाण्यात भिरकावले. तिला त्यांच्यापासून सुटका हवी होती. कोणतीही ओळख नको. वजनरहित होऊन पाण्यात जाणे तिला बरे वाटले. सगळ्या गोष्टी फेकल्यावर तिच्या मनातला दबाव कमी होणार होता.

प्रयासाने खाली वाकून तिने पायातले शूज काढून फेकले. एका क्षणी तिचा तोल जाऊन ती पाण्यात पडली. नाका-तोंडात पाणी गेले. मोठ्या कष्टाने ती खोकत पुन्हा सरळ झाली. तिचे केस, कपडे सगळेच ओले झाले. तिला पोहता येते, पण

कपड्यांमुळे कठीण गेले. नदी कुजबुजली, ''कपडेही फेक. स्वतंत्र हो. माझ्यात ये.'' लवकर कपडे काढता आले नाहीत. धडपत तिने शर्ट आणि ब्राही फेकली. ते पाण्यावर वाहत गेली. मग तिला कॅनव्हास पॅन्ट्समध्ये अडकल्यासारखे वाटायला लागले. तिने त्याही काढून फेकल्या, नदीच्या आदेशावरून.

एव्हाना नदीच्या मध्यांपर्यंत गेलेली क्लेअर धुंदीत कपडे फेकून नग्न झालेली होती. पाणी तिच्या सर्वांगाला कुरवाळत होते. एकरूप होताना क्षणभर तिला ती नदीच झाल्यासारखे वाटले. ती नदी, तिची आई तिला प्रेमाने आंदोळत होती. तिला जिवंत झाल्यासारखे वाटले. स्वत:लाच तिने वरून – हवेतून पाहिले. तिच्या शुभ्र देहाला केंद्र बनवून नदी वाहत होती. शेकडो आरशांसारखा प्रकाश तिच्या शरीराभोवती पसरला.

पण नदीत समाधी लावून फार काळ उभे राहता येत नाही. तिचे हात-पाय गारठायला लागले, बधीर झाले. त्याचबरोबर क्लेअरच्या चिंता पसरल्या. सीआयएकडे रडार असेल का? किनाऱ्यावरच्या पाचोळ्यात एफबीआय आणि मोसाद लपले असतील, त्यांच्या शस्त्रांवर तिला निशाण्यावर ठेवून. पुन्हा त्यांचे आवाज तिला ऐकायला येऊ लागले. रेडिओफ्रीक्वेन्सीवर कमी-जास्त व्हावे, त्याप्रमाणे. ''आम्ही तुला शोधलं आहे. आम्ही एकमेकांच्या संपर्कात आहोत.'' ते परत आले! सूर्य ढगाआड गेला, पाण्यावर अंधारून आले, सावली पसरली आणि पाण्याचा पृष्ठभाग काळसर, अभेद्य दिसू लागला. दात एवढे कडकडले की तिने स्वत:चाच ओठ चावला. खारट चव तोंडात पसरली. बाजूच्या काठावर तिचे पाय खडकावर कापले गेले. ती फार वाईट धोक्यात होती. तिने सुटकेसाठी काहीच केलेले नव्हते. तिला तत्काळ नदीतून बाहेर जायला हवे होते.

थंडीने तिचे स्नायू आखडले होते. पाय बधीर झाले होते. दलदलीतून चालल्यासारखे वाटत होते. पाण्यात हात पसरून ती चालत राहिली. नदी सावकाश तिला प्रवाहात खेचत होती. सरळ उभे राहण्यासाठी आणि नियंत्रणासाठी झगडावे लागणार होते. खांद्यातून उखडत असल्यासारखे वाटत होते. कंटाळून तिने विरोध करणे सोडले. ती पाण्याला शरण गेली. फार वेळ झाला, आता सगळे संपू दे.

नदी तिला मोहात पाडत कुजबुजली, ''हो, हे ठीक. माझ्यात सामावून जा. मी तुला वाहून नेईन.''

हात समोर पसरून तिने पाय उचलून घेतले. पाण्याने आनंदाने तिला झेलून घेतले. प्रवाहात तरंगत ती स्वच्छ होत होती. तिच्या नाका-तोंडात वेगाने पाणी जायला लागले. मान वर उचलता न आल्याने श्वास रोधला गेला. क्षणभरच तिच्या मनात तो भयानक विचार आला. हेच की, 'मी बुडून मरणार.' मग तिला लाकूड तुटल्याचा, ते तोंडावर आपटल्याचा आवाज आला. सगळ्या शरीरावरच खरचटले होते आणि ती आपटली होती. हाताने फांदी पकडून उभे राहण्याच्या प्रयत्नात ती

असताना तिच्याकडे पाहणाऱ्या दोन आकृत्या तिला दिसल्या. ते सीआयएचे शार्पशूटर्स नव्हते. ती दोन छोटी, फाटकेतुटके कपडे घालून, गवती टोप्या घालून पाणी भरायला आलेली मुले होती.

***

या वेळेस माझ्या आईवडिलांना त्वरित फोन लागला. बाथरूममधून मी त्यांना शांतपणे परिस्थिती समजावली. सॅन्डी शांतपणे माझे बोलणे ऐकत टबच्या काठावर बसून राहिली.

'फोन टॅप होत असेल, तर असू दे.' मी बेदरकारपणे भरपूर बोलत राहिले. मी शब्दांवर नियंत्रण ठेवून कंटाळले होते. अशा हुकूमशाहीमध्ये लोक असेच क्षीण होत असतील बहुधा.

आमच्या हॉटेलचा नंबर आईने लिहून घेतला. दहा मिनिटांनंतर हिल्टन हेडमधून व्हॅन ह्युटननी फोन केला. क्लेअरची आई आणि वडील दोघेही बोलत होते. आम्ही निघण्यापूर्वी मी त्यांना एकदाच भेटले होते. मला त्यांचे आवाज विचित्र वाटले. मला त्यांच्या आवाजांची, त्यांच्या प्रतिमेशी सांगड घालता येईना. आईचा – मिसेस व्हॅन ह्युटनचा आवाज मुलीसारखा होता, तर वडिलांचा – मि. व्हॅन ह्युटनचा आवाज भावूक होऊन थरथरत होता. ते त्यांच्या मुलीचे प्राण वाचवल्याबद्दल पुन्हापुन्हा कृतज्ञता व्यक्त करत होते. ''तिला कोणी इजा केली नाही. हो नं?आणि तू ठीक आहेस का?'' जो काही खर्च येईल, ते तो उचलायला तयार होते. ''पैशांची चिंता करू नकोस. माझ्या लाडक्या मुलीला घरी घेऊन ये. तुझ्याबरोबर कॅनेडियन नर्स आहे नं? बाहेर पडण्याचं कसं ठरवलं आहेस?''

मी त्यांना सांगितले, सॅन्डी आणि मी हायड्रोफॉईल बोटीने हाँगकाँगला दुसऱ्या दिवशी निघणार होतो. एखाद्या महागड्या हॉटेलमध्ये राहणार आणि सरळ न्यूयार्कचे तिकीट मिळेपर्यंत तिथेच राहणार.

मि. ह्युटननी विचारले, ''आणि त्या नर्सचं काय? ती तुझ्यासोबत येऊ शकते का?''

''मला नाही वाटत ती न्यूयॉर्क सिटीपर्यंत येऊ शकेल असं.'' सॅन्डीच्या हाताला धरून मी आश्चर्याने फोनकडे बोट दाखवले. ''खरं तर तिला इथपर्यंत येणंही शक्य नव्हतं. तिचा बॉयफ्रेन्ड आणि सामान ग्युईलिनला मागे ठेवून ती आली आहे.''

''तिला सांग, मी तिला हवे तेवढे पैसे देईन. त्यापेक्षा, असं कर नं, फोन दे तिला.''

मी रिसिव्हर सॅन्डीच्या हातात दिला.

ती उत्साहाने बोलली. ''हॅलो, कोण? क्लेअरचे वडील काय?'' मग तिने

क्लेअरचा संपूर्ण वैद्यकीय वृत्तान्त दिला. मान वेळावत ती प्रतिसाद देत होती. फोन ठेवताच ती हसायला लागली. ''वॉव! मी तुमच्यासोबत न्यू यॉर्कला यावं, यासाठी माझी मनधरणी चालली होती.''

माझ्या स्वैर दौडणाऱ्या आशेला मला लगाम घालावा लागला. सॅन्डी आमच्यासोबत आली, तर देवाचीच कृपा. अतिशयच उत्तम विचार. फार उत्साह न दाखवता म्हणाले, ''तू तर म्हणतेस, तुला सुटी हवी. तू स्टॅच्यू ऑफ लिबर्टी, ब्रुकलिन ब्रीज पाहिला आहेस? तू जर न्यू यॉर्कला आलीस, तर मी तुला दाखवू शकेन खरीखुरी अमेरिका!''

उसासा टाकून ती म्हणाली, ''पण २४ तासांचा प्रवास.''

''पण किती वेळा आयुष्यात तुला कुणाचे प्राण वाचवण्याची संधी मिळणार आहे? आणि अशी एकही पैसा खर्च न करता न्यू यॉर्कची ट्रीप मिळणार आहे?''

ती हसली. ''मी काईलला सांगितलं, काही तासांसाठी एअरपोर्टवर जाऊन येते आणि जगाच्या दुसऱ्या टोकाला जायचं? वॉव! मोहात पाडणारी ऑफर आहे. पण मला विचार करायला हवा. माझ्यासोबत फक्त टूथब्रश आणि दोन-तीन अंतर्वस्त्रं आहेत.''

मला मूर्खासारखे वाटायला लागले. ''हे पाहा, मला माफ कर. आधीच तू खूऽऽप केलं आहेस आमच्यासाठी. आम्हाला वाचवलं आहेस. तू आमच्याबरोबर नसतीस तर......'' माझे डोळे भरून आले.

''हं, हं, चूप. मी ते केलं,'' सॅन्डी म्हणाली. ''कुणी संकटात असेल, तर मी मदत करतेच. न्यूयॉर्कसंबंधी गोष्टींचा आपण उद्या सकाळी विचार करू. ठीक आहे?''

क्षणभरातच क्लेअरचे ओरडणे ऐकू आले. ''तुम्ही कुठे गेल्या आहात?'' लहान मुलासारखी रडत होती ती.

''आम्ही बाथरूममध्ये आहोत.''

''मला यायचं आहे. पण ते खरंच टॉयलेट आहे का? तिथे किडे आहेत का? प्लीज, मला मदत करा.''

आम्ही तिच्याजवळ जाताच तिने मला हिंस्रपणे दूर ढकलले. ''फक्त सॅन्डी,'' ती किंचाळली.

पलीकडून सॅन्डीने माझ्याकडे अर्थपूर्ण कटाक्ष टाकला. असो, आमचा निर्णय झाला.

हाँगकाँग

सहा आठवडे लोकराज्य चीनमध्ये घालवल्यानंतर हाँगकाँग जेरुसलेमसारखे पवित्र वाटले. मोक्ष निर्वाण आणि मक्का झनाडूसारखे एकत्र आल्यासारखे! (झनाडू काल्पनिक अद्‌भुत शहर) ए.सी. टॅक्सीच्या खिडकीतून बाहेर पाहताना आम्ही एकमेकींना दाखवत होतो. ''पाहा, पाहा हिल्टन हॉटेल! मॅकडोनाल्ड्‌स! डोनट्‌स!'' एरवीच्या सर्वसाधारण गोष्टींनी मन आनंदून जात होते. मॉल्स, प्रचंड मोठे बिलबोर्ड्‌स, सराफाची दुकाने, इंग्लिश मेन्यूचे बोर्ड असणारी प्रवाशांसाठीची उपाहारगृहे, नकली रोलेक्स घड्याळे विकत फिरणारे विक्रेते. सगळा आनंदी, रंगीबेरंगी माहोल. ती परिचित नावे, ती आकाशरेखा. वाह! वाह!

''ओह, पाँडतोझा स्टीक हाउस.'' सॅन्डी व्याकूळ आवाजात म्हणाली, ''आपण दुपारच्या जेवणात चांगले रसदार स्टीक आणि भाजलेले बटाटे खायचे का?''

कानातल्या वॉकमनच्या तालावर समाधानाने डोळे मिटून क्लेअर उत्तरली, ''हं ऽऽऽ बटाटे.''

हाँगकाँगची आर्द्र हवासुद्धा छान वाटत होती. तेलकट पाण्यावर मच्छिमार होड्या, किनाऱ्यावर जाहिराती पाहून ते न्यूयॉर्कसारखे व्यापारी शहर वाटत होते. विषुववृत्तीय न्यूयॉर्क! हायड्रोफाईलमधून उतरताना पासपोर्टवर रबरी शिक्का ठप्पकन मारताना झालेल्या आवाजाने मी आनंदून गेले. नियमानुसार नव्वद दिवस राहण्यास परवानगी.

कोवलून हॉलिडे इनसमोर टॅक्सी थांबताच मी स्वागतकक्षाकडे धाव घेतली. सिल्कचे नेहरू जॅकेट घातलेला चिनी तरुण क्लार्क तिथे बसलेला होता. एका सोनेरी फुलदाणीत ऑर्किडची फुले आणि एका बाऊलमध्ये पेपरमिंट ठेवलेले होते.

पक्ष्याच्या पिंजऱ्यासारखी सामानाची ढकलगाडी आणि बेल होती.

"प्लीज, तुम्हाला इंग्लिश येतं का बोलता? वेस्टर्न टॉयलेट, गरम पाणी असणाऱ्या डिलक्स रूम्स आहेत का उपलब्ध? शिवाय टॉयलेट पेपरचं काय?"

जरा गंमत वाटून त्याने स्मित केले. काउन्टरवर पुढे झुकून त्याने माझा हात पकडला. म्हणाला, "हो. हे सगळं आहे इथे. तुम्ही चीन केव्हाच सोडून आला आहात. हाँगकाँगमध्ये तुमचं स्वागत असो."

टेलिव्हिजनवर सतत इंडियाना जोन्स आणि टेंपल ऑफ डूम हा चित्रपट दाखवला जात होता. क्लेअरला त्यासमोर बसवून सॅन्डी आणि मी कामाला लागलो. मला खूप खोकला येत होता. एक वाक्य पूर्ण बोलेपर्यंत घरघरणाऱ्या इंजिनासारखे आवाज निघत होते. अगदी एखाद्या जागीच उभ्या असणाऱ्या ट्रकसारखे. सॅन्डी एअरलाइन्सना, विमान कंपन्यांना फोन करणार होती. मी पँडरोझा स्टीकहाउसमधून जेवण आणणार होते.

जेवण घेऊन मी आले, तेव्हा हाँगकाँग ते न्यूयॉर्क व्हाया जपान अशी पुढच्या फ्लाइटची तिकिटे उपलब्ध होती. पण ती सात हजार डॉलर्स प्रत्येकी अशी होती, अर्थात अॅडव्हान्स बुकिंग असेल तरच. अन्यथा खूप महाग मिळणार होती.

जरी व्हेन ह्युटन म्हणाले, पैशांची काळजी करू नका, तरी एवढा खर्च करणे आम्हाला पटत नव्हते. १९८६मध्ये एकवीस हजार डॉलर्स एखाद्याचे वार्षिक उत्पन्नही होते. दिंघाईचे तर होतेच. शिवाय आमच्या क्रेडिट कार्डवर एवढे पैसे नव्हते.

उसासा टाकून सॅन्डी म्हणाली, "आपण वाट पाहणे हा पर्याय आहे. विद्यार्थी सवलतीमध्ये कोरियन कंपनीचे न्यूयॉर्क तिकीट फक्त अडीचशे डॉलर्स आहे. पण ते शनिवारपर्यंत उपलब्ध नाही"

आज बुधवार होता. आम्ही एकमेकींकडे पाहत राहिलो. "किती क्हेलियम शिल्लक आहे आपल्याकडे?"

***

क्लेअर बहुतेक झोपेत असायची. त्रासलेले, अस्वस्थ भाव तिच्या चेहऱ्यावर मध्येच यायचे. पण कोणाच्या मदतीशिवाय बाथरूमपर्यंत ती आता जाऊ शकत होती. तिचे खाणे मात्र भयंकर वाढले होते. हातानेच तिने स्टीक खाल्ले, बटाटे कोंबले, तीन रोल्स आणि सॅलेड, तसेच अॅपलपायसुद्धा मटकावला. नंतर स्वत:शीच समाधानाने हुंकारली. "हं.. उं.. उं.. छानच होतं," आणि झोपी गेली. टेलिव्हिजनचा निळसर प्रकाश तिच्या चेहऱ्यावर चमकत होता.

मी क्लेअरची काळजी घ्यायला थांबले आणि सॅन्डी विद्यार्थ्यांना सवलत

देणाऱ्या ट्रॅव्हल एजन्सीकडे गेली. तासाभराने प्रवासाचा आराखडा व्यवस्थित लिहिलेली तीन तिकिटे घेऊन परतली.

शनिवार, नोव्हेंबर सात.

प्रयाण : हाँगकाँग ७.१० वाजता   आगमन सेऊल : ११.२५ वाजता.

प्रयाण : सेऊल १२.४५ वाजता   आगमन जेएफके : १२.५५ वाजता.

नोव्हेंबर आठ

सीट नं. १४ अे, बी आणि सी. धूम्रपान नसलेल्या भागात

***

आम्ही त्या मोठ्या बेडवर आरामात झोपी गेलो. सगळे पडदे ओढून अंधार केला होता. सतत टेलिव्हिजन पाहत, टूरिस्ट मासिके पाहत किंवा पत्ते खेळत आम्ही वेळ घालवत असू. क्लेअर झोपलेली असेल, तेव्हा सॅन्डी मला बाहेर फिरून यायला लावे.

"जा, हाँगकाँग पाहा. थोडी मजा कर," ती म्हणे.

पण सत्य असे होते की, प्रेक्षणीय स्थळे पाहण्यात मला आता स्वारस्य उरले नव्हते. माझी फुप्फुसे भयंकर दुखत होती. प्रत्येक श्वासाला गळफास आवळल्यासारखा वाटे. गुंगीमध्ये एक दिवस मी नाथन रोडवर फिरले. मोत्यांच्या माळांनी सजलेली दुकाने पाहिली. उपाहारगृहांच्या खिडक्यांमध्ये भाजलेली बदके आणि रोस्टेड रिब्ज; भाजलेल्या मांसाचे प्रदर्शन होते. पण काही मिनिटांतच मी खोकत परतले.

सॅन्डीलासुद्धा आता उत्साही पर्यटकासारखे वाटत नव्हते. जरी ती न्यूयॉर्क भेटीसाठी शक्ती साठवत होती, असे सांगत असली, तरी तिलासुद्धा हॉनिडे इनच्या वातानुकूलित खोलीत बसून राहणे आवडत होते. तिनेसुद्धा गेल्या वर्षभरात मेयॉनीजने ओथंबलेली क्लब सॅन्डविचेस आणि फ्रेंच फ्राइज खाल्ले नव्हते. बाहेर नोव्हेंबरचा प्रथम सप्ताह होता. पण आम्हाला जगाशी काय घेणे होते? शॉकमध्ये असल्यासारख्या आम्ही वेळ घालवत होतो.

***

एम अँड एमची पाकिटे संपवत मी आणि क्लेअर बोलत बसलो होतो. क्लेअर झोपा काढत होती.

लवकरच माझ्या लक्षात आले की, काईल हा सॅन्डीचा बॉयफ्रेन्ड नव्हता. फक्त सहकारी होता. कॅलगरी इथे ती काम करत होती, तिथला.

"तो नाइट शिफ्टला काम करतो. मला त्याची फारशी माहिती नाही. पण एक दिवस मी घरी पिक्चर पोस्टकार्ड पाठवलं. 'चीन खूप छान आहे. तुम्ही इथे

असायला हवे होते,' असे लिहून. नंतर कार्ईलने तो येत होता, असं उत्तर दिलं. तो येण्याच्या आदल्या दिवशी मला ते मिळणं क्रमप्राप्त होतं. त्याने अद्याप कॅनडाबाहेर पाऊल ठेवलं नव्हतं. त्याला नकाशा उघडतासुद्धा येत नव्हता. मग मी त्याला बजावलं की, मी आता सुटीवर आहे. जर सोबत प्रवास करणार असू, तर त्याने स्वत:ची जबाबदारी घ्यायला हवी.

"म्हणून प्रत्येक दिवशी मी शिकवण्यासाठी बाहेर जाते, तेव्हा त्याला फ्लॅटच्या बाहेर काढते आणि सांगते, ''किमान पाच मँडारिन शब्द शिकल्याशिवाय तू यायचं नाहीस.'' किंवा ''आज तू सुझाऊला जाण्यासाठी आपली तिकिटं काढून येणार आहेस.'' असेच दोन महिने गेले आहेत. त्याला ग्युईलिनला एकटं ठेवणं ही त्यामुळे सर्वांत चांगली गोष्ट आहे. लॉर्डी, तो चांगला आहे, पण त्याला स्वावलंबी व्हायला हवं आहे आणि मला आशियापासून थोडी सुटका हवी आहे.''

अर्थात तिच्या या प्रवासाला थोडे रोमँटिक किनार होतीच. झेवियर नावाच्या माणसाची छाया तिच्या आयुष्यात होती. तो एक उंच चिकबोन्स असणारा मेक्सिकन डॉक्टर होता. सॅन्डीच्या फार्मसिस्ट मित्रापासून त्याने तिला जिंकले होते. परतण्याअगोदर एक आठवडा त्याने त्याच्यासोबत लग्न करून मेक्सिकोला जाण्याचा सॅन्डीसमोर प्रस्ताव मांडला होता. ''आपण सागरकिनारी दवाखाना सुरू करू आणि मुला-बाळांसह सूर्यप्रकाशात आनंदाने राहू,'' तो म्हणाला.

प्रेमविव्हल सॅन्डीने पुढचे सहा महिने लग्नाचे नियोजन करण्यात घालवले. ती म्हणाली, ''मी वधूवेश गोळा केला होता. शुभ्र वेष आणि क्रिस्टलसह सॅन्डल्स. जाण्याअगोदर तीन दिवस त्याने काहीही स्पष्टीकरण न देता तिला सोडून दिलं.

सगळे मागे टाकून ती सावरल्यावर पुन्हा एक वर्षाने तो तिच्या दरवाजासमोर आला. ''माझ्या जिवा, मी भयंकर चूक केली. तुला सोडून जायला नको होतं,'' असे म्हणत गुडघे टेकवून त्याने पुन्हा मागणी घातली.

एम अॅन्ड एमची वेफरची पिशवी चुरगाळून गारबेज बॅगमध्ये नेम धरून फेकत सॅन्डी म्हणाली, ''हे काहीतरी सिनेमातल्यासारखं घडत होतं. असं काही होण्याची तो गेल्यापासून मी कल्पना करत होते. पण प्रत्यक्ष घडल्यानंतर ना मला राग आला ना आनंद. मला फक्त शांत वाटलं. माझ्या नशिबाची मीच शिल्पकार असल्याची मला खातरी पटली.''

''कुणासोबत आयुष्य घालवायची शपथ घेण्यापूर्वी माझं मला एकटं जगायचं होतं. मला नेहमीच काहीतरी मुक्त आणि साहसी करायचं होतं. मला खातरीने कळेना, माझं झेवियरवर प्रेम होतं, म्हणून मी लग्न करत होते, की मेक्सिकोला जाण्याची कल्पना आवडली म्हणून.''

''म्हणून 'चीनमध्ये इंग्लिश टीचर पाहिजे' अशी जाहिरात पाहताच मी अर्ज

केला. मला इकडे यायलाच हवं होतं. एक वर्षाने भेटेन, असं मी त्याला सांगितलं.'' सॅन्डी बोलायची थांबली.

''वॉव!'' मी बेडवर बसून तिच्याकडे पाहत म्हणाले. लग्नाची मागणी घालणाऱ्या व्यक्तीला नाकारून दूर जाणाऱ्या स्त्रियांसाठी मला फार आदर होता. असे निवडणाऱ्या कोणाला मी याआधी भेटले नव्हते. ''मग ठरवलंस का त्याच्याशी लग्न करायचं?'' सॅन्डीने स्वप्नाळू नजरेने पाहत उत्तर दिले. ''खरं तर खूप पाहायचं आहे. थायलन्ड, भारत, नेपाळ. मी तर आताच सुरुवात केली आहे.'' मान तिरपी करून ती म्हणाली, ''परत आल्यावर बालीपासून सुरुवात करू या का आणि ख्रिसमस तिथल्या कुटा बीचवर?''

मी काही न समजून तिच्याकडे पाहत राहिले. मग माझ्या लक्षात आले, सॅन्डीला अजून वाटत होते, मी क्लेअरला सोडून तिच्यासोबत प्रवास करणार होते. मी तिला सांगू शकले नव्हते आणि तिला माझे येणे नक्की वाटले होते.

तिच्याकडे पाहताना मी क्षण मोजत होते आणि इकडे परत येण्याचा माझा मुळीच विचार नव्हता, असे सांगण्याचे धैर्य माझ्यात नव्हते. मीसुद्धा क्लेअरसारखीच होते. आजारी, थकलेली आणि बावरलेली. घरी जाण्यास उत्सुक!

मग यातील काहीच न बोलता मी फक्त मान डोलावली आणि म्हणाले, ''बाली? हो नक्की.'' सॅन्डीची नजर टाळून मी तिसरीकडेच पाहत राहिले.

क्लेअर जागी असेल, तेव्हा ती सॅन्डीचा ताबा घेऊन बसे. कुजबुजत ती म्हणे, ''ओह सॅन्डी, तू नसतीसतर मी काय केलं असतं.'' माझ्याकडे ती त्रासिक नजरेने पाहत असे. मला पुन्हा शाळेत गेल्यासारखे वाटायला लागले.

दोन दिवसांत माझा संयम संपला.

''क्लेअर मुळीच आजारी नाही आहे. ती फक्त खतरूडसारखी वागते आहे,'' मी खुनशीपणे सॅन्डीला सांगितले.

उसासा टाकून सॅन्डी उद्गारली, ''अतिशय गुंतागुंतीचं आहे ते. पण ती तुझ्याशी खूपच वाईट वागते आहे, हे सत्य आहे.''

''मला काही त्याची पर्वा नाही,'' मी रडवेली होऊन म्हणाले. खरे तर मला खूप लागली होती ती गोष्ट. माझ्या अपराधी भावनेमुळे आता पोटात कसेतरी होत होते. खांदे दुखायला लागले होते. टॉयलेट सीटवर बैठक मारून मी म्हणाले, ''सगळे माझ्यामुळं झालं.''

मी रडायला लागले. ''तिला माझी गरज होती, तेव्हा मी तिच्याजवळ नव्हते. मी असते, तर काहीच झालं नसतं. पण मला त्या तरुणाची सोबत हवी होती नं. मीच तिला बसमध्ये जाऊ दिलं. आडवी पडले असते, तर हलली असती का बस? पण मी तसं केलं नाही.''

सॅन्डी आश्चर्यचकित नजरेने माझ्याकडे पाहत राहिली. "मला माहीत आहे आणि महत्त्वाचं म्हणजे माझ्या मैत्रिणी माझ्यासाठी सर्वस्व आहेत. पण मी इतकी तद्दन मूर्ख आहे. मला एकाकी वाटत होतं. मला दिसू शकलं नाही...." नाक शिंकरत मी म्हणाले. त्यासाठी टॉयलेट पेपरच मी वापरला होता.

"बंद कर हे," सॅन्डी फिसकारली. माझ्या हातातून टॉयलेट पेपरचे बंडल हिसकावून वेस्ट बास्केटमध्ये टाकत ती रागावली, " तू कोण समजत आहेस स्वत:ला?"

"हं?"

"कोण समजते आहेस तू स्वत:ला? जीझसचा अवतार?" मग वेडावत ती म्हणाली, "म्हणे मी तिथे असते तर.... तुला काही गोष्टी समजायला हव्यात. तुझी मैत्रीण रुग्ण झाली आहे. तुझ्या कोणत्याही वागण्याने किंवा न वागण्याने तिचं डोकं फिरलेलं नाही. तू त्या मुलासोबत नसतीस तर क्लेअर ठीक राहिली असती, असं तुला वाटतं काय? बसमधून तू तिला खेचलं असतं, तरी तिला येणारे आवाज कसे थांबवणार होतीस तू? प्लीज, हे म्हणजे मी चांगली मैत्रीण असते, तर तिला कॅन्सर झाला नसता, म्हणण्यासारखं आहे. जीझस लुई! तुला खरंच वाटतं, तुझ्यात एवढी शक्ती आहे?"

"पण सॅन्डी, तिला वाटतं आहे की ती माझी चूक आहे. ती माझ्याकडे असं पाहते की मीच जबाबदार आहे सगळं बिघडायला. माझा एवढा तिरस्कार का करते ती?" माझ्या डोळ्यांतून आसवे ओघळत होती.

सॅन्डीचा चेहरा मृदू झाला. माझ्यासमोर गुडघे टेकवून माझे केस तिने सावरले. मृदू आवाजात ती बोलू लागली. "कारण तू तिचे प्राण वाचवले आहेस. तिला लाज वाटत आहे. संकोचली आहे ती. विश्वास ठेव माझ्यावर. मी हॉस्पिटलमध्ये काम केलं आहे. सुटका करून देणं, वाचवणं यांशिवाय इतर कोणत्याच गोष्टीमुळे माणसाला एवढं त्रासदायक वाटत नाही."

शेवटी एकदाची कोवलून हॉलिडे इनमधली आमची छोटीशी सुटी संपली. जाण्याची वेळ आली. काइ-ताक विमानतळावर आम्ही शनिवारी सकाळी उत्साहाने आलो. आमच्या बॅकपॅक फुग्यासारख्या हलक्या होत्या. पहाट जेमतेम झालेली होती. क्षितिजावर सावकाश प्रकाशताना पर्वतांच्या बाह्यरेषा दिसायला लागल्या. सात आठवड्यांपूर्वी मी आणि क्लेअर इथे उतरलो होतो, त्याहून विरळ गर्दी होती. निर्मनुष्य टर्मिनलकडे पाहताना आम्ही घरी चालल होतो हेच अविश्वसनीय वाटत होते.

मग लगेच कळले, आम्ही जात नव्हतो. आमची तिकिटे परत देऊन त्या एअरलाइन्सच्या प्रतिनिधीने सांगितले, "ही कालची तिकिं आहेत."

''काय?'' सॅन्डी आणि मी एकदमच किंचाळलो. त्याने शनिवार, नोव्हेंबर सात असे तिकिटावर लिहिले होते, ते अधोरेखित केले. तो स्पष्ट करत म्हणाला, ''आज शनिवार म्हणजे नोव्हेंबर आठ. सात तारीख शुक्रवारी झाली. ज्याने कुणी हे लिहिलं, त्याची चूक झाली. कालच गेलेल्या फ्लाइटला तुमचं आरक्षण होतं. आता तुम्ही काही हालचाल करू शकत नाही.''

हार्ट अॅटॅक आलेल्या माणसाला धक्के देतात, तेव्हा कसं वाटत असावं, हे मला समजले. ''वेल, आजच्या फ्लाइटमध्ये जागा शिल्लक आहे का?''

तक्ता पाहत तो म्हणाला, ''सेऊलपर्यंत फक्त जागा शिल्लक आहे. पण तिथून न्यूयॉर्कपर्यंतचं कनेक्शन पूर्ण झालेलं आहे. खरं तर त्या फ्लाइटला पूर्ण आठवडा जागा नाही.''

सॅन्डीकडे मी हातघाईवर येऊन पाहत होते. ती माझ्याकडे तसेच पाहत होती. क्लेअरने सावकाश हेडफोन्स काढले आणि ती आळीपाळीने आमच्याकडे पाहू लागली. अविश्वासाने आम्ही तिघी नुसत्या स्तब्ध झालो होतो.

सॅन्डी काकुळतीला येऊन त्या माणसाला म्हणाली, ''प्लीज, तुम्हाला आम्हाला मदत करावीच लागेल. जीवन-मरणाचा प्रश्न आहे. आम्हाला घरी गेलंच पाहिजे.''

***

आपल्या काउन्टरवर ग्राहकांनी तमाशा करू नये, म्हणून विमान कंपन्यांचे प्रतिनिधी खूप काही करत असतात, याचा अनुभव त्या दिवशी आला.

आम्ही तिघींनी रडणे, समजावणे, विनवणे सुरू करताच मॅनेजर धावत आला. क्लेअर हरवली, तेव्हा ऑसमन्थस हॉटेलच्या लॉबीमध्ये झाली, तशीच गर्दी इथेही जमा झाली. फक्त इथे पोलिसांऐवजी कोरियन विमानसेवेचे प्रतिनिधी होते. कपाळाला आठ्या घालून ते आळीपाळीने तिकीट पाहत आणि ओरडून वॉकीटॉकीवर बोलत किंवा फोन करत होते. निराशेने हात झटकत होते. मी आणि सॅन्डी जोरजोरात पटवून देत होतो की, ही आमची चूक नाही आहे. डेस्कवर हात आपटून आम्ही म्हणत होतो, जर तिकिटावर शनिवार लिहिले आहे, तर आम्ही शुक्रवारी का येऊ? आम्ही विश्वासाने तिकीट घेतलेले होते. आता कोरियन विमानसेवेने प्रतिसाद दिला पाहिजे.

आमच्यासमोर वेगळे प्रस्ताव ठेवले गेले. त्यातील एकही मान्य नव्हता. आम्ही पुढच्या आठवड्याचे बुकिंग करावे, असे सांगण्यात आले. ''हाँगकाँगमध्येच काही वेळ प्रेक्षणीय स्थळं पाहत घालवा,'' असाही सल्ला मिळाला. त्यातील एक तर उत्साहाने म्हणाला, ''टूरिस्ट व्हिसा घेऊन तुम्ही लोकराज्य चीनसुद्धा पाहून येऊ शकाल.''

दुसऱ्याने सुचवले की, आमचे पैसे परत करून सोमवारी जाणाऱ्या फ्लाइटवर आरक्षण मिळू शकेल. पण येणाऱ्या खर्चाशी तडजोड करायला हवी.

"तुम्हाला सेऊलच्या फ्लाइटने ताबडतोब पाठवू शकेन. विमानातूनही उतरावं लागणार नाही. पण सामान वगैरे ताब्यात घेऊन पुन्हा दुसऱ्या टर्मिनलने जावं लागेल, नऊ तास दक्षिण कोरियात काढावे लागतील आणि मग हवाईची फ्लाइट घेऊन होनोलुलूला जावं लागेल. तिथून चार तास ओआहूला थांबून मग लॉसएन्जेलिसची फ्लाइट मिळवावी लागेल. कदाचित हवाईमध्ये मुक्कामही करावा लागेल.''

शिवाय लॉसएन्जेलिसला उतरलो, तर पुन्हा शेवटच्या टप्प्यात आम्हाला चार तासांची प्रतीक्षा करावी लागणार आणि ल गार्डिया या विमानतळावर ते सोडणार, जेएफके नव्हे.

ते मला नीट वाटत नव्हते. महत्त्वाचेही वाटत नव्हते, हे सांगितल्यावर तो म्हणाला, "आणि एक गोष्ट, न्यू यॉर्कला जाणारी फ्लाइट? तीसुद्धा थेट नाही. फिलाडेल्फियाला ४५ मिनिटांचा थांबा आहे. तिथे कदाचित तुम्हाला प्लेन बदलावं लागेल.''

***

कसा प्रवास असेल आमचा, याच्या तपशिलात जाण्याची खरेच गरज होती का? जोवर आमच्या प्रवासाची आखणी करून आवश्यक कागदपत्रे हातात पडली, तोवर आमची फ्लाइट जवळ-जवळ चुकतच होती.

उड्डाणापूर्वी मला आणि क्लेअरला आमच्या आई-बाबांना फोन करायला वेळ मिळाला नाही. म्हणून साऊथ कोरियातून पहाटे दोन वाजता फोन करताना मला इष्ट आनंद झाला.

नऊ तासांनी हवाईला जाणाऱ्या विमानात जाताना एक घोषणा झाली, '' मिस क्लेअर व्हेन ह्युटन कृपया तत्काळ सुरक्षा विभागात या.''

तिचा पासपोर्ट हातात घेऊन तिच्याऐवजी मी गेले. तिच्या बॅगेतील तिच्या भावाने भेट दिलेले मिलिटरी कॅन्टीन (पाण्याची बाटली) धातूचे होते. मेटल डिटेक्टरमुळे ते लक्षात येताच साऊथ कोरियाचे अधिकारी फारच अस्वस्थ झाले. बॅग उलटी करून प्रत्येक वस्तू तपासल्यानंतरच त्यांनी ती बॅग आणि मला जाऊ दिले. तरी ती बाटली जप्त करण्याचा त्यांचा आग्रह होता.

इकडे संपर्क यंत्रणेवर मोठ्याने तिचे नाव घेतलेले ऐकून क्लेअरला पुन्हा प्रचंड भीती वाटायला लागली. आतापर्यंत आमच्याकडची व्हेलियमची शेवटची गोळी संपली होती.

आम्ही होनोलुलूला पोचलो, तेव्हा आम्ही २० तासांहून अधिक काळ प्रवास

केलेला होता. तिथल्या दरवाजातील कर्मचारी म्हणाला, ''आम्ही तुमच्याविषयी खूप ऐकलं आहे.'' निरोप पोचलेले दिसत होते. आम्ही अवकाशातून मॅरेथॉन धावणारे खेळाडू होतो, अशी वागणूक आम्हाला मिळत होती. प्रत्येक एअरपोर्टला विमान उतरल्यावर कोरियन एअरचे अधिकारी आम्हाला भेटायला येत. अभिवादन करून पुढे जाण्यास उत्साहाने प्रोत्साहित करत.

''तुम्हा मुलींना काय मदत करता येईल पाहतो,'' होनोलुलूच्या क्लार्कने आमची नावे टाईप करत सांगितले. चार तासांनी लॉसएन्जेलिसच्या विमानात आम्ही चढलो, तेव्हा गुंगीत आणि भान हरवलेल्या स्थितीत होतो आम्ही. काय घडत होते, ते आम्हाला समजत नव्हते. इतर प्रवाशांपासून आम्हाला वेगळे का ठेवले जात होते? आमच्या सीट्स एवढ्या मोठ्या आणि आरामशीर कशा झाल्या? दुपारच्या जेवणामध्ये क्रॅब केक केव्हापासून घ्यायला लागले? आमच्या हातात अटेंडंटने वाइनची यादी दिल्यानंतरच आम्हाला बिझनेस क्लासमध्ये प्रमोशन मिळाल्याचे समजले.

आम्ही यूएसच्या मुख्य भूमीजवळ जसे-जसे गेलो, तसा-तसा क्लेअरमध्ये फरक झाला. ती अधिक हिरिरीने स्पष्ट बोलायला लागली, खांद्यावरचे केस झटक्याने पुढे घ्यायला लागली. तिचा आनंद तिच्या मधुर आवाजात हसण्यातून जाणवायला लागला. ती माझ्याशी 'ए त्झा त्झा' म्हणत सरळ बोलायला लागली.

लॉसएन्जेलिसला उतरून, ग्लास रेस्टॉरन्टसाठी जेवणाची कूपन्स आम्ही घेतली, तेव्हा ती उघडपणे वेटर लोकांशी गमतीने बोलायला लागली. शॉपेन टॉवरची वक्तव्ये तिच्या बोलण्यात होती. आपण किती वेगवेगळ्या धाटणीने बोलू शकतो, याचे ती सॅन्डीला प्रात्यक्षिकच दाखवत होती.

फ्रेंच फ्राइजवर टोमॅटो केचपचा मोठा गोळा घेऊन सफाईदारपणे खात ती म्हणाली, ''न्यू यॉर्क सोपं आहे. मला चॉकलेटचा तुकडा हवा.''

ती खिदळत होती आणि मला तिच्या नाकावर ठोसा मारावासा वाटत होता. आम्ही ल गार्डिया विमानतळावर उतरेपर्यंत ती पूर्ण बरी होईल, अशी मला भीती वाटायला लागली. आनंदाने फ्लाईंग किस फेकत ती तोऱ्यात उतरेल. आणि मी वेडपटासारखी आकाश पडले, आकाश पडले, असे म्हणत धावणाऱ्या मूर्खासारखी दिसेन. प्रामाणिकपणे मला क्लेअर सांगताना कल्पनाचित्र दिसत होते, ''हे एवढे गोंधळ कशासाठी, मला कल्पना नाही. मला वाटतं घरी यावं वाटलं, म्हणून सुझीने काहीतरी नाट्यमय कथा रचली असावी.''

मिल्कशेकमध्ये स्ट्रॉ खुपसून पिणाऱ्या क्लेअरला टॉयलेटमध्ये नेऊन दोन थपडा माराव्यात आणि गुरगुरावे, ''हे पाहा, एवढं सगळं झाल्यावर, इतक्या लोकांनी तुझ्यासाठी त्रास सहन केल्यावर, तू तोंडातून फेस काढत, विमानातून रांगत

उतरले पाहिजेस.''

पण ल गार्डिया विमानतळावर सहा वाजून पंचेचाळीस मिनिटांनी पहाटे उतरल्यावर आम्ही ४८ तासांचा अथक प्रवास पूर्ण केलेला होता. आम्ही दोघीही पूर्ण दमून गेलो होतो. अगदी क्लेअरसारखीच गोंधळून गेलेली मन:स्थिती होती आमची.

आशियामध्ये असताना मी खूपदा आमच्या विजयी परतण्याची चित्रे रंगवली होती. १९८७चा उन्हाळा संपत आलेला असेल. माझा भाऊ कॉलेजमधून घरी आलेला असेल. मला चकित करण्यासाठी माझे मित्रमंडळ घेऊन तो एअरपोर्टवर स्वागताला येईल. मोठे, हाताने रंगवलेले 'वेलकम होम' बॅनर, प्रियजनांनी मुठीमुठींनी उधळलेली रंगीबेरंगी स्वागतफुले आणि शॅम्पेनच्या फेसात माझे स्वागत होईल.

एवढेच नव्हे, तर उत्साही पत्रकारसुद्धा वाट पाहत असतील. चीनमधील लांबच लांब ट्रेनच्या प्रवासात मी बार्बरा वॉल्टर्ससोबतच्या मुलाखतींची दिवास्वप्रे रंगवत होते.

त्याऐवजी मोजून सात आठवड्यांनी मी न्यूयॉर्कमध्ये प्रचंड खोकत उतरत होते आणि क्लेअर माझ्यामागे बधीर झाल्यासारखी माझा जांभळा ड्रेस, पायात न होणारे स्लीपर्स घातलेली दिसत होती. कुणाला माहीत नसणारी कॅनेडियन नर्स सॅन्डी तिला मदत करत होती. तिचा शुभ्र शर्ट आणि बम्युर्डा पॅन्ट घालून तीसुद्धा आमच्या एवढीच विस्कटलेली दिसत होती.

१९८६मध्ये कुटुंबियांना प्रवेशद्वारापर्यंत येऊन भेटता येत होते. क्लेअरचे सर्व भाऊ तिथे वाट पाहत होते. डॉमिनिक, एडवर्ड आणि अलेक्झांडर शर्टाच्या बाह्या वर करून कोणत्याही अणीबाणीसाठी तयार होते. क्लेअरचा बॉयफ्रेन्ड पार्करसुद्धा तिथे होता. त्याला तर आम्ही विसरूनसुद्धा गेलो होतो. पिवळ्या फुलांचा गुच्छ घेऊन तो उभा होता. क्लेअर दृष्टिपथात येताच सुरक्षाकडे तोडून तो पुढे झाला. तिला मिठीत घेऊन म्हणाला, ''तू घरी आली आहेस, सगळं ठीक होईल.'' ती स्थिर उभी होती. तिच्या चेहऱ्यावरील ओरखडे त्या प्रकाशात स्पष्ट दिसत होते. ती अगदी क्षीण आणि नाजूक दिसत होती.

काही क्षणातच आमच्या पालकांनी आम्हाला जवळ घेतले. आईच्या आणि बाबांच्या मी गळ्यात पडले होते, तेव्हा व्हॅन ह्युटन कुटुंबातील प्रत्येक जण सॅन्डीला क्लेअरचे प्राण वाचवल्याबद्दल धन्यवाद देत होते. आणि ती उदारपणे म्हणत होती, ''खरी हीरो सुझी आहे.'' मी सॅन्डीला श्रेय देत होते.

प्रत्येक जण क्लेअरशी अगदी जपून वागत होते. ती गोंधळल्यासारखी उभी असताना तिच्या बाबांनी मला, ''तू माझ्या छकुलीला वाचवलंस,'' असे म्हणत एवढी घट्ट मिठी मारली की, माझ्या बरगड्या दुखल्या. मी, सॅन्डी, माझे आणि तिचे

आईवडील सर्वच रडत होतो. रडत नव्हती फक्त क्लेअर. ती कुठे होती, याचे भान नसल्यासारखी धुंदीत ती फक्त आमच्याकडे पाहत होती.

डॉमिनिक आणि अलेक्झांडर आमच्या बॅगा घेऊन आले. सुदैवाने त्यांनी वेळेत ते काम केले. क्लेअरच्या वडिलांनी आणि मस्करा लावलेल्या तिच्या सावत्र आईने पुन्हापुन्हा आमचे हात हालवून आभार मानले. ''पुन्हा भेटू आपण. आधी मुलींना शांत करू या,'' असे म्हणत क्लेअरला त्यांनी सांभाळून अरायव्हल गेटजवळ वाट पाहत असणाऱ्या लिमोसिन गाडीत बसवले.

पार्कर आणि तिचे भाऊ तिच्याभोवती सुरक्षारक्षकासारखे दाटीने बसले. त्यांना पाहताना मला ऑसमन्थस हॉटेलमध्ये तिच्याभोवती असणाऱ्या चिनी मिलिटरी पोलिसांची आठवण झाली. व्हेन हुटन कुटुंब जात असताना क्लेअरचे सोनेरी डोळे तेवढे दिसले. तिच्या भावांची रुंद पाठ आणि बाबांचा ट्वीडचा कोट यांच्या तटबंदीत ती निघून गेली. लिमोसिनच्या ड्रायव्हरने मागे येऊन सामान ठेवले आणि ती झुमकन नाहीशी झाली.

आल्यापासून ४० मिनिटांतच सॅन्डी आणि मी, माझे आईबाबा त्या रिकाम्या लॉबीमध्ये उभे होतो. दारापलीकडे नोव्हेंबरचे मऊ उन्ह चमकत होते. शहर हळूहळू जागे होत होते, एखाद्या सोनेरी ड्रॅगनसारखे. आमच्यासोबत काय घडले, याच्याशी काही संबंध नसल्यासारखे.

***

मॅनहॅटनमध्ये माझी बेडरूम तशीच होती. रोलिंग स्टोनचे पोस्टर, ग्लॅमर मासिकांची चळत, फुलांची चादर असणारे मोठे बेड आणि धूळ साठत असणारे अल्बम. मी नसल्याची खूण म्हणजे शांघायहून मी पाठवलेले पोस्टकार्ड ड्रेसिंग टेबलच्या आरशावर होते. आम्ही तिथे पोचल्यावर दुसऱ्याच दिवशी मी ते पाठवले होते. आता ते वाचताना विचित्र वाटत होते. *चीन सुंदर आहे. रस्ते प्रकाशित आहेत. मोठे उत्सवी वातावरण, चविष्ट अन्न. आजच दोन नवे मित्र मिळाले आहेत, जॉनी आणि गंथर. क्लेअरची सोबत ग्रेट आहे. पुढचा मुक्काम बीजिंग! तिबेट! मजा येते आहे.*

माझ्या भावाच्या रिकाम्या खोलीत सॅन्डीची व्यवस्था करण्यात आली. त्याचे रबर गोरिला मास्क, मॅड मॅगझिन आणि इतर गोष्टी कपाटात नीट लपवण्यात आल्या.

आम्ही काही इतर गोष्टी करण्याअगोदर आमच्या खर्चाची यादी करावी, असा बाबांनी आग्रह धरला.

''तुम्ही विसरून जाण्याअगोदर लिहून काढा. व्हेन हुटनना लवकरात लवकर ते द्यावं असं मला वाटतं,'' बाबा म्हणाले.

सटन प्लेसमध्ये असणाऱ्या अपार्टमेन्टमध्ये सध्या ते राहत असले, तरी किती काळ असतील, हे सांगता येत नव्हते. दाखवत नसले, तरी माझ्या पालकांची काळजी समजत होती. व्हॅन हुटन आशियामध्ये स्वतःच्या मुलीला वाचवण्यासाठी स्वतःच का गेले नाहीत, हा प्रश्न त्यांना सतावत होता. त्यांच्याकडे नक्कीच अनेक मार्ग होते. ते आम्हाला हाँगकाँगमध्येसुद्धा भेटू शकत होते. त्यांनी माझ्यावर आणि अनोळखी सॅन्डीवर क्लेअरला आणायचे सोडून दिले होते. आता ते गायबही होतील आणि खर्चाचे ओझेही आमच्यावर पडेल, अशी भीती त्यांना होती.

सॅन्डीला आणि मला तसे वाटत नसले, तरी त्यांच्या बोलण्यात तथ्य होते. मी वेट्रेसचे काम करत असताना सर्वात सुस्थितीतील कस्टमरच टीप न देता गायब होत.

मी आणि सॅन्डीने बॅकपॅक रिकामे केले. पावत्याच पावत्या होत्या. माझे जगप्रवासाचे तिकीट आता रद्द झाले होते, कारण मी मध्येच परतले होते. एअरलाइनशी बोलून पाहावे, असे मला वाटत होते. पण बाबांनी सुचवले, ''नाही. व्हॅन हुटनना तुला त्याचे पैसे द्यावे लागतील. ते तिकिटाचं त्यांना पाहू दे. तू परतलीस, ही तुझी चूक नाही. पुन्हा आशियात जाण्याचेही त्यांनी पैसे द्यायला हवेत.''

मी चमकून पाहायला लागल्यावर ते म्हणाले, ''तू फार कष्टाने पैसे जमवलेस. तुझ्याकडे पर्याय असायला हवा. त्यासाठी पुन्हा तू पैसे खर्चणं योग्य नाही.''

माझे वडील फार कडकपणे विचार करत होते, असे मला वाटले. पैशांसाठी एवढे काटेकोर राहाणं या वेळेस चूक होते, असे मला वाटत होते. शिवाय क्लेअर अजून माझी मैत्रीण होतीच. व्हॅन हुटनना मोठी अडचणीची इतर समस्या असताना पैशांसाठी आग्रह धरणे मला गैर वाटत होते.

पण मान हलवत सॅन्डी म्हणाली, ''नाही, नाही मुली, तुझे बाबा बरोबर आहेत. लोकांना नेहमी वाटतं दुसऱ्यांची काळजी घेणं म्हणजेच एक बक्षीस आहे. हीरो होणं, नायक बनणं हे काही किमतीत मोजलं जाऊ नये. पण कार्डिऍक केअर युनिटमध्ये (हृदय उपचार केंद्र) काही आठवडे काम करून तसं वाटतं का पाहा. व्हॅन हुटननी काळजी केली त्यांची मुलगी नीट, सुखरूप पोचेल याची. तुझे बाबा तुझी काळजी घेत आहेत.''

मी आणि सॅन्डी यांनी सगळा हिशेब केला. अगदी हाँगकाँगपासूनच्या तीन फ्लाइट्‌सच्या खर्चासह व्हॅन हुटन यांच्याकडून अकरा हजार डॉलर्सपेक्षा जास्ती रक्कम येणे होती. आमचा दोघींचाही त्यावर विश्वास बसत नव्हता. ''गुड! आता मला बिलं द्या आणि खुशाल शॉवर घ्या,'' बाबा म्हणाले.

आम्ही आरामात आवरून आराम करेतो ते सटन प्लेसला जाऊनसुद्धा आले. ते म्हणाले, व्हॅन हुटनसुद्धा या कामासाठी तेवढेच उत्सुक होते. ''मुलींना माझे

पुन्हा एकदा धन्यवाद सांगा. त्या थोड्या विसावल्या, की बोलू आपण.'' पापणीही न लवता झटकन त्यांनी माझ्या बाबांना बारा हजार डॉलर्सचा चेक दिला होता. माझ्या बाबांना सॅन्डीच्या नर्सिंग सर्व्हिसचा आग्रह धरला. त्यांनीही तो आनंदाने मान्य केला.

दुपारपर्यंत तो चेक वठवून बाबा जाडजूड लिफाफा घेऊन घरीसुद्धा आले. डायनिंग टेबलवर तो पडताच त्यातून शंभर डॉलर्सच्या नोटांची चळत बाहेर पडली. सगळीकडे पानांसारख्या हिरव्या नोटा पसरल्या.

***

सर्वाधिक काळजी मला अपरिहार्य फोनकॉलची वाटत होती. दिवसभर मी मनात शब्दांची जुळवाजुळव करत होते.

आमच्या कोणाच्याच पालकांना नक्की काय घडले, हे माहीत नव्हते. चीनमधील माझ्या फोनमुळे क्लेअर मनोरुग्ण झाली होती, तिचा नर्व्हस ब्रेकडाऊन झाला होता आणि तिने स्वत:ला इजा करून घेतली होती, एवढेच माहीत होते. तिच्याविषयी तिच्या घरच्यांनी एकच प्रश्न विचारला होता, ''ती सुसंगत वागते का?''

आता त्यांना तिच्या लक्षणांचे बारीकसारीक तपशील हवे असणार. तिचे वाढत जाणारे भास, तिला ऐकू येणारे आवाज, तिने सार्वजनिक ठिकाणी कपडे उतरवले ही वस्तुस्थिती, नदीमध्ये प्रवेश करून स्वत:ला नकळत धोक्यात घातले ही वस्तुस्थिती, हे सारे मलाच सांगायला हवे.

एकदाची दुपारी चार वाजता फोनची रिंग वाजली. मि. व्हॅन ह्युटन बोलत होते. दुसऱ्या लाइनवर तिची सावत्र आई आणि न्यू कॅनन कनेक्टिकट इथून त्यांचे फॅमिली डॉक्टर कॉन्फरन्स कॉलवर जोडले गेले होते.

''तुला त्रास द्यायला खरोखर वाईट वाटत आहे,'' थरथरत्या आवाजात मि. व्हॅन ह्युटन बोलत होते. ''पण आम्हाला खूप प्रश्न आहेत.''

त्यांच्या डॉक्टरने क्लेअरची शारीरिक स्थिती, खाणे, पिणे, औषधे, तिला ताप आलेला होता का, असे प्रश्न विचारले, जवळपास अर्धा तास. मी शक्य तेवढ्या काळजीने उत्तरे दिली. ही चौकशी कुठे वळणार, याची आम्हा सर्वांना माहिती होती. सर्वच तणावाखाली होते. कमीत कमी वेदनादायक पद्धतीने सांगण्याचा मी प्रयत्न केला.

शेवटी खोल श्वास घेऊन डॉक्टरांनी विचारले, ''ती सहलीमध्ये सेक्शुअली ॲक्टिव्ह होती का?''

''नाही,'' मी सांगितले. ''मुळीच नाही. पण तिला रोमॅंटिक कल्पना सुचत होत्या.''

माझे बोलणे संपायच्या आतच उरलेल्या तिघांनी सुटकेचा नि:श्वास टाकला.

''ओके,'' डॉक्टर सुटका झाल्यासारखे बोलले. ''तू दिलेल्या वेळाबद्दल धन्यवाद! आम्हाला हवी ती सर्व माहिती समजली आहे. हो नं ड्रमाँड?''

''हो, मला वाटतं,'' क्लेअरचे वडील म्हणाले. ''थँक यू सो मच सुझन!''

एवढे बोलून फोन बंद झाला.

***

त्या संध्याकाळी उशीरा एक फोन आला. तो पार्करचा होता. व्हेन ह्युटन यांच्या अपार्टमेन्टपासून दूर फर्स्ट अव्हेन्यू येथील सार्वजनिक फोनवरून त्याने फोन केला होता.

''सत्य ऐकायची कुणाची तयारी नसते,'' तो शांत स्वरात म्हणाला. ''फार चांगलं नसेलही. पण तिला मदत करायची असेल, तर माहिती हवीच.''

बरोबर ४५ मिनिटांनी तो माझ्या घराच्या दरवाजात उभा होता. एअरपोर्टवर घातलेलेच कपडे त्याच्या अंगावर होते. त्याने जरी छोट्या व्हेल्सची नक्षी असणारा पट्टा बांधलेला नसला, तरी त्याचे केस कपाळाला चिकटलेले होते. शाळेत होता, त्याहून तो जरा बारीक झाला होता. जवळपास क्लेअरच्याच उंचीचा आणि दु:खी, पाणावलेल्या डोळ्यांचा लहानसा माणूस! आईसाठी त्याने डेनिश बटर कुकीजचा महागडा बॉक्स भेट म्हणून आणला होता. ''तुला त्रास दिल्याबद्दल माफ कर,'' तो म्हणत होता.

''ओके!'' स्वत:ला ऐकण्यासाठी तयार करत तो म्हणाला, ''अगदी सुरुवातीपासून सांग.''

मग मी अगदी पद्धतशीर सुरुवात केली. सगळे काही जसे घडले, त्या क्रमाने सांगितले. भयानक वाटले सांगताना. क्लेअरच्या स्पष्ट आणि त्रोटक कॉमेंट्स, तिची सीआयएबद्दलची वाढती भीती, एफबीआय आणि मोसाद आमच्यावर पाळत ठेवून होते असा संशय, बीजिंगमध्ये तिचे एकटे गुप्त कामांसाठी भटकणे, पीएलओ या सगळ्यांमध्ये सामील होते, असे समजणे, स्वत:चा कॅमेरा विकण्याचा वेडसर प्रकार, भातशेतामध्ये प्रेतासारखे पडून राहणे, इतर प्रवाशांविषयी भीती वाटणे, यांगशुओला जाणे, लिसाचे भेटणे, तिने तिथे दाखवलेले नखरे आणि शेवटी झालेला भयंकर प्रकार.... आमच्या प्रवासाचा अंतिम लांबलेला भाग. मी त्याला काही मसालेदार वर्णनेही सांगितली नाहीत किंवा संकोचाने काही वगळलीही नाहीत. जेवढे अचूकतेने, त्रयस्थपणे सांगता आले; तेवढे सर्व सांगितले. आमच्या दोघींच्याही गोंधळाबद्दल, बावरलेपणासंबंधी, पोलीस आणि इतरांच्याविषयी सारे काही मोकळेपणाने सांगितले. पार्करच्या सूचनेनुसार मी काहीही हातचे राखून ठेवले नाही, फक्त एक सोडून.

अॅडमविषयी सांगताना खूप दुरून क्लेअरला वाटलेले आकर्षण आणि तिच्या

मनाने रचलेली कहाणी, दिवास्वप्न असे त्याचे वर्णन केले. कारण कदाचित सत्यातही असेच घडले असण्याची दाट शक्यता होती. आणि तसे नसेलही, तरीसुद्धा चांगलेच. पार्करच्या दु:खी हिरवट डोळ्यांमध्ये त्याचे एकनिष्ठ धैर्य आणि प्रीती स्पष्ट दिसत होती. त्याचा पुरेसा मनोभंग झालेला दिसतच होता.

***

त्यानंतरच्या दिवसांमध्ये मी सँडीला न्यूयॉर्क शहराचा एक झंझावाती दौरा करून फिरवले. स्टॅच्यू ऑफ लिबर्टी, वर्ल्ड ट्रेड सेंटर, बुकलिन ब्रीज अशा सर्व बहुचर्चित गोष्टी दाखवल्या. नंतर श्वसनरोग चिकित्सकाकडे जाऊन माझ्या बऱ्याच वेगवेगळ्या रक्त तपासण्या केल्या, एक्स रे काढले. मला मोठ्या प्रमाणात जंतुसंसर्ग झाला असून त्याचा परिणाम ब्रॉंकायटिस होण्यामध्ये झाला होता.

"केव्हापासून हा त्रास होतो आहे?' डॉक्टरांनी विचारले. जेव्हा मी चीनच्या सहा आठवड्यांच्या प्रवासात शांघायपासून त्रास होत असल्याचे सांगितले, तेव्हा त्यांनी चीनमधील हॉस्पिटल्सविषयी चौकशी केली.

"भयंकर! पण का?'' मी विचारले.

"तू इथे पोचू शकली नसतीस, तर त्यापैकी एखाद्या हॉस्पिटलमध्ये तुझा अंत झाला असता,'' डॉक्टर म्हणाले.

त्यांनी एक महिन्यासाठी मला खूप तीव्र स्वरूपाची प्रतिजैविके (ऑन्टिबायोटिक्स) दिली आणि दर ७२ तासांनी भेटायला सांगितले. सँडीने त्यांना विचारले की, मी पुढील आठवड्यात पुन्हा आशियामध्ये जाऊ शकेन का? तेव्हा डॉक्टर म्हणाले, तिला ऑक्सिजनवर टेंटमध्ये ठेवावे लागेल.

सँडीचा चेहरा एकदम पडला. पण मला मनातून एकदम सुटल्यासारखे वाटले. सध्या मला निदान एक महिना विचार करायला वेळ मिळेल.

आठवड्याच्या शेवटी एकटीने हाँगकाँगला परत जाण्यासाठी सँडीचे तिकीट आरक्षित केले. मग मी तिला सोहोमधील गॅलरीज पाहायला नेले. ग्रीनविच व्हिलेजमधील माझ्या आवडत्या कॉफी हाउसमध्ये नेले. मेट्रोपोलिटन कलादालन दाखवले.

आणि सगळ्यात महत्त्वाचं म्हणजे व्हेन ह्युटन. मला वाटत होते की, आमचा सतत संपर्क राहील. कदाचित आम्ही क्लेअरला भेटूसुद्धा. चमत्कारिक म्हणजे त्यांनी आम्हाला फोनसुद्धा केला नाही. सटन प्लेसमधील अपार्टमेन्टमध्ये फोन केला, तरी कोणी फोन उचलत नव्हते.

***

आईबाबांनी एक आठवड्यानंतर रविवारी सँडीला जेएफके या आंतरराष्ट्रीय विमानतळावर

पोचवले. निरोप घेताना सॅन्डी म्हणाली, ''ऐक मुली, तीन आठवड्यांनी तू मला हाँगकाँगला भेटणार आहेस. तिथे पोचून सगळं शांत झाल्यावर तुला मी फोन करून सांगते कुठे आणि केव्हा भेटायचं ते. समजलें? मधल्या काळात तू फक्त तिकीट बुक करायचंस. काईल आणि मी तुझी वाट पाहत आहोत.'' तिचा छोटा जांभळा बॅकपॅक तिच्या पाठीवर ढकलत तिचा हात ठामपणे माझ्या खांद्यावर होता. जसा एखादा सार्जंट हाताखालच्या कॉर्पोरलला सूचना देत होता.

मी घाईने मान हालवून होकार भरला. ''तू फार छान आहेस,'' मी म्हणाले. ती वळून विमानाकडे निघताना मी कौतुकाने वेड्यासारखा हात हलवत होते. मी ओरडले, ''सांभाळून जा. मी लवकरच भेटते.'' मनातून मला माहीत होते की, मी खोटेच बोलत होते. मी पुन्हा तिला भेटणार नाही. मी पुन्हा आशियाकडे वळून पाहणार नाही. पुन्हा विमानात प्रवास करून एवढ्या दूर जाऊन भटकंती करण्याचा माझ्यामध्ये उत्साह नव्हता. हा डिपार्चर लाउंज त्या मार्गातील चिमट्यासारखा होता. सॅन्डीने एक मार्ग निवडला होता आणि मी दुसराच. मला यातच आनंद मिळणार, हे मला ठाऊक होते.

***

मी लहान असताना, मला अचानक अपघाती मृत्यू आल्याची छोटी-छोटी लाडकी दिवास्वप्रे रंगवण्याची मला सवय होती. माझे स्वत:चेच फ्युनरल, अंत्यसंस्कार चर्चच्या मोठ्या कुंड्यांमागे लपून मी पाहते आहे, असे मला वाटे. माझ्याविषयीच्या अवास्तव कौतुकाच्या गोष्टी बोलून झाल्यावर मी अचानक त्यांना धक्का देत त्या स्वप्रांमध्ये पुन्हा प्रकट होत असे.

सॅन्डीला आशियात जाण्यासाठी निरोप दिल्यावर जरा तसेच झाले. मॅनहॅटनमधील माझ्या फ्रेंड्सनी मला दोन महिन्यांपूर्वी निरोप दिला आणि मी मेले, असे समजून ते शांत झाले. (हडसनपलीकडे जाणाऱ्या कोणाहीविषयी न्यूयॉर्कर असेच समजतात.) अचानक मी त्यांना लॉबीमध्ये त्यांच्या बारटेंडिंगच्या टेबलवर दिसू लागले. त्यांच्या फोनवर मेसेजेस ठेवू लागले. टिफानीजमध्ये काम करणाऱ्या मॅगीने तर मला पाहून भूत दिसल्यासारखी चारशे वीस डॉलर्सची ग्रेव्ही बोट जवळ-जवळ पाडलीच. प्रत्येकाने आनंदाचे चित्कार टाकून माझ्या गळ्यात हात टाकले. सर्वांच्या प्रेमवर्षावाने मी चिंब भिजले.

अगदी जेकशीसुद्धा माझा संपर्क झाला. ''ओहोहो, पाहा कोण आले आहे,'' असे म्हणत त्याने त्याच्या अपार्टमेन्टचे दार उघडले. ''साहसी वीर परतले! काय झालं? मला सगळं सांग पाहू?'' सोफ्यावर त्याच्यासमोर बसून सांगताना मी विचार करत होते. बीजिंगमध्ये अती उत्कट प्रीतीचे भास ज्याच्याबद्दल मला होत होते, तोच

हा रक्तामांसाचा जेक होता! खराखुरा! हुताँगमध्ये फिरताना याच्याच प्रेमाच्या कल्पनारंजनात मी बुडाले होते. ग्युईलिनमध्ये तापामध्ये भ्रमात याचेच भास मला होत होते. तो बिचारा मला वाइनचा ग्लास देत म्हणत होता, ''तू एवढ्यात परतशील, असं वाटलं नव्हतं.'' त्याला काहीच कल्पना नव्हती की, गेल्या सात आठवड्यांत त्याने माझी कोणत्या सररीऑलिटी पातळीवर सोबत केली होती.

घरी येणे छानच वाटले! आठव्या वर्षापासूनच्या माझ्या बेडवर जागे होणे, त्याच ओळखीच्या मार्गांवर चालणे, ओळखीच्या वस्तूंना नव्या वेडेपणाने पाहणे. ओह न्यूयॉर्क, न्यूयॉर्क! माझे आईबाबा तेच आणि तसेच होते, थोडे अधिक चांगले. हातात हात घेऊन फिरायला जात होते. रविवारी समाधानाने संडे टाइम्स वाचत होते. आमचे कौटुंबिक जीवन खूप शांत आणि आरामशीर वाटत होते.

घरी परत आल्यापासून दोन आठवड्यांतच सर्वांना भेटून झाले. माझी अवस्था युद्धभूमीवरून परतलेल्या सैनिकासारखी – वॉर व्हेटरनसारखी झाली. अस्वस्थ, विस्थापित, सांस्कृतिक संदर्भ हरवल्यासारखी. माझी मित्रमंडळी त्यांच्या कामांविषयी, नाइट क्लबविषयी, पुढच्या उच्चशिक्षणाविषयी, कॉम्प्युटर लँग्वेजेस शिक्षणाविषयी, नव्या मित्र-मैत्रिणी आणि नव्या अपार्टमेंटविषयी खूप हिरिरीने चर्चा करत असायची. मी न पाहिलेल्या सिनेमांविषयी विनोद करत असायची. त्यांच्या अजून अप्रसिद्ध कवितांबद्दल झपाटलेली असायची, अभिनयाच्या ऑडिशन टेस्ट देण्याविषयी, त्यांच्या जिमबद्दल आणि सौष्ठवाविषयी बोलत असायची; तेव्हा माझे मन पुन्हा चीनमध्ये भटकत असायचे. दिंघाईमध्ये कुटुंबासोबत बसलेला जॉनी डोळ्यांसमोर चमकून जाई किंवा बीजिंगमध्ये आमची सायकल दुरुस्त करणारा तो म्हातारा दृष्टीसमोर येई. ग्युईलिनच्या गुहांजवळ मांडलेल्या टेबल्समधून फिरणारी लिसा आठवे. गटाराच्या कडेने प्लॅस्टिकच्या रंगीत बाटल्यांमध्ये धुणे आणि भाज्या. धूत बसलेल्या चिनी बायका नजरेसमोर येत. अझालिआ झुडपांमध्ये अचानक भेटलेला टॉम किंवा नानजिंग रस्त्यावर माओ गणवेशातील हजारो लोक दिसत. त्यांच्या निळ्या-करड्या वेशाचा पाण्यात पावसाने भिजलेला भाग, चमकदार हिरवी तेजस्वी भातशेते, गर्दीतून आमच्याशी बोलण्यासाठी पुढे आलेली छोटीशी चिनी मुलगी, हाँग पू पार्क आणि सायकलींचे लोंढे, घाणेरड्या कढईतून तिळाच्या तेलात तळलेले डंप्लिंग सारे-सारे आठवे. लोकांच्या डोळ्यातून ओसंडणारे दयाळू भाव पुन्हापुन्हा आठवत राहत.

या सगळ्या आठवणींसोबतच मला पुन्हा त्या सगळ्याची अनिवार ओढ लागे.

मला पुन्हा एकाकी, निराश वाटायला लागले. एखाद्या गोष्टीत मला खूप समज आली आणि उथळ गोष्टींमध्ये, क्षणिक अनुभवांमध्ये रस वाटेनासा झाला. ज्या गोष्टी अगोदर विचार न करता आवडत, त्या नकोशा झाल्या. आपल्या वर्तुळाबाहेर खूप

अवाढव्य आणि गुंतागुंतीचे जग पसरले होते, याची जाणीव मला होत होती. मी अनुभवले, त्याहून आणि बीजिंग विद्यापीठातील विद्यार्थ्यांप्रमाणेच मी त्याची अगदी काठावरून उडती झलक पाहिली होती. माझ्या अज्ञानाचे अमर्याद अवकाश मला स्पष्ट होत होते. मला खूप कोंडल्यासारखे आणि आकुंचित वाटायला लागले. खूप आतून गतीची तीव्र ओढ लागली. नव्या करकरीत कोऱ्या अनुभवांची ओढ लागली, जिचा मी उच्चारही करू शकत नव्हते.

पुन्हा चीनला जाऊन, पुन्हा त्या तणावाची मी कल्पना करू शकत नव्हते. त्या अनाकलनीय संस्कृतीमध्ये मोकळे फिरताना एखाद्या उंच सुळक्यावर चढून, शिखरावरून खाली पडल्यासारखे वाटत होते. प्रवासाला जाऊन मला एक गोष्ट कळून चुकली होती. साहस माझ्या स्वभावात नव्हते. जरी मी धीराचा आव आणला; तरी मी संकोची, नर्व्हस आणि न्यूरॉटिक मुलगी होते. मी पक्की न्यूयॉर्कर होते.

आणि तरीही!

तीन आठवड्यांनंतर माझ्यासाठी आनंदाश्चर्याचा मोठा धक्का म्हणजे माझ्या आईबाबांनी जेएफके विमानतळावर मला पुन्हा तसाच निरोप दिला. तीच बॅकपॅक, तेच मोजके कपडे आणि तेच लोन्ली प्लॅनेट गाइड. फक्त या वेळेस लिन्डा गुडमनच्या अवजड पुस्तकाऐवजी हलकेफुलके टॅरो कार्ड संच माझ्यासोबत होते. व्हॅन ह्युटनच्या सौजन्याने हाँगकाँगपर्यंतचे एकमार्गी तिकीट मला मिळाले होते. आम्ही ठरवल्याप्रमाणे काइ-ताक विमानतळावर मला सॅन्डी भेटणार होती. या वेळेस मला हवामानाची सवय करण्यासाठी सुरुवातीच्या काही रात्री आम्ही हॉलिडे इन इथे घालवणार होतो. त्यानंतर आम्ही बहुधा बालीकडे प्रयाण करणार होतो किंवा थायलन्डकडे. तिथून पुढे कुठे जायचे, ते नंतर ठरवायचे होते. तसा आमच्याकडे कोणताही ठोस कार्यक्रम नव्हता. आईबाबांच्या डोळ्यात पुन्हा आसवे तरळत होती. त्यांना निरोप देऊन गँगवेकडे जाताना माझे हृदय वेगाने धडधडत होते. अगदी पिंजऱ्यातून सुटणाऱ्या पक्ष्यासारखे. माझे हात भीतीने ओले चिकट झाले होते. पण मी हसत निरोप घेतला आणि वळून चालायला लागले.

मी त्या प्रकारची साहसी मुलगी होते बहुतेक.

त्यानंतर

मला त्यानंतर क्लेअर आणि व्हॅन ह्युटन कधीही दिसले नाहीत.

१९८६च्या नोव्हेंबरच्या सकाळी मी तिला तिच्या बाबांच्या हाती सोपवले आणि ल गार्डिया विमानतळाबाहेर लिमोसिनमध्ये नीट बसवल्यावर ती माझ्या आयुष्यातून नाहीशी झाली.

हाँगकाँगला जाणाऱ्या विमानात चार आठवड्यांनी मी पाय ठेवल्यानंतर मला खरोखरीच कल्पना नव्हती की, मी आणि क्लेअर यांनी ठरवल्याप्रमाणे मी खरेच पृथ्वीप्रदक्षिणा करणार होते. मी बाली, जकार्ता, सिंगापूर, मलेशिया, थायलन्ड आणि श्रीलंका यांना भेट देऊन आम्ही मध्य आशिया आणि पश्चिम युरोपकडे मोर्चा वळवला. सगळ्यात महत्त्वाचे म्हणजे सलग १० महिने मी प्रवासातच होते.

स्वप्न पाहिल्याप्रमाणेच मी माझ्या पासपोर्टवर असंख्य शिक्के प्राप्त केलेले होते. त्यानंतर पत्रकार या नात्याने मी पोलंड आणि ऑस्ट्रिया येथील काम पूर्ण केले. शिक्षिका या नात्याने माझ्या विद्यार्थ्यांची सहल ब्रिटनला नेली. एक प्रवासी या नात्याने लाल चौकात रशियामध्ये मिरवले. व्हेनेझुएलाच्या सागर किनाऱ्यावर मिनिस्कर्ट घालून सालसा नृत्य केले.

अमेझिंग बॉबशी लग्न केल्यानंतर तो आणि मी स्वीत्झर्लन्डला गेलो. त्याच्या आंतरराष्ट्रीय कंपनीने त्याला जगभर फिरायला लावले. आम्ही टांझानियाला गेलो. ताजमहालासमोर चुंबन घेतले.

ऑक्टोबर २००५मध्ये बॉबला कॉन्फरन्ससाठी बीजिंगला आमंत्रित केले होते. सुदैवाने मलाही एक असाईनमेन्ट होती. हाँगकाँगला नवीन डिस्नेलॅन्ड सुरू होत होते. योगायोगाने आम्हाला हा जॅकपॉटच लागला होता. परस्परविरोधच! वॉल्ट

डिस्ने हा अगदी कट्टर कम्युनिस्ट विरोधी होता. आता त्याच्या जादूई राज्यात 'बी अवर गेस्ट' हे गीत जगातील सर्वांत मोठ्या साम्यवादी राजवटीला स्वागत करताना वाजवावे लागेल. माझ्या लेखाचे सध्याचे शीर्षक 'मिकी माओ' असे होते.

आम्ही तिथे असताना बॉब आणि मी पुन्हा माझ्या १९८६च्या पाऊलखुणांचा मागोवा घेण्याचे ठरवले. आता ते फारसे अवघड नव्हते. कारण चीनच्या अंतर्गत विमानसेवेचे जाळे निर्माण झाले होते. शांघाय ते बीजिंग ते ग्युईलिन प्रवास काही तासांचाच झाला होता. शिवाय बदलाची दुसरी खूण म्हणजे एकशे दहा डॉलर्समध्ये हे विमानतिकीट मिळत होते.

अगदी प्रचंड प्रमाणावर महापूर आणि भूकंप होऊन गेले होते. २००८चे ऑलिम्पिक गेम्ससुद्धा झाले होते. २१व्या शतकातील चीनची व्यापक दृश्ये आणि चित्रे जगभर पसरली होती. ठरावीक दृश्ये पर्यटकांना आकर्षित करण्यासाठी वारंवार दिसत होती. म्हणून आम्ही जिथे जात होतो, तिथे नवीनच उलगडा होत होता. धक्का बसत होता.

एअरपोर्टपासून जाणाऱ्या हायवेवर हवा तरंगणाऱ्या कणांमुळे दाट होती. गाडी जणू काही रिकाम्या पोकळीत पुढे जात होते, असे वाटण्याएवढे बाजूचे काही दिसत नव्हते. बीजिंग आता कायमचे प्रदूषणाच्या विळख्यात सापडले होते. पन्नास मजली इमारतींच्या पिशाच्चासारख्या आकृत्या त्या धुक्यातून उंच जाताना दिसत होत्या. स्टेडियमसमोरून जाताना फ्लायओव्हरचे जाळे दिसले. साइड वॉक आणि सतत हॉर्न वाजवणाऱ्या गाड्यांचे प्रचंड प्रवाह त्या मार्गावरून वाहत होते.

हॉटेलमध्ये पांढरे हातमोजे घातलेल्या पोर्टर लोकांनी आमचे सामान उचलले. संपूर्ण काचेच्या कॅप्सुल लिफ्टमधून जाताना आम्हाला अरमानीचे बुटीक दिसले. लॉबीमध्ये कॅथेड्रलसारखी शीतल शांतता होती.

एक ब्लॉन्ड स्वागतिका म्हणाली, "हॅलो, मिसेस गिलमन! आमच्याकडे बुकिंग पूर्ण आहे. पण आम्ही तुमच्यासाठी एका स्विटची व्यवस्था केली आहे."

आमच्या घरापेक्षा हा स्विट मोठा होता. मार्बल जाकुझ्झीच्यावर मोठा प्लाझ्मा स्क्रिनचा टेलिव्हिजन भिंतीमध्ये बसवलेला होता.

स्वर्गमंदिर नूतनीकरणासाठी बंद होते. मी आणि क्लेअरने जिथे डंप्लिंग्ज खाल्ले होते, तिथे बरीचशी हुतॉंग्ज बुलडोझरखाली सपाट झालेले होते. टूरिस्ट आता सायकल रिक्षामधून उरलेल्या छोट्या गल्ल्यांची सैर करत होते.

वॅगफुजिंग मॉलमध्ये टेलिव्हिजनचा एक समूह आशियाई रॅपवर विल नावाच्या कलाकाराचे टिपटॉप सॉंग दाखवत धडधडत होता.

तो ओरडत होता, "मी परत आलो आहे. यो! तुम्हाला आवडेल. शेय शेय नी. एमव्हीपी." एमीनेमची नक्कल.

एका वातानुकूलित खासगी गाडीने आम्हाला झरकन ग्रेट वॉलपर्यंत नेले. आता केबलकारने पर्यटकांना थेट शिखरावर नेले जात होते. आणि एक लहानसा रोलर कोस्टर तिथून थेट स्नॅकबारपर्यंत पोचवत होता. मी आणि बॉब इतर बऱ्याचशा पर्यटकांसोबत दगडी पायऱ्या चढत असताना आम्हाला तारांचे आणि सेलफोन टॉवर्सचे जाळे दिसत होते.

आमची गाइड टिना विशीतील झोपाळू तरुणी होती. तिने गॉगल्स आणि नारंगी रंगाची लिपस्टिक लावलेली होती. तिच्या केसांच्या छोट्या डझनभर बटा रुळत होत्या.

सेलफोनवर रिंगटोन बदलत ती म्हणाली, ''मी तुम्हाला पारंपरिक चिनी पदार्थांची चव दाखवते. चालेल?'' आम्ही काही प्रतिसाद देण्याअगोदरच कार चिनी फ्रेन्डशिप स्टोअरकडे वळली. आम्हाला २० मिनिटे, पेय असावे वाटणाऱ्या पॉटप्युरी, सिल्क पायजमाज आणि नक्षीदार पाचूच्या तपकिरीच्या डब्यांच्या विक्रीला तोंड द्यावे लागले. टिनाला कमिशन मिळत होते, हे तर लख्खच दिसत होते.

लिची टी आणि चॉपस्टिक्सने भरलेली बॅग घेऊन हॉटेलमध्ये परतल्यावर विसावताना बॉब म्हणाला, ''खरं म्हणजे त्यांनी आता नवं नाव द्यायला हवं – द ग्रेट मॉल ऑफ चायना.''

मी नाक मुरडून म्हणाले, ''मॉलचं स्पेलिंग तू MALL करणार की MAUL ?''

''दोन्ही,'' तो हसत म्हणाला.

***

रस्त्यांवर अजून मूत्र, पॉलिश आणि भाजलेले बदक यांसारखे वास प्रखरपणे तरळत होते. अजून रस्त्यांवर अधूनमधून सिकॅमोर वृक्ष आणि टीनसारखे दिसणारे दगड दिसत होते. फुटपाथजवळ अजून व्हीलबरोज – ढकलगाड्यांची गर्दी होती. पण गेल्या २० वर्षांत देशाने केलेली प्रगती दिसून येत होती.

मला एखादा पुरातत्त्व शास्त्रज्ञ काळजीपूर्वक गतकालाची चित्रे शोधतो, तसे वाटले. मी जुन्या खुणाच शोधत होते. टाँग न ॲव्हेन्यूच्या कोपऱ्यावर एका अंधाऱ्या रेस्टॉरन्टवर जीर्ण झालेली मॅक्झिमची लाल पाटी वाऱ्यावर हलत होती. पण समोर उभ्या असणाऱ्या उंच इमारतीमागे ते उपाहारगृह नाहीसे झाले होते.

तिएनमान चौकाच्या कडेला नवीन मेट्रो स्टेशन आणि ७ – इलेव्हन कन्व्हिनियन्स स्टोअर होते. एक तरुण समोर येत म्हणाला, ''एक्सक्यूज मी. पण तुम्हाला इंग्लिश बोलता येतं का?''

''नी हाऊ,'' मी उद्गारले. शेवटी काहीतरी ओळखीचे सापडले. संवादासाठी

उत्सुक असणारा बीजिंग विद्यापीठाचा विद्यार्थी.

त्या तरुणाने आमच्या हातात लकी ड्रॅगन सिल्क पेंटिंग्ज लिमिटेडचे कार्ड दिले. ''तुम्हाला सिल्क पेंटिंग्ज आवडतात का? या मी तुम्हाला दाखवतो. हे तुमच्यासाठी खास.''

फॉरबिडन सिटीमध्ये बॉब आणि मी गर्दीतून वाट काढत गेलो. बरोबर दोन दशके अगोदर इथेच मला ऑस्ट्रेलियन खलाशी ट्रेव्हरला त्याला वाढदिवशी भेटायचे होते. आज त्याऐवजी मी माझ्या पतीचे इथे चुंबन घेत होते. आमच्याकडे दयाळू नजरेने पाहाणारे माओ झे डाँगचे प्रचंड चित्र मात्र तसेच होते. ते एवढ्या काळात जरासुद्धा बदलले नव्हते.

***

माझी गोड, त्रासलेली मैत्रीण आणि तिचे अविश्वसनीय आकर्षक हास्य. चीनमध्ये मला तिची प्रखर आठवण येत होती. मी आता जे पाहत होते, ज्याची साक्षीदार होते; त्याची भव्यता समजणारी, माझा अविश्वास आणि धक्का वाटून घेऊ शकणारी ती एक व्यक्ती या पृथ्वीवर होती. शांघाय पाहून तिची काय प्रतिक्रिया झाली असती? आजचे शांघाय विज्ञानकादंबरीतून बाहेर आल्याप्रमाणे भविष्यातले शहर होते. ओरिएंटल पर्ल टेलिव्हिजनच्या टॉवरवरून प्रत्येक रात्री प्रखर दिवे झळकत होते. पुजियांगचे फोटो माझ्या सेलफोनमध्ये घेण्याचा मी प्रयत्न केला. अजून ते ऐतिहासिक हॉटेल शिल्लक होते. ''मी कुठे आहे याच्यावर तुझा विश्वास बसणार नाही,'' असेही त्या चित्रात मी घातले. त्या दोन प्रचंड पॅगोडांचे, सोनेरी आणि रूपेरी पॅगोडा – जे आता ग्युईलिनच्या माथ्यावर नव्यानेच निर्मिलेल्या तळ्यातून एक्सकॅलिबरसारखे (किंग आर्थरच्या प्रसिद्ध तलवारीसारखे) वर आलेले दिसत होते. ते चित्र मला तिला पाठवायचे होते. हा देश खूप टोकाचा बदलला होता, मला लिहायचे होते.

पण अर्थातच ते अशक्य होते.

सत्य हे होते की, क्लेअर सतत माझ्यासोबत होती. अजून विमानात चढताना मला ट्रिपल बायपास केल्यासारखी भीती वाटे. माझे अंतर्गत भयाचे आणि भित्रेपणाचे जाळे, भावनांचे आंदोलन मला सांगत सुटते – घरी जा. हे तुला जमणार नाही. पण माझ्या कानात तिचा आर्जवी मंत्रासारखा गोड आवाज घुमतो. ''माझा तुझ्यावर विश्वास आहे. तू हे करू शकतेस.''

आज मी जे आयुष्य जगते आहे, ते तिच्याशिवाय जगणे मला अशक्य होते. क्लेअर व्हेन ह्युटनने माझ्यामध्ये काहीतरी मुक्त केले, मी स्वत:साठी कधी न कल्पिलेल्या मार्गावर तिने मला आणून सोडले. मला हे असे वागण्याची कल्पना

करणेही त्या वेळी शक्य नव्हते. अशा रीतीने १९८६मध्ये तिने एका परीने माझेही आयुष्य वाचवले होते.

***

पण ती किंवा जॉनी यांच्याविषयी इच्छा असूनही मला सुखद शेवट झाल्याचे सांगता येत नाही, जो या कथेला पुनर्मिलनामध्ये होण्यासाठी आवश्यक आहे. सत्य हे कल्पनेपेक्षा खूपच विचित्र, आश्चर्यकारक असू शकते. पण पुष्कळदा ते छोट्याशा निवेदनाला सुसंगत असणेही नाकारते. अर्थातच मी गुगलवर खूप शोध घेतला. आम्हा माजी विद्यार्थ्यांच्या सर्व डिरेक्टरीज आणि बातमीपत्रे वाचून काढली. फोननंबर शोधले. पण सगळे निरुपयोगी ठरले. पण मी नंतर आवरते घेतले. कारण मला संदेहच होता की, क्लेअर सापडणे शक्य नाही.

शेवट म्हणून मी एवढेच सांगू शकते.

आमच्या ग्युईलिनमधील शेवटच्या दिवशी घरी परतण्यापूर्वी मी आणि बॉब यांनी ली नदीमध्ये क्रूझ बोटीने प्रवास केला.

अशा क्रूझ बोटी या पर्यटकांमध्ये अलीकडे फार लोकप्रिय आहेत. त्यांच्यावर पूर्ण सुसज्ज स्वयंपाकगृह असते. १८व्या शतकातील फ्रेंच दिवाणखान्याची सजावटही काही बोटींवर असते. यांगशुओपर्यंतच्या नदीतील प्रवासात पर्यटकांना कॉकटेल आणि विविध चिनी पदार्थांचे भोजन देण्यात येते. अनेक बोटींचा असा काफिला नदीत रोजच प्रवास करत असतो.

आम्ही प्रवास केला, त्या दिवशी फार उष्णता होती. वारा जवळपास नव्हताच. बोटीत गर्दी होती. माझ्या आठवणीत होत्या, त्यापेक्षा गुहा फार आकर्षक दिसत होत्या. दोन दशकांपूर्वी अशी सफर शक्य नसल्याने नदीतून दिसणारा हा देखावा आणि संपूर्ण भौगोलिक चित्र मला पाहता आले नव्हते. आज मात्र त्याची कल्पनातीत भव्यता आणि सौंदर्य स्पष्ट दिसत होते. ग्युआंझी प्रदेश! इथे नक्कीच पाहण्यासारखे आहे. तीन तास मी आणि बॉब डेकवर कठड्याजवळ मंत्रमुग्ध दृष्टीने उलगडणारे सुंदर दृश्य पाहत राहिलो. हा अदृश्य होणारा समुद्र सुंदर हिरव्या रंगाचा, चमकदार स्वर्गीय ईडन गार्डन!

यांगशुओकडे बोट वळताच सारे नाहीसे झाले. चिनी मुले धक्क्यावरून हात हलवत होती. अनेक पर्यटन नौका आता तिथे गोळा झाल्या होत्या. अनेक नव्या करकरीत इमारती आणि आधुनिक हॉटेल्स टेकड्यांच्या उतारांवर उभी होती. किनाऱ्यावर एक भिंत बांधलेली होती. त्यावर इंग्लिश भाषेमध्ये मोठे बॅनर होते. 'पर्यटकांचा आवडता प्रसिद्ध चिनी प्रदेश – यांगशुओमध्ये स्वागत असो.'

अनेक गाइड आपल्या पर्यटकांच्या घोळक्याला टेकडीवरच्या रंगीत प्लॅस्टिकच्या

खुर्च्या आणि इंद्रधनुष्याच्या रंगाच्या छत्र्यांनी भरलेल्या कॅफेकडे घेऊन जात होते. जुने जंगलातील २० वर्षांपूर्वीचे छोटे खेडे आज तीन लक्ष लोकवस्तीचे शहर बनले होते.

आतापर्यंत मला याची सवय झाली होती. मी वाढले होते, तसा चीनही बदलला होता, हे स्वीकारावेच लागत होते. बॉबला मी म्हणाले, ''चल आपणही आइसक्रीम घेऊ या.'' चुनखडी खडकाच्या समोर असणाऱ्या पिवळ्या इमारतींकडे बोट करत मी निघाले.

गर्दीमधून जाताच समोर १९८६सारख्या काही छोट्या गल्ल्या दिसल्या. यांगशुओचा एक छोटा कोपरा अजून अगदी तसाच होता. घरासमोरील छोटी दुकाने अजून काचेचे मणी, पेपरबॉक्स, मिल्कशेक्स, टी-शर्ट्स विकत होते. बॅकपॅकर्स अजून पोस्टकार्ड घेऊन तिथेच लिहित होते. अजून गेस्टहाउसेसचा व्यवसाय सुरू होता. घाणेरडे तीन मजली इन माथ्यावर 'वेस्टर्न टॉयलेट! गरम पाणी! बस तिकीट' अशा पाट्या घेऊन उभी होती.

त्या गर्दीमध्ये पटकन लक्षात न येणारे ते छोटे रेस्टॉरन्ट तसेच होते. त्यावर अजूनही पाटी होती, 'लिसाचे हॉटेल.'

''हो, हो. खरंच हे शक्य असेल?''

बॉबने खांदे उडवले. त्याने यापूर्वी माझी बडबड आणि कथा ऐकलेलीच होती. ''यांगशुओमध्ये अशा किती लिसा असू शकतील?'' तो म्हणाला.

मला खरेच माहीत नव्हते. १९८६मध्ये चीनमध्ये प्रत्येक जण एकतर लिसा किंवा जॉनी असायचा. ती लिसा असेल किंवा मग त्या लाखो लोकांपैकी कोणीही असेल. किती टक्के शक्यता होती लिसा भेटण्याची?

आत प्रवेश करताना छातीत धडधडत होते. ते उपाहारगृह ग्रामीण, शांत आणि शीतल वाटत होते. मी खुणा ओळखण्यासाठी नजर फिरवली. माओंच्या आठवणी जपून ठेवलेली शोकेस दिसली. वाढलेल्या केसांचा एक गोरा तरुण तळलेल्या बीफची प्लेट समोर ठेवून बसलेला दिसला. दुरुन कुठूनतरी मंद संगीत ऐकू येत होते. पॅनकेकची यादी असणारे काळे फलक मात्र नव्हते. आणखी तीन पाश्चात्त्य बॅकपॅकर्स लोन्ली प्लॅनेट गाइड समोर ठेवून तिथे होते. त्या दोन मुली आणि एक मुलगा विशीतीलच दिसत होते. एकीने इंडियन स्कर्ट घातला होता. त्या मुलानेही नाडीच्या शॉर्ट्स घातल्या होत्या. अगदी २० वर्षांपूर्वीच्या बॅकपॅकर्ससारखेच ते दिसत होते.

डिजिटल कॅमेऱ्याशी खेळत ती मुलगी विचारत होती, ''मग काय वाटतं आहे तुला? बाली की तिबेट?'' तिचे इंग्लिश बोलणे बरेच ठसकेदार वाटले.

तो खांदे उडवत म्हणाला, ''मला नाही माहीत. आपली घरी, तेल अव्हिवला जाणारी फ्लाइट किती वाजता आहे?''

इस्रायली! मी काही क्षण विचारात पडले. अगदी सूचक वाटले ते मला. असे कल्पनेने चित्र रंगवणे फार असंभाव्य वाटले असते. पण ती मुले खरेच इथे होती.

"एक्सक्युज मी?" मी पुढे झाले. "तुम्हाला इथली मालक ठाऊक आहे का? लिसा नावाची?"

"हो. काय हवं आहे आपल्याला?' माझ्या मागे चटपटीत आवाज आला. मागे काळ्या टी-शर्टमध्ये अनोळखी मध्यमवयीन चिनी स्त्री दरवाजात उभी होती.

"मी लिसाला शोधत आहे," मी म्हणाले.

"मीच लिसा," ती स्त्री उत्तरली.

एक पाऊल मागे घेऊन मी तिला नीट पाहिले. इथे ग्रीन लोटस पिक इनमध्ये मी पाहिलेली लिसा सडपातळ आणि माझ्याहून उंच होती. ही जेमतेम माझ्या उंचीची वाटत होती. तिचे अस्ताव्यस्त केस पाठीवर पसरले होते. चेहरा गोड होता आणि करुण झाक असणारे डोळे सुजल्यासारखे होते. मला माहीत असणाऱ्या लिसाचे गाल उंच होते. तिचा ताजेपणा, मुलायम तेज आणि तारुण्य मला आठवत होते. पण पुन्हा ते २० वर्षांपूर्वींचे. या स्त्रीकडे पाहत ती किती वर्षांची होती, हे समजत नव्हते.

तिने मला कधीही पाहिलेले नाही, अशीच ती माझ्याकडे चौकस नजरेने पाहत राहिली.

मी जरा घसा साफ करत म्हणाले, "माफ करा, मला वाटतं ती लिसा तुम्ही नाही." स्पष्टीकरण देणे गरजेचे होते, "जवळपास २० वर्षांपूर्वी मी इथे माझ्या मैत्रिणीसह आले होते. आणि ती मैत्रीण आजारी पडली." डोक्याला बोट लावून ते गोल फिरवण्याची खूण तरी सार्वत्रिक असावी, अशी आशा केली.

"त्या वेळी इथे लिसा काम करत होती. आमच्या संकटात तिने मदत केली होती, आम्हाला वाचवलं होतं. मी परत येईन, असं तिला वचन दिलं होतं. आणि मी..."

"आणि तू मला ब्रेसलेट दिलं होतं," मला थांबवत भरल्या डोळ्यांनी पुढे येत लिसा म्हणाली.

***

बऱ्याच वर्षांपूर्वी क्लेअर व्हेन हुटनने आणि मी चीनला भेट दिली, तेव्हा आमचे भविष्य अनिश्चित आणि चमकदार वाटत होते. त्या वेळी लिसाचे मात्र साधे आणि निश्चित जीवन ठरलेलेच होते. क्लेअर आणि मी कायमच्या जिवलग मैत्रिणी होतो. लिसा परत भेटणार नाही, अशी खातरीच होती. आज तिच्या रेस्टॉरन्टमध्ये गळ्यात पडून आम्ही रडत होतो. आमचाही विश्वास बसत नव्हता. इस्रायली प्रवासी अवाक झाले होते.

ती रडताना म्हणत होती, ''मी फार लहान होते तेव्हा. मला काहीच माहीत नव्हतं.''

''मलाही. पण तू मला वाचवलंस!''

आमचे रडणे थांबल्यावर बॉब पुढे झाला. त्याने आमचे फोटोग्राफ्स घेतले. नंतर लिसाने सांगितले की, तिने मला पत्रे लिहिली होती. मी म्हणाले, मला तिची पत्रे मिळालीच नाहीत. तिएनमान स्क्वेअर किंवा ११ सप्टेंबर अशा प्रसंगी आम्ही दोघींनीही एकमेकींना आठवले होते. अविश्वसनीय धक्क्याचा, आनंदाचा पहिला भर ओसरला. मग तिने एका एप्रन घातलेल्या मुलीला ग्राहकांची काळजी घ्यायला सांगितले आणि आम्हाला आत नेले.

गेल्या दोन दशकांमध्ये गुलाबी रिबन बांधलेल्या वेट्रेसपासून यांगशुओच्या प्रमुख उद्योजकांपर्यंत तिचा प्रवास झाला होता. आज तिची दोन गेस्टहाउसेस आणि हे रेस्टॉरन्ट होते. अमेरिकन भागीदारांसोबत लवकरच एका चार तारांकित हॉटेलविषयीचे बोलणे झाले होते. नव्वदच्या दशकाशेवटी राष्ट्राध्यक्ष बिल क्लिंटन यांनी यांगशुओला भेट दिली, तेव्हा लिसा त्यांच्या स्वागतमंडळाचा हिस्सा होती. त्यांनी 'बेस्ट कॉफी इन यांगशुओ' असे प्रमाणपत्र दिले, त्या उपाहारगृहाची तीच मालक होती.

''तू राष्ट्राध्यक्षांसोबत कॉफी घेतलीस?' मी हसले. ''वाह! मला अद्याप ते शक्य झालं नाही! आणि मी वॉशिंग्टन डीसीमध्ये गेली पाच वर्ष राहते आहे.''

लोनली प्लॅनेट गाइडमध्ये लिसाचा उल्लेख एक स्वतंत्र संस्था असा केला जातो. तिला अनेकदा चिनी आणि इतर परदेशी व्यावसायिक समूहांसमोर भाषणासाठी बोलावले जाते. एवढ्यात अमेरिकन चेंबर ऑफ कॉमर्ससमोर दिलेल्या भाषणाची प्रत तिने बॉबला वाचायला दिली. तोपर्यंत आमची विचारपूस सुरूच होती. तिने म्हटले होते, यांगशुओमधील सुरुवातीच्या दिवसांमध्ये तिला पाश्चात्त्य बॅकपॅकर्सनीच पदार्थ शिकवून प्रवाशांसाठी अन्न बनवण्याची प्रेरणा दिलेली होती.

डोळे मिचकावून ती म्हणाली, ''आता इकडे सगळेच बनाना पॅनकेक बनवतात. आता स्पर्धा खूप वाढली आहे. पण तेव्हा, तुला ठाऊक आहे मी एकटीच बनवत होते.''

आज लिसाला पाच अपत्ये आहेत. तिच्या आयुष्याचा हा भाग मला नीटसा समजला नाही. तिच्या विदेशी पतीचा आणि तिचा घटस्फोट झाला असावा. नंतर तिने कुटुंबीयांनी निवडलेल्या माणसासोबत लग्न केले असावे. काही तिची स्वत:ची मुले होती, तर काही जवळपासच्या खेड्यांमधली दत्तक घेतलेली. नाहीतर त्या मुलांचे भविष्य उद्ध्वस्त झाले असते. अगदी बोलवल्यासारखी त्या वेळेस लिसाची मुलगी आत आली. चौदा वर्षांच्या त्या मुलीच्या मनगटावर मी लिसाला २० वर्षांपूर्वी भेट दिलेले ब्रेसलेट होते. आम्ही दोघीही त्याकडे डोळे विस्फारून पाहत होतो. आजपर्यंत ते आम्ही दोघींनीही नजरेआड कुलुपबंद ठेवलेले होते.

लिसा खूपच थकलेली दिसत होती, यात काहीच आश्चर्य नव्हते. वीस वर्षे तिने दांडगट, उद्धट बॅकपॅकर्सना पॅनकेक्स आणि थंड बिअर देण्यात घालवली. काळजीपूर्वक त्यांचे बिछाने लावणे, तव्यावर साठलेले तेलकट थर साफ करणे, प्रसाधनगहे स्वच्छ करणे, नव्या खोल्या तयार करणे आणि धुळीने भरलेल्या या प्रदेशात सतत स्वच्छता राखणे हे करताना, मुलांना वाढवताना, अधिकाऱ्यांना तोंड देताना आणि गुंतवणूकदार शोधताना तिची शक्ती खर्च होत गेली होती. हिशेब ठेवणे, त्याच्या काळज्या तिच्या चेहऱ्यावर स्पष्टच दिसत होत्या.

तिला स्वित्झर्लन्डला बोलवण्याचे माझ्या मनात होते. *चल, माझ्याबरोबर. तुला आल्प्समधील स्पामध्ये नेते. उघड्यावर गरम पाण्याच्या टबमध्ये विसावून तू वर उडणारा प्रवाह पाहू शकशील आणि दुधासारख्या पर्वतीय हवेमध्ये विखरून जातानाही. न्याहारीसाठी तू चॉकलेट क्रोसाँ खाऊ शकशील आणि जेवणासोबत गुलाबी वाइन. मी तुझा पाहुणचार करेन. बदल म्हणून जेवण बनवेन.*

पण २००५मध्येसुद्धा चिनी सरकारला नागरिकांनी स्वतंत्रपणे पर्यटन करणे नामंजूर होते. सरकारने मान्यता दिलेल्या प्रवासी समूहांना सरकारमान्य ठरावीक देशातच पर्यटनाला परवानगी होती.

या वेळेस लिसाकडे पाहताना स्वत:ला मिळणाऱ्या सवलतींची आणि स्वातंत्र्याची जाणीव प्रकर्षाने झाली. आमच्यातील असमानता, प्रचंड अंतर यांमुळे शरम आणि असाहाय्य वाटायला लागले.

क्षणभर एक संकोचाने भरलेली शांतता पसरली. टेबलवरून वाकून आम्ही एकमेकींचे हात दाबले.

मी हळुवार आवाजात म्हणाले, ''मी सांगितलं होतं तुला मी परत येईन.'' एवढेच बोलता येईल, असे मला वाटले.

लिसाने स्मित केले. अजूनही तिचा चेहरा दयाळू आणि उजळलेला होता.

''आता या वेळेस आपण संपर्क ठेवू या. ओके?''

मान डोलावून तिने तिचे बिझिनेस कार्ड दिले.

''आता हे बरंच सोपं आहे. यावर माझा ई-मेलही आहे,'' ती म्हणाली.

***

सूर्यास्तानंतर लगेचच बॉब आणि मी ग्युईलिनला जाणाऱ्या बसमध्ये चढलो. दोन दशकांपूर्वीपिक्षा आता बसस्टॅन्ड अर्थातच मोठे आणि आणखी गोंधळाचे वाटत होते. पण गुहांमधून जाणारा मार्ग तोच होता. पर्वतांमधून जायला बरेच मार्ग असावेत, असेही दिसत होते.

बस धावत होती. मी बाहेर बदलणाऱ्या प्रकाशाकडे संध्याकाळच्या निळ्याशार

आकाशात भुतासारख्या काळ्या दिसणाऱ्या शिखरांकडे एकटक पाहत होते आणि १९ वर्षांपूर्वीची क्लेअर मनात आठवत होते. किती उमदी आणि सुंदर क्लेअर, बस ड्रायव्हरला थांबवण्यासाठी किंचाळणारी, मग याच रस्त्यावर कुठेतरी उतरून गेलेली. आता ती खूप दूर होती. कायमची हरवलेली, जगाला विसरलेली – कुठे होती कुणास ठाऊक.

चीनमध्ये त्या सात आठवड्यात नक्की काय झाले होते तिला? त्या वेळेस माहीत नसणारी एक गोष्ट मला आज माहीत होती. मलेरियाप्रतिबंधक गोळ्या आम्ही घेत होतो, त्यामुळे भास होऊ शकतात, असे नंतर सिद्ध झाले होते.

काही वेळा वाटते, ते सगळे तापामुळे झालेले भ्रम असावेत.... शांघायमध्ये झालेली आतषबाजी, आमचे बीजिंगच्या रस्त्यावर धुक्यातून वेड्यासारखे सायकलवर फिरणे, ती सार्वजनिक स्वच्छतागृहे, भाजलेल्या चिकनचा व हाडांचा वास, दुतोंडी अधिकारी आणि नोकरशाही. ट्रेव्हरचे त्याच्या टॅटूसह आमच्याशी संवाद साधणे, बाल्कनीमध्ये मला जवळ करणे, सिंथियाचे आपल्या मौल्यवान अशा सात आणि अकरा वर्षांच्या मुलांना घेऊन काळ्या बाजारात फिरणे, आम्ही त्याला अमेरिकन दूतावासात घेऊन जावे, असा आग्रह धरणारा जॉनी. प्यायलेल्या नशेतील प्रवाशांचे ग्युईलिनमध्ये साप खाणे, भातशेतांमध्ये अचानक अवतरलेला एखार्ट की अनेक दिवस, आठवडे, महिने कुणाशीही मोकळे न बोलण्याचा परिणाम होता तो?

ते साम्यवादी, कडक पाश्चात्त्य कपड्यातील, अडखळत इंग्लिश बोलणारे अधिकारी. आम्ही सारेच थोडेफार संतुलन हरवलेले नव्हतो काय?या देशाकडे आणि माझ्या देशाकडे पाहा. त्यांच्यावर कब्जा करून बसलेल्या सायकोंकडे पाहा. तेव्हा आणि आताच्याही. आजच्या सगळ्या जगाकडे पाहा.

अंधार दाट होतो आहे. मी आता माझ्या पतीबरोबर गुहांच्या मार्गावरून ग्युआंग्झी प्रांतातून प्रवास करत नाही. पूर्व चीनच्या समुद्रातील एका जहाजाच्या कठड्यावर रेलून मी पाहते आहे. क्लेअर माझ्यासोबत केबिनमध्ये आहे. तिची स्लीपिंग बॅग सरळ करत होती. तसाच जॉनी त्या फिकट सोनेरी प्रकाशात हसत होता. एकच प्रीतिगीत पुन्हापुन्हा गात होता आणि गंथरसुद्धा तिथे होता. त्या ऑपेरा सिंगरची भेट घेत थांबला होता. असंख्य ताऱ्यांच्या आकाशाखाली मी उभी होते. केसांमधून वाऱ्याची बोटे फिरत होती. एक चिनी माणूस गात होता, ''कंट्री रोड्स, टेक मी होम'' आणि मी ऐकत होते. त्याचा व्याकूळ आवाज लाटांच्या संगीतात भिजून पसरत होता. मी तिथे सदोदित तरुण आणि आशादायीपणे उभी होते. दूरवरच्या अशा स्थळाचा विचार करत, जिथे आपण कधी पोचू शकणार नाही किंवा परत जाऊ शकणार नाही.

◆